எனது அரசியல் நினைவலைகள்

மு.அப்பாத்துரை

டிஸ்கவரி பப்ளிகேஷன்ஸ்
எண்: 9, பிளாட் எண்: 1080A, ரோஹிணி பிளாட்ஸ்
முனுசாமி சாலை, கே.கே.நகர் மேற்கு,
சென்னை – 600 078. பேச: 99404 46650

வெளியீட்டு எண்: 0356

எனது அரசியல் நினைவலைகள் (தன் வரலாறு)
ஆசிரியர்: மு.அப்பாத்துரை©
தொகுப்பு: பொன்ஸீ
Enadhu Arasiyal Ninaivalaigal (Auto Biography)
Author: M.Appadurai©
Print in India

1st Edition : August - 2024
ISBN: 978-81-19541-45-4
Pages - 280

Publisher • *Sales Rights*

Discovery Publications
No. 9, Plot,1080A, Rohini Flats,
Munusamy Salai,
K.K.Nagar West, Chennai - 78.
Tamilnadu, India.
Mobile: +91 99404 46650

Discovery Book Palace (P) Ltd
No. 1055-B, Munusamy Salai,
K.K.Nagar West,
Chennai-600 078.
Ph: (044) 4855 7525
Mobile: +91 87545 07070

discoverybookpalace@gmail.com / www.discoverybookpalace.com

இந்த நூலில் பிரசுரமாகியுள்ள எந்த ஒரு பகுதியையும் எழுத்துபூர்வமான முன்அனுமதி பெறாமல் எடுத்தாள்வதோ, மறுபிரசுரம் செய்வதோ, மொழியாக்கம் செய்வதோ, ஊடகங்களில் மறுபதிப்புச் செய்வதோ, காப்புரிமைச் சட்டப்படி தடை செய்யப்பட்டுள்ளது. இந்த நூலிலிருந்து சில பகுதிகளை மேற்கோள் காட்டி நூல் அறிமுகம் செய்யலாம்.

உங்கள் மொபைல் போனிலிருந்து ஸ்கேன் செய்து 'டிஸ்கவரி புக் பேலஸ்' மொபைல் ஆப்பை டவுன்லோடு செய்து, புத்தகங்களை வாங்குங்கள்.

காணிக்கை

என் மனைவி சந்திரமதிக்கு...

முன்னுரை

அரசியலே வாழ்க்கையாய்...

இந்தியாவின் பாரம்பரியமான கட்சி இந்தியக் கம்யூனிஸ்ட் கட்சி. இந்திய அரசியல் வரலாற்றில் பலமுறை தடை செய்யப்பட்ட கட்சியும் இதுதான். இறுதியாக 1948இல் இது தடை செய்யப்பட்ட பின்னர், விடுதலை பெற்ற இந்தியாவின் முதலாவது பொதுத்தேர்தல் 1952இல் நடைபெற்றது.

இதன் முக்கிய தலைவர்கள் பலர் சிறை வாழ்க்கையையும் தலைமறைவு வாழ்க்கையையும் மேற்கொண்டு இருந்தனர். இருப்பினும் இவ்வாழ்க்கையின் ஊடாகத் தேர்தலில் போட்டியிட்டு வென்றனர். ஆந்திரப்பிரதேசத்தின் தெலிங்கானாப் போராட்ட வீரர்களில் ஒருவரான இரவிநாராயண ரெட்டி, காந்தியின் தலைமைச் சீடராக விளங்கிய நேருவை விட அதிகமாக வாக்குகள் பெற்றார்.

இத்தகைய அரசியல் சூழலில் இயங்கிய இக்கட்சியின் தலைவர்களில் சிலர் தம் இயக்க அனுபவங்களுக்கு எழுத்து வடிவம் கொடுத்தபோது அவை, அவர்கள் நடத்திய போராட்டங்கள், எதிர்கொண்ட நிலப்பிரபுத்துவ வன்முறைகள், அரசு வன்முறைகள், சிறை வாழ்க்கை, தலைமறைவு வாழ்க்கை என்பனவற்றை மையமாகக் கொண்டு உருவாயின.

நாடாளுமன்ற ஜனநாயக முறையை ஏற்றுக்கொண்ட பின்னர் அரசியல் போராட்டக் களத்தில் மாற்றம் நிகழ்ந்தது. இம்மாற்றத்தின் தாக்கம் எழுத்துவடிவம் பெறவும் செய்தது.

தோழர் மு.அப்பாத்துரையின் இந்நூல் ஒரு சட்டமன்ற, நாடாளுமன்ற உறுப்பினராக இருந்து ஒரு கம்யூனிஸ்ட் பெற்ற அனுபவங்களின் பிழிவாக அமைந்துள்ளது.

இந்நூல், ஒருபக்கம் அவரது சுயசரிதைபோல் காட்சி அளித்தாலும், அடிப்படையில் இந்தியச் சமுதாயத்தின் சாமானிய மக்களின் அடிப்படைத் தேவைகள் நிறைவேறாத அவலத்தை எடுத்துரைக்கிறது. சான்றாக...

அப்பாத்துரை இளைஞராக இருந்த காலத்தில், அவரது சொந்த ஊரில் தண்ணீர்ப் பிரச்னையைத் தீர்க்க முயன்றபோது, 'அப்பாத்துரைதான் சாதிப் பிரச்னையைத் தூண்டிவிடுகிறார்' என்று எதிர்த் தரப்பினர் காவல்துறையில் புகார் சொல்ல, தோழரை சிறைக்கு அனுப்பப் போவதாக காவலர்கள் மிரட்டுகிறார்கள். இதை அறிந்த ஊர்மக்கள் கொதித்தெழுந்து, காவல்துறையினரைக் கடிந்துபேசி உண்மை நிலையை விளக்கிச் சொல்ல, அதனால் எதிர்த் தரப்பினரை லாக்கப்பில் அடைக்கிறது காவல்துறை. உடனே நம் தோழர் பரிதாபப்பட்டு காவலர்களிடம், 'இது ஊருக்குள் சாதிப் பிரச்னையைப் பெரிதாக்கிவிடும். அவர்களை விடுவித்து விடுங்கள். ஊரின் இறையாண்மையைக் காப்பாற்றி ஒன்றாக வாழ்கிறோம்' எனச் சொல்கிறார். அப்பாத்துரையின் நியாயமான ஆதங்கத்தை அறிந்த காவலர்கள் எதிர்த் தரப்பினரை விடுவித்தனர்.

அச்சங்குளம் கிராமத்தில் ஒரு பொறியாளரிடம், 'சிமென்ட் குழாய் இல்லாமல், கல்தூண்கள் அமைத்து பாலம் கட்டவேண்டும்' என அப்பாத்துரை ஆலோசனை சொல்கிறார். அதைப் பொருட்படுத்தாத பொறியாளர் சிறிய திறப்புடன் கூடிய சிமென்ட் குழாய்களை அமைத்து பாலத்தைக் கட்டி முடித்துவிடுகிறார். ஒருநாள் கனமழை பெய்கிறது. மழை வெள்ளத்தில் முள்செடிகளும் குப்பைகளும் அந்தக் குழாய்களை அடைக்க, வெள்ளத்தின் சீற்றத்தால் பாலம் உடைகிறது. இப்பிரச்னையால் அப்பாத்துரைக்கு வந்த மிரட்டல் கடிதம் சட்டசபை வரை பேசப்பட்டது.

வானரமுட்டி கிராமத்தில் காலங்காலமாக கடுமையான குடிதண்ணீர்ப் பிரச்னை. அப்பாத்துரை தலைமையில் சாலை மறியல் போராட்டம். காவலர்களின் கெடுபிடியால் ஆட்சியரிடம் அழைத்துச் செல்லப்படுகிறார். அங்கு, காலி குடங்களுடன் இருக்கும் மக்களின் கொதிநிலையை ஆட்சியரிடம் காட்சியாகக் காட்டுகிறார். அப்போதே ஆட்சியர் ஒரு குழாய் இணைப்புக்கு உத்தரவு போடுகிறார். 'ஒரு குழாய் போட்டால் தண்ணீர் பிடிப்பதில் சாதிச் சண்டை வந்துவிடும். எனவே, மூன்று தண்ணீர்க்குழாய்கள் தனித் தனியாக வைப்பதுதான் நல்லது' என்று விளக்கிச் சொல்லி மக்களின் கோரிக்கையை சாமர்த்தியமாக நிறைவேற்றுகிறார், அப்பாத்துரை.

இப்படி, இவரது பணிகள், குடிதண்ணீர் கிடைக்கச் செய்தல், சாதிக் கொடுமைகளை ஒழித்தல், சுடுகாட்டுக்குச் செல்ல சாலைகள் அமைத்தல், பாலங்கள் கட்டும்படிச் செய்தல், கிராமங்களை நோக்கிப் பேருந்துகள் இயங்கும்படிச் செய்தல் என்பனவற்றை மையமாகக் கொண்டு நிகழ்ந்துள்ளன. நாடு விடுதலை பெற்று முப்பது ஆண்டுகள் கழித்தும், சாமானிய மக்களின் அடிப்படைத் தேவைகள் நிறைவேறாத அவலத்தைப் போக்கவேண்டிய சூழல் நிலவியதை இதனால் நாம் அறிய முடிகிறது.

இக்கடமைகளை நிறைவேற்ற ஒரு நல்ல துடிப்பான தோழரை அவர் அங்கம் வகித்த இந்தியக் கம்யூனிஸ்ட் கட்சி தேர்வு செய்துள்ளது. இது வெறும் பரிந்துரைகளால் நிகழவில்லை என்பதை நூலை வாசிப்போர் உணர்ந்துகொள்வர்.

கல்லூரி மாணவர் வாழ்க்கையில் அனைத்திந்திய மாணவர் பெருமன்றம், பின்னர், அனைத்திந்திய இளைஞர் பெருமன்றம் என வெகுமக்கள் இயக்க அமைப்பு, அடுத்து, விவசாயச் சங்கம் என்ற வர்க்க அமைப்பு, இதன் தொடர்ச்சியாக கட்சியில் பொறுப்புகள் என இவரது வளர்ச்சி நிலைகள் படிப்படியாக அமைந்துள்ளன. இவையே தோழர் அப்பாத்துரையை சட்டமன்ற உறுப்பினர், நாடாளுமன்ற உறுப்பினர் என்ற பொறுப்புகளை அடையச் செய்தன; அதில் தனித்த அடையாளத்துடன் செயல்படவும் துணை நின்றுள்ளன.

மொத்தத்தில், கிராமப்புற பட்டியல் வகுப்பு இளைஞர் ஒருவரின் படிப்படியான அரசியல் வளர்ச்சியை இந்நூலின் வாயிலாக நாம் அறிய முடிகிறது. ஓரிரு நிமிடங்களுக்கு மேல் மேடையில் பேசத் தயங்கிய இளைஞர் ஒருவர், இந்தியக் கம்யூனிஸ்ட் கட்சியில் தமிழ்நாட்டின் பேச்சாளரராக வளர்ச்சியுற்றது மந்திரவாதத்தால் நிகழவில்லை. தோழர் அப்பாத்துரையின் ஆற்றல், விடாமுயற்சி, கடின உழைப்பு இவற்றை உணர்ந்துகொண்ட இந்தியக் கம்யூனிஸ்ட் கட்சி இவரை சரியான தடத்தில் பயணிக்க வாய்ப்பு வழங்கியது. கட்சியின் எதிர்பார்ப்பு பொய்த்துப் போகவில்லை.

தோழர் அப்பாத்துரையின் வாழ்க்கையும், இடதுசாரி அரசியல் வாழ்க்கையும் பிரிக்க முடியாத ஒன்று.

தோழருக்கு வாழ்த்துகள்!

- ஆ.சிவசுப்பிரமணியன்

சென்னை,

01.08.2024.

என்னுரை

தூத்துக்குடி முதல் டெல்லி வரை

'எனது அரசியல் பயணம் பற்றி ஒரு புத்தகம் எழுதவேண்டும்' என பலமுறை நான் சிந்தித்தது உண்டு. ஆனால், என் எழுத்தை மற்றவர்கள் படிப்பது கடினம் என்ற எனது மனநிலைதான் என்னை எழுதவிடாமல் தடுத்துக்கொண்டே இருந்தது. நான் கல்லூரியில் படித்துக்கொண்டிருந்தபோது என் ஆசிரியர்கள், "உனக்கு நல்ல நினைவாற்றல் இருக்கிறது. ஆனால், உன் கையெழுத்துதான் உன் மதிப்பெண்ணைக் குறைக்கிறது. இல்லையென்றால் நீ இன்னும் நல்ல மதிப்பெண் எடுத்துத் தேர்ச்சி பெறுவாய்" என்று கூறுவார்கள்.

தோழர் ப.மாணிக்கம் என்னிடம், "அப்பாத்துரை, ஜனசக்தி நாளிதழில் உங்கள் அரசியல் அனுபவங்களைக் கட்டுரைகளாக எழுதுங்கள்" என்று அடிக்கடி கூறுவார். அதேபோல, எனது நண்பர்களும், கம்யூனிஸ்ட் கட்சித் தோழர்களும் எனது அரசியல் பயணம் குறித்து எழுதவேண்டும் என கேட்டுக்கொண்டார்கள்.

பிற்பாடு, பல அரசியல் தலைவர்கள் பற்றிய நூல்களைப் படித்த போதுதான் 'நாமும் எழுதலாமே' என்ற ஆர்வம் ஏற்பட்டது. நான் சார்ந்த இந்தியக் கம்யூனிஸ்ட் கட்சியின் சட்டமன்ற உறுப்பினராக, நாடாளுமன்ற உறுப்பினராகச் செயல்பட்டபோது மக்களைச் சந்தித்த அனுபவங்கள், தொழிற்சங்கப் போராட்டங்கள், தொகுதிப் பணிகள், சாதிக் கொடுமைகள், பொறுமையோடு அணுகவேண்டிய பிரச்னைகள் பற்றியும், நான் சந்தித்த அரசியல் தலைவர்கள் பற்றியும் எதிர்காலத் தலைமுறைக்குச் சொல்லவேண்டும் என்ற எண்ணமும் என்னை எழுதத் தூண்டியது. மேலும், பொதுவாழ்க்கையில் ஏற்பட்ட சாதனைகள், சோதனைகள், துன்பங்கள், துயரங்கள் ஆகியவற்றைப் பதிவுசெய்ய வேண்டும் என்கிற உணர்வும் ஏற்பட்டது.

தூத்துக்குடி வ.உ.சி. கல்லூரியில் புகுமுக வகுப்பில் சேர்ந்தேன். இந்தி எதிர்ப்பு இயக்கத்தில் ஆர்வமாகச் செயல்பட்ட மாணவர்கள், 1967 பொதுத்தேர்தலில் தி.மு.க.வுக்கு ஆதரவாகப் பிரசாரம் செய்தார்கள். நானும் தேர்தல் பணியில் ஈடுபட்டேன். அதுதான் எனக்கு அரசியல் விழிப்புணர்வை ஏற்படுத்தியது. பட்டப் படிப்பில் சேர்ந்த பிறகு, கல்லூரியில் நடைபெற்ற போராட்டங்கள் மேலும் எனக்கு அரசியல் ஆர்வத்தை ஏற்படுத்தின.

1970ஆம் ஆண்டு, திருநெல்வேலி மாவட்ட மாணவர் மன்றத் தலைவராகத் தேர்வு செய்யப்பட்டேன். பின்னர், அதுவே இடதுசாரி இயக்க அரசியலில் என்னை ஈடுபட வைத்தது.

அதன் பின்னர், 1972ல் இந்தியக் கம்யூனிஸ்ட் கட்சியில் சேர்ந்தேன். 1972ல், மின்கட்டண உயர்வை எதிர்த்து தமிழகத்தில் நடைபெற்ற போராட்டத்தில் கலந்துகொண்டதால் 49 நாட்கள் பாளையங்கோட்டை மத்தியச் சிறையில் அடைக்கப்பட்டேன்.

பட்டப் படிப்பு முடிந்தபிறகு, என் குடும்ப சூழ்நிலை காரணமாக ஏதாவது ஒரு வேலையில் சேரவேண்டும் என 1972ல் சென்னைக்குச் சென்றேன். அப்போது வங்கிப் பணியில் சேர அழைப்புக் கடிதம் வந்தது. அதேநேரத்தில், தோழர் ப.மாணிக்கம், 'கட்சிப் பணியாற்ற வாருங்கள்' என அழைத்தார். நான், 'வங்கிப் பணி வேண்டாம்' என எழுதிக் கொடுத்துவிட்டு, கட்சிப் பணிக்கே சென்றுவிட்டேன்.

அதன் தொடர்ச்சியாக, 52 ஆண்டு கால அரசியல் வாழ்க்கைதான் எனது வாழ்க்கை என்று ஆகிவிட்டது. 1981 முதல் 1987 வரை நெல்லை மாவட்ட கம்யூனிஸ்ட் கட்சியில் உதவிச் செயலாளர். 1989 முதல் 2004 வரை 15 ஆண்டுகள் தூத்துக்குடி மாவட்டச் செயலாளர். 1980 முதல் 2017 வரை மாநிலக் குழு உறுப்பினர். 1989 முதல் 2017 வரை மாநில நிர்வாகக் குழு உறுப்பினர். 1995 முதல் 2017 வரை கட்சியின் தேசியக் குழு உறுப்பினர். 1981 முதல் 2017 வரை நடைபெற்ற ஒன்பது அகில இந்திய மாநாடுகளில் பிரதிநிதியாகக் கலந்துகொண்டுள்ளேன்.

1980ஆம் ஆண்டு நடைபெற்ற தமிழ்நாடு சட்டமன்றத் தேர்தலில், ஓட்டப்பிடாரம் தொகுதியின் சட்டமன்ற உறுப்பினராகத் தேர்வு செய்யப்பட்டேன். 2004ஆம் ஆண்டு நடைபெற்ற நாடாளுமன்றத் தேர்தலில், தென்காசி தொகுதியில் வெற்றிபெற்று டெல்லி நாடாளுமன்றத்துக்குச் சென்றேன்.

இப்படி, 1970லிருந்து இடைவிடாமல் மாணவர், இளைஞர், தொழிற்சங்கம், போராட்டம், சட்டமன்ற உறுப்பினர், நாடாளுமன்ற உறுப்பினர், தொகுதி மேம்பாடு, நலத்திட்டம் என பல்வேறு நிலைகளில், கட்சிக்காகவும் மக்களுக்காகவும் பணியாற்றியுள்ளேன். தூத்துக்குடி முதல் டெல்லி வரை பல தலைவர்களின் நட்பும் பாராட்டுகளும் கிடைத்தன. பொதுமக்களிடையே எனது பெயரும், எனது செயல்பாடுகளும் அறிமுகமான அதேசமயம், 2004க்குப் பிறகு, கட்சியின் நிலைபாடுகளில் பல வேதனைகளையும் சோதனைகளையும் சந்தித்தேன்.

சிறுவயதிலிருந்து நான் வளர்ந்த சூழ்நிலையோடு என் வாழ்க்கை அனுபவங்கள் பற்றியும், இளைஞனாக இருந்த காலத்திலேயே அரசியலில் ஈடுபட்டு நான் சந்தித்தப் போராட்டங்கள் பற்றியும், இயக்கத் தோழர்கள் பற்றியும், பல்வேறு அரசியல் சூழ்நிலைகள் பற்றியும் ஒரு புத்தகமாக வெளியிட்டால், எதிர்காலத்தில் அரசியலில் ஈடுபாடு கொண்டு மக்களுக்காகப் பணியாற்ற விரும்பும் இளைஞர்களுக்கு உதவும் என்ற நம்பிக்கையில் எழுத ஆரம்பித்தேன். அரசியலில் என்னுடன் பயணித்த சக தோழர்களும் தங்கள் கடந்தகால நினைவுகளை மீண்டும் ஒருமுறை நினைத்துப் பார்க்க இந்த நூல் உதவும் என்கிற நம்பிக்கையும் இருக்கிறது.

என்னை எழுதத் தூண்டிய தோழர் ப.மாணிக்கம் அவர்களுக்கும், தொடர்ந்து எழுத எனக்கு ஊக்கம் கொடுத்த பேராசிரியர் புலவர் ஆ.சிவசுப்பிரமணியன் அவர்களுக்கும் எனது மனமார்ந்த நன்றிகள். எனது எழுத்துக்கு உறுதுணையாக இருந்து, கட்டுரைகளாகத் தொகுத்துக் கொடுத்த நண்பர் எழுத்தாளர் பொன்ஸீ அவர்களுக்கும், 'எனது அரசியல் நினைவலைகள்' நூலை வெளியிடும் 'டிஸ்கவரி பப்ளிகேஷன்ஸ்' நிறுவனர் தோழர் மு.வேடியப்பன் அவர்களுக்கும் எனது மனமார்ந்த நன்றிகள்.

தோழமையுடன்,
மு.அப்பாத்துரை

தூத்துக்குடி-3,
01.05.2024.

இளமைக்காலம்

என் அப்பாவின் ஊர், தூத்துக்குடிக்கு அருகில் உள்ள மறவன்மடம் பஞ்சாயத்தைச் சேர்ந்த இராம நாச்சியார்புரம். எனது அப்பா தீ.முத்தையா, அம்மா மு.ஜெயின் அம்மாள். என் அம்மாவின் ஊர், திருச்செந்தூர் தாலுகாவைச் சேர்ந்த நத்தக்குளம். அந்தக் கிராமத்தில்தான் நான் பிறந்தேன். என்னுடன் பிறந்தவர்கள் ஒரு அக்கா, ஒரு தம்பி, இரண்டு தங்கைகள் என மொத்தம் ஐந்துபேர்.

அப்பா ஊர் புன்செய் நிலப்பகுதி; அம்மா ஊர் நன்செய் நிலப்பகுதி. எனவே, எனது இளமைக்காலங்களில் அம்மாவின் ஊரில்தான் வாழ்ந்து வந்தோம். அம்மாவுடன் பிறந்த ஆண்கள் கிடையாது; அம்மாவும் சித்தியும்தான்.

தீ.முத்தையா – மு.ஜெயின் அம்மாள்

பள்ளிப் படிப்பு

முதல் வகுப்பு, இராம நாச்சியார்புரத்தில் உள்ள 'திருநெல்வேலி டையோசீஸன் ட்ரஸ்ட் அசோஸியேசன் (T.D.T.A) ஆரம்பப் பள்ளியில் படித்தேன். நான் இரண்டாம் வகுப்பு படிக்கவில்லை. ஏனென்றால், எதையும் விரைவில் கற்றுக்கொள்கிறேன் எனச் சொல்லி, என்னை முதல் வகுப்பிலிருந்து மூன்றாம் வகுப்பில் சேர்த்துவிட்டார்கள். நான் படித்துக்கொண்டிருந்தது, அம்மாவைப் பெற்ற தாத்தாவின் சொந்தப் பள்ளிக்கூடம்.

அப்போது, முதலமைச்சராக இருந்த கு.காமராஜ் தமிழகப் பள்ளிகளில் மதியஉணவுத் திட்டத்தை நடைமுறைப்படுத்தினார். எங்கள் பகுதியில், முதன்முதலாக மதியஉணவுத் திட்டத்தின் துவக்கவிழா நிகழ்ச்சி, பக்கத்துக் கிராமமான தளவாய்புரம் பள்ளியில் நடைபெற்றது. எனது பெற்றோர் எனக்குப் புத்தாடை அணிவித்து அங்கே அழைத்துச் சென்றார்கள். அப்போதைய பள்ளிக்கல்வி இயக்குனராக இருந்த நெ.து.சுந்தரவடிவேலு அந்த விழாவில் கலந்துகொண்டு, எனக்கு முதல் உணவுப்பொட்டலத்தை வழங்கினார்.

அந்தக் காலகட்டத்தில், எங்கள் பகுதியில் காங்கிரஸ் கட்சி செல்வாக்குப் பெற்று இருந்தது. காங்கிரஸ் கட்சியின் பொதுக்கூட்டம் சுற்றி இருக்கும் எல்லா கிராமங்களில் நடைபெறும். ஆனால், தி.மு.க. பொதுக்கூட்டம் எங்கள் கிராமத்தில் மட்டும்தான் நடைபெறும். (திராவிட முன்னேற்றக் கழகம், 1949 - செப்டம்பர் 16ஆம் தேதி ஆரம்பிக்கப்பட்டது. அதே ஆண்டு நவம்பரில், எங்கள் கிராமத்தில் தி.மு.க. கிளைக் கழகம் ஆரம்பிக்கப்பட்டது.)

நான் 3ஆம் வகுப்பிலிருந்து, 5ஆம் வகுப்பு வரை எங்கள் ஊரிலேயே படித்துமுடித்தபின், பக்கத்துக் கிராமமான சோனகன் விளை, 'திருநெல்வேலி டையோசீஸன் ட்ரஸ்ட் அசோஸியேசன் நடுநிலைப் பள்ளி'யில் ஆறாம் வகுப்பில் சேர்ந்து படித்தேன்.

பள்ளி ஆண்டு விழாவில் ஓரங்க நாடகம் நடைபெற்றது. அந்த நாடகத்தில், உலகத் தலைவர்களான நேரு, ஐஸனஹோவர், மாக்மில்லர், டீகால், குருச்சேவ் ஆகியோர் கலந்துகொண்டு பேசுவது போன்ற காட்சி அமைத்திருந்தார்கள். அதில் நான் குருச்சேவாக நடித்தேன். ஏழாம் வகுப்பு படிக்கும்போது பள்ளி மாணவர் தலைவராக தேர்ந்தெடுக்கப்பட்டு செயல்பட்டேன்.

அதன்பின், என்னையும் எனது அக்காவையும் தூத்துக்குடியில் இருக்கும் உயர்நிலைப் பள்ளியில் சேர்ப்பதற்கு அப்பா அழைத்துச் சென்றார். எங்கள் குடும்பத்தில் ஆண்கள் எல்லாரும் கால்டுவெல் உயர்நிலைப் பள்ளியிலும், பெண்கள் எல்லாரும் விக்டோரியா உயர்நிலைப் பள்ளியிலும் படித்தார்கள். ஆனால், என் அக்காவை அலாசியஸ் பெண்கள் உயர்நிலைப் பள்ளியிலும், என்னை சுப்பையா வித்யாலயம் ஆண்கள் உயர்நிலைப் பள்ளியிலும் சேர்த்தார்.

நான் பள்ளியில் சேரச் சென்றபோது, என் அப்பாவுடன் படித்த ஆசிரியர்தான் எனக்கு விண்ணப்பம் பூர்த்திசெய்துக் கொடுத்தார்கள். அப்போது அவர் என் அப்பாவிடம், ''தம்பியின் விண்ணப்பத்தில், 'இந்து' என்று போட்டுவிடுங்கள். அப்போதுதான், அரசு மூலம் சலுகை கிடைக்கும்'' என்று சொன்னார். அதற்கு என் அப்பா, ''நான் நூறு வருட கிறிஸ்தவன்... சலுகைக்காக மதம் மாற மாட்டேன்!'' என்று உறுதியாகக் கூறினார். அதனால், மதம் என்ற இடத்தில் 'கிறிஸ்தவன்' என போட்டுத்தான் பள்ளியில் சேர்த்தார். பின்னர், அரிஜன ஆஸ்டலில் தங்கிப் படித்துவந்தேன்.

1962ல் சீன யுத்தம் ஆரம்பித்தது. அப்போதிருந்த சூழ்நிலையில் உணவுதானியங்கள் பெருமளவு யுத்த எல்லைக்குச் சென்றுவிட்டது. அதனால், ஆஸ்டலில் உணவு நெருக்கடி ஏற்பட்டதால், மோசமான உணவு வழங்கப்பட்டது. மாணவர்கள் நிறைய பேர் படிப்பை நிறுத்திவிட்டு ஊருக்குச் சென்றுவிட்டார்கள்.

1965ஆம் ஆண்டு, தமிழகத்தில் இந்தித் திணிப்பை எதிர்த்து, 'இந்தி எதிர்ப்புப் போராட்டம்' தீவிரமாக ஆரம்பித்தது. பள்ளி, கல்லூரிகள் மூடப்பட்டன.

எங்கள் ஆஸ்டலில், இந்தி எதிர்ப்புப் போராட்டத்துக்கு முன்பு மாணவர்களில் இருவர்தான் எம்.ஜி.ஆர். ரசிகர்கள்; மற்றவர்கள் எல்லாம் சிவாஜி ரசிகர்கள். இந்தி எதிர்ப்புப் போராட்டத்துக்குப் பின் இருவர் மட்டும் சிவாஜி ரசிகர்கள் மற்றவர்கள் அனைவரும் எம்.ஜி.ஆர். ரசிகர்கள். தமிழகத்தின் அரசியல் மாற்றத்துக்கு இது ஓர் எடுத்துக்காட்டு என பின்னாளில் நான் புரிந்துகொண்டேன்.

அந்த அரசு ஆஸ்டலில் இருந்தபோது, 1966ஆம் ஆண்டு, நான் பயின்ற பள்ளியிலிருந்து பன்னிரண்டுபேர் பள்ளி இறுதித் தேர்வு (எஸ்.எஸ்.எல்.சி.) எழுதினோம். அவர்களில் நான் ஒருவன் மட்டும்தான் தேர்ச்சி பெற்றேன்.

கல்லூரி வாழ்க்கை

தூத்துக்குடி, வ.உ.சிதம்பரம் கல்லூரியில் புகுமுக வகுப்பில் (Pre University Course) சேர்ந்து கல்லூரி வாழ்க்கையை ஆரம்பித்தேன்.

எங்கள் கல்லூரி, வ.உ.சி. கல்விக் கழகத்தின் சார்பில் 1951ல், ஏ.பி.சி.வீரபாகுவால் துவக்கப்பட்ட கல்லூரி. கல்லூரி முதல்வராக பேராசிரியர் அ.சீனிவாசராகவன் பணியாற்றினார். தமிழ்ப் பேராசிரியர் மறை திருநாவுக்கரசு எங்களுக்கு தமிழ் கற்றுக்கொடுத்தார்.

1967ஆம் ஆண்டு, தமிழகத்தில் பொதுத்தேர்தல் நடைபெற்றது. பிரசாரம் சூடுபிடித்தது. இந்தி எதிர்ப்புப் போராட்டத்தின் விளைவால் கல்லூரி மாணவர்கள் அனைவரும் 'காங்கிரஸ் எதிர்ப்பு நிலை'யில் இருந்தார்கள். மாலைநேரத்தில் கல்லூரி வகுப்பு முடிந்ததும், நூற்றுக்கணக்கான மாணவர்கள் ஒன்று திரண்டு மக்களிடம் வாக்கு சேகரிக்கச் சென்றோம். அப்போது, விருதுநகர் தொகுதியில் காங்கிரஸ் தலைவர் காமராஜரை எதிர்த்துப் போட்டியிட்ட பெ.சீனிவாசனுக்கு நிதி சேகரித்துக் கொடுத்தோம்.

தேர்தலில் தி.மு.க. வெற்றி பெற்றது; அண்ணா முதலமைச்சராகப் பொறுப்பேற்றார். தூத்துக்குடி, பிரையண்ட் நகரில் தி.மு.க. வெற்றிவிழா கொண்டாட்டம் நடைபெற்றது. அந்தக் கூட்டத்தில் கலந்துகொண்டு கலைஞர் பேசினார். ஆயிரக்கணக்கான மாணவர்கள் அக்கூட்டத்தில் கலந்துகொண்டோம். கலைஞர், "நீங்கள் தோற்கடித்த காங்கிரஸ் எது தெரியுமா?" என்ற கேள்வியை

வ.உ.சிதம்பரம் கல்லூரி தூத்துக்குடி

கல்லூரி நண்பர்கள் பாரதி, எக்ஸ்பெடிட் ஆகியோருடன்...

எழுப்பி, ‘‘கள்ளநோட்டு காங்கிரஸ், கள்ளச்சந்தை காங்கிரஸ், கள்ளமாடு காங்கிரஸ்... என்றெல்லாம் நூற்றுக்கணக்கான காங்கிரஸ் பெயர்களைச் சொல்லிப் பேசினார் (காங்கிரஸின் அப்போதைய சின்னம் இரட்டைக் காளைமாடு).

புகுமுக வகுப்புத் தேர்வு முடிந்து அவரவர் ஊர்களுக்குச் சென்றோம். நான் புகுமுக வகுப்புப் படித்துக்கொண்டிருந்தபோது என்னுடன் படித்த பாரதி, எக்ஸ்பெடிட் பசாங்கா ஆகிய நாங்கள் மூவரும் இணைபிரியா நண்பர்கள். அது இன்று வரை தொடர்கிறது. புகுமுக வகுப்பில், ஆங்கிலப் பாடத்தில் நான் தேர்ச்சி பெறவில்லை. மீண்டும் எழுதி தேர்ச்சி பெற்றேன். அதனால், நான் பட்டப் படிப்பில் சேர ஓராண்டு இடைவெளி ஏற்பட்டது.

1968ஆம் ஆண்டு, இளங்கலை பட்டப் படிப்பில் வரலாறு பாடப்பிரிவில் சேர்ந்தேன். நண்பன் பாரதி பொருளாதாரப் பாடப்பிரிவில் சேர்ந்தான். எங்கள் நண்பர் எக்ஸ்பெடிட் மூன்றாமாண்டு படித்து வந்தார். அந்த ஆண்டு, முதலாமாண்டு மாணவர்களுக்கு பல்கலைக்கழகத் தேர்வு கிடையாது. அதுதான் அந்தக் கல்விமுறையின் கடைசி ஆண்டு. அதன் பிறகு, முதலாமாண்டு பல்கலைக்கழகத் தேர்வு உண்டு. எனவே, நாங்கள்

‘முதலாமாண்டை அனுபவியுங்கள்’ (*Enjoy first year*) என்று சொல்லப் படும் பாடத்திட்டத்தின் கடைசி மாணவர்களாக இருந்தோம்.

கல்லூரி ஆசிரியர்களுக்கான இரண்டு வீடுகளை ‘மாணவர் தங்கும் விடுதி’களாக மாற்றி எங்களைத் தங்க வைத்தார்கள். நாங்கள் தங்கிய வீட்டில் பதினோரு பேரும், மற்றதில் பன்னிரண்டு பேரும் தங்கி இருந்தோம். எங்கள் அறையில் அரசியல் விவாதங்கள் நடைபெறும். நண்பன் பாரதி, கம்யூனிஸ்ட் குடும்பத்தைச் சேர்ந்தவன் என்று எனக்கு அப்போதுதான் தெரியும். மாணவர்களிடையே தி.மு.க., காங்கிரஸ், சி.பி.ஐ., சி.பி.எம்., நக்ஸலைட், தி.க., என இயக்க உணர்வு உள்ளவர்கள் இருந்தனர்.

முதலில் தி.மு.க, காங்கிரஸ் என வாக்குவாதம் நடைபெறும். நான் தி.மு.க. அனுதாபி என்ற முறையில் உரக்கப் பேசுவேன். இறுதியில், கம்யூனிஸ்ட் – கம்யூனிஸ்ட் எதிர்ப்பு என்று வாக்குவாதம் நடைபெறும். என் நண்பன் பாரதி கம்யூனிஸ்ட் கட்சி பற்றியும், சோவியத் யூனியன் பற்றியும் விபரமாகப் பேசுவான். மற்றவர்கள் அதை அமைதியாகக் கேட்பார்கள். நான் முரட்டுத்தனமாகப் பேசிக் கூட்டத்தைக் கலைத்துவிடுவேன். இதனால் பாரதிக்கு என்மேல் கோபம் வரும். ஆனாலும் நாங்கள் இருவரும் நண்பர்கள்தான்.

எனக்கு வரலாறு பிரதானப் பாடம். அரசியல், பொருளாதாரம் துணைப் பாடங்கள். அரசியல் சொல்லித் தரும் விரிவுரையாளர் நந்தகுமார் கேரளாவைச் சேர்ந்தவர். அவரது வகுப்பில் பாடம் சொல்லிக்கொடுக்கும்போது, ‘இந்த நாட்டில் ஏழைகள் எப்படித் துன்பப்படுகிறார்கள், அதேவேளையில் வசதி படைத்தவர்கள் எப்படிச் சுகபோகமாக வாழ்கிறார்கள்’ என்று பேசுவார். கம்யூனிஸம், மார்க்ஸிஸம் பற்றிப் பேசமாட்டார். அரசியல் சிந்தனையில் எனக்கு இருபக்கப் போராட்டம்; ஒன்று, வகுப்பு அறையில், இரண்டாவது, தங்கும் அறையில்!

ஒருநாள், ஆசிரியர் நந்தகுமார், ‘‘எங்கள் வீட்டுக்கு அருகில், நகராட்சியின் பொது குடிதண்ணீர்க் குழாய் ஒன்று உள்ளது. அதில் தண்ணீர் பிடிக்க நூற்றுக்கணக்கான மண்குடங்கள் வரிசையில் கிடக்கும். எதிர் வரிசையில், முன்னாள் காங்கிரஸ் சட்டமன்ற உறுப்பினர் வீட்டில் குடிதண்ணீரைச் செடிகளுக்குப் பாய்ச்சுவார்கள்; மாடு குளிப்பாட்டுவார்கள்!’’ என்று கூறினார். இது என் உள்ளத்தில் மிகப்பெரும் தாக்கத்தை ஏற்படுத்தியது. ஆசிரியரின் வீடு எங்கள் வீட்டுக்கு எதிர்புறம்தான் இருந்தது.

அன்று, வகுப்பு முடிந்ததும் என் அறைக்குச் சென்று புத்தகத்தை வைத்துவிட்டு, நேராக அந்தக் குடிநீர்க் குழாய் இருக்கும் இடத்துக்குச் சென்றேன். மண்குடங்களுடன் நூற்றுக்கணக்கான பெண்கள் வரிசையாகக் காத்திருந்தனர். அந்த இடத்தைத் தாண்டித்தான் நாங்கள் கடைக்குச் செல்வோம். ஆனால், தண்ணீர் வராத நேரங்களில் அந்த மண்குடங்கள் இருப்பதை நாங்கள் கவனித்ததில்லை.

ஆசிரியர் சொன்ன நிகழ்வு என் அடிமனதைத் தொட்டது. நான் நேரடியாக அந்த வீட்டுக்குச் சென்றேன். அந்த நேரத்தில், அந்த வீட்டு வேலையாள், செடிகளுக்குத் தண்ணீர் பாய்ச்சிக்கொண்டிருந்தார். நான் அவரிடம், ''இது என்ன தண்ணீர்... எங்கிருந்து வருகிறது?'' என்று கேட்டேன். அவர், ''குடிதண்ணீர்'' என்று கூறினார்.

பின்னர், குடிதண்ணீர்க் குழாய்ப் பக்கம் சென்றேன். அங்கு, ஒருகுடம் தண்ணீர் பிடிப்பதற்காக பெண்கள் சண்டை போடுவதைப் பார்த்து வேதனைப்பட்டேன். 'இதற்கெல்லாம் ஒரு விடிவுகாலம் வராதா?' என என் மனம் துடித்தது. நான் என் அறைக்கு வந்துவிட்டேன்.

இதை ஏன் நான் அழுத்தமாகக் குறிப்பிடுகிறேன் என்றால், இதுபோல ஆயிரம் கொடுமைகள் நம்மைச்சுற்றி நடந்துகொண்டுதான் இருக்கின்றன. ஆனால், நமக்கு நடந்தால் மட்டும்தான் அவற்றைப் பற்றி வருத்தப்பட்டுப் பேசுகிறோம்.

''இனிமேல் நான் கம்யூனிஸ்ட்!''

1968ஆம் ஆண்டு, கீழவெண்மணியில் கால்படி (அரை லிட்டர்) நெல் கூலிஉயர்வு கேட்டதற்காக 44 தாழ்த்தப்பட்ட மக்கள் உயிரோடு கொளுத்தப்பட்ட சம்பவம் நடைபெற்றது. ''கீழவெண்மணியில் நடந்த கொடூரச் செயலைக் கண்டித்து தூத்துக்குடி போஸ் மைதானத்தில் தோழர் தா.பாண்டியன் பேசுகிறார்'' என்று என் நண்பன் பாரதி கூறினான். அந்தக் கூட்டத்துக்கு என்னையும் அழைத்தான். ''நான் தி.மு.க. ஆதரவாளன். எனவே, கம்யூனிஸ்ட் கட்சிக் கூட்டத்துக்கு வர மாட்டேன்!'' என்று கூறினேன்.

நண்பன் பாரதி, மீண்டும் என் கைகளைப் பிடித்து, ''கீழவெண்மணி கிராமத்தில் நடந்த நிகழ்வுகளை விரிவாக எடுத்துச் சொல்லி, ''தோழர் தா.பாண்டியன் நாட்டு நடப்புகளை நன்றாகப் பேசுவார். அவர் எனது மாமாதான்'' என்று கூறினான். அதன்பின்

அந்தக் கூட்டத்துக்குச் சென்றேன். அது மிகப்பெரிய கூட்டம். அங்கு யாராவது என்னைப் பார்த்துவிடக் கூடாது என்பதற்காக ஒரு பெட்டிக்கடைக்குள் சென்று, அங்கு தொங்கவிடப்பட்டிருந்த வாழைத்தாறுக்குப் பக்கத்தில் மறைந்து நின்றுகொண்டேன். காரணம், 'கம்யூனிஸ்ட் கட்சிக் கூட்டத்துக்குச் சென்றால் நமக்கு அரசு வேலை கிடைக்காது' என்று மற்றவர்கள் சொல்லியதை நான் நம்பிக்கொண்டிருந்த காலம்.

சிறிதுநேரம் கழித்து தோழர் தா.பாண்டியன் பேச ஆரம்பித்தார்: ''கர்த்தராகிய இயேசு கிறிஸ்து பிறந்த புனிதமான கிறிஸ்துமஸ் தினத்தன்று, கால்படி நெல் கூலிஉயர்வு கேட்ட தாழ்த்தப்பட்ட மக்கள் 44 பேரை உயிரோடு தீயிட்டுக் கொளுத்திவிட்டார்கள். இனி ஒருபோதும் இந்த மண்ணில் இது போன்ற கொடுமைகள் நடக்க இந்தியக் கம்யூனிஸ்ட் கட்சி அனுமதிக்காது!'' என்று அவருக்கே உரிய பாணியில் ஆவேசமாகப் பேசினார். இதைக் கேட்டவுடன், என் உச்சி முதல் உள்ளங்கால் வரை ரத்தம் சிலிர்த்துவிட்டது. அதன்பின் அவர் பேசிய பேச்சுக்களை உன்னிப்பாகக் கவனித்துக் கேட்டுக்கொண்டு இருந்தேன்.

பாரதியிடம் சொன்னேன்; ''இனிமேல் நான் கம்யூனிஸ்ட்!'' பாரதிக்கு அளவு கடந்த சந்தோஷம்.

அதன்பின், கம்யூனிஸ்ட் கட்சி பற்றியும், தலைவர்கள் பற்றியும் பேசிக்கொண்டே வந்தான். இருவரும் அறைக்கு வந்ததும், சோவியத் நாடு, ஜனசக்தி பத்திரிகைகளை எனக்குக் கொடுத்துப் படிக்கச் சொன்னான். விடிய விடிய படித்துக்கொண்டிருந்தேன்; கண்ணீர் வழிந்து கண்கள் சிவந்துவிட்டன.

காலையில் எழுந்ததும், என்னுடன் தங்கியிருந்த அறை நண்பர்களிடம், ''நான் இனிமேல் கம்யூனிஸ்ட்'' என்று கூறினேன். அவர்கள் என்னைப் பார்த்து, ''உன்னை பாரதி மூளைச்சலவை செய்து விட்டான்!'' என்று கூறினார்கள். நான் அவர்களிடம், ''ஆமாம்... பாரதி, என் மூளையை எடுத்துக் கல்லில் போட்டுத் துவைத்து, காயப்போட்டு எடுத்து என் மண்டைக்குள் வைத்துவிட்டான்!'' என்று கூறினேன்.

இதற்குமுன் ஒரு சம்பவம்... நண்பன் பாரதி, கார்ல் மார்க்ஸ் படத்தை வாங்கி வந்து, அதை அனைவருக்கும் தெரியும்படி அறையில் ஒட்டி வைத்தான். நான் உடனே, அண்ணா படத்தை வாங்கி வந்து, அதன்மீது ஒட்டிவிட்டேன். அவ்வளவுதான்,

இருவரும் ஒருவரை ஒருவர் தாக்கி, ரத்தம் வரும் வரை சண்டை போட்டுக்கொண்டோம்.

இந்தச் சூழலில்தான் மாணவர் அமைப்பை உருவாக்குவது என்ற நிலை ஏற்பட்டது. எந்த அடிப்படையில் அமைப்பு தொடங்குவது என்ற பிரச்னை எழுந்தது. அப்போது, சி.பி.ஐ., சி.பி.எம்., நக்ஸலைட் ஆகிய இயக்கங்களின் அடிப்படையில் மூன்று வகையான கருத்துகள் உருவாகின. இந்தக் காலகட்டத்தில்தான், ஈழத்து எழுத்தாளர் கணேசலிங்கம் எழுதிய 'செவ்வானம்' என்ற நாவலை என்னிடம் கொடுத்தார்கள். படித்துப் பார்த்தேன். அதன்பின், என் மனதில் தீவிரவாதத் தாக்கம் அதிகரித்தது. 'பிரச்னைகளைத் தீர்க்க தீவிரவாதம்தான் சரி' என்ற சிந்தனையும் எழுந்தது.

இந்தநேரத்தில், நண்பன் பாரதி என்னை புலவர் ஆ.சிவசுப்பிரமணியனிடம் அழைத்துச் சென்றான். அவர் மார்க்ஸியம் பற்றிய அடிப்படையான பல கருத்துகளையும், ''ஆயுதம் தாங்கிய போராட்டம் இப்போது சாத்தியம் இல்லை'' என்றும் எடுத்துச் சொன்னார். ஆனாலும், எனக்குத் தீவிரவாத சிந்தனைதான் மேலோங்கி நின்றது.

சி.பி.எம்., தொடர்புள்ள மாணவ நண்பர்கள் என்னிடம் அதிக அளவில் தொடர்பு கொண்டார்கள். அவர்கள், தெப்பக்குளம் தெருவில் நடைபெற்ற கட்சியின் அரசியல் கல்வி வகுப்புக்கு என்னை அழைத்துச் சென்றார்கள். அங்குள்ள ஓர் அறைக்குள் சென்றபோது, அண்ணாச்சி சங்கர நாராயண பிள்ளை பேசிக்கொண்டிருந்தார். அவர், ''இந்த வலதான் இருக்கிறானே... அந்தக் கல்யாணசுந்தரம் மணிவிழா கொண்டாடி கார் வாங்கிவிட்டான்'' என்று கூறினார். இதைக் கேட்டவுடன், 'இதைவிட தி.மு.க.வில் இருப்பதே மேல்' என எண்ணத் தோன்றியது. இந்தக் குழப்பத்துக்கு இடையில் 'சி.பி.ஐ. சார்பு மாணவர் சங்கத்தை அமைப்பது' என்ற முடிவுக்கு வந்தோம்.

இதே வேளையில், கல்லூரி விடுதியில் ஒரு நிகழ்வு நடைபெற்றது. விடுதியில் இடம் கிடைக்காத மாணவர்கள் வெளியில் அறை எடுத்துத் தங்கி விடுதியில் சாப்பிடுவார்கள். இவர்களை 'போர்டர்கள்' என்று அழைப்பார்கள். அந்த மாணவர்கள் இரவில் படிப்பதற்கு, கல்லூரி வளாகத்தில் வந்து படித்துவிட்டு, மீண்டும் அவர்களின் அறைக்குச் சென்றுவிடுவார்கள். விடுதிக் காப்பாளராக பழனியா பிள்ளை இருந்தார். அவருக்கு உதவியாக

தமிழ்த்துறை விரிவுரையாளர் ஏ.ஆர்.பொன்னையா பொறுப்பு ஏற்றுச் செயல்பட்டு வந்தார்.

உதவிக் காப்பாளர், இரவு நேரத்தில் விடுதிகளைப் பார்வையிடச் சென்று வரும்போது எதிரே ஒரு மாணவர் வந்துள்ளார். அவரிடம் விசாரித்துவிட்டு, ''நான் யார் தெரியுமா?'' என்று கேட்டு உள்ளார். அந்த மாணவர் ''பொன்னையா சார்'' என்று கூறியுள்ளார். அந்த மாணவர் திக்குவாய்க்காரர். ஆகவே, 'பொன்னையா சார்' என்று சொன்னதில் 'பொன்னையா' என்று சொன்னதுமட்டும்தான் கேட்டிருக்கிறது. 'சார்' என்று சொல்லும்போது சத்தம் கொன்னி விட்டது. உடனே, ''இவனுக்கு எவ்வளவு திமிர்... மரியாதை இல்லாமல் என்னை 'பொன்னையா' எனக் கூறுகிறான்'' என்று, அந்த மாணவரை அடித்துக்கொண்டே எங்கள் அறைக்கு அழைத்து வந்தார்.

அப்போது இரவு சுமார் 9 மணி இருக்கும். எங்களிடம், ''இவன் யார் என்று உங்களுக்குத் தெரியுமா?'' என்று கேட்டார்.

நாங்கள், ''அவர் போர்டர், இரண்டாமாண்டு பி.காம்., படிக்கிறார். தினமும் இந்த வழியாகத்தான் செல்வார்'' என்று கூறினோம்.

''இவன் என்ன செய்தான் தெரியுமா?'' என்று சொல்லி, 'பளார்' என்று அந்த மாணவரின் கன்னத்தில் அறைந்து, ''மரியாதை என்றால் என்னவென்று இவனுக்குத் தெரியவில்லை. இவனை என்ன செய்கிறேன் பாருங்கள்!'' என்று கூறி அழைத்துச் சென்றுவிட்டார்.

உடனே நாங்கள் ஒன்றுகூடி ஆலோசனை செய்தோம். ''நாளைக்கு கல்லூரியில் போராட்டம் வெடிக்கும்!'' என்று பேசிக்கொண்டோம்.

மறுநாள், கல்லூரியில் மாணவர்கள் போராட்டம்... போலீஸ் லத்தி சார்ஜ்... மாணவர்கள் கொடூரமாகத் தாக்கப்பட்டார்கள்! கல்லூரி விடுதி வரை விரட்டி விரட்டி அடித்தார்கள். எங்கள் அறை வழியாக மாணவர்கள் ஓடிவந்து ஒளிந்தார்கள்.

கல்லூரிக்கு விடுமுறை விடப்பட்டது. இதன் விளைவாக, இந்தப் பிரச்னை குறித்து விசாரிக்க சப்-கலெக்டர் தலைமையில் விசாரணைக் குழு அமைக்கப்பட்டது.

கல்லூரி திறந்ததும், விசாரணைக்கு வரும்படி எனக்கு சம்மன் வந்தது. நான்தான் முதல் சாட்சி. எனவே, ஊர்ப் பெரியவர்கள்,

கல்லூரிப் பேராசிரியர்கள் மற்றும் பலர் என்னிடம் வந்து, "சாட்சி சொல்லப் போக வேண்டாம்" என்று கேட்டுக்கொண்டார்கள். "நான் நேரில் கண்டதைச் சொல்வேன், இல்லை என்றால் என் மனசாட்சி என்னைக் கொன்றுவிடும். எனவே, அன்று நடந்த உண்மையைச் சொல்வேன்!" என்று உறுதியாகக் கூறிவிட்டேன்.

சப்-கலெக்டர் அலுவலகத்தில் நடந்த விசாரணையில் உண்மைச் சம்பவங்களைக் கூறினேன். அதன்பின், நான் கல்லூரிக்குச் சென்ற போது எல்லாரும் என்னை உற்றுப் பார்த்தார்கள்; பலர் வாழ்த்துச் சொன்னார்கள்; சிலர் முறைத்துப் பார்த்தார்கள். அதன் பிறகு, முதலாமாண்டு கோடை விடுமுறைக்கு ஊருக்குச் சென்றோம்.

இரண்டாமாண்டு கல்லூரி துவங்கியது. என்னையும், நண்பன் பாரதியையும் கல்லூரியை விட்டு நீக்கிவிட்டதாக நிர்வாகம் கூறியது!

என்னை, என் அம்மாவின் சித்தப்பா - என் அருமை தாத்தா ஆசிரியர் ஜெகநாதன் மூலமாக கல்லூரியில் சேர்த்துக்கொண்டார்கள். ஆனால், "ஆஸ்டலில் இடம் கிடையாது!" என்று கூறிவிட்டார்கள். எனவே, நாங்கள் ஆர்கேடியா என்ற வீட்டில் அறை எடுத்து, அங்கே தங்கி, கல்லூரிக்குச் சென்று படித்து வந்தோம். கல்லூரி விடுதியில் உணவு சாப்பிடுவோம்.

ஒருநாள், நானும் புலவர் ஆ.சிவசுப்பிரமணியன் பேராசிரியரும், தூத்துக்குடி சிவன் கோவில் தேரடிக்குப் பக்கத்தில் நடைபெற்ற நியூசெஞ்சுரி புத்தகக்கடைக்குச் சென்றோம். அதன்பின் இரண்டாம்கேட் அண்ணாச்சி சங்கர நாராயண பிள்ளை வாசக சாலைக்குச் சென்றோம்.

அங்கு, சி.பி.ஐ. மாவட்டச் செயலாளராக இருந்த தோழர் வி.எஸ்.காந்தியிடம் என்னை அறிமுகப்படுத்தி, "நல்ல மாணவர். இவரை நம் இயக்கத்துக்குப் பயன்படுத்த வேண்டும்" என்று கூறினார். அதன்பின், நாங்கள் இருவரும் அவரிடம் விடைபெற்று வந்தோம்.

வரும் வழியில் புலவரிடம், "அந்த காந்தி, சாரம் உடுத்திக்கொண்டு ரவுடிபோல் இருக்கிறார். அவரைப்போய் மாவட்டச் செயலாளர் என்று கூறுகிறீர்களே?" என்று கேட்டேன். அதற்கு புலவர், "அவர் உடல்நிலை சரியில்லாததன் காரணமாக சாரம் உடுத்தியிருக்கிறார். ஆனால், மிகவும் நல்ல தோழர்" என்று உயர்வாகக் கூறினார்.

காந்தி நூற்றாண்டும் புத்தக வாசிப்பும்

1969ல், எங்கள் கல்லூரியில் 'காந்தி நூற்றாண்டு விழா' நடந்தது. அதில் கண்காட்சி நடைபெற்றது. நான் எங்கள் வகுப்பின் மாணவர் பிரதிநிதி என்ற முறையில், எனக்கு உள்ளே செல்வதற்கு 'அனுமதிச்சீட்டு' கொடுக்கப்பட்டது. அங்கு, என்.சி.பி.ஹெச். புத்தகக் கடை போட்டு இருந்தார்கள். நான் என்னுடன் பாரதியையும் உள்ளே அழைத்துச் சென்றுவிடுவேன். என்.சி.பி.ஹெச். புத்தகக் கடையில் மதுரை சந்தானம் என்ற தோழர் மட்டும் இருந்தார். நான் அவருக்கு உதவியாக இருந்தேன். அங்கு வரும் நண்பர்கள் என்னிடம், ''நீங்கள் கம்யூனிஸ்ட்டா?'' என்று கேட்பார்கள். உடனே நான், ''ஆமாம்!'' என்று தைரியமாகக் கூறுவேன். இதன் மூலம், பல மாணவர்கள் அறிமுகமானார்கள். சிலர், மாணவர்மன்ற உறுப்பினர்களாகச் சேர்ந்தார்கள். விழா முடிந்ததும் கடையைக் காலி செய்த தோழர் சந்தானம், ஊருக்குச் செல்லும்போது எனக்குப் பல நல்ல புத்தகங்கள் கொடுத்துவிட்டுச் சென்றார். அன்றுமுதல் எனக்கு என்.சி.பி.ஹெச். புத்தக நிறுவனத்துடன் அறிவார்த்தமான தொடர்பு ஏற்பட்டது. அதோடு புத்தக வாசிப்புப் பழக்கமும் மேம்பட்டது.

மாணவர் மன்றம்: மாவட்டத் தலைவர்

1969ஆம் ஆண்டு, டிசம்பர் மாதம், 'மாணவர் மன்றம்' அமைப்பது என்ற முடிவெடுத்தோம். அதன்படி, மணல் தெருவில் செயல்பட்ட 'வானமாமலை டுட்டோரியல் கல்லூரி' மாடியில் கூட்டம் நடைபெற்றது. அந்தக் கூட்டத்தை நானும் தோழர் என்.சுப்புராமும் ஏற்பாடு செய்து இருந்தோம். அதில், மாணவர்கள் சிலர் கலந்துகொண்டோம். தோழர் எஸ்.ஏ.முருகானந்தம் கலந்துகொண்டு பேசினார். அச்சுவெல்லமும், பொரிகடலையும் கொடுத்தார்கள். அந்தக் கூட்டத்தின் முடிவில் நண்பன் பாரதி, மாணவர் அமைப்பின் செயலாளராகத் தேர்வு செய்யப்பட்டான். தனபால் என்ற நண்பர், தலைவராகத் தேர்வு செய்யப்பட்டார். அப்போது, அந்த அமைப்பின் பெயர் 'தமிழ்நாடு மாணவர் மன்றம்'.

1970, ஜனவரி 11ஆம் தேதி, திருநெல்வேலி சந்திப்பில் இருந்த 'வானமாமலை டுட்டோரி'யல் கல்லூரியில், நெல்லை மாவட்ட மாணவர் மன்ற முதல் மாநாடு நடைபெற்றது. அந்த மாநாட்டுக்கு, தூத்துக்குடி வ.உ.சி. கல்லூரியிலிருந்து பத்துக்கும் மேற்பட்ட மாணவர்கள் சென்று கலந்துகொண்டோம். மாவட்டம் முழுவதிலும்

இருந்து பத்துக்கும் மேற்பட்ட கல்லூரிகளில் இருந்தும், நூற்றுக்கும் அதிகமான மாணவர்கள் கலந்துகொண்டனர்.

இந்த மாநாட்டில் தோழர்கள் கே.டி.கே.தங்கமணி, தா.பாண்டியன், பேராசிரியர் ந.வானமாமலை, ஆர்.நல்லகண்ணு, வி.எஸ்.காந்தி, வழக்கறிஞர் என்.பாளை சண்முகம் கலந்துகொண்டனர். மாநாட்டைத் துவக்கி வைத்து தோழர் கே.டி.கே.தங்கமணி பேசினார். மற்றும் தலைவர்கள் அனைவரும் மாணவர்களை உற்சாகப்படுத்திப் பேசினார்கள். பேராசிரியர் வானமாமலை மாணவர் இயக்கத்தின் அவசியம் குறித்துப் பேசினார். மாநாட்டுக்கு மதியஉணவு இடைவேளை விடப்பட்டது.

மீண்டும் மாநாடு கூடியது. முதல் நிகழ்வாக 'மாவட்டப் பொறுப்பாளர்கள் தேர்வு' என்று அறிவிக்கப்பட்டது. "மாவட்டத் தலைவர் மு.அப்பாத்துரை, பி.ஏ., இரண்டாம் ஆண்டு, வ.உ.சி. கல்லூரி" என்று அறிவித்தார்கள். அப்போது நான் பின்வரிசையில் அமர்ந்து இருந்தேன். வரிசையாக மற்ற பொறுப்பாளர்களின் பெயர்களும் அறிவிக்கப்பட்டன.

பின்னர், "தலைவர் மேடைக்கு வரவும்" என்று அழைத்தார்கள். திடீரென்று கிடைத்தப் பொறுப்பால் எனக்குப் பயமாகத்தான் இருந்தது. அரங்க மேடைக்குச் சென்றேன். தோழர்கள் கே.டி.கே.தங்கமணி, வி.எஸ்.காந்தி இருவருக்கும் மத்தியில் என்னை அமரச் சொன்னார்கள். எதிர்பாராத நிகழ்ச்சியால் என் கைகள் நடுங்கின. தோழர் கே.டி.கே. என் கையைப் பிடித்து, "இது துப்பாக்கித் தூக்க வேண்டிய கை... எனவே, உங்கள் கைகள் ஆடலாமா?" என்று கேட்டார். நான் சுதாரித்துக்கொண்டேன். அதன்பின், என்னைப் பேச அழைத்தார்கள். நான் எடுத்தவுடன், "அன்பார்ந்த கழகத் தோழர்களே..!" என்றேன், பின் சுதாரித்துக் கொண்டு, "அன்பார்ந்த தோழர்களே..." என்று குறிப்பிட்டு அழைத்து இரண்டு நிமிடங்கள் பேசி முடித்தேன்.

எனக்கு ஏற்பட்ட பயத்தில் காய்ச்சல் அடிப்பதுபோன்று இருந்தது. நான் பாரதியிடம், "ஊருக்குச் செல்கிறேன்" என்று கூறினேன். அதற்குள் மாவட்டச் செயலாளர் தோழர் வி.எஸ். காந்தி, என் தோளில் கைபோட்டு, "மாலையில் வாகையடி முக்கில் நடைபெறும் பொதுக்கூட்டத்தில் பேச வேண்டும்... வந்துவிடுங்கள்!" என்று சிரித்தபடி கூறினார். இது மேலும் எனக்கு நடுக்கத்தைத் தந்தது.

மாலையில் நடைபெற்ற பொதுக்கூட்டத்துக்கு குதிரைவண்டியில் அழைத்துச் சென்றார்கள். போகும் வழியில், நான் என்ன பேச வேண்டும் என சொல்லிக்கொண்டு வந்தார்கள். அவை எதுவும் என் செவியில் ஏறவில்லை.

கூட்டம் ஆரம்பித்ததும் மேடையில் என்னைப் பேச அழைத்தார்கள். நான் கொஞ்சம் தைரியமாகி, மைக்கைப் பிடித்துக்கொண்டு, சிலநிமிடங்கள் பேசி முடித்துவிட்டேன். இதுதான் நான் பேசிய முதல் பொதுக்கூட்ட மேடை.

இரவு கண்ணம்மன் கோவில் தெருவில் இருந்த கட்சி அலுவலகத்துக்கு நானும் பாரதியும் சென்றோம். அடுத்து திருச்சியில் நடைபெற இருக்கும் மாநில மாநாட்டில் கலந்துகொள்வது பற்றிப் பேசிக்கொண்டே, தரையில் பத்திரிகையை விரித்துப் படுத்துத் தூங்கினோம். காலையில் எழுந்து தூத்துக்குடி வந்து சேர்ந்தோம்.

தூத்துக்குடியில் 'கண்டனப் பேரணி'

இந்த நேரத்தில், மதுரைப் பல்கலைக்கழகம், 'மாணவர்கள் தேர்வு எழுதும்போது புகைப்படத்தை தேர்வு நுழைவுச் சீட்டில் (ஹால் டிக்கெட்டில்) ஒட்ட வேண்டும்' என்று அறிவிப்புச் செய்தது.

இது மாணவர்கள்மத்தியில் பெரும் கொந்தளிப்பையும், கிளர்ச்சியையும் ஏற்படுத்தியது. இதைக் கண்டித்து, மாணவர்கள் மன்றம் சார்பாக தூத்துக்குடியில் 'கண்டனப் பேரணி' நடத்துவது என்று முடிவு செய்தோம். உடனே, அனைத்துக் கல்லூரி மாணவர்களையும் இணைத்து, என் தலைமையில் 'கண்டனப் பேரணி' நடத்தினோம்.

பேரணியில் ஆயிரக்கணக்கான மாணவர்கள் கலந்துகொண்டனர். ஊர்வலத்தில் சில மாணவர்கள் சாலையில் இருந்த கடை (பேன்ஸி ஸ்டோர்) மீது கல் எறிந்துவிட்டனர். நானும், மற்ற மாணவர்களும் அதைத் தடுத்து நிறுத்தி, கல் எறிந்த மாணவர்கள் யார் எனக் கண்டுபிடித்து, அவர்களை, 'ஊர்வலத்தில் வரவேண்டாம்' என கண்டித்து அனுப்பிவிட்டோம்.

பின்னர், ஊர்வலம் அமைதியாக சப்-கலெக்டர் அலுவலகம் நோக்கிச் சென்று, அவரிடம் மனு கொடுத்துவிட்டுக் கலைந்து சென்றோம். கடைமீது கல் எறிந்த சம்பவம் தூத்துக்குடி நகரத்தில் பெரும் பரபரப்பை ஏற்படுத்தியது.

திருச்சியில் மாணவர் மன்ற மாநில மாநாடு.

திருச்சியில் நடைபெற இருக்கும் மாணவர் மன்றத்தின் இரண்டாவது மாநில மாநாட்டில், நெல்லை மாவட்டத்திலிருந்து தேர்வு செய்யப்பட்ட மாவட்டக் குழு உறுப்பினர்கள் பதினெட்டு பேரும் கலந்துகொள்ள வேண்டும் என முடிவு செய்யப்பட்டது.

மறுநாள், திருச்சி - மாநில மாநாட்டுக்கு நிதி வசூல் செய்வது என்று முடிவு செய்து, துண்டுப்பிரசுரம் அச்சடித்தோம். கடை வீதிகளில் நிதி வசூல் செய்ய மாலைநேரத்தில் சென்றோம். எனக்கு இது புது அனுபவம். எனவே, சற்று ஒதுங்கியே நின்றுகொண்டிருந்தேன். எங்களுக்கு உதவியாக, அப்போது ஆசிரியர் பயிற்சிக் கல்லூரியில் பயின்ற சுப்பையா, கணபதி ஆகியோர் உடன் இருந்தார்கள்.

என்னிடம் உண்டியலைக் கொடுத்து, "நீங்கள்தான் மாவட்டத் தலைவர். எனவே, வசூலுக்குத் தலைமை ஏற்க வேண்டும்" என்று கூறினார்கள். உண்டியல் வசூலுக்குச் செல்லும்போதுதான் பல அனுபவங்கள் கிடைத்தன. பலர் 'நீங்கள் யார், எதற்கு வசூல் செய்கிறீர்கள்' என்று கேட்டுவிட்டு பணம் தர மாட்டார்கள். சிலர் வாழ்த்தி நிதி தருவார்கள்.

முக்கிய பிரமுகர்களிடம் வசூல் செய்வது என முடிவு செய்து, காங்கிரஸ் கட்சியின் எம்.எல்.சி. ஆக இருந்த தொழிலதிபர் பொன்னுசாமி வில்வராயர் அலுவலகத்துக்குச் சென்றோம். வெளியில் சிலர், "அங்கு போக வேண்டாம்... அவர் கோபக்காரர், திட்டுவார்!" என்று கூறினார்கள். நாங்கள் 'போவோம்' என்று முடிவு செய்து, அங்கிருந்த உதவியாளரிடம் "தலைவரைப் பார்க்க வேண்டும். நாங்கள் கல்லூரி மாணவர்கள்" என்று கூறினோம்.

அவர் உள்ளே சென்று வந்தபின், அவரைப் பார்க்க அழைத்துச் சென்றார். நாங்கள் சென்றவுடன், "நீங்கள் யார்... எந்தக் கல்லூரி... எதற்காக வசூல் செய்கிறீர்கள்?" என்று கேட்டுவிட்டு, "உங்களில் அப்பாத்துரை என்பது யார்?" என்று கேட்டார். நான் கொஞ்சம் தயங்கி அவரிடம், "நான்தான் அப்பாத்துரை..." என்று அறிமுகப்படுத்திக்கொண்டேன்.

உடனே அவர் இருக்கையிலிருந்து எழுந்து, என் கையைக் குலுக்கி, "உங்களைப் போன்ற ஆர்வம் உள்ள இளைஞர்கள்தான் இந்த நாட்டுக்குத் தேவை..." என்று கூறிவிட்டு, "ஊர்வலத்தின்போது கடைகள் மீது கல் எறிந்த மாணவர்களைக்

கண்டித்து விரட்டியது நீங்கள்தான் என்று கேள்விப்பட்டேன். நான் மிகவும் பெருமைப்பட்டேன். வன்முறை இல்லாமல் நாட்டுக்கு உதவி செய்யும் நல்ல பணியைச் செய்யுங்கள்!'' என்று கூறி நாங்கள் எதிர்பார்த்தத் தொகையைக் காட்டிலும் அதிகம் கொடுத்து எங்களை இன்முகத்துடன் அனுப்பி வைத்தார். இது எங்களுக்கு மிகுந்த உற்சாகத்தைக் கொடுத்தது.

திருச்சியில் நடைபெற்ற மாநில இரண்டாவது மாநாட்டில், நெல்லை மாவட்டப் பிரதிநிதிகள் பதினெட்டு பேர் கலந்து கொண்டோம். முதல்நாள் மாநாடு சிறப்பாக நடைபெற்றது. சில சலசலப்புகளும் இருந்தன. மாலையில் நடந்த கூட்டத்தில், ''உங்கள் மாவட்டப் பிரதிநிதிகள் கலந்து பேசி, நெல்லை மாவட்டம் சார்பாக மாநிலக் குழுவுக்கு இரண்டு உறுப்பினர்களைத் தேர்வுசெய்து, அந்தப் பெயர்களை மாநில மையத்துக்குக் கொடுங்கள்'' என்று அறிவித்தார்கள்.

எங்களுக்கு மாநில அமைப்பு நிலை குறித்து அதிகம் தெரியாது. நெல்லை மாவட்டப் பிரதிநிதிகள் கூடினோம். அனைத்துப் பிரதிநிதிகளும் 'பாரதி, அப்பாத்துரை' என எங்கள் இருவர் பெயரை ஏகமனதாகத் தேர்வு செய்துவிட்டனர். அதன்பிறகுதான், ''மாவட்டச் செயலாளர்தான் மாநிலக் குழுவில் இருக்க வேண்டும்'' என்று கூறினார்கள். இது பெரும் சர்ச்சையை உண்டு பண்ணியது.

மாநிலத் தலைவர்களான தோழர்கள் எம்.கல்யாணசுந்தரம், ப.மாணிக்கம், தா.பாண்டியன், கே.பாலதண்டாயுதம் மற்றும் சில தலைவர்கள் வந்து எங்கள் பிரதிநிதிகளிடம் பேசி, ''மாவட்டச் செயலாளர்தான் மாநிலக் குழுவில் இடம் பெறவேண்டும்'' என்று எடுத்துக் கூறி, என்னை அழைத்து, நெல்லை மாவட்டச் செயலாளர் பெயரையும், பாரதி பெயரையும் முன் மொழியச் சொன்னார்கள். அதுபோல், மாநிலப் பொறுப்பாளர்கள் தேர்வில் நடைபெற்ற நிகழ்வும் மாணவர்கள் மத்தியில் பேசப்பட்டது.

அன்று மாலை, ஊர்வலமும், பொதுக்கூட்டமும் நடைபெற்றது. அந்த ஊர்வலத்தில்தான் 'இன்குலாப் ஜிந்தாபாத்!' என்று உரக்க முழங்கினோம். அப்போதுதான் அதற்கு, 'புரட்சி ஓங்குக!' என்று அர்த்தம் என்பதைத் தெரிந்துகொண்டேன். தேவர் மன்றத்தில் நடைபெற்றக் கூட்டத்தில் இரவு 12 மணிக்கு தோழர் கே.பாலதண்டாயுதம் ஆற்றிய உரை மாணவர்களுக்கு மிகப்பெரும் எழுச்சியை ஏற்படுத்தியது.

நிலமீட்சிப் போராட்டம்!

இந்தக் காலகட்டத்தில்தான், இந்தியக் கம்யூனிஸ்ட் கட்சி, 'நிலமீட்சிப் போராட்டம்' என அறைகூவல் விட்டது. மாநிலம் முழுமையும் இந்தப் போராட்டம் தீவிரமாக, எழுச்சியாக நடைபெற்றது. ''மாணவர்கள் இந்தப் போராட்டத்தில் கலந்துகொள்ள வேண்டாம்!'' என அறிவித்துவிட்டார்கள்.

நெல்லை மாவட்டத்தில் தாதன்குளம், ஆதித்தனார் பண்ணையில் தோழர் ஆர்.நல்லகண்ணு தலைமையிலும், ஏர்வாடி, டி.வி.எஸ். பண்ணையில் தோழர் எஸ்.ஏ.முருகானந்தம் தலைமையிலும் போராட்டம் நடைபெறும் என்று அறிவித்திருந்தார்கள். போலீஸார் குவிக்கப்பட்டனர். ஆயிரக்கணக்கானத் தோழர்கள் கைது செய்யப்பட்டனர். இதனைக் கண்டித்து மாணவர் மன்றம் சார்பில் கண்டன துண்டுப்பிரசுரம் அடித்து விநியோகம் செய்வது என முடிவு செய்தோம். துண்டுப்பிரசுரம் அடிக்க எந்த அச்சகத்தினரும் தயாராக இல்லை. நாங்கள் ரகசியமாக, மூத்த தோழர் ஒருவர் மூலம், எங்கள் பெயர்களை மாற்றிக் கொடுத்து அச்சிட்டோம். அதில்...

> நிலமற்ற ஏழைகளுக்கு நிலம் வழங்க வேண்டும் என்று போராடும் இந்தியக் கம்யூனிஸ்ட் கட்சித் தலைவர்களையும், தோழர்களையும் கைது செய்து சிறையில் அடைக்கும் திமுக அரசை வன்மையாகக் கண்டிக்கிறோம்! *(போராட்டம் என்பது வற்றாத நீரூற்று. அதைத் தடைக்கற்களால் தடுத்துவிட முடியாது. அடக்குமுறை அதன் வாயிலைப் பெரிதாக்குமே ஒழிய பிரச்னையைத் தீர்க்காது!' - அறிஞர் அண்ணா.)*
>
> இப்படிக்கு,
> தமிழ்நாடு மாணவர் மன்றம்,
> திருநெல்வேலி மாவட்டக் குழு.

இந்தத் துண்டுப்பிரசுரத்தை நாங்கள், வீடு வீடாகச் சென்று பொதுமக்கள்மத்தியில் விநியோகம் செய்தோம்.

அன்று இரவு, காவல்துறை எங்களைக் கைதுசெய்ய வெள்ளை வேனில் வந்து நாங்கள் தங்கியிருந்த வீட்டை முற்றுகையிட்டுத் தேடினார்கள். அங்கிருந்த மாணவர்கள், காவலர்களிடம், ''பாரதி, அப்பாத்துரை இருவரும் மறியலில் கைதாகி ஜெயிலுக்குச் சென்றுவிட்டார்கள்'' என்று பொய் சொல்லி, திருப்பி அனுப்பி விட்டனர். அடுத்த நாள், ''காவல்துறையினர் கல்லூரி வளாகத்துக்குள் தேடி வரவில்லை'' என்று நண்பர்கள் கூறிய பிறகுதான் நாங்கள் இருவரும் கல்லூரிக்குச் சென்றோம்.

ஜீசஸ் இடத்தில் ஜீவா!

தோழர் ஜீவா

அரையாண்டுத் தேர்வு விடுமுறையில் வீட்டுக்குச் செல்லும்போது தோழர் ஜீவா படம் வாங்கிச் சென்றேன்; என் அறையில் வைத்திருந்தேன். கிறிஸ்துமஸ் அன்று எல்லாரும் கோவிலுக்குச் செல்ல ஆயத்தமானார்கள். நான் மட்டும் தூங்கிக்கொண்டு இருந்தேன். அப்பா என்னை எழுப்பி, ''கோவிலுக்குப் புறப்படு!'' என்று கூறினார். ''நான் வரவில்லை'' என்று சொன்னேன். என்னைச் சத்தம் போட்டுவிட்டு எல்லாரும் கோவிலுக்குச் சென்றுவிட்டார்கள்.

எங்கள் வீட்டின் உள் அறையில் நேரு, காந்தி, கென்னடி, ஜீசஸ் படம் இருக்கும். நான் ஜீசஸ் படத்தை எடுத்துவிட்டு, அந்த இடத்தில் ஜீவா படத்தை மாட்டினேன். ஜீசஸ் படத்தை முன்பக்க வரவேற்பு அறையில் மாட்டி வைத்துவிட்டேன்.

காலை ஆறரை மணிக்கு எல்லாரும் திரும்பி வந்தனர். சூரிய உதயம் ஆகிவிட்டது. முற்றத்தில் பித்தளைப் பாத்திரத்தில் தண்ணீர் இருந்தது. அதில் சூரியஒளி பட்டு ஜீவாவின் படத்தில் எதிரொளித்தது. அதில் சிவப்பு நிற ஜிகினா பேப்பர் இருந்தது. அது சூரியஒளியால் சிவப்பும் மஞ்சளுமாக பளபளப்பாக ஜொலித்ததைப் பார்த்த எனது தங்கை பியூலா, ''போட்டோவில் தீப்பிடிக்கிறது..!'' என்று சத்தம் போட்டாள். அதன்பிறகுதான் என் அப்பா அம்மாவுக்கு, ஜீவா படம் மாட்டி இருந்ததும், ஜீசஸ் படத்தைக் காணவில்லை என்பதும் தெரியவந்தது. அதற்காக அப்பா என்னைத் திட்டினார். நான் என் அம்மாவிடம், அங்கிருந்த படங்களைக் காட்டி, ''இவர்கள் எல்லாம் மனிதர்கள்... ஆகவே, ஜீசஸ் படத்தை எடுத்து நம் வீட்டின் முன்பகுதியில் தனியாக மாட்டி வைத்தேன்'' என்று சமாளித்துக் கூறினேன். ஓரளவு திருப்திப்பட்டுக்கொண்டார்கள்.

நான் கம்யூனிஸ்ட் இயக்கத்தில் இருக்கிறேன் என்று தெரிந்தவுடன் என்னை வேறுபடுத்திப் பார்க்கும் மனநிலை வீட்டில் வந்துவிட்டது.

''நான் ஒரு மார்க்ஸிய மாணவன்!''

1970, மே மாத விடுமுறையில், சேலம் கருப்பூரில் நடைபெறும் மாணவர் மன்ற உறுப்பினர்களுக்கான அரசியல் பயிற்சி முகாமில் நெல்லை மாவட்டத்தில் இருந்து மாணவர்கள் ஒன்பது பேர் கலந்துகொள்ள வேண்டும் என்று முடிவு செய்யப்பட்டது. ''நான் விடுமுறையில் மதுரையிலிருக்கும் அத்தை வீட்டுக்குச் செல்கிறேன்'' என்று கூறிவிட்டு, யாருக்கும் தெரியாமல் சேலம் சென்றுவிட்டேன்.

பயிற்சி முகாம் நடந்த இடம், தோழர் எம்.கல்யாணசுந்தரத்தின் மனைவியுடைய விவசாயப் பண்ணைத் தோட்டம். தமிழகம் முழுவதும் தொன்னூற்றியாறு மாணவர்கள் அந்த முகாமில் கலந்துகொண்டனர். இந்தியக் கம்யூனிஸ்ட் கட்சியின் மாநிலத் தலைவர்களான தோழர்கள் எம்.கல்யாணசுந்தரம், ப.மாணிக்கம், கே.பாலதண்டாயுதம், தா.பாண்டியன், பேராசிரியர் நா.வானமாமலை மற்றும் பலர் கலந்துகொண்டனர். ஒன்பது நாட்கள் அரசியல் பயிற்சி வகுப்புகள் நடைபெற்றன. தலைவர்கள் எல்லாரும் எங்களுடன் தங்கி இருந்தார்கள்.

வகுப்பில் உற்சாகமாக இருந்தோம். பேராசிரியர் ந.வானமாமலை அவர்களின் தத்துவம் குறித்த வகுப்பு என்னுள் மிகப்பெரிய சிந்தனை மாற்றத்தை ஏற்படுத்தியது. நான் அந்தப் பயிற்சி முகாமுக்குச் செல்லும்போது ஒரு கிறிஸ்தவ இளைஞனாகச் சென்றேன். வெளியே வரும்போது நான் ஒரு மார்க்ஸிய மாணவனாக வந்தேன்!

ஊருக்குத் திரும்பி வரும்போது, நானும் பாரதியும் மதுரையில் எங்கள் அத்தை வீட்டுக்குச் சென்றோம். நான் குளிப்பதற்காக குளியல் அறைக்குச் சென்றேன். அப்போது, என் அத்தை மகன், 'ஏதோ சிவப்பாகத் தெரிகிறதே' என்று, என் பையைத் துளாவிப் பார்த்துள்ளான். அதில் 'கம்யூனிஸ்ட் கட்சியின் அரசியல் பயிற்சி வகுப்பு' என்ற புத்தகத்தைப் பார்த்துவிட்டு, என் அத்தையிடம், "அம்மா... அண்ணன் கம்யூனிஸ்ட் கட்சியில் சேர்ந்துவிட்டார்!" என்று போட்டு உடைத்துவிட்டான்.

என் அத்தை என்னிடம், ''நீ கடவுள் இல்லை என்று சொல்லுகிற கட்சியில் சேர்ந்துவிட்டாய். அதனால், இயேசு நம் குடும்பத்தையே தண்டித்து விடுவார். உன் அப்பா இப்படி உன்னை வளர்த்துள்ளாரே!'' என்று திட்டினார். நாங்கள் இருவரும் அமைதியாக காலை உணவு சாப்பிட்டுவிட்டு ஊருக்குப் புறப்பட்டு வந்துவிட்டோம்.

இந்தவேளையில் என் அத்தை, அப்பாவுக்குக் கடிதம் எழுதி, "உன் மகன் கம்யூனிஸ்ட் கட்சியில் சேர்ந்து உள்ளான்... கவனமாகப் பார்த்துக் கொள்..." என்று தெரிவித்துவிட்டார்.

விடுமுறை முடிந்து, மூன்றாமாண்டு வகுப்புக்குச் செல்ல தயாராக இருந்தேன். என் அப்பா கோபத்துடன், "இனிமேல் உன்னைப் படிக்க வைக்க மாட்டேன். நீ, கடவுள் இல்லை என்று சொல்லுகிற கட்சியில் சேர்ந்துவிட்டாய். நாளை, என்னைப் பெத்த அப்பா இல்லையென்று சொல்லி விடுவாய். நான் உனக்குப் பணம் தர மாட்டேன்!" என்று கூறிவிட்டார்.

நான் பெட்டியை எடுத்துக்கொண்டு புலவர் சிவசுப்பிரமணியன் வீட்டுக்குச் சென்று நடந்தவற்றைக் கூறினேன். அவர், "நான் பணம் தருகிறேன்... மேற்கொண்டு படி. அப்பா மனம் மாறி மீண்டும் உன்னை ஏற்றுக்கொள்வார்" என்று கூறினார். எனக்கு மனம் ஆறுதலாக இருந்தது.

இதற்கிடையில், நாங்கள் ஏற்கெனவே தங்கி இருந்த வீட்டில் எனக்கும் பாரதிக்கும் தங்க இடம் கொடுக்கவில்லை. எனவே, வேறு ஒரு வீட்டில் நாங்கள் ஏழுபேர் தங்க ஏற்பாடு செய்துகொண்டோம். மூன்று மாதம் கழித்துத்தான், என் அப்பா என்னைத் தேடிவந்து எனக்குப் பணம் கொடுத்துவிட்டுச் சென்றார்.

தோழர் கே.பாலதண்டாயுதம் பேச்சு!

1970ஆம் ஆண்டு, தூத்துக்குடி, வ.உ.சி. கல்லூரி வரலாற்றில் ஒரு திருப்புமுனை ஏற்பட்டது. அதுவரை கல்லூரியில் அரசியல் தலைவர்கள் பேசியது கிடையாது. முதல்முறையாக அரசியல் தலைவர்கள் பங்கேற்ற நிகழ்ச்சி நடைபெற்றது. இந்தக் கூட்டத்துக்கு வரவேற்பு உரை நிகழ்த்தியவர் புலவர் ஆ.சிவசுப்பிரமணியன். அதுவே ஒரு பேசும்பொருளாகக் கருதப்பட்டது. கே.பாலதண்டாயுதம் 'மன்னர் மானிய ஒழிப்பு' என்ற தலைப்பிலும், ஏ.பி.சி.வீரபாகு 'வங்கிகள் அரசுடைமை' என்ற தலைப்பிலும், எம்.எஸ்.சிவசாமி 'வேலை வாய்ப்புக்கான கல்வி' என்ற தலைப்பிலும் பேசினார்கள்.

கல்லூரி அரங்கத்தில் மாணவர்கள் அதிகமாக கலந்து கொண்டனர். ஏ.பி.சி.வீரபாகு, 'வங்கிகள் அரசுடைமையாக்குவதின் நோக்கம், அதனால் நம் நாட்டின் பொருளாதாரத்தில் சாதாரண மக்களுக்குக் கிடைக்கும் நன்மைகள் குறித்து விரிவாகவும்,

விளக்கமாகவும் பேசினார். எம்.எஸ். சிவசாமி, வேலைக்கான கல்வியின் முக்கியத்துவம் பற்றிச் சிறப்பாகப் பேசினார்.

இறுதியாகப் பேசிய தோழர் கே.பாலதண்டாயுதம், மன்னர் மானிய ஒழிப்பின் வரலாறு பற்றியும், இன்று அதன் அவசியம் குறித்தும் ஆவேசமாகப் பேசினார்... "இந்திரா காந்தி அரசியல் தலைவி மட்டுமல்ல... அவர் ஒரு காவியத் தலைவி..!" என்று பாராட்டிப் பேசினார். என்னுடன் நண்பர் கே.வேலுச்சாமி அமர்ந்து

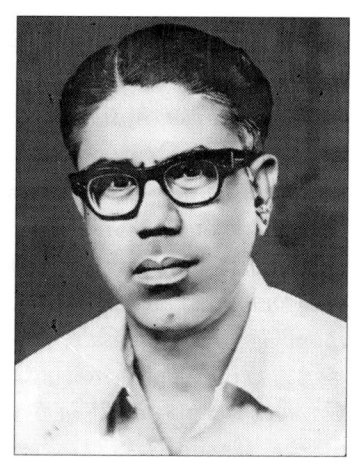

தோழர் பாலன்

இருந்தார். அவர் ஒரு நக்ஸலைட் அரசியல் உணர்வாளர். அவர் என்னிடம், "உங்கள் தலைவர் கே.பாலதண்டாயுதத்துக்கு நாடாளுமன்ற மோகம் வந்துவிட்டது. அதனால்தான் ஒரு பூர்ஷ்வா தலைவியை காவியத் தலைவி என்று பேசுகிறார்!" என்று கூறினார். அவர் சொன்ன வார்த்தை எனக்கு மனதை உறுத்தியது.

கூட்டம் முடிந்தபின், ஏ.பி.சி.வீரபாகு என்னையும் பாரதியையும் அழைத்து, "நீங்கள் இருவரும் தோழர் பாலனை எனது காரில் அழைத்துக் கொண்டு திருநெல்வேலியில் கொண்டு போய் இறக்கிவிட்டு வாருங்கள்" என்று சொல்லி, செலவுக்குப் பணமும் கொடுத்து அனுப்பினார்.

நான் முன்இருக்கையில் டிரைவர் பக்கத்தில் அமர்ந்து கொண்டேன். நண்பன் பாரதி, தோழர் பாலனோடு பின்இருக்கையில் அமர்ந்து கொண்டார். கார் மறவன்மடம் தாண்டியதும், நான், தோழர் பாலனைப் பார்த்து, "நீங்கள் 'பூர்ஷ்வா தலைவி' இந்திரா காந்தியை 'காவியத் தலைவி' என்று பேசலாமா?" என்று கேள்வி கேட்டேன். தோழர் பாலன் பதில் எதுவும் பேசாமல் சிரித்துக்கொண்டார். சிறிது தூரம் சென்றபின், "நீங்கள் இருவரும் இன்று இரவு என்னோடு தங்கவேண்டும். நாளை விளக்கம் சொல்கிறேன்..." என்று கூறினார்.

திருநெல்வேலியில் புதிதாகக் கட்டப்பட்டு இருந்த துவாரகா விடுதிக்குப் போய்ச் சேர்ந்தோம். நாங்கள் வந்த காரை தூத்துக்குடிக்குத் திருப்பி அனுப்பிவிட்டோம். அன்று இரவு, மாடியில் என்.ஜி.ஓ. தோழர்களின் கூட்டம் நடைபெற்றது. கூட்டம்

முடிந்த பிறகு, எங்கள் இருவருக்கும் தனி அறை கொடுத்து, சாப்பிட்டுவிட்டுத் தூங்கச் சொன்னார்கள்.

காலையில், எங்கள் இருவரையும் தோழர் பாலனின் அறைக்கு அழைத்துச் சென்றார்கள். "நேத்து கேள்வி கேட்டீர்களே... உட்காருங்கள், விளக்கம் சொல்கிறேன்" என்று, 'மன்னர் மானிய ஒழிப்பு என்றால் என்ன..? அதனை ஒழிக்க வேண்டிய இன்றைய அவசியம் என்ன..? அதன்பால் இந்தியக் கம்யூனிஸ்ட் கட்சியின் நிலைபாடு என்ன?' என்பது பற்றியெல்லாம் விரிவாக, சுமார் ஒரு மணிநேரம் விளக்கிப் பேசினார். கடைசியாக, "உங்கள் சந்தேகம் தீர்ந்துவிட்டதா?" என்று கேட்டார். நான் அவரது பதிலில் வியந்து, தெளிவுபெற்றேன். "நேற்று காரில் வரும்போது, நான் உங்களிடம் கேட்ட கேள்விக்குப் பின்னணி என் நண்பர் தோழர் வேலுச்சாமிதான் காரணம்" என்று அதையும் சொன்னேன். "மீண்டும் சந்திப்போம். நன்றி தோழர்!" என்று அவரிடம் விடைபெற்று, நாங்கள் இருவரும் பேருந்தில் தூத்துக்குடிக்கு வந்து சேர்ந்தோம்.

விடுதி மாணவர்கள் போராட்டம்!

அப்போது, கல்லூரி விடுதியில் மாணவர்கள் ஆயிரத்து ஐநூறு பேர் இருந்தார்கள். மாதா மாதம் 'உணவுக் கட்டணம்' (மெஸ் பில்) வீட்டுக்குத் தபாலில் அனுப்பிவிடுவார்கள். குறிப்பிட்ட காலத்துக்குள் பணம் கட்டவில்லை என்றால் உணவு வழங்கமாட்டார்கள். அந்த மாதம் கூடுதலாக ஐந்து ரூபாய் போட்டு, சேர்த்துக் கட்டச் சொல்லி கடிதம் அனுப்பி இருந்தார்கள். இது மாணவர்களிடையில் கொந்தளிப்பை ஏற்படுத்தியது.

கல்லூரியில், கடந்த பல ஆண்டுகளாகவே 'மாணவர் பேரவை' தலைவர் தேர்தலில், சாதி அடிப்படையிலான உணர்வுகள் மாணவர்கள்மத்தியில் ஏற்பட்டு வந்தன.

அந்த ஆண்டு தேர்தலில், தேவர்கள் – ஏனைய சாதியினர் என்ற உணர்வு நிலை இருந்தது. இந்த நிலையில் விடுதி மாணவர்கள் மத்தியில் பதட்டம் நிலவியது. நாங்கள் மாணவர் மன்ற நண்பர்களை அழைத்து, "முதலில் மாணவர்களிடையே ஒற்றுமையை உருவாக்க வேண்டும்... அதற்கு நாம் முன்முயற்சி எடுக்க வேண்டும்" என்று பேசி முடிவெடுத்து ஒவ்வொரு மாணவரையும் அணுகினோம்.

அதேநேரத்தில், மற்ற மாணவர்களும் எங்களைச் சந்தித்துப் பேசவேண்டும் என்ற மனநிலைக்கு வந்தனர். எனவே,

அனைவரையும் அழைத்துப் பேசி ஒரு போராட்டக் குழுவை அமைத்தோம். அதன் கன்வீனராக என்னை நியமித்து முடிவு செய்தார்கள். அப்போதுதான் 'விடுதி மாணவர்கள் அமைப்பு'க்குத் தற்காலிகச் செயலாளராக நான் பொறுப்பு வகித்தேன்.

கடந்த காலங்களில், கல்லூரியில் போராட்டம் நடைபெற்றால் அதை முறியடிக்க கல்லூரி நிர்வாகம், விடுதி மாணவர்களுக்கு காலையிலேயே உணவு வழங்கி, அப்படியே கல்லூரிக்கு அழைத்து வந்து வகுப்பு அறையில் உட்கார வைத்துவிடுவார்கள். எனவே, நாங்கள் அதை முறியடிக்க வேண்டும் என்று திட்டமிட்டோம். அதன்படி பகுதி வாரியாக ஒன்றுபட்ட போராட்டக் குழுக்களை அமைத்தோம். அதில் அனைத்துத் தரப்பு மாணவர்களையும் இணைத்துக்கொண்டோம்.

நான் விடுதி மாணவர் சங்கப் பொறுப்பேற்றவுடன் சமையல் பணியாளர்கள் சம்பளஉயர்வு குறித்து, கல்லூரி நிர்வாகத்துடன் பேசி முடித்ததனால், அவர்களும் எங்களுக்குத் துணையாக இருந்தார்கள்.

எனவே, அவர்களிடம், 'காலை நான்கு மணிக்கு எல்லா உணவு வகைகளும் தயாராகிவிட வேண்டும். ஆறு மணிக்குள் மாணவர்கள் சாப்பிட்டுவிட்டு வெளியே சென்றுவிட வேண்டும்' என்று சொல்லி ரகசியமாகத் திட்டமிட்டோம். இதனை விளக்கி மாணவர்கள் சாப்பிடும் அரங்கில் சென்று நான் பேசுவேன். நானும் பாரதியும் மற்றும் நண்பர்களும் சென்றோம். மற்றவர்கள் எங்களோடு வந்தார்கள்.

விடுதியில், இரண்டு உணவு வகைகள் சைவம்–அசைவம் என்ற அடிப்படையில் பரிமாறுவது உண்டு. முதலில் அசைவப் பகுதியில் பேசி முடித்துவிட்டு சைவப் பகுதிக்கு நானும் பாரதியும் சென்றுகொண்டு இருந்தோம்.

அப்போது ஒரு மாணவர், காரில் வந்து இறங்கி விடுதிக்குச் சென்று உள்ளார். அதேநேரம் எங்கள் விடுதிக்காப்பாளர் பேராசிரியர் பழனியா பிள்ளையும் அங்கு வந்துவிட்டார். அவர் என்னையும் பாரதியையும் பெயர் சொல்லி அழைத்தார். நாங்கள் இருவரும் அவரருகில் சென்றோம். முதலில் கொஞ்சம் அதிகாரத் தோரணையில் எங்கள் இருவரையும் மிரட்டினார்.

அவர் எனக்கு வரலாற்றுத்துறைப் பேராசிரியர். அந்த அடிப்படையில் என்னைப் பார்த்துக் கோபமாக, ''உன் வாழ்க்கை

கெட்டுவிடும்!'' என்று மிரட்டிப் பேசினார். உடனே நான் அவரது கண்களைப் பார்த்து, "சார், எனக்கு எந்தவிதமான பாடமும் பாக்கி இல்லை. ஆங்கிலம், தமிழ் எல்லாம் தேர்ச்சி பெற்றுவிட்டேன். என்னுடைய பிரதானமான பாடம் வரலாற்றை இன்னும் ஒரு ஜென்மம் எடுத்தாவது தேர்ச்சி பெற்றுவிடுவேன். அதனால் எனக்கு பயம் இல்லை. நான் மாணவ சமூகத்துக்காகவும், நீதிக்காகவும் போராடுகிறேன். அதனால் எந்த விளைவு வந்தாலும் சந்திக்கத் தயாராக இருக்கிறேன்!'' என்று சிறிதும் பயம் இல்லாமல் சொன்னேன்.

அதன்பின், அவர் சற்றுத் தணிந்து, எங்கள் இருவரையும் அவரது வீட்டுக்கு வரச் சொன்னார். அப்போது இரவு மணி ஒன்பது ஆகிவிட்டது.

நானும் பாரதியும் 'இந்த நேரத்தில் வார்டன் வீட்டுக்குச் செல்வதா, வேண்டாமா?' என்று விவாதம் செய்தோம். இறுதியில் நான், ''போக வேண்டும்'' என்று கூறினேன். அதற்கு பாரதி ஒத்துக்கொள்ளவில்லை. நான் இறுதியாக ''நமக்குப் பிரச்னை தீரவேண்டும், ஐந்து ரூபாய் குறைக்க வேண்டும் என்பதுதானே? அதை நிர்வாகம் ஏற்றுக்கொண்டால் போராட்டத்தை வாபஸ் வாங்குவோம். இல்லை என்றால் போராடுவோம்! எனவே, இதைப் பற்றிப் பேசுவதற்குப் போவோம்...'' என்று கூறினேன். பின் இருவரும் விடுதிக் காப்பாளர் பழனியா பிள்ளை வீட்டுக்கு நடந்தே சென்றோம்.

இதற்கிடையில், 'ஒரு மாணவர் வந்து இறங்கிய டாக்ஸியில், என்னையும் பாரதியையும் பழனியா பிள்ளை கடத்திச் சென்றுவிட்டார்!' என்று விடுதி மாணவர்களிடையே புரளி பரவியிருக்கிறது. அது எங்களுக்குத் தெரியாது.

மணி இரவு பத்து ஆகிவிட்டது. நாங்கள் வார்டன் பழனியா பிள்ளையின் வீட்டில் பேசிக்கொண்டு இருந்த சிறிதுநேரத்தில் போன் வந்தது. வார்டன் எடுத்தார். நகரமன்ற துணைத் தலைவர் தோழர் எஸ்.எஸ்.மாணிக்கம் போனில், ''நீங்கள், எங்கள் மாணவர்கள் அப்பாத்துரை, பாரதி இருவரையும் கடத்திச் சென்று இருக்கிறீர்கள். இன்னும் அரை மணி நேரத்தில் அவர்கள் இருவரையும் கல்லூரி விடுதிக்குக் கொண்டு வரவில்லை என்றால்... அதன் விளைவுகளை தாங்கள் சந்திக்க வேண்டி வரும்!'' என்று மிரட்டிப் பேசியிருக்கிறார். அதன்பின், சற்று நேரத்தில், நகராட்சிக் கவுன்சிலராக இருந்த எனது

மாமா சித்திரைவேல் போனில் பேசினார். அவரும் சற்றுக் கடுமையாக, "மாணவர்கள் இருவரும் விடுதிக்கு வரவில்லை என்றால்... உங்கள் வீட்டை அடித்து நொறுக்குவோம்!" என்று மிரட்டினார்.

இதனை பழனியா பிள்ளை எங்களிடம் பேசிக்கொண்டு இருக்கும் வேளையில், நகர கம்யூனிஸ்ட் கட்சிச் செயலாளர் ஜி.டி.மாதவன் பேசினார். போனை எடுத்த பழனியா பிள்ளை, "உங்கள் தோழர்கள் என் வீட்டில்தான் இருக்கிறார்கள். பேச்சு வார்த்தைக்குத்தான் அழைத்தேன். வந்திருக்கிறார்கள்" என்று பணிவாகத்தான் கூறினார். "அவர்களை அங்கேயே இருக்கச் சொல்லுங்கள்... நான் இதோ வந்து கொண்டு இருக்கிறேன்" என்று போனை வைத்துவிட்டார் மாதவன்.

இரவு பதினோரு மணி அளவில், நாங்கள் இருவரும் கடத்தப்பட்டு விட்டதாக மாணவர்கள் மத்தியில் செய்தி பரவி, சுமார் ஆயிரம் மாணவர்கள், விடுதியில் இருந்து ஊர்வலமாகப் புறப்பட்டு வந்துவிட்டனர். அவர்கள், "அப்பாத்துரை, பாரதி இருவரையும் கடத்திய பழனியா பிள்ளையைக் கைது செய்..!" என்று கோஷங்கள் எழுப்பிக்கொண்டு, ஊர்வலமாக வந்தனர்.

தென்பாகம் காவல்நிலையம் நியூ காலனியில் இருந்தது. அங்கு சென்ற மாணவர்கள், "பழனியா பிள்ளையைக் கைது செய்யுங்கள்..! கடத்தப்பட்ட மாணவர்களை உடனே கொண்டு வரவேண்டும்!" என கோஷமிட்டுள்ளனர். பின்னர், காவல்நிலையத்தில் புகார்மனு கொடுத்துவிட்டு போல்டன்புரம் வழியாக கல்லூரி விடுதிக்கு ஊர்வலம் திரும்பிக்கொண்டிருந்தது. அந்தச் சத்தம், காப்பாளரின் வீட்டிலிருந்த எங்களுக்கும் கேட்டது. உடனே நாங்கள் இருவரும் அங்கிருந்து நேராக ஊர்வலம் வரும் வழியை நோக்கிச் சென்று, "நாங்கள் தப்பித்து வந்துவிட்டோம்" என்று கூறினோம். அதன்பின் ஊர்வலம் கல்லூரி வளாகத்துக்கு வந்தது.

அங்கு ஜி.டி.மாதவன், "உங்கள் வேண்டுகோள் பற்றி ஏ.பி.சி.வீரபாகுவிடம் பேசினேன். அவர், உயர்த்தப்பட்ட கட்டணம் ஐந்து ரூபாயை வாபஸ் பெறுவதாகக் கூறினார். அதை உங்களிடம் எடுத்துச் சொல்லத்தான் இங்கு வந்துள்ளேன். எனவே, நீங்கள் போராட்டத்தைக் கைவிட்டு காலையில் கல்லூரிக்குச் செல்லுங்கள்" என்று கூறினார். அதை ஏற்று இரவு ஒரு மணிக்கு, நானும் பாரதியும் கூட்டத்தை முடித்துவைத்து மாணவர்களைச் சமாதானப்படுத்தினோம். அனைவரும் அவரவர் அறைக்குச் சென்றோம்.

மு.அப்பாத்துரை | 35

'வெடிகுண்டு' புதைக்கப்பட்டது!

நான் மாவோயிஸ்ட் தோழர்களுடன் தொடர்பில் இருந்தபோது, காரைக்குடியில் இருந்து பொறியியல் கல்லூரி மாணவர்கள் என்னிடம் தொடர்பில் இருந்தனர்.

ஒருநாள், அவர்கள் என் அறைக்கு வந்து, பூட்டு போடப்பட்டிருந்த ஒரு பெட்டியைக் கொடுத்து, ''இதனுள் வெடிகுண்டு உள்ளது..! இதனை எங்காவது மறைத்து வையுங்கள்!'' என்று கொடுத்தார்கள்.

நான் தங்கியிருந்த பகுதி காடுகள் அடர்ந்த, ஆள் நடமாட்டம் இல்லாத, பனைமரங்கள் அதிகமாக உள்ள பகுதி. எனவே, அந்தப் பெட்டியை இரவில் குழிதோண்டிப் புதைத்துவிட்டேன். அதன்பின் அவர்கள் தொடர்பில் இல்லை. 'நான் மாணவர்கள் போராட்டத்துக்கு வழிநடத்துகிறேன்' என்று தெரிந்தபிறகுதான் முதலில் என்னிடம் தொடர்பு கொண்டார்கள்.

இந்த விபரங்கள் எதுவும் பாரதிக்குத் தெரியாது. ஆனாலும், என்னை புலவரிடம் அழைத்துச் சென்று, ''நம்ம அப்பாத்துரை, மாவோஸ்ட் தொடர்பில் இருக்கிறான்'' என்று கூறிவிட்டான்.

அன்று, பாரதி ஊருக்குச் சென்று விட்டான். மற்ற நண்பர்களும் சென்றுவிட்டார்கள். யாரும் இல்லாததை அறிந்துகொண்ட அந்த மாவோயிஸ்ட்டுகள் ஒன்பது பேர் என் அறைக்கு வந்திருந்தார்கள். கூட்டம் இரவு பத்து மணிக்கு ஆரம்பித்தது. அவர்கள், ''இந்தப் போராட்டத்துக்கு முடிவு வரவேண்டும் என்றால், உங்கள் கல்லூரியின் சோதனைக் கூடங்கள் உள்ள அந்தக் கட்டடத்தைக் குண்டு வைத்துத் தகர்க்க வேண்டும்..!'' என்று சொன்னார்கள்.

நான் அதிர்ந்துபோய் அவர்களிடம், ''இங்கு விடுதிக் கட்டணம் ஐந்து ரூபாயை வாபஸ் பெறவேண்டும் என்பதற்குத்தான் போராட்டம். இதற்கும் கட்டடத்தைத் தகர்ப்பதற்கும் என்ன சம்பந்தம்..? ஐந்து ரூபாய்க்காக கட்டடத்துக்கு வெடிகுண்டா..?'' என்று கோபமாகக் கேட்டேன். அவர்கள் அனைவரும் சொன்னதையே திரும்பத் திரும்பச் சொல்லிக்கொண்டிருந்தார்கள்.

நான் சொன்னேன், ''இங்குள்ள வேதியியல், தாவரவியல், விலங்கியல், மற்றும் புவியியல் சோதனைக்கூடங்களில் பயின்று எத்தனையோ விஞ்ஞானிகள் வருவார்கள். அதனைத் தகர்ப்பதற்கும் இதற்கும் என்ன சம்பந்தம் உள்ளது? எனவே, இதை நான் ஏற்றுக் கொள்ளமாட்டேன்! நீங்கள் உடனே வெளியேறுங்கள்!'' என்று, சற்றுக் கோபமாகப் பேசினேன்.

நேரம் அதிகாலை ஐந்து மணி ஆகிவிட்டது. நான் அவர்களிடம், "நீங்கள் இங்கிருந்து உயிருடன் செல்ல வேண்டும் என்று நினைத்தால் இப்படியே சென்றுவிடுங்கள். இல்லை என்றால், நீங்கள் பிணமாகத்தான் செல்ல முடியும்!" என்று அதட்டிப் பேசினேன். அதன்பின் கலைந்து சென்றார்கள். அதன்பிறகு, நான் எப்படிப்பட்டவன் என்பதை அறிந்துகொண்ட அவர்கள் என்னுடன் பேசவே இல்லை. நான், அந்த இயக்கத்தின் மீது எனக்கு இருந்த பிடிப்பை முழுதாகக் கைவிட்டேன்.

தூய சவேரியார் கல்லூரி மாணவர் மரணம்!

பாளையங்கோட்டை தூய சவேரியார் கல்லூரிப் பேராசிரியர் சீனிவாசன், காவல்துறையால் தாக்கப்பட்டார். அதைக் கண்டித்து கொதித்து எழுந்த மாணவர்கள் போராட்டம் நடத்தினர். அப்போது நடைபெற்ற மாணவர்களின் ஊர்வலத்தில் தூத்துக்குடி, வ.உ.சி. கல்லூரியிலிருந்து எனது தலைமையில் மாணவர்கள் கலந்துகொண்டோம். திடீரென்று, ஊர்வலத்தின் மீது காவலர்களின் தாக்குதல் நடைபெற்றது. அதில் மாணவர்கள் சிதறி ஓடினர். பாலத்தில் ஏறி ஓடித் தப்பிக்கச் சென்ற மாணவர் ஒருவர் அடித்துக் கொல்லப்பட்டார். இது தமிழகத்தில் உள்ள கல்லூரி மாணவர்கள் மத்தியில் மிகப்பெரிய கொந்தளிப்பை ஏற்படுத்தியது. அதன்பிறகு, போராட்டம் அடங்கியதும், சில மாணவர்களை காவலர்கள் தேடிக்கொண்டிருந்தார்கள்.

எனது கல்லூரி நண்பர் என்.ஆர்.டி.பார்த்திபன் தேனியைச் சேர்ந்தவர். அவரது தந்தை என்.ஆர்.தியாகராஜன் பிரபலமான காங்கிரஸ்காரர்; பெருந்தலைவர் காமராசருக்கு நெருங்கிய நண்பர்; கட்சியில் செல்வாக்குமிக்க தலைவர்; பல பதவிகளில் இருந்து செயல்பட்டவர்; பெரிய செல்வந்தர்.

பார்த்திபன் பகலில் காங்கிரஸ்காரராக இருப்பார், இரவு வந்துவிட்டால் தீவிரவாதியாக மாறிவிடுவார். பகலில் என்னிடம் வந்து அஹிம்சாவாதம் பேசி நன்றாகப் பழகுவார். இரவு வந்துவிட்டால், "அநியாயங்களைப் பார்த்துச் சகித்துக்கொண்டு வெறுமனே போராட்டம், உண்ணாவிரதம் என்று சும்மா இருக்கக் கூடாது நண்பரே… தீவிரவாத நடவடிக்கைகளில் இறங்கவேண்டும்!" என்று பேசிக்கொண்டே இருப்பார். தன் தந்தை அனுப்பும் பணத்தை நண்பர்களுக்காக செலவழித்துக்கொண்டே இருப்பார். இதையெல்லாம் நான் கண்டிப்பேன்.

ஒருநாள், பார்த்திபன் இரவுநேரத்தில் யாருக்கும் தெரியாமல், உதவி கலெக்டர் அலுவலகத்துக்குச் சென்று, அங்கிருந்த நோட்டீஸ் போர்டில் இருந்த கண்ணாடிகளை உடைத்து, உள்ளே இருந்த பேப்பர்களை எல்லாம் கிழித்து எறிந்துவிட்டு, 'மாவோ சிந்தனைகள்' என்று எழுதிய பேப்பரை ஒட்டிவைத்துவிட்டு விடுதிக்கு வந்துவிட்டார். கண்ணாடிச் சிதறல்கள் பட்டு அவரது கைகளில் ரத்தம் வடிந்துகொண்டு இருந்தது. அந்தக் காயத்தோடு என்னிடம் வந்து, "இன்று ஒரு புரட்சி செய்துவிட்டேன்!" என்றார். "இது வேண்டாத வேலை" என்று அதையும் நான் கண்டித்தேன். மறுநாள், காவலர்கள் கல்லூரிக்கு வந்து சந்தேகத்தின்பேரில் மூன்று மாணவர்களை அழைத்துச் சென்று, விசாரணை என்ற பெயரில் சித்ரவதை செய்து அனுப்பிவிட்டார்கள்.

அதன்பின், பார்த்திபன் யாரிடமும் சொல்லிக்கொள்ளாமல் ஊருக்குச் சென்றுவிட்டார். படிப்பையும் பாதியில் விட்டுவிட்டார். அவரது தந்தையும் எவ்வளவோ சொல்லிப்பார்த்தும் கடைசிவரை படிப்பை முடிக்கவில்லை. தந்தை இறந்த பிறகு, கடைசிவரை திருமணம் செய்துகொள்ளாமல், பொதுச்சேவைகளில் நாட்டம் செலுத்த ஆரம்பித்துவிட்டார்.

நான் சட்டமன்ற, நாடாளுமன்ற உறுப்பினராக இருந்த சமயங்களில் தேனி பகுதியில் பொதுக்கூட்டங்களுக்குச் சென்றால் அவரது வீட்டில் தங்குவேன். அவர் மரணம் அடையும் வரை என்னிடம் தொடர்பில் இருந்து, அன்றாட அரசியல் நடப்புகளைப் பற்றிப் பேசிக்கொண்டேதான் இருந்தார்.

தலைவரா..? உருப்படாதவனா..?

விடுதியில் நாங்கள் 'ஜனசக்தி' பேப்பர் படிப்பது வழக்கம். 'சங்கர் ஏஜென்ஸி' என்ற கடைக்குச் சென்று பேப்பர் வாங்கி வருவது என் பொறுப்பு. ஒருநாள் ஞாயிற்றுக்கிழமை மாலை, வழக்கம்போல பேப்பர் வாங்கிக்கொண்டு வந்தேன். என் எதிரில் ஒருவர் சைக்கிளில் வந்து என்முன் நிறுத்தினார். அவர் சி.ஐ.டி. சப்-இன்ஸ்பெக்டர் என்பது எனக்குத் தெரியும். சீருடை இல்லாமல் ஊர்வலங்கள், போராட்டங்களின் போது பார்த்திருக்கிறேன். நான் எப்போதும் 'ஜனசக்தி' என்ற பெயர் வெளியில் தெரியும் வண்ணம் பேப்பரை மடித்து வைத்துத்தான் கொண்டுவருவேன். அன்று, நான் அவரைப் பார்த்ததும் அதை உள்ளே வைத்து மடித்துக்கொண்டு வந்தேன்.

சப்-இன்ஸ்பெக்டர் என்னிடம், "தம்பி, என்ன படிக்கிறீங்க... உங்களுக்கு அப்பாத்துரையைத் தெரியுமா?" என்று கேட்டார்.

அவரிடம், ''தெரியும்... நான் பி.யூ.சி. படிக்கிறேன். அவர் இரண்டாமாண்டு படிக்கிறார் எனக் கேள்விப்பட்டுள்ளேன்!'' என்று முன்யோசனையுடன் கூறினேன். ''நீங்கள் சென்று வாருங்கள்...'' என்று கூறிவிட்டார். என் பையில் பேப்பர் இருந்ததை அவர் பார்த்தாரா, பார்க்கவில்லையா என்று தெரியவில்லை.

இது நடந்த மறுவாரம், தூத்துக்குடியில் 'வங்கிகளை அரசுடைமை ஆக்க வேண்டும்!' என்று தோழர் எஸ்.ஏ.முருகானந்தம் தலைமையில் மறியல் போராட்டம் நடைபெற்றது. அதில் நான் கலந்துகொண்டு கைது செய்யப்பட்டேன். எங்களை காவல்நிலையத்துக்கு அழைத்துச் சென்று பெயர்களைப் பதிவுசெய்தார்கள். அப்போது 'மு.அப்பாத்துரை, இரண்டாமாண்டு பி.ஏ., நெல்லை மாவட்ட மாணவர் மன்றத் தலைவர்' என்று சொன்னதைப் பதிவுசெய்தார்கள்.

இதைக் காதில் கேட்டுவிட்டு, வெளியில் நின்றிருந்த சி.ஐ.டி. சப்-இன்ஸ்பெக்டர் உள்ளே வந்து, ''யாரு அப்பாத்துரை..!?'' என்று கேட்டார். உடனே, ''இதோ இவர்தான்...'' என்று என்னைக் சுட்டிக் காட்டினார்கள்.

சப்-இன்ஸ்பெக்டர் என்னைப் பார்த்து, ''ஓ... நீங்கதானா!'' என்று ஆச்சரியப்பட்டு, அங்கே இருந்த தோழர்களிடம், ''நான் அப்பாத்துரை பற்றித் தெரிந்துகொள்ள, இவரது கல்லூரிக்குச் சென்று சில மாணவர்களிடம் விசாரித்தேன். 'கையில் பேப்பரோடு வருவார்' என்று அவர்கள் கடைசியாகச் சொன்ன அடையாளத்தின் அடிப்படையில் இவரிடமே விசாரித்தேன். ஆனால், அப்பாத்துரை சுதாரித்துக்கொண்டு என்னிடம், பி.யு.சி. படிப்பதாகச் சொல்லி நழுவிவிட்டார். நான் மேற்கொண்டு விசாரிக்கவில்லை...'' என்று சிரித்தார். உடனே தோழர்கள், ''மீன்குஞ்சுக்கு நீந்தவா கற்றுக்கொடுக்க வேண்டும்?'' என்று கூறினார்கள்.

சப்-இன்ஸ்பெக்டர், தோழர்களிடம் ஒரு வேண்டுகோள் வைத்தார்; ''அப்பாத்துரையை அழைத்துச்சென்று, அவருக்கு நான் பிரியாணி வாங்கிக் கொடுக்கணும்... அதற்கு நீங்கள் அனுமதி தரவேண்டும்'' என்று கேட்டார். தோழர்கள், ''சரி... நீங்கள் கூட்டிச் செல்லுங்கள்'' என்று கூறிவிட்டார்கள்.

அதன்படி, என்னை அழைத்துச் சென்று, பிரியாணி வாங்கிக் கொடுத்தார். சாப்பிடும்போதே, அவர், ''படித்துவிட்டு என்ன வேலைக்குப் போகப் போகிறீர்கள்?'' என்று கேள்வி கேட்டார்.

''நான் படித்து முடித்தபின் முழுநேர அரசியலில் ஈடுபடுவேன்'' என்று உறுதியாகச் சொன்னேன்.

சாப்பிட்டபின், மீண்டும் காவல்நிலையத்துக்கு அழைத்து வந்து, தோழர்களுக்கிடையில், ''உங்கள் அப்பாத்துரை ஒருநாள் உங்கள் கட்சியில் பெரிய தலைவராக வந்துவிடுவார்!'' என்று கூறிவிட்டுச் சென்றார். எனக்கு அப்போது ஒன்றும் புரியவில்லை!

மறுநாள், கல்லூரிக்குச் சென்றேன். அங்கு எங்கள் வரலாற்றுத்துறை விரிவுரையாளர் வகுப்பு. நான் எப்போதும் முதல் பெஞ்சில் அமர்ந்திருப்பேன். விரிவுரையாளர், என்னைப் பார்த்து, ''அப்பாத்துரை எழுந்து நில்..!'' என்று கூறினார். நான் எழுந்து நின்றேன். என்னை எரிச்சலாகப் பார்த்த விரிவுரையாளர், ''படிக்கும்போதே சிறைக்குச் செல்கிறாயே... நீ ஒரு நாளும் உருப்பட மாட்டாய்!'' என்று எனக்கு 'ஆசீர்வாதம்' போட்டார்கள்!

முதல்வர் அச்சுதமேனனுடன் எதிர்பாராத சந்திப்பு!

கல்லூரியிலிருந்து, வரலாற்றுத்துறை மூன்றாமாண்டு மாணவர்கள் திருவனந்தபுரத்துக்குச் சுற்றுலாச் செல்ல வேண்டும் என்று முடிவு செய்தார்கள். ''நான் வரவில்லை'' என்று கூறிவிட்டேன். ஆனால், ஆசிரியர்கள் என்னைக் கட்டாயம் வரவேண்டும் என்று வற்புறுத்தினார்கள். அதில் மூன்று ஆசிரியர்களும் கலந்து கொண்டார்கள்.

முதல்நாள் இரவு புறப்பட்டு, அதிகாலையில் கன்னியாகுமரியில் சூரிய உதயம் பார்த்துவிட்டு, பத்மநாபபுரம் அரண்மனைக்குச் சென்று சுற்றிப் பார்த்தோம். அங்கிருந்து திருவனந்தபுரம் சென்றோம். திருவனந்தபுரத்தில் பல இடங்களைப் பார்த்துவிட்டு, இறுதியாக விமானநிலையத்தைப் பார்க்கச் சென்றோம். நாங்கள் சென்ற நேரத்தில் டெல்லியில் இருந்து விமானம் வந்தது. அதில் காவலர்களின் பாதுகாப்புடன் ஒருவர் எளிமையாக நடந்து வந்துகொண்டு இருந்தார். எனக்கு அவர் யார் என்று அப்போது தெரியவில்லை.

எனது ஆசிரியர், ''அவர் யாரென்று தெரியுமா?'' என்று கேட்டார். ''பத்திரிகைகளில் இவரது புகைப்படத்தைப் பார்த்ததுபோல இருக்கிறது... ஆனால், எனக்குச் சரியாகத் தெரியவில்லை'' என்றேன்.

''அவர்தான் உங்கள் தோழர் சி.அச்சுதமேனன், கேரளா முதலமைச்சர்!'' என்று சொன்னார். நான் வியந்து பார்த்துக்கொண்டு இருந்தபோது, அவர், ஓர் அறையில் வந்து உட்கார்ந்தார்.

ஆசிரியர் என்னிடம், ''நீங்கள் கம்யூனிஸ்ட் என்று சொல்கிறீர்களே... உங்கள் தோழரிடம் போய்ப் பேசுங்கள்'' என்று சொல்லி, என்னை அவர் பக்கம் திருப்பினார்.

தோழர் அச்சுதமேனன்

நான் மிகுந்த ஆர்வத்துடன் முதல்வரிடம் செல்ல, போலீஸ் அதிகாரிகள் என்னை மறித்தார்கள். உடனே நான், ''*I want to meet my Comrade*'' என்று கூறினேன். அவர்களும் என்னை முதலமைச்சரின் அருகில் அழைத்துச் சென்றார்கள். நான் முதலமைச்சரிடம், ''*I am Appadurai from Tamilnadu. Students fedaration President of Thirunelveli district*'' என்று கை நீட்டினேன். உடனே அவர் சிரித்த முகத்துடன், என் கையைப் பிடித்துக் குலுக்கி, ''மிக்க மகிழ்ச்சி... எங்கே இந்தப்பக்கம்?'' என்று கேட்டார்.

''எங்கள் கல்லூரி மாணவர்கள், ஆசிரியர்கள் கேரளாவுக்குச் சுற்றுலா வந்தோம்... அவர்கள் அங்கே நிற்கிறார்கள்...'' என்று எங்கள் குழுவினரைக் கை நீட்டிக் காட்டினேன்.

உடனே திரும்பிப் பார்த்த முதல்வர், ''அவர்களை இங்கே அழைத்து வாருங்கள்'' என்று, என்னை காவலர்களுடன் அனுப்பினார். நான் மாணவர்களையும் ஆசிரியர்களையும் அழைத்து வந்து முதலமைச்சரிடம் அறிமுகம் செய்து வைத்தேன்.

அனைவரிடமும் கைகொடுத்து அன்பாகப் பேசி, ''என்ன சாப்பிடுகிறீர்கள்? இவர்கள் அனைவருக்கும் காபி கொடுங்கள்!'' என்று அதிகாரிகளிடம் முதல்வர் கூறினார்.

ஆசிரியர்கள் முகம் மலர்ந்து, ''நாங்கள் ஏற்கெனவே காபி குடித்துவிட்டோம். இப்போது வேண்டாம். உங்களைப் பார்த்ததே எங்களுக்குப் பெருமையாகவும், உற்சாகமாகவும் இருக்கிறது. அப்பாத்துரை எங்கள் கல்லூரியில் மாணவர் தலைவர்... சிறந்த கம்யூனிஸ்ட் இயக்கவாதி!'' என்று கூறினார்கள். பின்னர், நாங்கள் முதல்வருக்கு நன்றி சொல்லிவிட்டு வெளியில் வந்தோம்.

ஆசிரியர்களில் ஒருவர் ஜனசங்கம், இருவர் சிண்டிகேட் காங்கிரஸ் அனுதாபிகள். ஒரு ஆசிரியர் சொன்னார், "நான் காமராஜரைக் கடவுளாக நினைப்பவன். அவரைப் பார்த்ததில்லை, கையைத் தொட்டதில்லை, வாய்ப்பும் அமையவில்லை. ஒரு கம்யூனிஸ்ட் முதல்வர் எவ்வளவு எளிமையாகப் பழகுகிறார்! அப்பாத்துரை... இதுதான் கம்யூனிஸ்ட் கட்சி!" என்று புகழ்ந்து பேசினார்.

உற்சாக மிகுதியில் திருவனந்தபுரத்தில் ஒரு ஜவுளிக்கடையில் பெரிய சிவப்புச் சால்வை எடுத்து அங்கேயே போர்த்தி எனக்குச் சிறப்புச் செய்தார்கள். என்னைக் கட்டாயப்படுத்தி சுற்றுலாவுக்கு அழைத்துவந்த எனது ஆசிரியர்களுக்குத்தான் நான் நன்றி சொன்னேன்.

வீட்டில் கடுமையான எதிர்ப்பு!

எங்கள் ஊரில் கம்யூனிஸ்ட் கொடியை இரண்டு இடங்களில் ஏற்றினேன். ஒன்று ஊரின் மையப்பகுதியில், மற்றது திருச்செந்தூர் திருநெல்வேலி முதன்மைச் சாலையில். இதற்குப் பின் ஊரில் பலர் என்னிடம் பேச மாட்டார்கள்!

திருச்செந்தூர் வட்டாரத்தில் இந்தியக் கம்யூனிஸ்ட் கட்சி தொடங்கிய காலம். வீட்டில் கடுமையான எதிர்ப்பு! நான் கட்சிக் கூட்டங்களுக்குச் சென்றுவிட்டு இரவு வீட்டுக்கு வந்தால், முன் கதவைத் திறக்க மாட்டார்கள். நான் சுவர் ஏறிக் குதித்து மாட்டுத்தொழுவத்தில் படுத்துக்கொள்வேன்.

1970ல் குறும்பூர் வட்டாரத்தில் விவசாயிகள் சங்கம், புறையூரில் ஆரம்பிக்கப்பட்டது. 'பொதுக்கூட்டம், ஊர்வலம்... தோழர் எஸ்.ஏ.முருகானந்தம் பேசுகிறார்' என விளம்பரம் செய்யப்பட்டது. நான் அந்தக் கூட்டத்துக்குச் சென்றேன். ஊர்வலத்தின் முன்னால் செங்கொடி பிடித்து வீரநடை போட்டுச் சென்றேன்.

அப்போது, என் அருகில் வந்த உளவுத்துறை காவலரான எனது உறவினர், "தம்பி நீங்கள் கல்லூரி மாணவர். இப்படி கொடி பிடித்துச் செல்ல வேண்டாம்!" என்று கூறினார். நான் அவர் பேச்சைக் கேட்கவில்லை. செங்கொடியுடன் வீரநடை தொடர்ந்தது.

பின்னர் நடந்த அங்கமங்கலம் பொதுக்கூட்டத்தில் பொதுமக்கள் திரளாகக் கலந்துகொண்டார்கள். தோழர் எஸ்.ஏ.முருகானந்தம் ஆவேசமாகப் பேசிக்கொண்டு இருந்தார். அப்போது, அவருடைய அம்மா இறந்துவிட்டதாகத் தகவல் வந்தது. எனவே, கூட்டம் முன்னதாக முடிக்கப்பட்டு வருத்தத்தோடு திரும்பிச் சென்றோம்.

சட்டமன்ற, நாடாளுமன்ற பொதுத்தேர்தல்: 1971

1969ல் அகில இந்திய காங்கிரஸ் கட்சியில் பிளவு ஏற்பட்டது. இந்திரா காங்கிரஸ், நிஜலிங்கப்பா காங்கிரஸ் (பழைய காங்கிரஸ்) என இரு பிரிவுகளாக இயங்கின. அதனை ஒட்டி ஏற்பட்ட குழப்பத்தில் 1971ல் இந்திய நாடாளுமன்றம் கலைக்கப்பட்டது; இந்தியா பொதுத் தேர்தலுக்குத் தயாரானது.

தமிழ்நாட்டிலும், சட்டமன்றம் ஒரு ஆண்டுக்கு முன்னதாக கலைஞரால் கலைக்கப்பட்டு, 1971ல் பொதுத்தேர்தலுக்குத் தயாரானது. எனவே, இந்திய நாடாளுமன்றத்துக்கும், தமிழக சட்டமன்றத்துக்கும் ஒரே நாளில் தேர்தல்கள் நடைபெற்றன.

தி.மு.க., இந்திரா காங்கிரஸ், சி.பி.ஐ., பார்வர்ட் பிளாக் மற்றும் இந்திய யூனியன் முஸ்லிம் லீக் ஆகிய கட்சிகளின் கூட்டணி ஏற்பட்டது. சி.பி.எம். கட்சி, காங்கிரஸ் கூட்டணியில் சேரவில்லை.

தமிழ்நாட்டில் சி.பி.ஐ.க்கு நான்கு நாடாளுமன்றத் தொகுதிகள், பத்து சட்டமன்றத் தொகுதிகள் ஒதுக்கப்பட்டன. நெல்லை மாவட்டத்தில், நெல்லை நாடாளுமன்றத் தொகுதியும், கோவில்பட்டி சட்டமன்றத் தொகுதியும் ஒதுக்கப்பட்டன. நாடாளுமன்ற வேட்பாளராக தோழர் எஸ்.ஏ.முருகானந்தமும், சட்டமன்ற வேட்பாளராக தோழர் எஸ்.அழகர்சாமியும் போட்டியிட்டனர்.

தூத்துக்குடி மாணவர் மன்றத் தோழர்கள், நெல்லை நாடாளுமன்றத் தொகுதி பிரசார இயக்கத்தில் பங்கு கொண்டனர். நான் தூத்துக்குடி சட்டமன்றத் தொகுதியில் வீதிவீதியாக மைக் பிரசாரத்திலும், பொதுக்கூட்டங்களிலும் பங்கெடுத்துக் கொண்டேன். மற்ற தோழர்கள், ஓட்டப்பிடாரம் மற்றும் கங்கைகொண்டான் சட்டமன்றத் தொகுதிகளில் தேர்தல் பணி செய்தார்கள்.

தேர்தல் முடிவு அறிவிக்கப்பட்டது. தமிழகத்தில் தி.மு.க.-இந்திரா காங்கிரஸ் கூட்டணி மகத்தான வெற்றி பெற்றது. கலைஞர், தமிழக முதல்வராகப் பொறுப்பேற்றார். இந்திரா காங்கிரஸ் பெரும்பான்மை இடங்களில் வெற்றிபெற்று, இந்திரா காந்தி பிரதமராகப் பொறுப்பேற்று ஆட்சி அமைத்தார்.

தோழர்கள் எஸ்.ஏ.முருகானந்தம், எஸ்.அழகர்சாமி இருவரும் வெற்றி பெற்றனர். நாங்கள் மாணவர் மன்றத் தோழர்கள் பெரிய பூமாலைகளை வாங்கிக்கொண்டு தோழர் முருகானந்தம்

வீட்டுக்கு வாழ்த்தச் சென்றோம். அங்கு அவர் எங்களைக் கண்டுகொள்ளவில்லை. எனவே, நாங்கள் ஆசையுடன் கொண்டுபோன பூமாலைகளை, தெருவில் நின்றுகொண்டு இருந்த எருமைமாட்டுக் கழுத்தில் போட்டுவிட்டு கல்லூரி விடுதிக்கு வந்துவிட்டோம்.

(மிகவிரைவில் எனக்குப் பட்டப்படிப்பு மூன்றாமாண்டு தேர்வு இருந்தும், நான் பாடத்தைப் படிக்காமல் தேர்தல் பணியாற்றினேன் என இங்கே குறிப்பிட விரும்புகிறேன்.)

பட்டப் படிப்பு மூன்றாமாண்டு பல்கலைக்கழகத் தேர்வு எழுதுவதற்கு முன், கல்லூரியில் பிரிவு உபசார விழா நடைபெற்றது. அந்த விழாவில் ஆசிரியர்கள், மாணவர்கள் மத்தியில் நான் பேசும்போது, "நமது கல்லூரி, எண்ணற்ற மாணவர்களை சமூகம், பொருளாதாரம், அரசியல், விஞ்ஞானம் ஆகியத் துறைகளில் பல திறமைகள் பெற்றவர்களாக வளர்த்து வந்திருக்கிறது. வ.உ.சி. கல்லூரி, விரைவில் பல்கலைக்கழகமாக வளர்ந்து சிறப்புப் பெறவேண்டும்!" என்று, எனது ஆர்வத்தையும் ஆதங்கத்தையும் தெரிவித்தேன்.

இப்படி நான் பேசிய செய்தியை ஆசிரியர்கள், கல்லூரி நிறுவனர் ஏ.பி.சி.வீரபாகுவிடம் சொல்லியிருக்கிறார்கள். மறுநாள், அவர் என்னை அழைத்துப் பாராட்டினார்.

இத்துடன் எனது கல்லூரி வாழ்க்கை நிறைவு பெற்றது.

போராட்டமே வாழ்க்கை

குத்தகை விவசாயிகள் பாதுகாப்புச் சட்டம்!

சொந்த ஊருக்குச் சென்று தீவிரமான கட்சிப் பணிகளில் ஈடுபட்டேன். 1971ஆம் ஆண்டு, அப்போது முதல்வராக இருந்த கலைஞர் விவசாயிகளுக்கு ஆதரவாக 'குத்தகை விவசாயிகள் பாதுகாப்புச் சட்டம்' கொண்டு வந்தார். அதனை முழுமையாகச் செயல்படுத்த 'விவசாயிகள் சங்கம்' அமைக்க வேண்டும் என கட்சியில் முடிவு செய்தார்கள். எனவே, கிராமங்களுக்குச் சென்று விவசாயிகளுடன் பேசி பணியாற்றத் தொடங்கினேன்.

எங்கள் ஊரில் இந்தியக் கம்யூனிஸ்ட் கட்சியின் கிளை அமைக்க முயற்சி செய்தேன். இந்தியக் கம்யூனிஸ்ட் கட்சியின் அமைப்பு விதியின்படி ஐந்து உறுப்பினர்கள் இருந்தால்தான் கிளை அமைக்க முடியும். எங்கள் கிராமத்தில் அனைவரும் தலித்துகள்; ஒரு நாடார், ஒரு தேவர் என இரு வீட்டார்கள் வசித்து வந்தனர். தலித் சமூகத்தினர் யாரும் கம்யூனிஸ்ட் கட்சியில் சேர முன்வரவில்லை.

நான் என் அப்பாவிடம் அரசியல் பேசுவேன். கம்யூனிஸ்ட் தலைவர்கள் பற்றியும் எடுத்துச் சொல்வேன். பின்னர், மனம் மாறி என் அப்பா கம்யூனிஸ்ட் கட்சியில் சேர முன் வந்தார்.

அதன் பின்னர், அக்காவை மணந்த மாமா செகண்டரி கிரேட் ஆசிரியரான பரமசிவம், 'பட்ட நாடார்' என்று நாங்கள் அழைக்கும் ஜான் ஹென்றி, மந்திரத் தேவர் ஆகிய ஐந்து பேர் கொண்ட கிளை அமைக்கப்பட்டது. எனது மாமா 'திலீபன்' என்ற புனைபெயரில் சேர்த்துக்கொள்ளப்பட்டார்.

கிளையின் செயலாளராக ஜான் ஹென்றி தேர்வு செய்யப்பட்டார். நான் அந்தப் பகுதியில் கட்சிக் கிளைகள் அமைக்க முயற்சிகள் எடுக்கத் துவங்கினேன்.

1972ஆம் ஆண்டு, திருச்செந்தூர் தாலுகாவின் இந்தியக் கம்யூனிஸ்ட் கட்சியின் மாநாடு திருச்செந்தூரில் நடைபெற்றது. அந்த மாநாட்டில் என்னை உதவிச் செயலாளராகத் தேர்வு செய்தனர். அதன்பின் தாலுகா முழுமையும் சென்று தீவிரமாக கட்சிப்பணி புரிந்தேன். தாலுகாசெயலாளர்தோழர்பொய்சொல்லான் 'தாரங்கதாரா ரசாயன ஆலை' (DCW) தொழிலாளி, அவருடன் இணைந்து கட்சிப் பணி செய்தேன். பல கிராமங்களுக்குச் சென்று இரவுவில் தங்கி 'விவசாயிகள் சங்கம்' அமைக்க இருவரும் சொல்வோம். நிலமீட்சிப் போராட்டத்தில் பங்குபெற்று பொய்சொல்லான் சிறைக்குச் சென்றதால் பணிநீக்கம் செய்யப்பட்டார். அதனால், வெளியில் வந்து முழுமையாக இயக்கப் பணியில் ஈடுபட்டார்.

நாங்கள் பல ஊர்களுக்குச் சென்று 'குத்தகை விவசாயிகள் பாதுகாப்புச் சட்ட'த்தின்கீழ் விண்ணப்பம் பதிவுசெய்தோம். 'நமது ஊரிலும் விவசாயிகளுக்கு பயன் கிடைக்க ஏற்பாடு செய்ய வேண்டும்' என்று எண்ணினேன். என் உறவு முறை தாத்தா ஊர்காத்தான். ஓய்வெடுக்காமல் வருடந்தோறும் விவசாய நிலத்தில் கடுமையாக உழைப்பவர்.

அவர் விவசாயம் செய்த நிலத்தின் உரிமையாளர், பெரிய நிலச்சுவான்தார்; நாற்பது மைல்களுக்கு அப்பாலுள்ள படுக்கப்பத்து கிராமத்தைச் சேர்ந்த இஸ்லாமியர். எனவே, குத்தகைதாரர் விண்ணப்பம் பதிவுசெய்ய வைக்கலாம் என்று தாத்தாவிடம் பேசினேன்; ''இந்த ஐந்தாம் எண் விண்ணப்பதைப் பூர்த்திசெய்துக் கொடுத்தால், 'நீங்கள்தான் நிலத்தில் பயிர் செய்கிறீர்கள்' என்ற உரிமையை அரசு பதிவுசெய்யும். நாளை, உங்களை நிலத்தை விட்டு வெளியேற்ற நிலச்சுவான்தார் முயற்சித்தால் உங்களுக்கு அவர் இழப்பீடு வழங்க வேண்டும். இதுதான் இந்தச் சட்டத்தின் நோக்கம். எனவே, நீங்கள் உடனே பதிவு செய்யுங்கள்'' என்று கூறினேன்.

அதற்கு அந்தத் தாத்தா, ''பேரப்பிள்ளை... எங்க முதலாளி என்னை நடுவீட்டுக்கு அழைத்துப்போய் தலைவாழை இலை போட்டு சோறு போடுவார். எனவே, அவருக்கு எதிராக விண்ணப்பம் பதிவுசெய்ய மாட்டேன்!'' என்று கூறிவிட்டார்.

கட்சியின் கிளைச் செயலாளர் ஜான் ஹென்றியும் ஒரு நிலத்தில் குத்தகை விவசாயம் செய்து வந்தார். அந்த நிலத்தின் உரிமையாளரும் நாடார்தான். நான் சொன்னதை ஏற்று அவர்

‘குத்தகை விவசாயிகள் பாதுகாப்புச் சட்ட’த்தின்கீழ் விண்ணப்பம் பதிவுசெய்ய ஒப்புக்கொண்டார்.

விண்ணப்பம் பதிவுசெய்து தாசில்தார் அலுவலகத்தில் கொடுத்து விட்டோம். விசாரணைக்கு, அந்த வயலுக்குப் பக்கத்து வயலில் நீர் பாய்ச்சுகிறவர்கள் அல்லது குத்தகையாளர்கள் ‘இந்த வயலை, இவர்தான் விவசாயம் செய்கிறார்’ என்று சாட்சி சொல்ல வேண்டும்.

முதல்நாள், பக்கத்து வயல்காரர்கள் நான்கு பேரிடமும் பேசியதால், தாசில்தாரிடம் வந்து சாட்சி சொல்ல ஒப்புக்கொண்டார்கள்.

காலையில் போய் கூப்பிட்டேன். யாரும் வர தயாராக இல்லை. நானும், தோழர் ஜான் ஹென்றியும் திருச்செந்தூர் தாலுகா அலுவலகத்துக்குச் சென்றோம். அங்கு தோழர் பொய்சொல்லான் உடன் இருந்தார். விசாரணை தொடங்கியது. நான் சாட்சி சொல்ல உள்ளே நுழைந்தேன். என்னைப் பார்த்த தாசில்தார், ‘‘நீங்கள் விவசாயி இல்லை; கல்லூரி மாணவர். எனவே, உங்கள் சாட்சியை ஏற்றுக்கொள்ள முடியாது!’’ என்று கூறிவிட்டு, ‘‘இப்போது, மதியஉணவு இடைவேளை... நீங்கள் சாப்பிட்டுவிட்டு வாருங்கள்’’ என்று எழுந்துவிட்டார்.

சாப்பிட்டு முடித்தவுடன் அந்த இடைவேளையில், தோழர் பொய்சொல்லான் என்னிடம் வந்து, ‘‘அப்பாத்துரை... தாசில்தார் ஒரு முஸ்லிம். எனவே, உள்ளே போனவுடன் ‘சார் நீங்கள் குர்ஆன் மீது சத்தியம் செய்து, இந்த நிலத்தின் குத்தகை விவசாயி இவர் இல்லை என்று எழுதித் தாருங்கள்’ என்று கூறுங்கள். அப்புறம் என்ன நடக்கிறது என்று பாருங்கள்...’’ என்று சொன்னார்.

தோழர் சொல்லிக்கொடுத்தபடி, அந்த தாசில்தாரிடம் பேசினேன். அவர், சற்று யோசித்துவிட்டு, ‘ஜான் ஹென்றிதான் குத்தகை விவசாயி’ என்று எழுதிக் கொடுத்தார்.

அந்த நிலச்சுவான்தார் ஆறுமுகநேரிக்காரர். அவர் அந்த நிலத்தை வேறு யாருக்கோ விற்பனை செய்ய முடிவு செய்தார். எங்களிடம் பேசினார். தோழர் ஜான் ஹென்றி ரூபாய் ஐந்தாயிரம் வாங்கிக்கொண்டு விட்டுக்கொடுத்தார். இந்தச் செய்தி, விவசாயிகள் மத்தியில் பெரும் பரபரப்பையும், பேசுபொருளாகவும் மாறியது. அந்த நிலத்தின் பரப்பளவு குறைவுதான். இருந்தாலும், இந்த நிகழ்வு, அந்த வட்டாரத்தில் இந்தியக் கம்யூனிஸ்ட் கட்சியின்மீது மக்களுக்கு நம்பிக்கையை ஏற்படுத்தியது.

மின் கட்டண உயர்வு! மறியல் போராட்டம்!

1972, ஜூன் 12ஆம் தேதி, தி.மு.க. ஆட்சியில் மின் கட்டண உயர்வை அறிவித்தார்கள். அதனைக் கண்டித்து இந்தியக் கம்யூனிஸ்ட் கட்சி, இந்திரா காங்கிரஸ் சார்பில் 'மாநிலம் தழுவிய மறியல் போராட்டம்' நடத்துவது என்று முடிவு செய்யப்பட்டது.

இந்தப் போராட்டம் குறித்து முடிவுசெய்ய இந்தியக் கம்யூனிஸ்ட் கட்சியின் திருச்செந்தூர் தாலுகா குழு கூடியது. அந்தக் கூட்டத்தில் திருச்செந்தூரில் நடைபெறும் மறியலுக்கு சி.பி.ஐ. சார்பில் நான் தலைமை தாங்குவது என்று முடிவு செய்யப்பட்டது. அதுபோல, இந்திரா காங்கிரஸ் சார்பில் தியாகி பெஞ்சமின் என்று அவர்கள் முடிவு செய்தனர்.

அதன் அடிப்படையில், திருச்செந்தூரில் ஏராளமான பொதுமக்கள் மற்றும் விவசாயப் பெருமக்களின் ஆதரவோடு மறியல் போராட்டம் நடைபெற்றது. காவலர்களும் எங்களைச் சுற்றி இருந்தனர். எங்களைக் கைது செய்து, திருச்செந்தூர் காவல்நிலையத்தில் வைத்து இருந்தனர். பின்னர், மாலை ஐந்து மணிக்கு தூத்துக்குடி நீதிமன்றத்தில் ஆஜர்படுத்தினர். நீதிபதி, எங்களை சிறையில் அடைக்க உத்தரவிட்டார். இரவு ஏழு மணிக்கு பாளையங்கோட்டை சிறையில் அடைத்தனர்.

தொடர்ந்து மறியல் போராட்டம் நடைபெற்றதால், அங்கு ஏற்கெனவே மாவட்டம் முழுமையும் கைது செய்யப்பட்டவர்கள் இருந்தனர். அந்த அடிப்படையில் 1,300 பேர் சிறையில் இருந்தோம். எனக்குச் சிறை வாழ்க்கை புதிது. எனவே, இரண்டு தினங்களாக எனக்குச் சாப்பிட முடியவில்லை. தோழர் சிவகிரி கே.செல்லையா, என்னிடம், ''தோழரே... கவலைப்பட வேண்டாம். சுண்டல் தருவார்கள். அதில் வத்தல் கிடக்கும். அதை எடுத்து வைத்துக்கொள்ளுங்கள். காலையில் கேப்பைக்கூழ் குடிக்கும்போது அந்த வத்தலைக் கடித்துக்கொண்டு கூழைக் குடித்துவிடுங்கள்!'' என்று சொல்லிக்கொடுத்தார்.

சிறையில் அடைக்கப்பட்ட என்னைப் பார்ப்பதற்கு என் தந்தை வரவில்லை. எங்கள் ஊரில் உள்ளவர்கள் சிலர், என் தந்தையிடம், ''ஏன் உங்கள் மகனைப் பார்க்கச் செல்லவில்லை?'' என்று கேட்டதற்கு, ''என் மகன் எந்தக் குற்றமும் செய்துவிட்டு சிறைக்குச் செல்லவில்லை. விவசாயிகளின் நலனுக்காகத்தான் போராடி

சிறைக்குச் சென்றுள்ளான்!'' என்று கூறிவிட்டார். ஆனால், எனது மாமா ஆசிரியர் பரமசிவம் மட்டும் பலமுறை சிறைக்கு வந்து என்னைப் பார்த்துவிட்டுச் சென்றார்.

ஜெயிலில் உள்ளவர்களை ஒழுங்குபடுத்தப் பல்வேறு குழுக்கள் அமைக்கப்பட்டன. மருத்துவம், உணவு, பத்திரிகை, பொதுசுகாதாரக் குழு என பல்வேறு குழுக்கள் அமைத்தார்கள். இதில் என்னை உணவுக் குழுவில் அண்ணன் எஸ்.கே.டி.ராமச்சந்திரனோடு சேர்ந்து பணியாற்றச் சொன்னார்கள். எங்களின் வேலை... காலை, மதியம், இரவு என மூன்று வேளையும் எங்களுக்கான உணவை அளவு எடுக்கும்போது கண்காணிக்க வேண்டும். ஏனென்றால், அதில் தவறுகள் நடைபெறும் என்பது உண்மை. எனவே, நாங்கள் இருவரும் பிரதான ஜெயிலுக்குள் எப்போதும் சென்று வரலாம் என அனுமதி தந்தார்கள்.

நாங்கள் இருந்தது 'கொரண்டைன் வார்டு' என்று அழைக்கப்படும் இடம்; அரசியல் கட்சி தலைவர்களை அடைத்து வைக்குமிடம்.

ஒரு காலத்தில், இங்குதான் இந்தி எதிர்ப்புப் போராட்டத்தில் கலைஞர் அடைக்கப்பட்டு இருந்தார். இப்போது கலைஞர் இருந்த அறையில் கல்வெட்டு இருக்கிறது. இருபத்திநாலு மணி நேரமும் துப்பாக்கி ஏந்திய போலீஸ் பாதுகாப்பும் இருக்கும். அங்கே, பகல்நேரத்தில் பொழுதுபோக்குக்காக உளக்குடி முத்து என்கிற கிராமியக் கலைஞரின் சிரிப்புக்கூத்து நடைபெறும். எங்களுக்குள் கூட்டங்கள் நடைபெறும், தலைவர்கள் பேசுவார்கள்.

நான் அடிக்கடி உள்ளே பிரதான சிறைக்கூடத்துக்குச் சென்று வருவதால், பல தண்டனைக் கைதிகள் இருக்கும் அறைகளைச் சுற்றி வருகின்ற வாய்ப்பு எனக்குக் கிடைத்தது.

அன்று ஜெயிலராக இருந்தவர் என் உறவினர். அங்கு தூக்குத் தண்டனைக் கைதிகளைச் சந்தித்துப் பேசுவேன். கேரளாவைச் சேர்ந்த நக்சலைட் கிருஷ்ண பிள்ளை போன்றவர்கள் உள்ளே இருந்தனர். அவருக்கு, 'அப்பாத்துரை என்ற மாணவர் தலைவர் சிறைக்குள் வந்துள்ளார்' என்ற செய்தி கிடைத்துள்ளது. அதனால், நான் உள்ளே வருவது தெரிந்த உடனே, ''தோழர் அப்பாத்துரை ஜிந்தாபாத்'' என்று அறைக்குள் இருந்து கோஷமிட்டார்கள். இது ஜெயிலுக்குள் இருக்கும் அனைவருக்கும் கேட்டது. இது ஒரு பிரச்னையாகிவிட்டது.

எனவே, ஜெயிலர் மாமா என்னை அழைத்து, "மருமகனே, உங்களால் என் வேலை போய்விடும் போலிருக்கிறது. அதனால், நீங்களே அவர்களிடம் சென்று, 'சிறைக்குள் கோஷம் போடவேண்டாம்' எனக் கூறுங்கள்" என்று கேட்டுக்கொண்டார்.

தூத்துக்குடி கே.வி.கே.சாமி (தி.மு.க.) கொலை வழக்கில் சேர்க்கப்பட்டு, தூக்குத்தண்டனைக் கைதியாக இருந்து, பின் ஆயுள்தண்டனைக் கைதியாக இருந்த தோழர் ஜெகநாதன் தொடர்பு எனக்குக் கிடைத்தது. அவர் ஒரு கான்விக்ட் வார்டன் (சிறைக்குள் வார்டனாகப் பணிபுரியும் ஆயுள்தண்டனைக் கைதி). அவர் மூலம் தகவல் சொல்லி 'கோஷம் போடவேண்டாம்' என்று எடுத்துக் கூறிய பின் அவர்கள் கோஷம் போடுவதை நிறுத்தினார்கள். இதன்மூலம் ஜெயிலுக்குள் இருந்த தண்டனைக் கைதிகள் 2000 பேர், போராட்டக் கைதிகள் 1800 பேர், இவர்கள் எல்லாருக்கும் 'அப்பாத்துரை என்ற மாணவத் தலைவர் ஜெயிலுக்குள் இருக்கிறார்' என்கிற செய்தி தெரியவந்தது.

போராட்டக் கைதிகள் அடைக்கப்பட்ட இடத்தில் 800 பேர்தான் இருக்க முடியும். மீதம் உள்ளவர்களுக்குப் பெரிய பந்தல் போட்டு இருந்தார்கள். ஆனாலும், இரவில் படுக்கமுடியாமல் இடநெருக்கடியும், கொசுக்கடியும் இருந்தன. எனவே, பிரதான சிறைச்சாலையில் இருக்கும் கலை அரங்கத்தில் இரவுநேரத்தில் படுக்க அனுமதித்தார்கள். நானும் இரவில் படுக்க அங்கு சென்றுவிடுவேன். அங்கு கான்விக்ட் வார்டன்கள் பலர் எனக்கு அறிமுகமானார்கள். தண்டனைக் கைதிகள் பலர், "நாங்கள் அப்பாத்துரையைப் பார்க்க வேண்டும்" என்று இவர்களிடம் கேட்பார்களாம்.

வெளியில் விவசாயிகளின் போராட்டம் தீவிரமடைந்தது. எனவே, அனைத்துக் கட்சிகளும் ஆதரவு கொடுத்தனர். சிறையிலுள்ள எங்களைப் பார்க்க பெருந்தலைவர் காமராஜர் வந்தார். அவரது கையைப் பிடித்து ஊர்வலமாக ஜெயிலுக்குள் அழைத்து வந்தேன். அவர் விவசாயிகளிடமும், மாணவர்களிடமும் பேசினார்.

அதன்பின், தோழர் எம்.கல்யாணசுந்தரம் வந்தார். அவரை உள்ளே வர சிறைத்துறை அதிகாரி அனுமதிக்கவில்லை. அதனால், பலர் மரங்கள்மீது ஏறி நின்று கோஷமிட்டனர். பலர் இரும்புக்கதவைத் தாக்கி, கம்பிகளை உடைத்தனர். உடனே, ஜெயிலில் விசில் சத்தம் கேட்டது. கைதிகள்மீது துப்பாக்கிச்சூடு நடத்தத் தயார் நிலையில்

இருந்தபோது, தோழர் கல்யாணசுந்தரத்தை நுழைவாயிலின் முன்னால் பெஞ்சு போட்டு, அதில் ஏறி நின்று, பேச அனுமதித்தனர். அதன்பின்னர் தோழர் கல்யாணசுந்தரம் விடைபெற்றுச் சென்றார்.

அனைத்துக்கட்சி விவசாயிகள் சங்கத்தினர் ஒன்றுகூடி தமிழகம் முழுவதும் மறியல்செய்து, முழுஅடைப்புக்கும் அறைகூவல் விட்டனர். நெல்லை மாவட்டம் பனைவடலி சத்திரத்தில் போராட்டத்தில் காவல்துறை உதவி ஆய்வாளர் ஒருவர் மரணம் அடைந்தார். பல இடங்களில் துப்பாக்கிச்சூடு நடைபெற்றது. சேலம் பெரியநாயக்கன்பாளையத்தில் ஆறு விவசாயிகள் சுட்டுக் கொல்லப்பட்டனர். இப்படி, தமிழ்நாடு முழுவதும் பதினேழு விவசாயிகள் கொல்லப்பட்டனர். நிலைமை கட்டுக்கடங்காமல் போகவே, சிறையிலிருந்து 42 நாட்களுக்குப் பின் நாங்கள் விடுதலை செய்யப்பட்டோம். சாதனை, வேதனை கலந்த சிறை அனுபவம்.

கனத்த இதயத்தோடு சென்னைக்கு...

சிறையிலிருந்து விடுதலையாகி வீட்டுக்கு வந்தேன். அங்கு சென்னையிலிருந்து என் உறவினர்கள் வந்து இருந்தார்கள். அவர்கள், ''அப்பாத்துரை கம்யூனிஸ்ட்டாக இருப்பதால் கர்த்தர் நம் குடும்பத்தையே தண்டித்துவிடுவார். அதனால், நாங்கள் அப்பாத்துரையை சென்னைக்கு அழைத்துச் சென்று வேலை வாங்கிக் கொடுக்கிறோம்!'' என்று கூறினார்கள். எனக்குச் சிரிப்புதான் வந்தது.

என் அப்பாவுக்கு, நான் சென்னைக்குச் செல்வதில் உடன்பாடு இல்லை. ஆனால், என் அம்மா, நான் சென்னைக்குச் சென்று ஏதாவது ஒரு வேலை பார்க்கவேண்டும் என்பதில் உறுதியாக இருந்தார். 'குடும்பத்தைப் பிரிந்து செல்கிறோமே' என்கிற கனத்த இதயத்தோடு சென்னைக்குச் செல்ல சம்மதித்தேன்.

திருச்செந்தூரில் தாலுகா குழு கூட்டம் நடைபெற்றது. அதில் நான் சென்னைக்குச் செல்வது பற்றிக் கூறினேன். தோழர்களுக்கும் பெரும் அதிர்ச்சி... கண்கள் கலங்கி என்னை வழிஅனுப்பி வைத்தார்கள்.

மறுநாள், தோழர் கே.பாலதண்டாயுதம், ஒன்றிய அமைச்சர் மோகன் குமாரமங்கலம் மற்றும் பலர் டெல்லி விமான விபத்தில் உயிரிழந்த செய்தி வந்தது. நெஞ்சில் நிறைந்தவர்களின் மரணத் தாக்கத்தினாலும், வேதனை குறையாத கனத்த இதயத்தோடு சென்னைக்குப் புறப்பட்டேன்.

சென்னை வாழ்க்கை

சென்னை - புரசைவாக்கத்தில், காளத்தியப்ப முதலி தெருவில் உள்ள எனது பெரிய தாத்தா எஸ்.டி.பால் அவர்களின் வீட்டுக்கு என்னை என் உறவினர்கள் அழைத்துச் சென்றார்கள். ஏற்கெனவே, நான் 1968ஆம் ஆண்டு நடைபெற்ற உலகத் தமிழ் மாநாட்டின்போது சென்னைக்குச் சென்றுள்ளேன்.

அங்கு எனக்குச் சில நிபந்தனைகளை விதித்தார்கள். 'கடவுள் இல்லை' என்று பேசக்கூடாது; கட்சிக் கூட்டங்களுக்குச் செல்லக்கூடாது என்று கூறினார்கள். ஜெபக் கூட்டம் நடைபெறும். ஜெபம் முடிந்ததும் எனக்காக என் தலையில் கைவைத்து ஜெபித்து, 'நீ கர்த்தரை ஏற்றுக் கொண்டாயா?' என்று போதகர் கேட்பார். 'நான் இல்லை!' என்று சொல்லிவிடுவேன்.

அப்போதுதான் டி.ஜி.எஸ்.தினகரன் ஜெபக்குழு ஆரம்பித்த நேரம். என் அத்தையும் அந்தக் குழுவில் ஒருவர். இவர்கள் விக்டோரியா நினைவு அரங்கம், கார்பரேஷன் ரிப்பன் மாளிகை கீழ்புறம், மேலும் பல இடங்களுக்கு 'முழு இரவு ஜெபம்' என்று அழைத்துச் சென்றார்கள். பாட்டுப்பாடி ஜெபம் செய்வார்கள். முடிவில் ஒரு வெள்ளைப் பேப்பரைத் தந்தார்கள். அதில் 'உங்கள் மனதில் உள்ள குறைகளை எழுதி பெட்டியில் போடுங்கள்!' என்று கொடுத்தார்கள்.

நான் அந்தப் பேப்பரில், 'தின்ற சோறு செரிக்காதக் கூட்டம், இங்கே வந்து காட்டுக் கூப்பாடு போடுகிறார்கள்!' என்று எழுதிப் போட்டுவிட்டேன்.

இரண்டு நாட்கள் கழித்து, என் அத்தை, 'இதுமாதிரி யாரோ எழுதிப் போட்டிருக்கிறார்கள்...' என்று வீட்டில் பேசிக்கொண்டிருந்தார்கள். நான் ஒன்றும் தெரியாததுபோல் இருந்துகொண்டேன். அடுத்த மாதமும் அழைத்துச் சென்றார்கள்; பேப்பர் கொடுத்தார்கள்.

நான் கார்ல் மார்க்ஸின் கோட்பாடு ஒன்றை எழுதி, முகவரியுடன் போட்டுவிட்டேன்.

மறுநாள், என் அத்தை அழைத்து, ''இதுபோன்று எழுதலாமா?'' என்று கேட்டார். அதன்பின், டி.ஜி.எஸ்.தினகரனிடம் என்னை அழைத்துச் சென்றார்கள்; அவர் ஜெபம் செய்தார்.

என்னிடம், 'கர்த்தரை ஏற்றுக்கொள்வாயா?' என்று கேட்டார். உடனே நான், ''இல்லை!' என்று கூறிவிட்டேன். மீண்டும் அவர் என்னிடம், 'நீ தேவனுடைய வித்தாக இருக்கிறபடியால் கர்த்தரை ஒருநாள் கண்டடைவாய்!'' என்று கூறினார். நான் அந்த நாளை வெகு ஆவலோடு எதிர்பார்த்துக் காத்துக்கொண்டு இருக்கிறேன்!'' என்று கூறிவிட்டு வெளியில் வந்துவிட்டேன்.

அதன்பிறகு, எனக்கு புரசைவாக்கம் அத்தை வீட்டில் இருக்கப் பிடிக்கவில்லை. என் அப்பாவின் கடைசித் தங்கை – எனது அத்தை ஜரின் இருந்த பம்மலுக்கு வந்துவிட்டேன். மாமா ராஜசேகரன், பல்லாவரம் இங்கிலீஷ் எலக்ட்ரிக்கல்ஸ் கம்பெனியில் பணிபுரிந்தார். அங்கு எனக்கும் அத்தைக்கும் ஏற்பட்ட மனவேறுபாட்டால், வேதனையடைந்து, நான் போட்டிருந்த சட்டை பேன்ட்டுடன், அந்த வீட்டை விட்டு வெளியேறினேன். 'எங்கே செல்வது..?' என்று தெரியாத சூழல். யோசித்தேன். எனக்கு வேலை வாங்கித் தருவதாக அழைத்து வந்த மாமா வேதநாயகம் பணிசெய்யும் பி.எம்.ஜி. *(Post Master General Office, Mount Road)* அலுவலகத்துக்குச் சென்றேன். அங்கு அவர் கண்காணிப்பாளராக பணிபுரிந்தார். அவரும் நிறைய பேருக்கு போன்செய்து, எனக்காக வேலைக்குப் பல முயற்சிகள் செய்தார்.

இந்துவாக மாற என்ன செய்ய வேண்டும்?

சென்னையில் வேலைக்காக அலந்துகொண்டிருந்தபோது, என் கல்லூரித் தோழர் கே.வேலுச்சாமியின் தொடர்பு ஏற்பட்டது. அதுபோல், நான் புகுமுக வகுப்பு (PUC) படிக்கின்ற காலத்தில், எனக்கும் நண்பன் பாரதிக்கும் பாதுகாப்பாளர் போன்று இருந்த அருமை அண்ணாச்சி வி.என்.ஜி.அம்புரோஸ் தொடர்பும் எனக்குக் கிடைத்தது. இவர்கள் இருவரும்தான் எனக்கு வேடந்தாங்கலாக இருந்தார்கள்.

தோழர் வேலுச்சாமி, குடிசை மாற்று வாரியத்தில் பணிபுரிந்து கொண்டு, பெல்ஸ் சாலையில் அறை எடுத்துத் தங்கி இருந்தார். அங்கு

சில நாட்கள் தங்குவேன். அப்போது, சைதாப்பேட்டை வேலைவாய்ப்பு அலுவலகத்தில் பணிபுரிந்த அருமை அண்ணன் சண்முகசுந்தரத்தை எனக்கு அறிமுகப்படுத்தினார். நாங்கள் இருவரும் சந்திப்பதற்கு முன்பே என்னை அறிந்துகொண்டவர். அண்ணன் சண்முகசுந்தரத்தின் தகப்பனார் மூலம் அண்ணாச்சி அம்புரோஸ், திருவல்லிக்கேணி கெல்லட் மேல்நிலைப்பள்ளி ஆசிரியராகப் பணியாற்றிவந்தார். திருவல்லிக்கேணியில் அறை எடுத்துத் தங்கி இருந்தார். எனவே, நான் அடிக்கடி அங்கு சென்றும் அவருடன் தங்குவேன்.

அண்ணன் சண்முகசுந்தரம் எனது 'வேலைவாய்ப்பு அட்டை'யை (எம்ப்ளாய்மென்ட் கார்ட்) கொண்டு வரச்சொல்லி, அதை, சைதாப்பேட்டை அலுவலகத்தில் மாற்றி புதுப்பித்துக் (ரெனுவல்) கொடுத்துவிட்டார். எனக்கு 'வேலை பார்க்க வேண்டும்' என்ற சிந்தனை வரும்போதெல்லாம் அவரைப் போய் மாலைவேளையில் சந்தித்துப் பேசுவேன்.

ஒருநாள் அவர், "தம்பி நீங்கள் பிற்படுத்தப்பட்டோர் வகுப்பில் (பேக்வேர்டு கிளாஸ்-B.C.) உள்ளீர்கள். நீங்கள் இந்து என்று மாறிவிட்டால், தாழ்த்தப்பட்டோர் வகுப்பு (செட்யூல்டு காஸ்ட்-S.C.) ஆகிவிடுவீர்கள். ஆகையால், மதமாற்றம் செய்துகொள்ளுங்கள்..!" என்று கூறினார். அப்போது எனக்குப் புரியவில்லை.

"நான் இந்துவாக மாற என்ன செய்ய வேண்டும்? அப்படி மாற முடியுமா?" என்று கேட்டேன்.

"நான் சொல்வது சட்டப்படிதான்... மயிலாப்பூரில் உள்ள காஞ்சி காமகோடி மடத்துக்குச் சென்று, 'நான் இந்து மதத்தில் சேர விரும்புகிறேன்' என்று விண்ணப்பம் எழுதிக்கொடுங்கள். அவர்கள் ஒரு சான்றிதழ் தருவார்கள். அதை வைத்து கெஜட் நோட்டிபிகேஷனுக்கு விண்ணப்பித்தால், அவர்கள், நீங்கள் இந்து என்று தேதியிட்டு சான்றிதழ் தருவார்கள். அதை வைத்து 'தாழ்த்தப்பட்டோர்' என உங்களுக்கு ஜாதி சான்றிதழ் பெற்று விடலாம். அதை வைத்து நான் உங்கள் வேலைவாய்ப்பு அட்டையை 'தாழ்த்தப்பட்டோர்' பட்டியலில் சேர்த்துவிடுவேன்... அவ்வளவுதான்!" என்று கூறினார்.

அவர் சொன்னபடி, மயிலாப்பூரில் உள்ள காஞ்சி மடத்துக்குச் சென்றேன். அவர்கள் விண்ணப்ப மனு எழுதிக் கேட்டார்கள். நான் என் ஊரின் முகவரிக்கு விண்ணப்பம் எழுதி, 'நான் தமிழ்க் கடவுள்

முருகன் மீது ஆறாத பற்று உடையவன்... அதனால், தாய் மதத்தில் சேர விரும்புகிறேன்' என்று எழுதிக்கொடுத்தேன். அதன்படி, எனக்கு இந்து என்று சான்றிதழ் கொடுத்தார்கள். அதன்பின், அரசு கெஜட் நோட்டிபிகேஷனுக்கு விண்ணப்பம் செய்தேன். அதன் பிரகாரம் கெஜட் நோட்டிபிகேஷன் வந்துவிட்டது.

எனது உறவின்முறை மாமாவும், நானும் சைதாப்பேட்டையில் சந்தித்துக்கொண்டோம். அவர், ''நானும் அண்ணன் வீட்டிலிருந்து வெளியேறிவிட்டேன்'' என்று சொல்லிவிட்டு, ''நாம் இருவரும் ஒரே அறை எடுத்துத் தங்குவோம்'' என்றும் யோசனை கூறினார். எனக்கும் அது சரி என்று பட்டது.

நெல்லை மாவட்ட, இந்தியக் கம்யூனிஸ்ட் கட்சியின் செயலாளர் வி.எஸ்.காந்தி சென்னைக்கு வரும்போதெல்லாம் எனக்குக் கடிதம் போடுவார். நான் கட்சி அலுவலகத்தில் அவரைச் சந்திப்பேன். அவர் என்னை, வங்கி ஊழியர் சங்கத் தலைவர் சி.சுப்பிரமணியனிடம் அறிமுகம் செய்து வைத்தார்.

'மதமாற்ற விவகாரம்' பற்றி, எனக்கு, அண்ணன் சண்முகசுந்தரத்துக்கு, தோழர் வி.எஸ்.காந்திக்கு ஆகிய மூவரைத் தவிர வேறு யாருக்கும் தெரியாது. நானும் எனது உறவினரும் அமைந்தகரை, மேத்தா நகரில் அறை எடுத்துத் தங்கினோம். தோழர் சி.சுப்பிரமணியன் 'வங்கி ஊழியர் தேர்வு'க்கான வகுப்புக்கு என்னை வாரத்தில் ஒருநாள் வரச்சொன்னார். அதன்படி, நான் வங்கி பயிற்சி வகுப்புக்குச் சென்று வந்தேன்.

இதேவேளையில், தமிழ்நாடு பப்ளிக் சர்வீஸ் கமிஷன் தேர்வு, குரூப் மூன்று மற்றும் ஐந்து எழுதினேன். அவை இரண்டிலும் தேர்வு செய்யப்பட்டேன். கிண்டியில் உள்ள தொழில்நுட்ப வளாகத்தில் எனக்குத் தற்காலிக வேலை கிடைத்தது. அது எனக்குச் சற்று ஆறுதலாக இருந்தது. அந்த வேலை நிரந்தரமில்லை... மூன்று மாதம்தான் கிடைத்தது.

பிறகு, எனக்கு வேலை இல்லை என்று தெரிந்தவுடன், எனது மாமா என்னிடம் சொல்லாமல்கொள்ளாமல் அறையைக் காலி செய்துவிட்டுச் சென்றுவிட்டார். அவர் இரவுநேரங்களில் கிறிஸ்துவப் பாடலைப் பாடி ஜெபம் செய்வார். அதனால், வீட்டுக்காரர்கள் எங்களை கிறிஸ்துவர்கள் என்று கருதி, ஜாதி கேட்கவில்லை.

அவர் சென்றபின் வீட்டுக்குச் சொந்தக்கார அக்கா, "தம்பி... நீங்கள் தங்கிக்கொள்ளுங்கள். வேலை கிடைக்கும் வரை வாடகை தரவேண்டாம்" என்று கூறிவிட்டார்கள். மகிழ்ச்சியாக ஏற்றுக்கொண்டேன்.

இதற்கிடையில், நான் அமைந்தகரை பகுதி இந்தியக் கம்யூனிஸ்ட் கட்சியின் கிளையில் உறுப்பினராகச் சேர்ந்தேன். தபால்துறையில் பணிபுரிந்துகொண்டு, அமைந்தகரை கட்சிக் கிளையில் உறுப்பினராக இருந்த தோழர் முத்துராமன் எனக்கு அறிமுகமாகி, நிறைய உதவிகள் செய்தார். தோழர் கடலைக்கடை சண்முகம், மொய்தீன் பிச்சை போன்றவர்கள் எனக்கு மிகவும் உதவி செய்தார்கள்.

1975ல், சென்னையில் நடைபெற்ற இந்தியக் கம்யூனிஸ்ட் கட்சியின் மாநில மாநாட்டுப் பணிகளிலும் நான் பணியாற்றினேன். தோழர்கள் என் மீது மிகவும் பாசமாக நடந்துகொண்டார்கள்.

புத்தக வாசிப்பும், கவிதையும்.

சென்னையில் அலைந்து திரிந்த காலங்களில்... கன்னிமரா நூலகம், தேவநேய பாவாணர் நூலகம் போன்ற இடங்களுக்குச் சென்று புத்தகங்கள் படிக்க ஆரம்பித்தேன். அண்ணாநகர்–கந்தசாமி நாயுடு கல்லூரியில் ஞாயிற்றுக்கிழமைகளில் கவியரங்கம், பேச்சுப் போட்டி போன்றவை நடக்கும். ஒருமுறை, அங்கு நடைபெற்ற கவியரங்கத்தில் கலந்துகொண்டு 'முதல் பரிசு' பெற்றேன்.

இன்புற்ற காலமே..!

வளர்கின்ற அன்புக்கு வளமான பருவமே
வசந்தத்தின் சுகபோகமே – அன்று
உலக நிலை தெரியாது உருவான பேரின்பம்
ஒன்றல்ல எனது மனமே!

பகையின்றி உறவாடி பலவாறு விளையாடி
பருவத்தின் இளைய நாளில் – அன்று
பக்குவம் அறியாது உருவான பேரின்பம்
ஒன்றல்ல எனது மனமே!

மணல்வீடு கட்டி அது மாளிகை என்றெண்ணி
மகிழ்ந்திட்ட எனது மனமே – அன்று
மழை தந்த வெள்ளம் வந்து
மணலோடு சேர்ந்ததால்
மாசாகி விட்டதைப்போல்
காலத்தின் வெள்ளத்தில்
கரை சேர முடியாது
கரைந்தது என் பேரின்பமே!

இவை யாவும் கண்ட நான்
இன்புற்ற காலமே
இனி என்று உனைக் காணுவேன்?

வஞ்சமும் சூழ்ச்சியும்
வாழ்க்கையின் தத்துவம்
வாழ்வதே கொள்கையென்று
நெஞ்சத்தில் வஞ்சமாய்
பேச்சிலே தேன் வைத்த
நீசரைக் காணுகின்றேன்
இல்லாத காலத்தில்
எவன் என்று கேட்கிற
இனியரைக் காணுகின்றேன்
செல்வங்கள் சேர்ந்ததும்
உறவென்று வருகின்ற
சீலரைக் காணுகின்றேன்.

இவை யாவும் கண்ட நான்
இன்புற்ற காலமே
இனி என்று உனைக் காணுவேன்?

உறவென்று நம்பி நான்
உண்மையைப் பேசினால்
உறவுகள் பிரிகின்றன
பகை என்று அஞ்சி – நான்
பார்க்கவே கூசினால்
பழிச்சொற்கள் விழுகின்றான.

இவையாவும் கண்ட நான்
இன்புற்ற காலமே
இனி என்று உனைக் காணுவேன்?

என் அம்மாவுக்கு...

தாலாட்டுப் பாடுகிறேன்
தாயே நீ உறங்கு
ஆராரோ பாடுகிறேன்
அன்னையே கண்ணுறங்கு
இன்றில்லா விட்டாகிலும்
என்றாவது ஒருநாள் – உன்
இனிய கனவுகளும்
அது நனவாகி விடும்!
ஏக்கத்தால் பலனில்லை – இனி
இனியாருக்கும் அஞ்சாதே
ஊக்கத்தை மனதில் வை
உறுதியுடன் நின்று விடு!

உந்தன் கவலைகளை
உள் மனதில் சொல்லிவிடு!
உள் மனதின் கவலைகளை
உறக்கத்தில் சொல்லிவிடு!
ஏக்கத்தால் பலனில்லை – இனி
யாருக்கும் அஞ்சாதே
ஊக்கத்தை மனதில் வை
உறுதியுடன் நின்றுவிடு!

நான் தங்கி இருந்த வீட்டில் எனக்கு ஏற்பட்ட பருவகால 'சத்திய சோதனை' குறித்து நான்கு வரிகளில் கவிதை எழுதி, சுவரில் ஒட்டி வைத்துப் படித்துக்கொண்டே இருந்தேன்.

சத்திய சோதனை

பருவத்துடிப்பு என் நாடி நரம்புகளை
அதிரவைத்தபோது
இன்பத்துக்காக ஏங்கி நின்றது இதயம்
இனிய கற்பனையைத் தாங்கிச் சென்றன நாட்கள்!

திசை மாறிய வாழ்க்கை

தோழர் ப.மாணிக்கத்துடன் சந்திப்பு

தோழர் வி.எஸ்.காந்தி, பிராட்வேயில் இருந்த மாநிலக் கட்சி அலுவலகத்துக்கு வரச்சொல்லி கடிதம் போட்டிருந்தார். அவருக்கு மட்டும், எனக்கு மிகவும் பரிச்சயமான நண்பர் ஒருவரின் முகவரியைக் கொடுத்து இருந்தேன். வாரத்தில் ஒருநாள் அவரிடம் சென்று 'கடிதம் வந்திருக்கிறதா?' என்று கேட்பேன். கடிதம் வந்தால் பத்திரப்படுத்தித் தந்துவிடுவார். அப்படி அந்தக் கடிதம் வந்ததன் அடிப்படையில், கட்சி அலுவலகம் சென்று வி.எஸ்.காந்தியைச் சந்தித்தேன்.

அப்போது, அங்கு வந்திருந்த தோழர் ப.மாணிக்கத்திடம் என்னை அறிமுகம் செய்து வைத்தார். அவர், தேசிய கவுன்சில் கூட்டத்துக்குச் செல்வதால் அடுத்த வாரம் வந்து சந்திக்கச் சொன்னார்.

அடுத்த வாரமே, தோழர் ப.மாணிக்கத்தை மாநிலக் கட்சி அலுவலகத்தில் சென்று பார்த்தேன். அவர் என்னிடம், சொந்த ஊர், படிப்பு, வேலை, வருங்காலம், இயக்கம் இவை பற்றி சுமார் ஒரு மணி நேரம் பேசினார்.

நான் கடந்த இரண்டு வருடங்களாக சென்னையில் இருப்பதையும் மற்றும் வங்கி ஊழியர் பணிக்கான தேர்வு, தமிழ்நாடு பப்ளிக் சர்வீஸ் கமிஷன் தேர்வு எழுதிய விபரங்களையும் சொன்னேன். அவர், "தலைமைச் செயலாளர் திரவியம் எனது நண்பர். எனவே, சர்வீஸ் கமிஷன் தேர்வில் வெற்றிபெற்றால் அதன் அடிப்படையில் தமிழக அரசில் நல்ல பதவி வாங்கித் தருகிறேன் அல்லது என். சி.பி.ஹெச். புத்தக நிறுவனத்தில் வேலை வாங்கித் தருகிறேன். வங்கியில் பணியாற்றிக்கொண்டே நீங்கள் கட்சிப்பணி செய்யலாம்.

தோழர் ப.மாணிக்கம்

எல்லாவற்றையும் விட நீங்கள் கட்சியின் முழுநேர ஊழியராக கட்சிப் பணி செய்வது, கட்சிக்கு நல்லது என்று நான் கருதுகிறேன். நான் ஒருவார காலம் அவகாசம் தருகிறேன். என்ன செய்யலாம் என்று முடிவாக குடும்பத்தினரிடமும், நண்பர்களிடமும் ஆலோசித்து விட்டு வாருங்கள்" என்று சொல்லி என்னை அனுப்பி வைத்தார்.

இரவில் தூக்கம் வராமல் விழித்துக்கொண்டே, தனிமையில் இதுபற்றி சிந்தித்துக்கொண்டிருந்தேன். எந்தப் பாதையைத் தேர்வு செய்வது என்ற குழப்பத்தில் யோசித்தேன். வீட்டைப் பற்றி, அப்பா, அம்மா, அக்கா, தம்பி, தங்கைகள் என்றெல்லாம் சிந்தித்தேன். படிக்கின்ற காலத்தில் 'நான் முழுநேர புரட்சியாளனாகச் செயல்படுவேன்!' என்று நண்பர்களிடம் அடிக்கடி கூறுவேன். எனவே, மனம் விரும்பியபடி, புரட்சியின் வழியில் செல்வது என்று முடிவு செய்தேன்!

மறுநாள், தோழர் ப.மாணிக்கத்தைச் சந்திக்க கட்சி அலுவலகம் சென்றேன். அங்கு அவருடன் முக்கியமான தோழர்கள் பேசிக் கொண்டிருந்தார்கள். வெளியில் காத்திருந்தேன். அப்போதும், என் பாதையை மாற்றிக்கொள்ள அவகாசம் இருந்தது. சிறிதுநேரம் கழித்து, அவர்களை அனுப்பிவிட்டு என்னை அழைத்தார். "என்ன அப்பாத்துரை... என்ன முடிவு செய்தீர்கள்?" என்று கேட்டார்.

"நான் கட்சியில் பணி செய்கிறேன்" என்று உறுதியாகக் கூறினேன். "சரி... சாப்பிட்டுவிட்டு வா" என்று சொல்லி, என்னிடம் 200 ரூபாய் கொடுத்து, "உங்கள் பொருட்களை எடுத்துக்கொண்டு

அறையைக் காலி செய்துவிட்டு இங்கே வந்து தங்கிக்கொள்ளுங்கள்'' என்று கூறினார்.

இதற்குமத்தியில், எனக்கு இந்தியன் ஓவர்ஸீஸ் வங்கியிலிருந்து பணியில் சேருமாறு கடிதம் வந்தது. அதை எடுத்துக்கொண்டு, அண்ணாசாலை தலைமை அலுவலகத்துக்குச் சென்று, அங்கிருந்த வங்கி அதிகாரியைச் சந்தித்தேன். அவர் எனது தூரத்து உறவினர்.

நான் அவரிடம், நீண்ட விவாதத்துக்குப் பின், ''எனக்கு வங்கி வேலை வேண்டாம்!'' என எழுதிக் கொடுத்தேன். அந்த அதிகாரி, ''நீங்கள் தவறு செய்கிறீர்கள்! நல்ல வாய்ப்பை நழுவ விடுகிறீர்கள்!'' என்று சத்தம் போட்டார். நான் அமைதியாக இருந்து, எனக்கு நானே சமாதானமாகி வெளியே வந்துவிட்டேன்.

நேராக தோழர் ப.மாணிக்கத்திடம் சென்று விபரத்தைக் கூறினேன். உடனே அவர், ''அவசரப்பட்டுவிட்டீர்களே! வங்கி வேலையை ஏற்றுக்கொண்டிருக்கலாமே...'' என்று கூறினார். நான் எடுத்த முடிவில் உறுதியாக இருப்பதைத் தெரிவித்தேன்.

தோழர் என்னிடம், ''ஆவடி, அம்பத்தூர், வில்லிவாக்கம் பகுதியில் தொழிற்சங்கப் பணி செய்யவேண்டும்'' என்று கூறினார். அப்போது ஆவடி தோழர் சீத்தாராமன், டி.கணேசன், பார்த்தசாரதி மற்றும் சில தோழர்கள் அங்கு வந்திருந்தார்கள். அவர்களிடம், என்னை அறிமுகம் செய்து, ''இவர் நமது தோழர் அப்பாத்துரை. நமது தொழிற்சங்கப் பணிகளுக்குப் பயன்படுத்திக்கொள்ளுங்கள்'' என்று கூறினார். அப்போது தொழிற்சங்கம் அந்தப் பகுதியில் பரவலாக இருந்தது; தீவிரமாக இயங்கிக்கொண்டிருந்தது. காலையில் அங்கு செல்வேன். இரவு ஒன்பது மணிக்குத்தான் கட்சி அலுவலகம் வருவேன்.

தோழர் து.ராஜா, மார்க்ஸியத்தில் உயர் கல்வி மாஸ்கோவில் படித்துவிட்டு, சென்னைக்கு வந்திருந்தார். தோழர் ரவீந்திரதாஸ் 'ஜனசக்தி' அலுவலகத்தில் பணியாற்றிக்கொண்டிருந்தார். நாங்கள் மூவரும் கட்சி அலுவலகத்தில் தங்கி இருந்தோம். தோழர் ப.விருத்தகிரியும் எங்களுடன் இருப்பார்.

1975ல், இந்தியக் கம்யூனிஸ்ட் கட்சியின் மாநில மாநாடு, சென்னை–புரசைவாக்கம், மீனாட்சி கல்யாண மண்டபத்தில் நடைபெற்றது. அந்த மாநாட்டு மலர் வெளியீட்டு விழா, நாயக் பவனில் நடைபெற்றது. அந்தக் கூட்டத்துக்கு நான் சென்றிருந்தேன். கூட்டத்தில் தோழர் எஸ்.ஏ.முருகானந்தம் பேசும்போது,

'கண்ணிலே நீர் எதற்கு..? காலமெல்லாம் அழுவதற்கு..!' என்று கண்ணதாசன் எழுதிய பாடலின் பொருளை நாங்கள் தோழர் பி.ராமமூர்த்தியிடம் கேட்பதுண்டு. 'கட்சியில் சேர்ந்தது எதற்கு... காலமெல்லாம் உட்கட்சி சண்டை போடுவதற்கா?'' என்று பதிலுக்குப் பாடிக்காட்டினார். அன்று, அவர் பாடியதன் அர்த்தம் புரியவில்லை; காலத்தால் அதன் அர்த்தத்தைப் புரிந்துகொண்டேன்!

தோழர்கள், விஜயவாடாவில் நடைபெற்ற அகில இந்திய மாநாட்டுக்குச் சென்றுவிட்டு வந்தார்கள். செங்கற்பட்டு மாவட்டச் செயலாளர் தோழர் எம்.எஸ்.ராமமூர்த்தி என்னை திருவொற்றியூர், மணலி போன்ற பகுதிகளுக்கு அழைத்துச் சென்று தொழிற்சங்கத் தோழர்களை அறிமுகப்படுத்தினார். திருவொற்றியூரில் கட்சியின் தொழிற்சங்க அலுவலகம் இருந்தது.

இந்தச் சூழ்நிலையில், 1975 ஆரம்பத்தில், இந்திரா காந்திக்கு எதிராகச் செயல்பட்டுவந்த ஜெயப்பிரகாஷ் நாராயணன் அவர்களை முதல்வர் கலைஞர் சென்னைக்கு அழைத்திருந்தார். ஜெயப்பிரகாஷ் நாராயணன் வருகைக்கு எதிர்ப்புத் தெரிவித்து கறுப்புக்கொடி காட்டுவது என இந்தியக் கம்யூனிஸ்ட் கட்சியும், இந்திரா காங்கிரஸ் கட்சியும் முடிவு செய்திருந்தன.

அப்போது தோழர் ப.மாணிக்கம், "சென்ட்ரல் ரயில்நிலையம் அருகில் உள்ள மெமோரியல் ஹால் முன்பு நின்று கறுப்புக்கொடி காட்டலாம்" என்று கூறினார். ஆனால், அதற்கு காங்கிரஸ்காரர்கள் ஒப்புக்கொள்ளாமல், "சென்ட்ரல் ரயில்நிலையத்துக்கு உள்ளேயே கறுப்புக்கொடி காட்டுவோம்!" என்று கூறி முந்திக்கொண்டு சென்றார்கள். அங்கே மாநிலக் காங்கிரஸ் தலைவர் கிருஷ்ணசாமி, டி.என்.அனந்தநாயகி, ப.சிதம்பரம் மற்றும் ஏராளமான காங்கிரஸ் தொண்டர்களைத் தடுத்து, தி.மு.க. தொண்டர்கள் கடுமையாகத் தாக்கினார்கள். ஜெயப்பிரகாஷ் நாராயணன் காவலர்களால் பாதுகாப்பாக அழைத்துச் செல்லப்பட்டார்.

எங்களை மெமோரியல் ஹால் முன்பு கைது செய்து காவல்துறை ஆணையர் அலுவலகத்துக்குக் கொண்டு வந்தார்கள். சற்றுநேரத்தில் காங்கிரஸ்காரர்களும் ரத்தக்காயத்துடன் வந்து சேர்ந்தார்கள். பின் அனைவரையும் சென்னை மத்தியச் சிறையில் அடைத்துவிட்டார்கள். அங்கு அண்ணன் ப.சிதம்பரமும், நானும் பொருள் பாதுகாவலர்களாகச் செயல்பட்டோம். பின்னர் பத்து நாட்களுக்குப் பிறகு மொத்தமாக விடுதலை செய்துவிட்டார்கள்.

நண்பன் பாரதி வருகை

கல்லூரிப் படிப்பு முடிந்தவுடன், நண்பன் பாரதி இராணுவத்தில் சேர்ந்திருந்தான். பின்னர், அங்கு ராஜினாமா செய்துவிட்டு ஊருக்கு வந்துவிட்டான். ரயில்வேதுறையில் இருந்து வந்த நேர்முகத் தேர்வுக்காக சென்னை வருவதாக எனக்குத் தகவல் கொடுத்தான். அந்தச் சமயத்தில், சென்னையில் கடுமையான தண்ணீர்த் தட்டுப்பாடு. நாங்கள் தங்கி இருந்த கட்சி அலுவலகத்தில், இரவுநேரத்தில் மொட்டை மாடியில்தான் தூங்குவது வழக்கம். மொட்டைமாடி அதிக வெப்பமாக இருப்பதால், தொட்டியிலிருந்து வாளி மூலம் தண்ணீர் எடுத்து தரையில் ஊற்றிவிடுவோம். அந்த இடத்தில், இரவில் பாய் போட்டுப் படுத்துக்கொள்வோம். இரண்டு நாட்களுக்கு முன்னர்தான் மோட்டர் காயில் எரிந்துவிட்டது. அதனால், தண்ணீரை மேல்தொட்டிக்கு ஏற்ற முடியவில்லை. எனவே, இரண்டு நாட்களாக வெப்பமான தரையில் படுக்க வேண்டிய நிலை ஏற்பட்டது.

நண்பன் பாரதி தொலைபேசி மூலம் தொடர்பு கொண்டு, ''கட்சி அலுவலகம் வருகிறேன்'' என்று கூறினான். நான் அவசரமாகக் குளித்துவிட்டு, அறைக்கு வந்து தலையில் எண்ணெய் தேய்க்கப் பாட்டிலை எடுத்தேன். அதில் எண்ணெய் இல்லை. பக்கத்தில் இருந்த பாட்டிலில் இருந்த எண்ணையை எடுத்துத் தலையில் தேய்த்து விட்டேன்... அது நல்லெண்ணெய்! எங்கள் வீட்டில் ஒருபோதும் தலைக்கு நல்லெண்ணெய் பயன்படுத்த மாட்டோம்.

அதற்குள் நண்பன் பாரதி வந்துவிட்டான். நீண்ட இடைவெளிக்குப் பின் இருவரும் சந்தித்தோம். காலைச் சிற்றுண்டிக்கு ஓட்டலுக்குச் சென்றோம். பின்னர், அலுவலகம் வந்து, கடந்தகாலப் போராட்ட வாழ்க்கை பற்றிப் பேசிக்கொண்டிருந்தோம்.

மதியம் சினிமாவுக்குச் செல்ல திட்டமிட்டோம். மவுண்ட்ரோடு, தேவி பாரடைஸ் தியேட்டரில் இரண்டு மணி காட்சி பார்க்க இருவரும் சென்றோம். அது ஏ.ஸி.தியேட்டர். இடைவேளையில் சிறுநீர் கழிக்கச் சென்றேன். சிறுநீர் அதிக மஞ்சள்நிறத்தில் இருந்தது. நான் 'தலைக்கு நல்லெண்ணெய் தேய்த்ததால் நிறம் அப்படி இருக்கிறது' என்று எண்ணிக்கொண்டேன். படம் முடிந்தது. என்னால் எழுந்து நிற்க முடியவில்லை! மிகவும் சோர்வாக இருந்தது. பாரதி, என்னைக் கைத்தாங்கலாக எழுப்பினார். உடனே,

எனக்கு அதிகம் வாந்தி வந்ததால் மிகவும் சிரமமாக இருந்தது; நடக்க முடியவில்லை! ஒருவழியாக வெளியே வந்து, ஆட்டோ பிடித்து, கட்சி அலுவலகம் சென்றோம்.

அங்கு, தோழர் ப.மாணிக்கம் கட்சி சார்ந்த டாக்டர் கிருஷ்ணனைத் தொடர்பு கொண்டார். அவர், "உடனடியாக லஸ் கார்னரில் உள்ள இஸபெல்லா நர்சிங் ஹோமில் சேர்த்துவிடுங்கள்... நான் அவர்களுக்கு போன்செய்து சொல்லிவிடுகிறேன்" என்று சொன்னார். நானும் பாரதியும் உடனே ஆட்டோவில் மருத்துவமனைக்குச் சென்றோம். அங்கு இறங்கியதும், அருட்சகோதரிகள் என்னை மிகவும் அன்போடு அழைத்துச்சென்று சிறப்பு வார்டில் தங்க வைத்தார்கள். எனக்கு உதவியாக நண்பன் பாரதியும் அங்கேயே தங்கினான். எனக்கு ஈரல் பாதித்து உள்ளது என்று சொன்னார்கள். மருந்து எடுத்துக்கொண்ட பின் வாந்தி வருவது நின்றுவிட்டது. அதன்பின் தோழர் ப.மாணிக்கம் மற்றும் தோழர்கள் வந்து என்னைப் பார்த்துச் சென்றனர்.

இரவு டாக்டர் கிருஷ்ணன் வந்தார். அவருடன் நர்ஸ் மற்றும் பலர் இருந்தனர். அவர்களிடம், *"He is my brave son. He sacrificed his entire life for the human society"* என்று என்னை அறிமுகப்படுத்தினார்.

டாக்டர் கிருஷ்ணன், சென்னையில் மிகவும் பிரபலமான டாக்டர்; கேரளாவைச் சேர்ந்தவர். பெருந்தலைவர் காமராஜர், அண்ணா, தோழர் எம்.கல்யாணசுந்தரம், பி.ராமமூர்த்தி போன்ற முக்கிய அரசியல் தலைவர்கள் எல்லாரும் இவரிடம்தான் மருத்துவம் பார்ப்பார்கள்.

அந்த வார்டில் சேர்க்கப்பட்டிருந்தவர்கள் பெரும்பாலும் அரசியல் பிரமுகர்கள், சினிமா சம்பந்தப்பட்டவர்கள், பத்திரிகையாளர்கள் என அனைவரும் செல்வாக்கு மிக்க மனிதர்கள். நான் இருந்த வார்டில் மிகச் சிறந்த சமூக ஆர்வலர், எழுத்தாளர் திருமதி ராஜம்கிருஷ்ணன் இருந்தார். அவரிடம் டாக்டர் என்னைப் பற்றிப் பேசியதால், அவரோடு சிலர் வந்து என்னைப் பார்த்து நலம் விசாரித்துவிட்டுச் சென்றனர். அனைவரும் தங்களுக்கு வந்த உணவை எனக்கும் தருவார்கள்.

அந்த மருத்துவமனை, அருட்சகோதரிகளால் நடத்தப்பட்டு வரும் மருத்துவமனை. அங்கு தலைமைப் பொறுப்பில் இருந்த அருட்சகோதரி கேரளாவைச் சேர்ந்தவர். மிகவும் நேர்த்தியாக

இருப்பார். என்னிடம் மிகவும் அன்பாக இருப்பார். அவர் என்னிடம் பேசிக்கொண்டிருந்தபோது, ''நீங்கள் ஏன் கம்யூனிஸ்ட் கட்சியில் சேர்ந்தீர்கள்?'' என்று கேட்டார்.

நான் அவரிடம், ''நீங்கள் ஏன் அருட்சகோதரியாக வந்தீர்கள்..?'' என்று திருப்பிக் கேட்டேன்.

அதற்கு அவர், ''நான் கல்லூரியில் படித்துக்கொண்டிருந்தபோது ஒருவரைக் காதலித்தேன். அவரும் என்னை மிகவும் நேசித்தார். ஆனால், அவருடைய பெற்றோர், நான் தாழ்ந்த ஜாதியைச் சேர்ந்தவள் என்று நினைத்து, என்னைத் திருமணம் செய்யக் கூடாது என்று அவரைத் தடுத்துவிட்டார்கள். அவரும், தனது பெற்றோர் சொல்லுக்குப் பயந்து என்னைத் திருமணம் செய்ய மறுத்துவிட்டார். வாழ்க்கையில் வெறுப்பு ஏற்பட்டது. எனவே, இந்த வழியில் வந்துவிட்டேன்'' என்று கண்கள் கலங்கச் சொன்னார்.

அவருடைய கதையைக் கேட்டு நானும் கண் கலங்கினேன். நான் சொன்னேன், ''உங்களைப்போல் வேறு யாருக்கும் இது போன்ற கொடுமை நடக்கக்கூடாது... அப்படித் துன்பப்படுபவர்களுக்காகத் துணை நிற்க வேண்டும், போராட வேண்டும் என்பதற்காகத்தான் நான் கம்யூனிஸ்ட் ஆனேன்!'' என்று கூறினேன். உடனே அவர், என் கைகளைப் பிடித்துக் கண்ணீர்விட்டார்.

நான் குணமாகி அறைக்குத் திரும்பிய பிறகும் அவரோடு நான் நட்பில் இருந்தேன். (பிற்காலத்தில், நான், சட்டமன்ற உறுப்பினராக வெற்றிபெற்ற செய்தியை அறிந்து, அவர் சட்டமன்ற விடுதிக்கு வந்து பொன்னாடை போர்த்தி வாழ்த்தினார். பின்னர், சென்னையில் நடைபெற்ற எஃது திருமண வரவேற்பு நிகழ்ச்சியிலும் கலந்து கொண்டார்.)

நான், மாத்திரைகள் சாப்பிட்டு என் அறையில் ஓய்வில் இருந்தபோது, தோழர் ப.மாணிக்கம் என் அப்பாவுக்குத் தகவல் கொடுத்து, என்னை ஊருக்கு அழைத்துச் செல்ல ஏற்பாடு செய்தார். என் அப்பா, ''நீ முதலில் உடம்பைக் கவனி. நீ எங்கிருந்தாலும் கட்சிக்காக வேலை செய்யலாம்...'' என்று என்னை ஊருக்கு அழைத்து வந்துவிட்டார்.

மீண்டும் சொந்த ஊர்!

1975ல் இந்தியா முழுக்க அவசரநிலை பிரகடனம் அறிவிக்கப் பட்டிருந்தது. தமிழ்நாட்டில் தி.மு.க. ஆட்சி கலைக்கப்பட்டு ஆளுநர் ஆட்சி நடைமுறையில் இருந்தது.

எங்கள் குடும்பம், என் அம்மாவின் ஊரான நத்தக்குளத்திலிருந்து, அப்பாவின் ஊரான இராம நாச்சியார்புரத்துக்கு வந்துவிட்டது. என் அக்காவுக்கும் திருமணம் நடந்து முடிந்துவிட்டது. எனக்கு உடல்நலம் பாதித்த நிலையில், அதைச் சமாளித்துக்கொண்டு நான் தோட்டத்துக்குச் சென்று விவசாய வேலைகளைக் கவனித்து வந்தேன்.

எங்கள் கிராமத்தில் ஆறு சமூகப் பிரிவைச் சார்ந்த மக்கள் வசித்து வந்தனர். நான் சிறுவனாக இருந்த காலத்தில், குடிதண்ணீர் எடுக்க குளத்தின் உள் பகுதியில் மூன்று கிணறுகள் இருந்தன. ஒன்று, தலித் பிரிவினருக்கு. மற்றொரு கிணறு ரெட்டியார், தேவர், கோனார் ஆகிய மூன்று பிரிவினருக்காக இருந்தது. இந்தக் கிணற்றை 'ரெட்டியார் கிணறு' என்று அழைப்பார்கள். மற்றும் ஒரு கிணறு, 'பிலிப்பு வாத்தியார் கிணறு' என்பார்கள். இதில் நாடார் சமூகத்தினர் தண்ணீர் எடுத்து வந்தனர். தலித் மக்கள், மற்ற இரண்டு கிணறுகளிலும் பட்டை போட்டு தண்ணீர் எடுக்கக்கூடாது என்பது கிராம நடைமுறையாக இருந்தது.

காலம் செல்லச்செல்ல கிணறுகள் தூர்ந்துவிட்டன. எனவே, பஞ்சாயத்து யூனியன் மூலம் குளக்கரையில் பொதுக்கிணறு கட்டிக்கொடுத்தனர். அதில் அனைத்துச் சமூக மக்களும் தண்ணீர் எடுத்துக் குடித்து வந்தனர். கொஞ்சகாலத்திலேயே, மழை இல்லாமல் அந்தப் பகுதியில் கடுமையான குடிதண்ணீர்ப் பஞ்சம் ஏற்பட்டது. எனவே, பக்கத்துக் கிராமங்களுக்குச் சென்று குடிதண்ணீர் எடுத்து வந்தனர்.

இந்த வேளையில், நல்ல மழை பெய்ததால் குளத்தில் தண்ணீர் பெருகியது. அனைவரும் குளத்துத் தண்ணீரை எடுத்துக் குடித்து வந்தனர். நாளாக நாளாக குளத்தில் தண்ணீர் வற்றிக்கொண்டு வந்தது. 'பிலிப்பு வாத்தியார் கிணறு' இருந்த பகுதி பள்ளமான இடம். எனவே, அந்தப் பகுதியில் தண்ணீர் நிறைய இருந்தது.

ஒருநாள், குளத்தில் முற்றிலுமாகத் தண்ணீர் வற்றியதால், வயதான ஒரு அம்மா பட்டை போட்டு அந்தக் கிணற்றில் தண்ணீர் எடுத்துக்கொண்டு இருந்தார். பிரச்னை, பெரிதாகிவிட்டது.

அப்போது, நான் எங்கள் தோட்டத்தில் இருந்தேன். சில இளைஞர்கள் என்னிடம் வந்து நடந்ததைச் சொன்னார்கள். அவர்கள் சற்று ஆவேசமாக இருந்தார்கள். என்னிடம், ''நீங்கள் அவர்களிடம் பேச வேண்டும்!'' என்று அழைத்தார்கள். எல்லாரையும் என் வீட்டுக்கு அழைத்து வந்தேன்.

அன்று என் அப்பா ஊரில் இல்லை; வெளியூருக்குச் சென்றிருந்தார்.அவர் இருந்திருந்தால் பிரச்னை பற்றி அங்கு போய் பேசி இருப்பார்; உடனே பிரச்னை தீர்ந்து இருக்கும். நான் அங்கு இருந்த எங்கள் பகுதி பெரியவரிடம் சென்று, ''நீங்கள் அவர்களிடம் சென்று மெதுவாகப் பேசி, சுமூகமாக இதைத் தீர்த்து வையுங்கள்!'' என்று கூறினேன். அவர், ''என்னால் முடியாது... நான் போகமாட்டேன்!'' என்று கூறிவிட்டார். வேறு பெரியவர்கள் யாரும் இல்லை.

இதற்கு மத்தியில் இளைஞர்கள் சிலர், ''வாருங்கள்... காவல் நிலையத்துக்குச் சென்று புகார் கொடுக்க வேண்டும். நீங்கள் ஒரு கம்யூனிஸ்ட்... நீங்கள் சொன்னால்தான் எடுப்பார்கள். உடனே வாருங்கள்''! என்று வேகப்படுத்தினார்கள். நாங்கள் பத்துப் பேர்தான் இருந்தோம். காவல்நிலையம் செல்லத் தயாரானோம்.

இரவு எட்டு மணி இருக்கும். எங்கள் ஊரில் இருந்து காவல்நிலையம் மூன்று மைல்கள் இருக்கும். காட்டு வழியாக நடந்துதான் சென்றோம். நாங்கள் போய்ச் சேரும்போது காவல்நிலையத்தில் யாரும் இல்லை. பாரா காவலர் மட்டும் இருந்தார். அவர் ''நாளை காலையில் வாருங்கள்'' என்று கூறி அனுப்பிவிட்டார். நாங்கள் அமைதியாகத் திரும்பினோம். அப்போது, எதிர்த்தரப்பிலும் ஏழு பேர் வந்திருப்பதைக் கவனித்தேன். என்னையே முறைத்துப் பார்த்துக்கொண்டிருந்தனர். எந்த வம்பும் இல்லாமல் அவர்களும் ஊருக்குத் திரும்பி வந்தனர்.

மறுநாள், காவல்நிலையத்துக்குப் போகவேண்டும். முதல்நாள் என்னுடன் வந்த ஆண்கள் யாரும் வர தயாராக இல்லை. பெண்கள் இருபது பேர் தயாராகிவிட்டார்கள். அவர்களை அழைத்துக்கொண்டு நான் ஒரே ஓர் ஆண் மட்டும் காவல்நிலையம் சென்றேன். எதிர்த் தரப்பில் அவர்கள் பத்து பேர் ஆண்கள் வந்திருந்தனர்.

ஆய்வாளர், முதலில் அவர்களை அழைத்து விசாரணை செய்தார். அவர்கள் அனைவரும் என்மீது குற்றம் சுமத்தினர். நான்தான் ஊரில் சாதிச்சண்டையைத் தூண்டிவிடுவதாகவும், நான் ஒரு தீவிர கம்யூனிஸ்ட் என்றும், நடந்த சம்பவத்துக்கு சற்றும் சம்பந்தமில்லாமல் பேசிக்கொண்டிருந்தனர். நான் பொறுமையாகக் கேட்டுக்கொண்டிருந்தேன். என்னுடன் வந்த பெண்களும் மௌனமாக இருந்தார்கள்.

ஆய்வாளர் என்னைப் பார்த்து, "உங்கள் மீது நடவடிக்கை எடுத்து ரிமாண்ட் செய்து விடுவேன்!" என்று கூறினார். உடனே நான், "சார், நான் ஜெயிலுக்குப் போக அஞ்சமாட்டேன். நாங்கள் கேட்பது குடிதண்ணீர் எடுக்கப் பாதுகாப்பு வேண்டும், அவ்வளவுதான். ஆனால், அவர்கள் சம்பந்தம் இல்லாமல் பிரச்னை செய்துகொண்டு இருக்கிறார்கள். என்னிடமோ, எங்கள் பெண்களிடமோ நீங்கள் விசாரிக்கவில்லை. நான் ஜெயிலுக்குப் போவதற்கு முன், நீங்கள் எங்கே செல்வீர்கள் என்று எனக்குத் தெரியும். இது அவசரநிலைக் காலம்... அதை நினைத்துப் பேசுங்கள்!" என்று வேகமாகப் பேசினேன். உடனே எரிச்சல் அடைந்த ஆய்வாளர், காவலர்களை அழைத்து "இந்தப் பத்துப் பேரையும் லாக்கப்பில் அடையுங்கள்!" என்று கோபமாகச் சொன்னார்.

அதுவரை பொறுமையாக இருந்த பெண்கள் அனைவரும், ஒரே குரலில், ஊரில் நடந்த கொடுமைகளை சத்தமாகப் பேசினார்கள். தண்ணீர் எடுத்த அம்மாவை அடித்ததுமுதல், குடத்தை உடைத்து ஜாதியைச் சொல்லித் திட்டியதுவரை, எல்லாவற்றையும் சொன்னார்கள். "உங்களால முடியலைன்னா நாங்க எங்க சொல்லணுமோ அங்க சொல்லிக்கிறோம்" என்றும் ஆவேசமாகக் கத்தினார்கள்.

உடனே, ஆய்வாளர் என்ன நினைத்தாரோ, ஏட்டையாவைக் கூப்பிட்டு எதிர்த்தரப்பினரைக் காட்டி, "அவர்கள் மீது, வன்கொடுமை சட்டத்தின் கீழ் முதல் தகவல் அறிக்கை (FIR) பதிவு செய்யுங்கள்" என்று கூறினார். இதைக் கேட்டதும் எங்கள்மீது

புகார் கூறியவர்களுக்கு பயஉணர்வு ஏற்பட்டுவிட்டது. நான் பொறுமையாக பெஞ்சில் உட்கார்ந்துவிட்டேன். அதன் பின் பெண்கள் அமைதியாக இருந்தனர்.

ஆய்வாளர், எங்களைப் பார்த்து, "நீங்கள் சொல்லுங்கள்..." என்று கேட்டுக்கொண்டார். உடனே நான், "இன்னும் இரண்டு நாட்களுக்குத்தான் கிணற்றில் குடிதண்ணீர் இருக்கும். அதன்பின், எல்லாரும் வெளியில் சென்றுதான் குடிதண்ணீர் எடுக்க வேண்டும். எல்லாரும்தான் கஷ்டப்படுவோம். இதுவரை, நாங்கள் எங்கள் கிராமத்தில் ஒற்றுமையாகத்தான் வசித்து வருகிறோம். சாதிப் பிரச்னை என்று காவல்நிலையம் வந்ததில்லை. இது தேவையில்லாத விஷயம். எனவே, வழக்குப் போட வேண்டாம். அவர்களை வெளியில் விடுங்கள். ஊரின் இறையாண்மையைக் காப்பாற்றி ஒன்றாக வாழ்கிறோம்" என்று கூறினேன்.

ஆய்வாளர் என்னை ஆச்சரியமாகப் பார்த்து, அவர்களிடம் திரும்பி, "அப்பாத்துரை சிறுவயது ஆளாக இருந்தாலும், எவ்வளவு பொறுமையாகப் பேசுகிறார் பாருங்கள். ஆனால், நீங்கள் 'அவர்தான் பிரச்னைக்குக் காரணம்' என்று பொய் சொல்கிறீர்கள். அவர் புகார் கொடுத்தால் நீங்கள் மூன்று ஆண்டுகளுக்கு ஜாமினில் வெளியே வர முடியாது... தெரிந்துகொள்ளுங்கள். ஊரில் சென்று அமைதியாக இருங்கள்!" என்று கூறி, அனைவரையும் அனுப்பி வைத்தார்.

ஊருக்கு வந்தபிறகு, அந்தப் பெண்கள் எல்லாரிடமும் நடந்ததைச் சொல்லி, "தம்பி அப்பாத்துரைக்கு காவல்நிலையத்தில் எவ்வளவு மரியாதை தெரியுமா?" என்று பெருமை அளித்தனர். ஒரு வாரமாக இதுதான் பேச்சாக இருந்தது. அவர்களில் சிலர், என்னிடம் வந்து நடந்ததற்கு வருத்தம் தெரிவித்தார்கள். நானும் பெரிதுபடுத்தவில்லை. ஊரில் அமைதி நிலவியது.

திருநெல்வேலி மாவட்டக் குழு உறுப்பினர்

எங்கள் கிராமத்தில் இந்தியக் கம்யூனிஸ்ட் கட்சியின் கிளை அமைக்கப்பட்டது. ஒரு சமுதாயத்தினர் தவிர அனைத்துப் பகுதியினரும் சேர்ந்தனர். கொடி ஏற்றப்பட்டது.

அன்று எங்கள் ஊர் ஸ்ரீவைகுண்டம் தாலுகாவில் சேர்ந்தது. எனவே, எங்கள் கிளையும் அந்தத் தாலுகா குழுவோடு இணைக்கப்பட்டது. என்னை ஸ்ரீவைகுண்டம் தாலுகா குழுவில் இணைத்துக்கொண்டனர். நான் தோழர் வி.எஸ்.காந்தியுடன்

தொடர்பு கொண்டேன். அவர்கள் தூத்துக்குடிக்கு வரும்போது எனக்குத் தகவல் கொடுப்பார்கள். நானும் சென்று பேசுவேன். ஒருநாள், என்னிடம், "இளைஞர் மன்ற மாவட்டப் பொறுப்பை எடுத்துச் செயல்படவேண்டும்" என்று கேட்டுக்கொண்டார். நான் 'சரி' என்று சம்மதம் தெரிவித்தேன்.

அதன்படி கோவில்பட்டியில் மாவட்ட மாநாடு நடைபெற்றது. அந்த மாநாட்டில் இளைஞர் மன்ற மாவட்டச் செயலாளராக தேர்வு செய்யப்பட்டேன். மாவட்டத்தின் பல பகுதிகளிலும் இளைஞர் மன்ற அமைப்புகள் உருவாக்கப்பட்டன.

இளைஞர் மன்ற மாநில மாநாடு கும்பகோணத்தில் நடைபெற்றது. அந்த மாநாட்டில் தோழர் தூ.ராஜா மாநிலச் செயலாளராக தேர்வு செய்யப்பட்டார். நான் உதவிச் செயலாளராகத் தேர்வுசெய்யப்பட்டேன்.

தூத்துக்குடிப் பகுதியில் கட்சி அமைப்பை விரிவாக்க வேண்டும் என்ற அடிப்படையில் தூத்துக்குடி நகரப் பகுதியில் உள்ள கிளைகளையும், ஸ்ரீவைகுண்டம் தாலுகாவில் உள்ள கிளைகளையும் இணைத்து, 'தூத்துக்குடி வட்டாரக் குழு அமைப்பு' என்று மாவட்டக் குழுவில் முடிவுசெய்து புதுக்கோட்டையில் வட்டார மாநாடு நடைபெற்றது. அதில் என்னை வட்டாரச் செயலாளராகத் தேர்வு செய்தார்கள். வட்டாரக் குழுவில் ஏழு கிளைகளும், நூற்றியெட்டு உறுப்பினர்களும் இருந்தார்கள். அந்தப் பகுதியில் கட்சி அமைப்பை உருவாக்கக் கடுமையான முயற்சி எடுத்தேன். மறு ஆண்டு பன்னிரண்டு கிளைகளும், நூற்றி அறுபத்தைந்து உறுப்பினர்களும் சேர்க்க முடிந்தது. அங்கு கோரப்பள்ளம் பகுதியில் விவசாயிகளின் பிரச்னைகளை முன்னெடுத்துச் செயல்பட்டோம். அவசரநிலைக் காலத்திலும் சுமார் அறுநூறு விவசாயிகளைத் திரட்டி ஊர்வலம் நடத்தினோம். இந்த நிகழ்வு, அப்பகுதி மக்கள் மத்தியில் கட்சிக்கு நல்ல பெயரைப் பெற்றுத் தந்தது.

அதுபோல, பனைத்தொழிலாளர்கள் பிரச்னை, கல்குவாரி தொழிலாளர்கள் பிரச்னைகளையும் எடுத்துச் செயல்பட்டதால் அடுத்த ஆண்டு, இருநூற்று ஐம்பது உறுப்பினர்கள் சேர்க்கையும், பத்தொன்பது கிளைகளும் கட்சியின் செயல்பாட்டில் வந்தன.

இந்த வேளையில், தூத்துக்குடியில் கட்சியில் முரண்பாடு ஏற்பட்டது. தோழர் எஸ்.ஏ.முருகானந்தம் கட்சியிலிருந்து நீக்கப்பட்டார். 1975ல் நான் திருநெல்வேலி மாவட்டக் குழு

உறுப்பினராக இணைந்துக் கொள்ளப்பட்டேன். கட்சியைச் சீர்குலைவிலிருந்து பாதுகாக்க, தூத்துக்குடி நகர வட்டாரக் குழுக்களை இணைத்து, 'தூத்துக்குடி தாலுகா குழு' என்று கட்சி அமைப்பு புனரமைக்கப்பட்டது. தாலுகா குழு உதவிச் செயலாளராக நான் தேர்வு செய்யப்பட்டேன்.

நாடாளுமன்றத் தேர்தல்: 1977

1977 நாடாளுமன்றத் தேர்தலுக்கு கூட்டணிக் கட்சிகளின் இட ஒதுக்கீடு பேச்சுவார்த்தை நடைபெற்றது.

அப்போது, 1971 நாடாளுமன்றத் தேர்தலில் இந்தியக் கம்யூனிஸ்ட் கட்சி வெற்றிபெற்ற நான்கு தொகுதிகளில், ஒரு தொகுதியான நெல்லை நாடாளுமன்ற தொகுதியை மீண்டும் சி.பி.ஐ. கட்சிக்கு, அனைத்திந்திய அ.தி.மு.க. தர மறுத்துவிட்டது. அதனால், கட்சிக்குள் முரண்பாடு ஏற்பட்டது. நெல்லை மாவட்டக் குழுத் தோழர்கள், நாகப்பட்டினம் தொகுதிக்குச் சென்று, தோழர் எஸ்.ஜி.முருகையனை ஆதரித்துத் தேர்தல் பிரசாரம் செய்வது என்ற அடிப்படையில் நாங்கள் அங்கு சென்றோம்.

திருத்துறைப்பூண்டி, இந்தியக் கம்யூனிஸ்ட் கட்சி அலுவலகத்தில் தோழர் ஆர்.நல்லகண்ணு, கே.டி.கே.தங்கமணி, எம்.காத்தமுத்து ஆகியோர் இருந்தார்கள். அவர்கள், யார் யார், எந்தப் பகுதிக்குச் சென்று பிரசாரம் செய்வது என்று பேசி முடிவு செய்தார்கள். அதன்படி, என்னை திருக்குவளையில் இருந்து தேர்தல் பணி செய்ய வேண்டிக்கொண்டார்கள்.

தோழர்கள் ஆர்.நல்லகண்ணு, முன்னாள் சட்டமன்ற உறுப்பினர் வடிவேலு இருவரும் என்னை அழைத்துக்கொண்டு, திருக்குவளைக்குச் செல்லத் திட்டமிட்டனர். போகிற வழியில் கீழவெண்மணி சென்று தியாகிகள் சிலைக்கு மாலை அணிவிப்பது என்ற அடிப்படையில் காரில் புறப்பட்டோம். கீழவெண்மணிக்குச் சென்று சேர்ந்ததும், நினைவுத்தூணுக்கு மலர்வளையம் வைக்க விரும்பி, உள்ளே செல்ல சாவியைக் கேட்டோம். சாவியைத் தர சி.பி.எம். தோழர்கள் மறுத்துவிட்டார்கள். நாங்கள் கொண்டுசென்ற மாலையை வெளியே வைத்துவிட்டு உறுதிமொழி எடுத்துக்கொண்டு திருக்குவளைக்குச் சென்றோம்.

அங்கு, தோழர் கணபதி, முன்னாள் சட்டமன்ற உறுப்பினர் சிவராஜ் ஆகியோரிடம் என்னை அறிமுகப்படுத்தி, ''தேர்தல்

பிரசாரத்துக்கு அப்பாத்துரையைப் பயன்படுத்திக்கொள்ளுங்கள்'' என்று கூறிவிட்டுச் சென்றனர். ஒரு சைக்கிள் கடையைச் சுத்தம் செய்து, அங்கே நான் தங்குவதற்கு ஏற்பாடு செய்தார்கள்.

இரண்டு நாட்கள் கழித்து, அனைத்திந்திய அ.தி.மு.க. சார்பில் தேர்தல் பொதுக்கூட்டம் நடைபெற்றது. பொதுக்கூட்டத்தில் என்னைப் பேச அழைத்தார்கள். அரசியல்ரீதியாகப் பேசினேன்.

கூட்டம் முடிந்து நான் தங்கும் இடத்துக்குச் சென்றேன். அ.தி.மு.க., இ.காங்கிரஸ் நண்பர்கள் அனைவரும் "நன்றாகப் பேசினீர்கள்" என்று என்னைப் பாராட்டினார்கள். அந்தநேரத்தில் சுமார் ஐம்பது தி.மு.க.வினர் என்னைத் தாக்கும் எண்ணத்துடன் வந்து தகராறு செய்தார்கள். தோழர்கள் மற்றும் கூட்டணிக் கட்சியினர், "அவர் அரசியல் ரீதியாகத்தான் பேசினார். யாரையும் தனிப்பட்ட முறையில் பேசவில்லை. நீங்கள் கூட்டம்போட்டு அதற்குப் பதில் சொல்லுங்கள்!" என்று கூறி அவர்களை அனுப்பி வைத்தனர். ஆனாலும், அவர்கள் கோபத்துடன்தான் சென்றார்கள்.

இரண்டு நாட்கள் கழித்து, இ.காங்கிரஸ் சார்பில் கூட்டம் நடைபெற்றது. அதில், என்னைப் பிரதானப் பேச்சாளராகப் பேசச் சொன்னார்கள். நான் மைக்கைப் பிடித்தவுடன், "தி.மு.க. நண்பர்களே! நான் தூத்துக்குடியிலிருந்து வந்துள்ளேன். உங்களுக்கு கே.வி.கே.சாமியைத் தெரியுமா? அந்த மண்ணிலிருந்து வந்துள்ளேன். நான் பனங்காட்டு நரி, சலசலப்புக்கு எல்லாம் அஞ்சமாட்டேன்!" என்று ஆரம்பித்து, ஒரு மணி நேரம் பேசினேன். கூட்டத்தில் மக்கள் நிரம்பி வழிந்தனர்.

அதன்பின், எல்லா இடங்களுக்கும் என்னை அழைத்துச் செல்வார்கள். இதன் எதிரொலியாக அனைத்திந்திய அ.தி.மு.க. நண்பரை, தி.மு.க.வினர் தாக்கிவிட்டனர். பதினைந்து தினங்களாகச் சுற்றுவட்டாரப் பகுதியில் பொதுக்கூட்டங்களில் பேசினேன். கடைசிநாள் வாக்குப்பதிவு முடிந்ததும் என்னைத் தாக்க அவர்கள் திட்டமிட்டு உள்ளனர் என்பது எனக்குத் தெரியவந்தது. இதை கட்சித் தோழர்களும் மோப்பம் பிடித்து, "அசம்பாவிதங்கள் நடைபெறாமல் இருக்க, உடனே கிளம்பி திருத்துறைப்பூண்டிக்குச் சென்றுவிடுங்கள்!" என கேட்டுக்கொண்டார்கள். எனவே, நான் எனது பெட்டியைத் தயாராக எடுத்துக் கொண்டு, முதல் வாக்குப்பதிவு தொடங்கியது என்று தெரிந்ததும், பஸ் ஏறி திருத்துறைப்பூண்டிக்குச் சென்று கட்சி அலுவலகம் சேர்ந்தேன்.

அங்கு ஆர்.நல்லகண்ணு, கே.டி.கே.தங்கமணி இருவரும், "முதலில் அப்பாத்துரையை அழைத்து வந்துவிட வேண்டும். அவரைத் தாக்க திட்டமிட்டுள்ளார்கள்..." என பேசிக்கொண்டிருந்தார்கள். "நான் வந்துவிட்டேன்!" என்று கூறிக்கொண்டே அலுவலகத்துக்குள் நுழைந்து அவர்கள் முன் நின்றேன்.

மறுநாள், அங்கிருந்து திருச்சித் தொகுதிக்குச் சென்றோம். அங்கு இரண்டாம் கட்டத்தேர்தல். இரண்டு நாட்கள் தோழர்களுடன் சேர்ந்து தேர்தல் பணி செய்தோம். அப்போது, ஸ்ரீரங்கம் கோவிலுக்குச் சென்று சுற்றிப் பார்த்துவிட்டு வந்தேன். பின் ஊருக்கு வந்து சேர்ந்தேன்.

அந்தத் தேர்தலில், சி.பி.ஐ. சார்பாகப் போட்டியிட்ட நாகப்பட்டினம் வேட்பாளர் எஸ்.ஜி.முருகையன், திருச்சி வேட்பாளர் எம்.கல்யாண சுந்தரம், கோவை வேட்பாளர் தோழர் பார்வதி கிருஷ்ணன் ஆகியோர் வெற்றி பெற்றனர்.

இந்தியக் கம்யூனிஸ்ட் கட்சி மாவட்ட மாநாடு

திருநெல்வேலி மாவட்ட இந்தியக் கம்யூனிஸ்ட் கட்சியின் மாநாடு கோவில்பட்டியில் நடை பெற்றது. அந்த மாநாட்டில் தலைமைக் குழு உறுப்பினராகத் தேர்வு செய்யப்பட்டு செயல்பட்டேன். மாநாட்டில் நிர்வாகக் குழு உறுப்பினராகவும் தேர்வு செய்யப்பட்டேன். கோயம்புத்தூரில் நடைபெறும் மாநில மாநாட்டுப் பிரதிநிதியாகவும் தேர்வு செய்யப்பட்டேன். முதல் மாவட்ட மாநாடு, முதல் மாநில மாநாடுகளில் பிரதிநிதியாகத் தேர்வு செய்யப்பட்டதில் என்னை தோழர்கள் பாராட்டினார்கள்.

'இந்தியாவில் அவசரநிலை... சரியா? தவறா?'

'இந்திரா காந்தி ஆட்சியில், இந்தியாவில் அவசரநிலையை அறிவித்தது சரியா? தவறா?' என்று அரசியல் நிலைபாடு குறித்து இந்தியக் கம்யூனிஸ்ட் கட்சிக்குள் கடுமையான விமர்சனங்கள் நடைபெற்ற நேரம். 'இந்தியக் கம்யூனிஸ்ட் கட்சியின் மத்தியக் கமிட்டி எடுத்த அரசியல் நிலைபாட்டில், அவசரநிலையை ஆதரித்தது தவறு' என்று தீர்மானம் நிறைவேற்றினார்கள்.

கோவையில் நடைபெற்ற மாநில மாநாட்டில் தோழர்கள் இதைப் பற்றி பரபரப்பாகப் பேசிக்கொண்டு இருந்தார்கள். மாநில மாநாட்டில் துவக்க உரையில் தோழர் என்.கே.கிருஷ்ணன் பேசியபின், 'கட்சியின் அதிகாரபூர்வமான நிலையே சரி' என்று எனக்குத்

தோன்றியது. அறிக்கையின் மீது வாக்கெடுப்பு நடைபெற்றது. தமிழ்நாட்டில், கட்சியின் அதிகாரபூர்வ தீர்மானத்துக்கு எதிராக மெஜாரிட்டி தோழர்கள் வாக்களித்தனர். கட்சியின் நிலைக்கு ஆதரவாக பதினேழு பேர் வாக்களித்தனர். அதில் நானும் ஒருவன்.

எங்கள் மாவட்டச் செயலாளர் தோழர் வி.எஸ்.காந்தி என்னிடம், ''ஏன் இப்படி மாற்றி வாக்களித்தீர்கள்?'' என்று சற்றுக் கோபமாகப் பேசினார். உடனே நான், ''தோழர், நான் ஒரு கம்யூனிஸ்ட்... சிந்தித்து வாக்களித்து உள்ளேன்!'' என்று கூறிவிட்டேன்.

மாநிலக்குழு உறுப்பினர் தேர்வு...

நெல்லை மாவட்டத்துக்குப் பத்து முழு உறுப்பினர், ஒரு தேர்வு உறுப்பினர் என்று அறிவித்தார்கள். எங்கள் மாவட்டப் பிரதிநிதிகள் கூடினோம். பத்து முழு உறுப்பினர் பெயர்களையும், ஒரு தேர்வு உறுப்பினராக என் பெயரையும், மாவட்டச் செயலாளர் முன் மொழிந்தார்.

பல தோழர்கள், தாங்களும் மாநிலக்குழு உறுப்பினராக இருக்க வேண்டும் என கடுமையாகப் பேசினார்கள். எனக்கு முதல் அனுபவம் என்பதால் சற்று மனவேதனைப்பட்டேன்.

இவர்கள் கடுமையாகப் பேசி வருத்தப்பட்டதை எல்லாம் பார்த்துக்கொண்டு சஞ்சலமாக இருந்த நான், அமைதியாக எழுந்து, ''எனக்கு மாநிலக்குழு உறுப்பினர் பொறுப்பு வேண்டாம்!'' என்று கூறினேன். அதன்பிறகு, வேறு ஒருவரை தேர்வுசெய்து இணைத்து அந்தப் பட்டியல் இறுதி செய்யப்பட்டது.

அந்தக் கூட்டத்தில் பேராசிரியர் என்.வானமாமலை போன்ற தலைவர்கள் எல்லாம் இருந்தார்கள். மாவட்டச் செயலாளர், ''நாங்கள் எல்லாரும் கூடி எடுத்த முடிவை நீங்கள் வேண்டாம் என்று கூறுவதா?'' என்று என்னைக் கண்டித்தார்கள். மாநாட்டில் தோழர் ப.மாணிக்கம் ஏகமனதாக மாநிலச் செயலாளராகத் தேர்வு செய்யப்பட்டார்கள்.

தமிழக சட்டமன்றத் தேர்தல்: 1977

1977ல், தமிழகத்தில் நடந்த சட்டமன்றத் தேர்தல் முக்கியத்தும் வாய்ந்த தேர்தலாகக் கருதப்பட்டது. அந்தத் தேர்தலில் நான்கு முனைப் போட்டி இருந்தது. அண்ணா தி.மு.க. அணி, இ.காங்கிரஸ், சி.பி.ஐ. அணி, தி.மு.க., ஜனதாதளம் அணி என்ற அடிப்படையில்

நடைபெற்றது. கடுமையானப் போட்டி நிலவியது. பிரசாரமும் கடுமையாக இருந்தது.

எம்ஜிஆர், 1972ல் 'அண்ணா திராவிட முன்னேற்றக் கழகம்' என்ற கட்சியை ஆரம்பித்தபோது அதற்குத் துணை நின்ற முதல் அரசியல் கட்சி இந்தியக் கம்யூனிஸ்ட் கட்சி. ஆனால், 1977ல் தேர்தல் காலத்தில் மாறுபட்ட நிலையை இந்தியக் கம்யூனிஸ்ட் கட்சி எடுத்தது. இது துரதிர்ஷ்டவசமானது.

நெல்லை மாவட்டத்தில் கோவில்பட்டி, அம்பாசமுத்திரம், வாசுதேவநல்லூர் ஆகிய மூன்று தொகுதிகளில் இந்தியக் கம்யூனிஸ்ட் கட்சி போட்டியிட்டது. என்னை வாசுதேவநல்லூர் தொகுதிக்கு, தேர்தல் பிரசாரத்துக்கு அனுப்பி வைத்தார்கள்.

வாசுதேவநல்லூர் தொகுதியில் வேட்பாளர் தேர்வில் ஏற்பட்ட தவறின் காரணமாக சி.பி.ஐ. 2100 வாக்கு வித்தியாசத்தில் தோல்வி அடைந்தது. கோவில்பட்டி தொகுதியில் தோழர் எஸ்.அழகர்சாமி மிகக் குறைவான வாக்குகளில் வெற்றி பெற்றார்கள். அம்பாசமுத்திரம் தொகுதியில் தோழர் ஆர்.நல்லகண்ணு மிகக் குறைவான வாக்குகளில் தோல்வி அடைந்தார். மொத்தத்தில், தமிழகம் முழுவதும் சி.பி.ஐ. ஐந்து இடங்களில் வெற்றி பெற்றது.

நாகப்பட்டினம் இடைத்தேர்தல்: 1980

நாகப்பட்டினம் நாடாளுமன்ற உறுப்பினர் எஸ்.ஜி.முருகையன் 1979ல் படுகொலை செய்யப்பட்டதின் விளைவாக இடைத்தேர்தல் நடைபெற்றது. மீண்டும் திருக்குவளைக்குத் தேர்தல் பணிக்குச் சென்றேன்.

இந்தமுறை அணி மாற்றம்: அண்ணா தி.மு.க., இந்திரா காங்கிரஸ் ஓர் அணி. தி.மு.க., சி.பி.ஐ., சி.பி.எம்., மற்றோர் அணி. எனவே, பழைய நண்பர்கள் எதிர் அணியிலும், பழைய எதிரிகள் எங்கள் நண்பர்கள் ஆகிவிட்டார்கள். நான் நடுநிலையோடு செயல்பட்டு இறுதி வரை, எந்த வாக்குவாதமும், எந்தச் சண்டையும் வராமல் தடுத்து, வாக்குப்பதிவு முடிந்து, வாக்குப் பெட்டிகளைத் தூக்கிச் செல்லும் வரை உடனிருந்து அனுப்பினேன்.

கடைசியாக, என்னை ஊருக்கு வழியனுப்ப இருதரப்பிலும் நூற்றுக்கணக்கானவர்கள் திரண்டனர். எல்லாரும் என் மீது அன்பாக நடந்துகொண்டார்கள். அது எனக்கு அரசியலில் உறுதுணையாக இருந்தது.

அதுபோல், 1980ல் நடைபெற்ற நாடாளுமன்ற இடைத் தேர்தலுக்கு நாகப்பட்டினம் சட்டமன்ற தொகுதி பொறுப்பாளராக இருந்த தோழர் எஸ்.கணேசனுக்கு உதவியாக தொகுதி முழுவதும் சென்று பணியாற்றினேன். வேட்பாளர் தோழர் கே.முருகையன் வாக்கு சேகரிக்கச் செல்லும் இடங்களுக்கு எல்லாம் மைக்கில் பேசுவதற்கு என்னை அழைத்துச் செல்வார். முடிவில், நாடாளுமன்ற வேட்பாளராக நின்ற தோழர் கே.முருகையன் வெற்றி பெற்றார்.

அவர் பதவி ஏற்கும் முன், நாடாளுமன்றம் கலைந்தது. அதன்பின், 1980, மே மாதம் நடைபெற்ற நாடாளுமன்றத் தேர்தலில் தி.மு.க., இ.காங்கிரஸ் கூட்டணி மகத்தான வெற்றி பெற்றது.

தொழிற்சங்கப் பணிகள்

தூத்துக்குடியில் தொழிற்சங்கங்கள்

தூத்துக்குடியில் தோழர் எஸ்.ஏ.முருகானந்தம், ஜி.டி.மாதவன் ஆகியோர் கட்சியிலிருந்து நீக்கப்பட்டனர். இதன் விளைவாக கட்சி தொழிற்சங்கப் பணிகளில் புதிய தலைமையை உருவாக்க முயற்சிகள் எடுக்கப்பட்டன. அதன் அடிப்படையில் உப்புத் தொழிலாளர்கள் சங்கம், தும்பு, ஈக்கித் தொழிலாளர்கள் சங்கம், பஞ்சாலைத் தொழிலாளர்கள் சங்கம் போன்ற அமைப்புகளில் மற்றும் புறநகர்ப் பகுதிகளில் தூத்துக்குடி அனல் மின் திட்டம், கனநீர் (H.W.P) போன்றவற்றிலும் சங்கம் உருவாக்கப்பட்டன.

பஞ்சாலைப் பிரச்னை

வரலாற்றுப் புகழ்மிக்க தூத்துக்குடி கோரல் மில் தொழிலாளர்கள் ஒப்பந்தப் பிரச்னை. அந்த மில்லில் ஏ.ஐ.டி.யூ.சி. சங்கம் 1961ல் துவக்கப்பட்டு செயல்பட்டுவருகிறது.

1978ஆம் ஆண்டு, சங்கத்தின் உபதலைவராக எனக்குப் பொறுப்புக் கொடுக்கப்பட்டது. அந்த ஆண்டு, தொழிற்சங்கத்தின் முதல் பேச்சுவார்த்தைக்கு நான் சென்றேன். நான்கு சங்கங்கள் - ஐ.என்.டி.யூ.சி., ஏ.ஐ.டி.யூ.சி., பி.டி.எம்.எஸ்., மற்றும் தனிநபர் சங்கம் கலந்துகொண்டன.

அந்தப் பேச்சுவார்த்தையில் பிரச்னைகளை நான் மௌனமாகக் கேட்டுக்கொண்டிருந்தேன். பேசி முடித்து சங்கத் தலைவர்கள் ஒப்பந்தத்தில் கையெழுத்துப் போட வேண்டும்... ஆனால், எனக்கு அந்த ஒப்பந்தத்தில் ஒரு சந்தேகம் வந்தது. ஐ.என்.டி.யூ.சி., பி.டி.எம்.எஸ்., திமுக சங்க செயலாளர் மற்றும் ஏ.ஐ.டி.யூ.சி. செயலாளர் கையெழுத்துப் போடத் தயாரானார்கள். "நான் போடக்கூடாது!" என்று கூறினேன். ஏனென்றால், "ஆட்சேபத்துக்கு

உரிய வாசகம் மாற்றப்பட வேண்டும், மாற்றவில்லை என்றால் கையெழுத்துப் போடக்கூடாது!'' என்று கூறினேன்.

உடனே, அதிகாரி என்னிடம் வந்து சமாதானம் பேசினார். அதை நான் ஏற்றுக்கொள்ளவில்லை. ''எங்கள் ஏ.ஐ.டி.யூ.சி. மாவட்டச் செயலாளரிடம் கேட்டுத்தான் கையெழுத்துப் போடுவோம்'' என்று கூறிவிட்டேன். பின்னர், அதிகாரி மற்றும் எங்கள் சங்கப் பொறுப்பாளர்கள் சென்று மாவட்டச் செயலாளரிடம் பேசினோம். அவரும், ''போட்ட ஒப்பந்தத்தில் தவறு இருக்கிறது. அது தொழிலாளர்களைப் பாதிக்கும்'' என்று கூறி அதை மாற்றச் சொன்னார். இது மில்லுக்குள் பெரும் பரபரப்பை ஏற்படுத்தியது. ஐ.என்.டி.யூ.சி. தலைவர் (முன்னாள் கம்யூனிஸ்ட்), என்னைத் தட்டிக்கொடுத்துச் சொன்னார், ''தம்பி, நான் தொழிற்சாலை நிர்வாகத்துக்குவேண்டிய சங்கம். நான் சொல்ல முடியவில்லை. நீங்கள் கம்யூனிஸ்ட். எனவே, நீங்கள் ஒப்பந்தத்தில் அந்தக் குறிப்பிட்ட வரியை மாற்றச் சொன்னதைப் பாராட்டுகிறேன்'' என்றார். ''நீங்கள் செய்ததுதான் சரி!'' என்று மற்ற சங்கத் தலைவர்களும் பாராட்டினார்கள்.

தும்பு, ஈக்கித் தொழிலாளர்கள் சங்கம்

தூத்துக்குடி நகரில் மிகப் பிரபலமான தொழில் பனைத் தும்பு, ஈக்கி இவற்றைப் பதப்படுத்தி வெளிநாடுகளுக்கு ஏற்றுமதி செய்வார்கள். இந்த மாவட்டத்தில் ஆயிரக்கணக்கான ஆண்பெண் தொழிலாளிகள் இந்த வேலையை மிகுந்த ஈடுபாட்டுடன் செய்து வந்தனர்.

எங்கள் சங்கத் தலைமையில் இருந்த தோழர்களின் தவறான வழிகாட்டுதலினால் அந்தத் தொழிற்சாலைகளில் வேலை நிறுத்தம் செய்து, அது வன்முறையில் சென்றுமுடிந்து பல ஆலைகள் மூடப்பட்டன. பல ஆலைகள் வேறு பகுதிகளுக்கு கொண்டு சென்றுவிட்டனர். மீண்டும் சங்கத்தைப் புதிப்பிக்க முதலாளிகளைச் சந்திக்கச் சென்றோம்.

ஒரு தொழிற்சாலையில் மட்டும் வேலை நடந்துகொண்டிருந்தது. அங்கு எங்கள் சங்கத் தொழிலாளர்கள் வேலை செய்தனர். அந்தச் சங்கத்தைக் கூட்டி அதன் தலைவராக என்னைத் தேர்வு செய்தனர். அந்தத் தொழிற்சாலையில் போதிய ஏற்றுமதி ஆர்டர் கிடைக்காத காரணத்தால் வாரத்தில் இரண்டு அல்லது மூன்று நாட்கள்தான்

தொழிலாளர்களுக்கு வேலை கிடைத்தது. இது தொழிலாளர்களுக்கு மிகவும் கஷ்டமான நிலையை உருவாக்கியது.

அவர்கள், ''ஆறு நாட்கள் வேலை வேண்டும்'' எனக் கேட்டார்கள். முதலாளியோ, ''ஏற்றுமதி ஆர்டர் இல்லை'' என்று கூறுகிறார். அது உண்மை என்று தொழிலாளர்களுக்கும் தெரிகிறது.

இந்தச் சூழ்நிலையில், ''புதிய ஆர்டர் கிடைக்கிறது. நிர்வாகம் எங்களை அழைத்து ஞாயிற்றுக்கிழமையும் வேலை செய்தால்தான் கம்பெனி, குறித்த காலத்தில் ஏற்றுமதிக்கான பொருட்களை ஏற்றுமதி செய்ய முடியும். நீங்கள் தொழிலாளர்களிடம் எடுத்துச்சொல்லி ஞாயிற்றுக்கிழமையும் வேலை செய்யத் தொழிலாளர்களிடம் கூறுகள்'' என்று கேட்டார்கள்.

நாங்கள், தொழிலாளர்களிடம் நடந்தவற்றை எடுத்துச் சொன்னோம். அவர்களும் நிறைந்த மனதுடன் ஏற்றுக்கொண்டனர். ஆனால், ஆலை நிர்வாகத்துக்குச் சந்தேகம் இருந்துள்ளது. நாங்கள் ஞாயிற்றுகிழமை வேலை செய்வதை ஏற்றுக்கொள்ளமாட்டோம் என்று! நாங்கள் பேச்சுவார்த்தை நடைபெறும் அரங்கத்துக்குச் சென்றோம். நிர்வாகத் தரப்பினர் சற்றுக் கலக்கமாக இருந்தார்கள். என்னைப் பார்த்து, ''தலைவரே உங்கள் முடிவு என்ன?'' என்று கேட்டார்கள். ''நான் சுவர் இருந்தால்தானே சித்திரம்'' என்று கூறினேன். உடனே என்னைக் கட்டித் தழுவி, மகிழ்ச்சியை வெளிப்படுத்தினர்.

''தொழிலாளர்கள் மனநிறைவுடன் பணி செய்வார்கள். ஏற்றுமதிக்கான வேலையை நீங்கள் எதிர்பார்க்கின்ற காலத்துக்கு முன்பாகவே செய்து கொடுப்பார்கள்'' என்று கூறி விடைபெற்று வந்தோம்.

பின்னர், சுமூகமாக தொழில் நடந்தது. அதன்பிறகு, தொழிலாளர்களுக்குத் தொடர்ந்து வாரத்தில் ஆறு நாட்கள் வேலை கிடைத்தது. இந்தச் சங்கத்தில் பதினாறு ஆண்டுகள் தலைவராக இருந்தேன்.

உப்புத் தொழிலாளர்கள் சங்கம்

இந்தியாவில், குஜராத்துக்கு அடுத்தபடியாக உப்பு உற்பத்தி தமிழகத்தில் தூத்துக்குடியில்தான் அதிகம். சுமார் 20,000 தொழிலாளர்கள், உப்பு வார்ப்பது முதல் மூடை சுமப்பது,

அரவை செய்வது, பேக்கிங் செய்வது என பல்வேறு வகையான வேலைகள் செய்கிறார்கள். இவர்களில் உப்பு வார் முதல் செய்யும் தொழிலாளர்கள் மத்தியில்தான் தொழிற்சங்கங்கள் உண்டு. ஆரம்பக் காலங்களில் இந்தியக் கம்யூனிஸ்ட் கட்சி தலைவர்கள், தொழிலாளிகளை சங்க ரீதியாகத் திரட்டி அவர்களுக்குச் சம்பள உயர்வு வாங்கிக் கொடுத்துள்ளனர். பின்னர், பல சங்கங்கள் உருவாகின.

ஏ.ஐ.டி.யூ.சி. சங்கத்தை மீண்டும் செயல்படுத்த, என்னைத் தலைவராகக் கொண்ட சங்கம் உருவாக்கப்பட்டது. அன்று, சங்கத்தில் உறுப்பினர்கள் மிகவும் குறைவு. அதனால், மற்ற சங்கங்களில்தான் முதன்மையாக இருந்தார்கள். பேச்சுவார்த்தையில் மூன்றாவது இடத்தில் இருந்தோம்.

சம்பள உயர்வு பேச்சுவார்த்தையில் அந்த ஆண்டு ஐந்து ரூபாய் அதிகம் கேட்டோம். பலமுறை நடந்த பேச்சுவார்த்தைக்குப் பின் நான்கு ரூபாய்க்கு உற்பத்தியாளர் சங்கம் சம்மதம் தெரிவித்தனர். எனவே, முதல் மற்றும் இரண்டாவது சங்கம் கையெழுத்துப் போட்டுவிட்டார்கள். நான், தொழிலாளர்களுக்கு ஆதரவு நிலை எடுத்து, "ஐந்து ரூபாய் உயர்த்தினால்தான் நான் கையெழுத்துப் போடுவேன்!" என்று மறுத்துவிட்டேன்.

இதனை, தொழிலாளர்கள் பார்த்துக்கொண்டு இருந்தார்கள். அதன்பின் உற்பத்தியாளர்கள் சங்கம் ஐந்து ரூபாய் என்று கூறியபின் நான் கையெழுத்துப் போட்டேன். இது தொழிலாளர்கள் மத்தியில், 'ஏ.ஐ.டி.யூ.சி. சங்கம்தான் போராடி ஐந்து ரூபாய் பெற்றுத்தந்தது' என்ற செய்தி பரவியது. அதுமுதல் சங்கத்துக்கு அதிகமான தொழிலாளர்கள் சந்தா கொடுத்தார்கள். அதன்பின் முதன்மை சங்கமாக உருவெடுத்தது.

ஒரு சில ஆண்டுகள் கழித்து, உப்பு விலை பல மடங்கு உயர்ந்தது. அதனால், தொழிலாளர்கள் மத்தியில் சம்பள உயர்வு அதிகம் வேண்டுமென்ற உணர்வு மேலோங்கியது. நான், "மற்ற சங்கங்களோடு பேசிவிட்டு, சம்பள உயர்வு கோரி ஊர்வலம் நடத்துவோம்" என்று கூறினேன். அதற்கு எந்தச் சங்கமும் முன் வரவில்லை. எனவே, ஏ.ஐ.டி.யூ.சி. சங்கத்தைக் கூட்டி ஊர்வலம் செல்வது, அதில் குறைந்தபட்சம் 500 தொழிலாளர்களைத் திரட்டுவது என முடிவுசெய்தோம்.

சிலர், 'வேலைநிறுத்தம் செய்ய வேண்டும்' என்று கூறினார்கள். நான் அவர்களிடம், "நம் சங்கம் மட்டும்தான் ஊர்வலம் நடத்துகிறோம். எனவே, வேலை நிறுத்தம் செய்தால், மற்ற சங்கங்கள் இதை முறியடிக்க வன்முறையைத் தூண்டுவார்கள். அதனால் வரும் விளைவுகளுக்கு நாம்தான் பொறுப்பு ஏற்க நேரிடும். கடந்த காலங்களில் இதுபோன்ற அனுபவம் எனக்கு உண்டு..." என்று கூறினேன். "தொழிலாளர்களுக்கு சம்பள உயர்வு வேண்டுமென்றால் அவர்கள் ஊர்வலத்தில் கலந்து கொள்ளட்டும்..!" என்று கூறினேன்.

அதன்படி, 'பத்து ரூபாய் சம்பள உயர்வு வேண்டும்!' என்று சங்கம் சார்பில் துண்டுப்பிரசுரம் வெளியிடப்பட்டு, 'இதனை வலியுறுத்தி பேரணி நடைபெறும்!' என்றும் அறிவிக்கப்பட்டது.

காவல்நிலையத்தில் ஊர்வலம் செல்ல அனுமதி கேட்டபோது, அதிகாரிகள், "எத்தனை பேர் வருவார்கள்?" என்று கேட்டார்கள். "சுமார் ஐநூறு பேர் வருவார்கள்!" என்று கூறிவிட்டேன். தூத்துக்குடி ராஜாஜி பூங்காவில் இருந்து புறப்பட்டு, சப் கலெக்டர் அலுவலகம் சென்று மனு கொடுப்பது என்று முடிவு செய்யப்பட்டது.

'காலை பத்து மணிக்கு ஊர்வலம் புறப்படும்' என்று அறிவித்திருந்தோம். மற்ற தொழிற்சங்கங்கள், "அப்பாத்துரை தொழிலாளர்களை ஏமாற்ற, இதுபோன்று பத்து ரூபாய் சம்பள உயர்வு கேட்டு போராட்டம் நடத்துகிறார். அது எப்படி முதலாளிகள் தருவார்கள்..?" என்று எனக்கு எதிரானக் கருத்துகளை, தொழிலாளர்கள் மத்தியில் பேசிப் பரப்பினார்கள்.

ஆனால், தொழிலாளர்கள் சாரை சாரையாக வந்து குவிந்து விட்டார்கள். ஊர்வலம் தொடங்கிய சிறிதுநேரத்தில் போக்குவரத்து ஸ்தம்பித்துவிட்டது. காவலர்கள் என்னிடத்தில் வந்து, "ஐநூறுபேர் என்று சொன்னீர்கள். இப்போது ஆயிரக்கணக்கில் தொழிலாளர்கள் வந்துவிட்டனர். எனவே, உடனே ஊர்வலத்தைத் தொடங்கி சீக்கிரம் முடித்துவிடுங்கள்!" என்று கூறினார்கள். ஊரில் உள்ளவர்கள் எல்லாரும் ஆச்சரியப்பட்டார்கள். மறுநாள் பேச்சுவார்த்தையில், பத்து ரூபாய் சம்பள உயர்வு வழங்க ஒப்பந்தம் போடப்பட்டது.

இந்தக் காலகட்டத்தில்தான், இந்த ஆண்டு தினக்கூலி, போனஸ் தொகை எவ்வளவு என்று நோட்டீஸில் அச்சடித்து கொடுக்கும் நிலை உருவானது. அதற்குமுன் 'சம்பளம் சென்ற ஆண்டைக்

காட்டிலும் ஆண்களுக்கு ஒரு ரூபாய், பெண்களுக்கு ஐம்பது பைசா' என்றுதான் இருந்தது. இதனால், இந்த ஆண்டு தினக்கூலி எவ்வளவு, போனஸ் தொகை எவ்வளவு என அனைவருக்கும் தெரியும் வண்ணம் அறிவிப்பு செய்யப்பட்டது.

அதுபோல, 'தொழிலாளியை, உப்பள உரிமையாளர்கள் வேலையை விட்டு நிறுத்தினால், வருடத்துக்கு ஏழு நாள் சம்பளம் வழங்க வேண்டும்' என்பது போன்ற ஒப்பந்தங்கள் போடப்பட்டன. 1976ஆம் ஆண்டு முதல் 2004ஆம் ஆண்டு வரை, நாடாளுமன்ற உறுப்பினராகத் தேர்வு செய்யப்படும் வரை 28 ஆண்டுகள் சங்கத் தலைவராகச் செயல்பட்டேன்.

கட்டுக்கூலி, மூடைசுமை தொழிலாளர் முன்னேற்றச் சங்கம்

நான் வீட்டிலிருந்தபோது ஐந்து பேர் வந்து, ''அண்ணாச்சி, நீங்கள் எங்கள் சங்கத்தின் செயலாளராக இருந்து செயல்படவேண்டும்'' என்று கூறினார்கள். ''நீங்கள் என்ன வேலை செய்கிறீர்கள்? எங்கிருந்து வந்துள்ளீர்கள்?'' என்று கேட்டேன். ''சொல்கிறோம்... சங்கத்தில் எல்லாரும் கூடி உங்களைத் தேர்வு செய்துவிட்டோம். வாருங்கள்!'' என்று அழைத்தார்கள். எனக்கு ஆச்சரியமாக இருந்தது.

நான் சட்டையைப் போட்டுக்கொண்டு அவர்களுடன் சென்றேன். போய்ச் சேர்ந்த இடத்தில், சுமார் இருநூறு தொழிலாளர்கள் இருந்தார்கள். நான் சென்றவுடன் கைதட்டி ஆரவாரம் செய்து வரவேற்றார்கள். அதன்பின், அவர்கள் செய்யும் வேலைமுறை, கூலிமுறைகளைத் கேட்டுத்தெரிந்துகொண்டேன். அவர்கள், பலசரக்கு மற்றும் பருப்பு, நவதானியங்கள், சீனி, கருப்பட்டி இவற்றை லாரியில் வரும்போது இறக்கவேண்டும். அதுபோல, அவர்கள் வேலை செய்யும் கடைகளில் இருக்கும் பொருட்களை, வெளியூர் செல்லும் மற்றும் உள்ளூர் கடைகளுக்கு ஐந்து கிலோ, பத்து கிலோ, ஐம்பது கிலோ என்ற அடிப்படையில் ஏற்றிக்கொண்டு சென்று இறக்க வேண்டும். இந்த மூடைகளின் அளவுக்குத் தக்க கூலி நிர்ணயம் செய்யப்படும்.

வருடந்தோறும் சம்பளப் பேச்சுவார்த்தை சேம்பர் ஆப் காமர்ஸ் அலுவலகத்தில் நடைபெறும். சேம்பரில் உள்ள முக்கியமானவர்கள் எனக்கு அறிமுகமானவர்கள். நான் பொறுப்பேற்ற பிறகு நடக்கும் முதல் பேச்சுவார்த்தை அது. தொழிலாளர்களிடம் விவரம் கேட்டுக் கொண்டேன். பத்து வகை எடை பொருட்கள் இவற்றுக்கு எவ்வளவு

கூலிஉயர்வு வேண்டும் என்று அவர்கள் கூடிப்பேசி, அதற்கான பட்டியல் தயார் செய்து, எனது கையெழுத்துடன் அவர்கள் சேம்பர் ஆப் காமர்ஸ் அலுவலகத்தில் கொடுத்துவிட்டார்கள்.

அடுத்த நாள், பேச்சுவார்த்தைக்கு அழைத்தார்கள். நான் என்னுடன் சங்கத் தலைவர் மற்றும் இரண்டு நண்பர்களுடன் பேச்சுவார்த்தைக்குச் சென்றேன். ஐந்து நிமிடம் வரை யாரும் பேசவில்லை. எனக்குச் சந்தேகம் வந்துவிட்டது. 'நம்மிடம் கூலி வாங்கும் இவர்களை, நமக்கு அருகில் கொண்டுவந்து அப்பாத்துரை உட்கார வைத்து விட்டாரே என்ற உணர்வோ?' என எண்ணினேன்.

சிறிதுநேரம் கழித்து, சேம்பர் செயலாளர் என்னைப் பார்த்து, ''நீங்கள் பேசுங்கள் அண்ணாச்சி...'' என்று கூறினார். உடனே நான், அவர்களின் தயக்கத்தைத் தீர்க்கும்வண்ணம், ''நீங்கள் இருவரும் எனக்கு இரு கண்கள்தான். இது ஒரு குடும்பப்பாங்கான தொழில். நீங்கள் இருவரும் பேசுங்கள். உங்களுக்குள் உடன்பாடு வரவில்லை என்றால்தான் நான் பேசுவேன்!'' என்று கூறினேன். இருந்தவர்கள் சற்று அமைதியாக இருந்தார்கள்.

அவர்கள் ஒவ்வொரு பிரிவாகப் பேசி முடிவுக்கு வந்தனர். ஒரு பிரிவுக்கு மட்டும் உடன்பாடு வரவில்லை. தொழிலாளர்கள் பத்து பைசா கேட்கிறார்கள், அவர்கள் ஆறு பைசா தரமுடியுமென்று சொல்கிறார்கள். ''இதை நீங்கள் பேசி முடியுங்கள்'' என்று கூறினார்கள். இப்போது நான், ''எட்டு பைசா கொடுங்கள்'' என்று கூறினேன். இருதரப்பும் ஒப்புக்கொண்டார்கள். அந்தச் சங்கத்தில் பதினெட்டு ஆண்டுகளாக செயலாளராக இருந்து கடமையைச் செய்தேன்.

கனநீர் தொழிற்சாலை ஊழியர் சங்கம் - H.W.P.E.U.
(Heavy Water Project Employees Union)

தூத்துக்குடி கனநீர் தொழிற்சாலை, ஒன்றிய அரசின் நேரடிக் கட்டுப்பாட்டில் இயங்கிவரும் ஒரு கேந்திரம். இந்தத் தொழிற்சாலையில் பல்வேறு சங்கங்கள் உள்ளன. அதன்பின், ஏ.ஐ.டி.யூ.சி. தலைமையில் ஒரு சங்கம் செயல்படுவது என்று ஊழியர்கள் முடிவு செய்தனர். அதன் அடிப்படையில் தோழர் கே.டி.கே.தங்கமணியைத் தலைவராகவும், என்னை துணைத் தலைவராகவும் மற்றும் சில நண்பர்களைப் பொறுப்பாளராகவும் தேர்வு செய்தனர். மறுநாள் பேச்சுவார்த்தை.

தோழர் கே.டி.கே.தங்கமணி தூத்துக்குடிக்கு வந்தால் பேருந்து நிலையத்தில் உள்ள நகராட்சி தங்கும் விடுதியில்தான் தங்குவார். அதற்கு, 'பேருந்திலிருந்து இறங்கியதும் அறைக்குச் சென்று விடலாம்; ஏறும்போதும் உடனே சென்று ஏறிவிடலாம். அசதி இருக்காது' என்று அவரே காரணம் கூறுவார்.

நான் எங்கள் ஊரிலிருந்து மாலையில் அறைக்கு வந்துவிட்டேன். வரும்போது எனது வேஷ்டி சட்டைகளையும் எடுத்து வந்தேன். காரணம், இந்த விடுதியில் குளிப்பதற்கு நகராட்சி தண்ணீர் ஏராளமாக வந்துகொண்டே இருக்கும். எனவே, அதில் என் வேட்டி சட்டைகளைத் துவைத்துக்கொள்ளலாம் என்று கொண்டு வந்தேன்.

மாலையில் தலைவர் வந்ததும் அவருக்கு டிபன் வாங்கிக் கொடுத்தேன். மிகவும் சோர்வாக இருந்தார். அவர் அணிந்து வந்த வேஷ்டி, சட்டை, துண்டு எல்லாம் மிகவும் அழுக்காக இருந்தது. நான் அவரது துண்டை எடுத்துக் கையில் வைத்துக்கொண்டு, அவரிடம், "உங்கள் சட்டையைத் தாருங்கள், நான் துவைத்துக் காயப் போடுகிறேன்" என்று கூறினேன்.

உடனே அவர், "தோழர் அப்பாத்துரை, துண்டைத் தாருங்கள்... நீங்கள் இதைச் செய்யக்கூடாது!" என்று தடுத்துவிட்டார்.

அதற்கு இரண்டு காரணங்கள் சொன்னார். "ஒன்று, நீங்கள் ஒரு பட்டதாரி; அடுத்து, நீங்கள் ஒரு தலித். மற்றவர்களின் பார்வையில், நீங்கள் தலித் என்பதால்தான் உங்களை நான் வேலை வாங்குகிறேன் என்று அர்த்தமாகிவிடும். எனவே, இதை நீங்கள் செய்யக்கூடாது!" என்று கண்டிப்பாகக் கூறி மறுத்துவிட்டார்.

தலைவர் அயர்ந்து தூங்கிய பின், என் வேட்டி சட்டையுடன், அவரது வேட்டி, சட்டை, துண்டு இவற்றையும் சேர்த்துத் துவைத்துக் காயப்போட்டுவிட்டேன். இரவில் எழுந்தால் அவருக்குக் குடிக்க சொம்பு நிறைய தண்ணீர் எடுத்து வைத்துவிட்டுத் தூங்கிவிட்டேன்.

தலைவர், காலை ஐந்து மணிக்கெல்லாம் எழுந்து, பல் துலக்கி, ஒரு சொம்பு தண்ணீரையும் குடித்துவிட்டு, காலைக்கடனை முடித்துவிட்டு வந்து பைடெக் எடுத்தார். அவர் காலையில் உடற்பயிற்சி செய்பவர். என்னை எழுப்பவில்லை. நான் விழித்துக்கொண்டு தூங்குவதுபோல் இருந்தேன். ஒரு சிறுவன் கொண்டுவந்து அறைக்குள் போட்ட நாளிதழை எடுத்துப் படிக்க ஆரம்பித்துவிட்டார்.

நான் மெதுவாக எழுந்து, காபி வாங்கிக்கொண்டுவந்து அவருக்குக் கொடுத்தேன். தோழர் கே.டி.கே. என் கையைப் பிடித்துக்கொண்டு, "அப்பாத்துரை, நீங்கள் ஒருநாள் இந்தக் கட்சியில் பெரிய தலைவராக வருவீர்கள்..." என்று சொன்னவர், தொடர்ந்து, "நாங்கள் எல்லாரும் வேலூர் சிறையில் இருந்த காலத்தில், உடல்நலம் குன்றிய தோழர்களுக்கு மலம் கழித்தபின் கால்கூட கழுவிவிட்டு இருக்கிறோம். அது காலம் வேற! உங்களுக்கு சேவை மனப்பான்மை அதிகம் இருக்கிறது" என்று கூறினார்.

அதன்பின், தோழர்கள் ஒவ்வொருவராக வந்தார்கள். அனைவரும் கனநீர் ஆலை ஊழியர்கள் குடியிருப்புக்குச் சென்றோம். அங்கே தொழிற்சங்கத்தின் பேரவை நடைபெற்றது. சிலருடைய ஆலோசனையால் தொழிலாளர்கள் தவறானப் பாதைக்குச் சென்றனர். அதனால், பல சிக்கல்கள் ஏற்பட்டன. போட்டி சங்கம் உருவாக்கப்பட்டது. அதுவும் ஜாதி ரீதியாக அமைக்கப்பட்டது.

ஆலைக்கு உள்ளும் மோதல் ஏற்பட்டது. அதற்கு நான்தான் காரணம் என்று கூறி கலகம் செய்தனர். அதன் எதிரொலியாக என்னை ஒரு கொலைக்குற்றவாளி தாக்கினான். அதனால், அதிர்ச்சியுற்ற எனது உறவினர்கள் கட்சி அலுவலகத்தில் திரண்டனர். நான் அவர்களிடம், "என் கட்சி என்ன சொல்கிறதோ அதன்படிதான் நான் நடப்பேன். நீங்கள் அனைவரும் உடனே அவரவர் வீட்டுக்குப் புறப்படுங்கள்" என்று கூறினேன். அது அவர்களுக்கு என் மேல் கோபம். அது ஓர் அரசியல் பின்புலம்தான். நான் எடுத்த முடிவு குறித்து கட்சித் தோழர்கள் சந்தோஷப்பட்டார்கள்.

எனது பொதுவாழ்க்கையில் நான் தாக்கப்பட்டது அதுதான் முதல் முறை. காவல்துறையில் புகார் அளிக்காமல் தவிர்த்தேன். அதுவும் 'தொழிலாளர்கள் நலனுக்காகத் தாங்கிக்கொள்ள வேண்டும்' என்று எண்ணி ஆறுதல் அடைந்துகொண்டேன். நான், அன்று அந்த முடிவு எடுக்காவிட்டால், கொலைச் சம்பவங்கள் நடைபெற்று, ஊழியர்கள் போராட்டம் திசைமாறிச் சென்றிருக்கும்.

ஊழியர்களின் போராட்டமும், வன்முறையும் தொடர்ந்தன. விளைவு... ஆலை கதவடைப்பு நடைபெற்றது. மீண்டும் நீண்ட தொடர் போராட்டங்கள். தொழிற்சங்கங்கள் ஒன்றுகூடி எடுத்த மேல்நடவடிக்கைகளுக்குப் பின் கதவடைப்பு நீக்கப்பட்டது. ஊழியர்கள் மீது வழக்குகள் தொடங்கப்பட்டன.

தூத்துக்குடி அனல் மின் திட்ட ஒப்பந்தத் தொழிலாளர்கள் சங்கம்

தூத்துக்குடி அனல் மின் திட்டத்தில் பணிபுரியும் ஒப்பந்தத் தொழிலாளர்களுக்குப் போதிய ஊதியமும், பணிப் பாதுகாப்பும் இல்லை என்ற நிலையில் அவர்களுக்காக ஒரு சங்கம் அமைக்க வேண்டும் என்று தொழிலாளர்கள் என்னிடம் வந்து கூறினார்கள்.

நான் தூத்துக்குடி தாலுகாவின் உதவி செயலாளர் என்ற முறையில் கட்சியில் இதுபற்றித் தெரிவித்தேன். கட்சிக் குழு கூடி தோழர் எம்.பீர் இஸ்மாயிலை தலைவராகவும், என்னை செயலாளராகவும் கொண்ட சங்கம் அமைப்பது என்று முடிவு செய்தார்கள். தொழிலாளர்கள் கூட்டம் முத்தையாபுரத்தில் தோழர் கிருஷ்ண கோனார் வீட்டில் நடைபெற்றது. சுமார் 300 தொழிலாளர்கள் கலந்துகொண்டனர். அவர்கள் ஒட்டுமொத்தமாக "தலைவராக தோழர் ஜி.டி.மாதவன், செயலாளராக அப்பாத்துரை வேண்டும்" என்று கூறினர். அதனால், அந்த அடிப்படையில் சங்கம் அமைக்கப்பட்டது.

எனக்கு அனல் மின் திட்டப் பணியிடங்களுக்குச் செல்ல அனுமதி கிடையாது. எனவே, தொழிலாளர்கள் உள்ளே செல்லும்போது கூட்டத்தோடு நானும் சென்று விடுவேன். அங்கு தொழிலாளர்கள் பயந்துபோய் என்னிடம் பேச மாட்டார்கள். அனல் மின் திட்டத்தின் முதல் புகைப்போக்கி 'கேமன் இண்டியா' என்ற நிறுவனம் ஒப்பந்தம் எடுத்து வேலை நடந்துகொண்டிருந்தது. அதில் நூற்றுக்கும் மேற்பட்ட தொழிலாளர்கள் வேலை செய்தனர். அவர்களில், பெரும்பான்மைத் தொழிலாளர்கள் கேரளாவைச் சேர்ந்தவர்கள். அவர்கள்தான் முதலில் சங்கத்தில் சேர்ந்தவர்கள். 'அவர்களுக்குத் தினக்கூலி 13 ரூபாய். அதை 13.25 ரூபாயாக உயர்த்த வேண்டும்' என்று வேண்டுகோள் வைத்தோம். நிர்வாகம் தர மறுத்தது. அதனால் வேலைநிறுத்தம் நடைபெற்றது. இதுதான் அந்த அனல் மின் திட்டத்தில் நடைபெற்ற முதல் வேலை நிறுத்தம்.

இந்த நேரத்தில்தான், நான் சட்டமன்றத் தேர்தல் பணிக்காக பத்து நாட்கள் வாசுதேவநல்லூர் சட்டமன்றத் தொகுதிக்குச் சென்றுவிட்டேன். தலைமையின் தவறான போக்கால் போராட்டம் தோல்வியுற்றது. சங்கத்தின்மீது தொழிலாளர்களுக்கு அவநம்பிக்கை ஏற்பட்டது.

தேர்தல் முடிந்து வந்தபின் தோழர்கள் என்னிடம் சொல்லி மிகவும் வேதனைப்பட்டனர். "புதிய பொறுப்பாளர்களாக, செயலாளர் அப்பாத்துரையும், தலைவராக தோழர் பாலனும் வேண்டும்" என்று அவர்களே முடிவுசெய்தனர். சங்கப் பணிகள் தொடர்ந்தன. மீண்டும் தொழிலாளர்கள் அதே சங்கத்தில் சேர்ந்தனர்.

'கேமன் இண்டியா' நிர்வாகம், தொழிலாளர்களுக்கு 'பீஸ் ரேட்' அடிப்படையில் சம்பளம் வழங்கியது. இதனால் தொழிலாளர்களுக்கு சற்றுக் கூடுதல் சம்பளம் கிடைத்தாலும், இதைக் கண்டிக்க வேண்டிய சூழ்நிலை இருந்தது. சங்கத்தின் சார்பில் 'கண்டன நோட்டீஸ்' அடித்தோம். அதில், 'இது ஒரு கேந்திரமான பாகம் புகைப்போக்கி. இதில் பீஸ் ரேட்டுக்குச் சம்பளம் கொடுத்தால் வேலையின் தரம் குறையும். நாளைக்கு இது மிகப்பெரும் ஆபத்தை ஏற்படுத்தும்' என்று குறிப்பிட்டு எழுதினோம். பல்வேறு வகையான தொழிலாளர்கள் சங்கத்தில் இணைந்தனர். அதன்பின்னர், ஒவ்வொரு கட்சிக்கும் ஒரு சங்கம் என அடுத்தடுத்து சங்கங்கள் உதித்தன.

சங்கு குளித் தொழிலாளர் சங்கம்

தூத்துக்குடிக்கு மறுபெயர் முத்துநகர். தூத்துக்குடி - சென்னை செல்லும் துரித ரயில் வண்டியின் பெயர் 'முத்துநகர் எக்ஸ்பிரஸ்'. தூத்துக்குடியில் முத்துக்குளித்தல் தொழில் தொன்று தொட்டு நடைபெற்று வந்துள்ளது. ஆரம்ப காலத்தில் ராமேஸ்வரம், மண்டபம் பகுதி முதல், தூத்துக்குடி பகுதி வரையிலும் முத்துக்குளி தொழில் நடந்து வந்துள்ளது.

தூத்துக்குடி கட்சி அலுவலகத்தில் 'பேப்பர் வெயிட்'டுக்காக மேசையில் சங்குகள் வைக்கப்பட்டிருக்கும். நான் கட்சி அலுவலகத்துக்குச் செல்லத் துவங்கிய காலத்தில், தோழர்களிடம் அந்தச் சங்கு பற்றிக் கேட்டேன். அப்போதுதான், "சங்கு குளித் தொழிலாளர் சங்கம் ஆரம்பத்தில் வைத்திருந்தோம். அப்போது கொண்டுவரப்பட்ட சங்குதான் இது!" என்று சொன்னார்கள்.

ஒருநாள், காலை ஏழு மணிக்கு என் வீட்டுக்கு பத்து பேர் ரிக்ஷாவில் வந்து இறங்கினார்கள். அனைவரும் நல்ல தடியான, கருத்த உருவம். அவர்களில் யாரும் எனக்கு அடையாளம் தெரியவில்லை. அவர்கள் வந்தவுடன், "நீங்கள் எங்கள் சங்கத்துக்குச் செயலாளராக இருக்க வேண்டும் என தொழிலாளர்கள் விரும்புகிறார்கள். அனைவரும் கடற்கரையில் கூடி இருக்கிறார்கள். நீங்கள் அவசியம் வாருங்கள்" என்று அழைத்தார்கள். எனக்கு

ஒன்றும் புரியவில்லை. 'என்ன நடக்கிறது பார்ப்போம்' என்று என் மனைவியிடம் சொல்லிவிட்டு அவர்களுடன் சென்றேன்.

கடற்கரையில் நூற்றுக்கணக்கானவர்கள் கூடி இருந்தார்கள். அவர்கள் அனைவரும் என்னை வரவேற்று, ஒருமித்த குரலில் ''நீங்கள்தான் எங்கள் சங்கத்துக்குச் செயலாளராக இருக்க வேண்டும்'' என்று கூறினார்கள். அவர்களில் மூத்தவர் ஒருவரை உமயணன் தலைவர் என்று அறிமுகம் செய்தனர். அவர்களின் முதன்மையான வேண்டுகோள், 'சங்குகளுக்கு அரசு கூடுதல் விலை நிர்ணயம் செய்ய வேண்டும். சங்கு குளித் தொழில் செய்யும்போது மரணம் அடையும் தொழிலாளர்களுக்கு இழப்பீடு வழங்க வேண்டும்' என்பதுதான்.

கடலில் இறங்கும் தொழிலாளர்கள் எடுத்து வரும் சங்குகளில் மூன்று வகை உண்டு; பெரியது, நடுத்தரம், சிறியது. அதற்கான விலை நிர்ணயம் செய்து, 'வேண்டுகோள் மனு' தயார் செய்து அரசு அதிகாரிகள், அமைச்சர்கள் என்று எல்லாருக்கும் அனுப்பினோம்.

அப்போதுதான் 'ஜனதா இன்சூரன்ஸ் திட்டம்' என்று ஒரு காப்பீட்டுத் திட்டம் அறிமுகமானது. வருடத்துக்கு ரூபாய் பன்னிரண்டு கட்டவேண்டும். கடலில் தொழில் செய்யும்போது மூச்சுத்திணறி இறந்தால், அவர்களது குடும்பத்துக்கு ஒரு லட்சம் கிடைக்கும். இந்தத் திட்டத்தின் கீழ் ஆயிரம் தொழிலாளர்களுக்கும் ரூபாய் 12,000 கட்டினோம். அந்த ஆண்டு, பத்து தொழிலாளர்கள் இறந்துவிட்டனர். அவர்களில் இரண்டு பேர் ராமநாதபுரம் மாவட்டம், ஐந்து பேர் கன்னியாகுமரி மாவட்டம், மூன்று பேர் தூத்துக்குடியைச் சேர்ந்தவர்கள். அந்தத் தொகையை குடும்பத்தாரிடம் கொடுக்கச் சென்றபோது கிராம மக்கள் திரண்டு நின்றனர். இதன் மூலம் தொழிலாளர்களுக்கு என் மீதும் நம்பிக்கை ஏற்பட்டது.

1989ல், கலைஞர் முதல்வராகப் பொறுப்பேற்றவுடன், 'சங்குகளுக்குக் கூடுதல் விலை வேண்டும்' என்று நான் நேரடியாகச் சென்று வேண்டுகோள் வைத்தேன். அவர் உடனடியாக, சிறு சங்குக்கு 5ரூபாய்க்கு 7ரூபாய், மத்தியதர சங்குக்கு 7ரூபாய்க்கு 10ரூபாய், பெரிய சங்குக்கு 10ரூபாய்க்கு 15ரூபாய் என்ற அடிப்படையில் விலை நிர்ணயம் செய்து அறிவித்தார். இந்த விலையேற்றம் பத்து ஆண்டுகளுக்குப் பின் நடைபெற்றது.

இந்தச் சங்கத்துக்கான பெரிய கட்டடம் தூத்துக்குடியின் முக்கியமான இடத்தில் இருந்தது. அதற்கு இருபது வருடங்களாக வாடகை உயர்த்தாமல் 500 ரூபாய் மாத வாடகை கொடுத்து வந்தனர். அதை 5000 ரூபாயாக உயர்த்தித் தர வேண்டும் என வாங்கிக் கொடுத்தேன்.

இந்தச் சங்கத்தில் ஐந்து ஆண்டுகள் பொறுப்பில் இருந்தேன். அவர்கள் மத்தியில் உள்ள கோஷ்டி பூசல் போன்றவற்றால் நான் தொடர்ந்து செயல்பட மறுத்துவிட்டேன். ஆனாலும், இன்றும் தொழிலாளர்கள் என்னுடன் நட்புடனும், நன்றியுடனும் உள்ளனர்.

ரிக்ஷா தொழிலாளர்கள் சங்கம்

தூத்துக்குடியில், அன்று சுமார் ஐநூறுக்கும் மேற்பட்ட ரிக்ஷா தொழிலாளர்கள் இருந்தனர். அவர்களுக்குப் பல தொழிற்சங்கங்களும் இருந்தன. ஒருநாள், "ஒரு சின்னப் பிரச்னைக்கு ரிக்ஷா தொழிலாளர்களை காவல்நிலையத்தில் அடைத்துவைத்து துன்புறுத்துகிறார்கள்" என்று என்னிடம் வந்து சொன்னார்கள். நான் காவல்நிலையம் சென்று விசாரித்தேன். காவல்துறையினர் முன்னுக்குப் பின் முரணாகப் பேசினார்கள்.

அதன்பின், நான் எஸ்.பி.க்கு போன் செய்துவிட்டு, ரிக்ஷா தொழிலாளர்கள் சிலருடன் ரோட்டில் அமர்ந்து மறியல் செய்தேன். அதற்குள் எஸ்.பி. வந்து என்னுடன் பேசினார். நான் நடந்தவற்றைக் கூறினேன். காவல்துறையினர் ஆள்மாறாட்டத்தில் அப்பாவி ரிக்ஷா தொழிலாளியை அடித்துத் துன்புறுத்தியது எஸ்.பி.க்குத் தெரிந்துவிட்டது. அதன்பின், சம்பந்தப்பட்ட காவலர்கள் ஐந்து பேரை சஸ்பெண்ட் செய்து நடவடிக்கை எடுத்தார்கள். "பாதிக்கப்பட்ட ரிக்ஷா தொழிலாளிகளுக்கு இழப்பீடாக தலா ரூபாய் 500 வழங்க வேண்டும்" என்று கூறினேன். அவர்களுக்கு உடனடியாக ரூபாய் 500 கொடுத்தார்கள்.

இந்தச் சம்பவம், ரிக்ஷா தொழிலாளர்கள் மத்தியில் பிரபலமாகி, 'தங்களுக்கு என்று ஒரு முறையான சங்கம் வேண்டும்' என்ற உணர்வை ஏற்படுத்தியது. தொழிலாளர்கள் கூட்டம் நடைபெற்றது. செயலாளராக நானும், தலைவராக ரிக்ஷா தொழிலாளி கணபதியும் தேர்வு செய்யப்பட்டோம். தொழிலாளர்களுக்கு அடையாள அட்டை தயார்செய்து கொடுக்கப்பட்டது. அதை அவர்கள் சட்டையில் மாட்டிக்கொள்ள வேண்டும் என்று அறிவுறுத்தப்பட்டது.

தூத்துக்குடி ஏ.எஸ்.பி.யாக நரேந்திர பால் சிங் நியமனம் செய்யப்பட்டார். அவர் கடுமையான நடவடிக்கை எடுத்து தூத்துக்குடியில் சமூக விரோதிகளை அடக்கினார். அது பொதுமக்களிடம் மிகுந்த வரவேற்பைப் பெற்றது.

இந்த நேரத்தில், 'மூன்று ரிக்ஷா தொழிலாளிகள், ஒரு பெண்ணைக் கடத்திச் சென்று, பட்டப்பகலில் மானபங்கம் செய்துவிட்டார்கள்' என்ற செய்தி எஸ்.பி.க்கு வந்துவிட்டது. அவர், உடனே பேருந்து நிலையத்துக்கு வந்து, அங்கு இருந்த ரிக்ஷா தொழிலாளிகளை அடித்து விசாரித்து உள்ளார். பேருந்துநிலைய ரிக்ஷா சங்கத்தலைவர், "எங்களை அடிக்காதீர்கள். எங்களுக்கு ஒரு மணி நேரம் அவகாசம் கொடுங்கள். நாங்களே உண்மையான குற்றவாளிகளை உங்கள்முன் கொண்டுவந்து நிறுத்திவிடுகிறோம்" என்று கூறியுள்ளார். அவரது சட்டையில் சங்கத்தின் அடையாள அட்டை அணிந்திருந்ததால், எஸ்.பி., அதைப் படித்துவிட்டு, "யார் உங்கள் தலைவர்?" என்று கேட்டுள்ளார். "எங்கள் தலைவர் அப்பாத்துரை" என்றும், "நாங்கள் ஏ.ஐ.டி.யூ.சி. சங்கத்தில் உள்ளோம்" என்றும் கூறியுள்ளார். அதன்பின், காவலர்கள் தொழிலாளர்களை அடிக்காமல் சென்றுவிட்டார்கள். தொழிலாளர்கள், குற்றம் செய்த அந்த மூவரையும் தேடிப் பிடித்து எஸ்.பி. அலுவலகத்துக்குக் கொண்டுபோய் சேர்த்துவிட்டார்கள்.

பின்னர் ஒருநாள், 'ரிக்ஷா தொழிலாளர்களுக்கு அரசு இலவச வீட்டுமனைப் பட்டா வழங்க வேண்டும்' என்ற வேண்டுகோளை முன்வைத்து தூத்துக்குடியில் பேரணி நடத்துவது என்றும், 'அனைத்துத் தொழிலாளர்களும் ரிக்ஷாவுடன் வரவேண்டும்' என்றும் முடிவு செய்தோம்.

அவ்வாறே, ஊர்வலத்தின் முகப்பு பேனரில், 'காக்கா குருவிக்கும் கூடு இருக்கு, எங்களுக்கு வீடு இல்லை!' என்ற வாசகம் எழுதப்பட்டிருந்தது. இதைப் படித்துப் பார்த்தவர்களுக்கு ஆச்சரியமாக இருந்தது. ரிக்ஷா ஒன்றன் பின் ஒன்றாகச் சென்றதால் நகரில் போக்குவரத்து பாதிக்கப்பட்டது. இதனால், ரிக்ஷா ஊர்வலம் நகரின் எல்லா பகுதியிலும் எதிரொலித்தது. கடைசியாக சப்-கலெக்டரைச் சந்தித்து மனு கொடுத்தோம்.

தொடர் முயற்சியால், வீடு இல்லாத ஐம்பது தொழிலாளர்களுக்கு வீட்டுமனைப் பட்டா வழங்கப்பட்டது.

தமிழக சட்டமன்றத் தேர்தல் - 1980

தமிழக சட்டமன்றத் தேர்தலில் தி.மு.க. - காங்கிரஸ் கூட்டணியாகப் போட்டியிட்டது. அ.இ.அ.தி.மு.க. தலைமையில் பத்துக் கட்சிகள் அடங்கிய கூட்டணி உருவாக்கப்பட்டது. அதில், இந்தியக்கம்யூனிஸ்ட் கட்சிக்கு 16 தொகுதிகள் ஒதுக்கப்பட்டன. அதில் ஒரு தொகுதியில் வேட்பாளர் பிரச்னையால் போட்டியிடவில்லை.

அ.தி.மு.க. உடனான பேச்சுவார்த்தையில், ராஜபாளையம் தொகுதி இந்தியக் கம்யூனிஸ்ட் கட்சிக்கு ஒதுக்கீடு செய்யப்பட்டது. பார்வர்ட் பிளாக் கட்சிக்கு ஓட்டப்பிடாரம் தொகுதி ஒதுக்கீடு செய்யப்பட்டது. இந்தியக் கம்யூனிஸ்ட் கட்சியும், பார்வர்ட் பிளாக் கட்சியும் தங்களுக்குள் இந்த இரண்டு தொகுதியில் பரிமாற்றம் செய்துகொண்டனர். அதன்படி ஓட்டப்பிடாரம் இந்தியக் கம்யூனிஸ்ட் கட்சிக்கும், ராஜபாளையம் பார்வர்ட் பிளாக் கட்சிக்கும் ஒதுக்கீடு செய்துகொண்டனர்.

ஓட்டப்பிடாரம் தொகுதியில் போட்டியிட நாரைக்கிணறு ஆசிரியர் சுப்பையாவை நிறுத்துவது என்ற அடிப்படையில்தான் தொகுதி வாங்கப்பட்டது. ஆனால், அவர் போட்டியிட மறுத்து விட்டார். அவர் சொல்லும்போது, ''நம்முடைய கட்சியில் வெற்றிபெறுவது கடினம். நான் ஆசிரியர் வேலையை ராஜினாமா செய்துவிட்டுத்தான் தேர்தலில் போட்டியிட வேண்டும். தோற்றால் எனக்கு வாழ்வாதாரம் கேள்விக்குறியாகிவிடும்!'' என்று கூறியுள்ளார். எனவே, புதிய வேட்பாளர் தேர்ந்தெடுப்பதில் பிரச்னை ஏற்பட்டுவிட்டது.

மாவட்டச் செயலாளர் வி.எஸ்.காந்தி தூத்துக்குடி தாலுகா செயலாளர் தோழர் எம்.பீர் இஸ்மாயிலுக்கு போன் செய்து, ''நீங்கள், மாவட்ட நிர்வாகக் குழு உறுப்பினர்கள் அப்பாத்துரை,

1980ல் ஓட்டப்பிடாரம் சட்டமன்ற தொகுதி வேட்பாளராக...

அற்புதம் ஆகிய மூவரும் காரை எடுத்துக்கொண்டு கடம்பூர் வாருங்கள். ஓட்டப்பிடாரம் தொகுதி வேட்பாளர் பற்றிப் பேசவேண்டி உள்ளது. நீங்கள் மூவரும் வரும்போது 'உங்கள் பகுதியில் உள்ள கட்சித் தோழர்களில் எஸ்.எஸ்.எல்.சி. வரை படித்த தேவேந்திரகுல வேளாளர் சமூகத் தோழர்கள் இருக்கிறார்களா? என்று விசாரித்துவிட்டு வாருங்கள்'' என்று கூறியுள்ளார். அதன்படி, 'தோழர் பொட்டல்காடு எம்.காசியின் பெயரைச்சொல்லலாம்' என்று பேசிக்கொண்டே சென்றோம். நான் என் தனிப்பட்ட முறையில் நாரைக்கிணறு தோழர் வி.கோதண்டு பெயரை முன்மொழியலாம் என்று நினைத்துக்கொண்டேன். கடம்பூர் சென்றோம். அங்கு கட்சித் தோழர்கள் சுமார் 200 பேர் கூடி இருந்தார்கள். ஒருகட்டடத்தின் மாடியில் கூட்டம் நடந்தது.

மாவட்டச் செயலாளர், தொகுதிப் பேச்சுவார்த்தை பற்றிப் பேசினார். அதன்பின், நிதிவசூல் பற்றியும் பேசினார். அதன்பின், ''தோழர்கள் அனைவரும் கீழே செல்லுங்கள்... நாங்கள் வேட்பாளர் பற்றி மாவட்டக் குழு தோழர்களுடன் பேச வேண்டியுள்ளது'' என்று கூறினார்.

மாவட்டக் குழு தோழர்கள் கூடினோம். வேட்பாளர் பற்றிய விபரங்களைக் கூறினார். மாவட்டச் செயலாளர்; ''தோழர்

ஆசிரியர் சுப்பையா போட்டியிட மறுத்துவிட்டதால், நாம் புதிய வேட்பாளரைத் தேர்வு செய்ய வேண்டும்'' என்று கூறினார். முதலில் தோழர் கோதண்டு, ''தோழர் அப்பாத்துரையை நிறுத்தலாம்!'' என்று கூறினார். அதன்பின், தோழர் அன்னாசாமியும் என் பெயரைச் சொன்னார். தோழர் ராமர் உட்பட, எல்லாரும் என் பெயரைச் சொல்லிவிட்டார்கள். அதன் பிறகுதான், ''அப்பாத்துரை கிறிஸ்துவர். எனவே, அவர் போட்டியிட முடியாத நிலை உள்ளது!'' என்று தோழர்கள் பேசிக்கொண்டனர். அப்போது, மாவட்டச் செயலாளர் என்னிடம், ''நீங்கள் சென்னையில் இருந்தபோது மதமாற்றம் செய்துகொண்டதாகச் சொன்னீர்களே..? அந்தச் சான்றிதழ்கள் உங்களிடம் உள்ளதா?'' என்று கேட்டார். நான், ''என் சான்றிதழ் அனைத்தையும் நண்பரிடம் கொடுத்து உள்ளேன். அவர் தாழையூத்தில் உள்ளார்'' என்று கூறினேன்.

உடனே, நானும் மாவட்டச் செயலாளரும் காரில், தாழையூத்துக்குச் சென்று, அவரிடமிருந்த அனைத்துச் சான்றிதழ்களையும் வாங்கிக்கொண்டோம். காலையில் தூத்துக்குடி வட்டாட்சியர் அலுவலகத்துக்குச் சென்று அந்தச் சான்றிதழ்களை வட்டாட்சியரிடம் காண்பித்தோம். அவர், ''எல்லாம் சரியாக இருக்கிறது... அவரது கிராமத்திலிருந்து வெவ்வேறு ஜாதியைச் சேர்ந்த மூவரை அழைத்து வாருங்கள். அவர்களிடம் நான் எழுதி வாங்க வேண்டும்'' என்று கூறினார். அதன்படி, ரெட்டியார், கோனார், தேவர் என மூன்று சமூகத்தைச் சேர்ந்தவர்களை அழைத்து வந்தோம். அவர்களிடம் எழுதி வாங்கிக்கொண்டு, மாலை ஐந்து மணிக்கு எனக்கு 'இந்து-தாழ்த்தப்பட்டவர்' என சான்றிதழ் வழங்கினார்கள்.

மாவட்டக் குழு கூட்டத்தில் என் பெயர் ஏகமனதாகத் தேர்வு செய்யப்பட்டது. மாவட்டக் குழுவும் அங்கீகரித்தது. மறுநாள், வேட்புமனுத் தாக்கல் செய்ய ஏற்பாடுகள் நடைபெற்றன. தோழர்கள் கட்சி அலுவலகத்தில் கூடிவிட்டனர். அவர்கள் மத்தியில் மாவட்டச் செயலாளர் தோழர் வி.எஸ்.காந்தி, ''நாம் இறுக்கன்குடி மாரியம்மன் கோவிலுக்குக் கடா வெட்ட வேண்டும் என்று முடிவு செய்துவிட்டோம். நல்ல இளம் கடா தோழர் அப்பாத்துரைதான்'' என்று பேசினார். 'நம்மை இந்தத் தேர்தலில் பலி ஆடாக 'வெட்ட'த்தான் கொண்டு போகிறார்கள்!'' என்று நினைத்துக்கொண்டேன்.

கட்சி அலுவலகத்திலிருந்து நூற்றுக்கணக்கான தோழர்கள் ஊர்வலமாக பாளையங்கோட்டையில், வேட்பு மனு தாக்கல் செய்யும் அலுவலகம் நோக்கிச் சென்றோம். நாங்கள் வேட்புமனுத் தாக்கல் செய்துகொண்டிருக்கும்போது, காங்கிரஸ் வேட்பாளரான முன்னாள் சட்டமன்ற உறுப்பினர் அருமை அண்ணாச்சி ஓ.எஸ். வேலுச்சாமி வந்துவிட்டார். இருவரும் வேட்புமனு தாக்கல் செய்தபின் அண்ணாச்சி வேலுசாமி சொன்னார், "எனக்கு, தம்பி அப்பாத்துரை குடும்பத்தைப் பற்றி நன்றாகத் தெரியும். என் மனைவியின் குடும்பத்துக்கும் அவர்கள் குடும்பத்துக்கும் நல்ல உறவு. எனவே, நான் ஜெயித்தாலும், அப்பாத்துரை ஜெயித்தாலும் ஒன்றுதான்'' என்று கூறினார்.

தேர்தல் பிரசாரம் சூடுபிடித்தது. தோழர் வி.எஸ்.காந்தி மற்றும் தோழர்களுடன் முதலில் முக்கிய பிரமுகர்களைச் சந்தித்தோம். தலைவர்களின் சிலைகளுக்கு மாலை அணிவித்து மரியாதை செய்தோம். தொகுதியில் பிரமுகர்களைச் சந்திக்கச் சென்றபோது, சிலர் எதிர்மறை கருத்துகளைச் சொன்னார்கள். "சி.பி.ஐ. வேட்பாளர் மிகவும் இளைஞராக இருக்கிறார். காங்கிரஸ் வேட்பாளர் மக்களுக்கு நன்கு அறிமுகமானவராக இருக்கிறார்!'' என்று கூறினார்கள்.

கயத்தாறு ஒன்றியம், ஓட்டப்பிடாரம் ஒன்றியம் பகுதிகளில் சென்று பிரமுகர்களைச் சந்தித்த பின், கிராமங்களுக்குச் சென்று வாக்குகள் சேகரிக்கத் திட்டமிட்டோம். தேர்தல் பணிக்காக மூன்று ஜீப்புகள் வாடகைக்கு அமர்த்தப்பட்டன. மூன்றிலும், டிரைவர்கள்தான் உரிமையாளர்கள். ஓட்டப்பிடாரம் ஒன்றியச் செயலாளர் தர்மராஜ் எங்கள் குடும்ப நண்பர். எனவே, அவர் என்னைக் கிராமம் கிராமமாகத் திட்டமிட்டு அழைத்துச் சென்றார்.

கடம்பூர் வட்டாரத்திலும் இ.எல்.ராமர் தலைமையில் தேர்தல் பணி சிறப்பாக நடைபெற்றது. கயத்தாறு ஒன்றியத்தில் செயலாளர் பெருமாள் பாண்டியன், அ.தி.மு.க.வினர் வேலை செய்தனர். அய்யனார் ஊத்து பீர்முகமது போன்ற இளைஞர்கள் தீவிரமாகத் தேர்தல் பணி செய்தனர். கழுகுமலை வட்டாரத்தில் மூத்த தோழர் கே.அழகிரி, அ.தி.மு.க. அவைத்தலைவர், தோழர் வேலாயுதபுரம் ராதாகிருஷ்ணன் மற்றும் சுந்தரராஜ் ஆகியோர் ஓட்டப்பிடாரம் மேல் பகுதியில் தோழர்கள் ஏ.கே.அண்ணாசாமி, வி.கோதண்டு, கொண்டல் சாமி மற்றும் அ.தி.மு.க. நிர்வாகிகள் எனக்கு ஆதரவாக சிறப்பான முறையில் தேர்தல் பணி செய்தனர்.

வேட்பாளர் அறிமுகக் கூட்டம் - கடம்பூர்

வேட்பாளர் அறிமுகக்கூட்ட ஏற்பாடுகளை தோழர் இ.எல். ராமர் கூட்டணி கட்சித் தோழர்களுடன் இணைந்து சிறப்பாகச் செய்திருந்தார். நாவலர் நெடுஞ்செழியன் அறிமுகக் கூட்டத்தில் பேசுவதாக அறிவிக்கப்பட்டது. அவர் நெல்லை சட்டமன்றத் தொகுதி வேட்பாளர். எனவே வரமுடியாமல் போனது. அவருக்குப் பதிலாக சிறந்த பேச்சாளர் அருமை அண்ணன் கே.ஆர்.பி.மணிமொழியன் வந்தார். கூட்டத்தில், கடம்பூர் ஜனார்தனம் மற்றும் முன்னணியினர் கலந்துகொண்டனர்.

சிறப்புரை ஆற்றிய அண்ணன் கே.ஆர்.பி.மணிமொழியன், "தம்பி அப்பாத்துரையை அறிமுகம் செய்து பேசுவதில் நான் பெருமைப்படுகிறேன். அவர் பிறந்த மண்ணில்தான் 1950களில் திருச்செந்தூர் வட்டாரத்தில் தி.மு.க. பொதுக்கூட்டம் நடைபெறும். அவருடைய சித்தப்பா ஆசிரியர். அவர்தான் கூட்ட ஏற்பாடுகள் செய்வார்கள். அவர்கள் வீட்டில்தான் நாங்கள் சாப்பிடுவோம். எனக்கு, தம்பி அப்பாத்துரையை சிறுவனாக இருக்கும் காலத்திலேயே தெரியும். அ.தி.மு.க. ஆரம்பித்தபோது நடைபெற்ற அடக்குமுறை காலத்தில் எங்களுடன் இருந்த அற்புதமான போராளி தம்பி அப்பாத்துரை. நீங்கள் அனைவரும் 'கதிர் அரிவாள்' சின்னத்தில் வாக்களித்து வெற்றி பெறச் செய்ய வேண்டும்!" என்று பேசினார்.

இந்தப் பொதுக்கூட்டம் அந்த வட்டார வாக்காளர்கள் மத்தியில் என்னைப் பற்றிய அறிமுகம் சிறப்பாக இருந்தது.

முதல்வர் எம்.ஜி.ஆரின் பொதுக்கூட்டம்

சுற்றுப்பயணத் திட்டப்படி எம்.ஜி.ஆரால் ஓட்டப்பிடாரத்துக்கு அன்று வரமுடியவில்லை. இரண்டு தினங்கள் தாமதமாகத்தான் வந்தார். தூத்துக்குடி தொகுதி, அடுத்து ஓட்டப்பிடாரம், அதன்பிறகு, விளாத்திகுளம் என்று திட்டமிடப்பட்டிருந்தது. தூத்துக்குடி தருவை மைதானத்தில் இரண்டு நாட்களாகப் பொதுக்கூட்டம் நடந்துகொண்டே இருந்தது.

எம்.ஜி.ஆர்., மூன்றாம்நாள் அதிகாலை 4 மணிக்கு தூத்துக்குடிக்கு வந்தார். அந்த நேரத்திலும் கூட்டம் அலைமோதியது. தூத்துக்குடி சட்டமன்ற வேட்பாளர் எஸ்.என்.ராஜேந்திரன், அடுத்து ஓட்டப்பிடாரம் வேட்பாளர் என்ற முறையில், முதல்வரின் 4777 அம்பாசிடர் காரின் முன் சீட்டில் என்னை உட்காரச் சொன்னார்கள்.

அங்கு, துப்பாக்கிச் சூட்டில் பலியான மீனவர் குடும்பத்துக்குச் சென்று நிதி கொடுப்பதில் சற்றுச் சிக்கல் ஏற்பட்டது. அதன்பிறகும், தவறு ஏற்பட்டதால் அவருடைய கார் எங்கள் காரை முந்திச் சென்று மீண்டும் திருநெல்வேலி சாலையில் சென்றது.

கார், புதுக்கோட்டையைத் தாண்டிவிட்ட பின், அண்ணன் ஜே.பி.ஆரிடம் வழி மாறிவிட்ட விபரம் சொல்லப்பட்டு, மீண்டும் திரும்பி தட்டப்பாறை விலக்கு வழியாக ஓட்டப்பிடாரம் வந்தது. வரும் வழியில் மூன்று தினங்களாக மாட்டு வண்டிகளுடன் மக்கள் சாலையின் இரு பகுதிகளிலும் கூடி நின்றிருந்தனர்.

ஓட்டப்பிடாரத்தில் மேடையில் ஏறிய எம்.ஜி.ஆர்., ''என் சகோதரர் அப்பாத்துரையைத் தேர்ந்தெடுத்தால் உங்கள் தொகுதிக்கு வேண்டிய அத்தனை வசதிகளைச் செய்து கொடுப்பார். எனவே, 'கதிர் அரிவாள்' சின்னத்தில் வாக்களித்து வெற்றிபெறச் செய்யுங்கள்!'' என்று என் கையைப் பிடித்துத் தூக்கிக் காட்ட, கூட்டத்தில் கரகோஷம் விண்ணைப் பிளந்தது. அடுத்து, எம்.ஜி.ஆர். விளாத்திகுளம் தொகுதிக்குச் சென்றுவிட்டார்.

எம்.ஜி.ஆர். ஓட்டப்பிடாரத்துக்கு வந்து சென்றது, வாக்காளர்கள் மத்தியில் மிகுந்த மகிழ்ச்சியையும், பெரிய மாற்றத்தையும் ஏற்படுத்தியது என்று தெரிந்துகொண்டேன். தேர்தலுக்கு ஒரு வாரத்துக்கு முன்னதாக நடந்த கருத்துக்கணிப்பில், 'அப்பாத்துரை வெற்றி பெற்றுவிடுவார்!' என்று பரவலாகப் பேசப்பட்டது.

தோழர் வி.எஸ்.காந்தி என்னை அழைத்து, ''அப்பாத்துரை, நீங்கள் வெற்றி பெற்றுவிடுவீர்கள். கட்சியில் நிதி நெருக்கடி உள்ளது. எனவே, உங்கள் அப்பாவிடம் சென்று பத்தாயிரம் ரூபாய் வாங்கி வாருங்கள்'' என்று சொன்னார். நான் என் அப்பாவிடம் சென்று விவரம் சொன்னேன். என் மாமா ஆசிரியர் பரமசிவமும் அப்பாவும் சேர்ந்து ரூபாய் பத்தாயிரம் கொடுத்தார்கள். அதை மாவட்டச் செயலாளரிடம் கொடுத்தேன்.

வாக்கு எண்ணிக்கைக்கு முதல்நாள் நான் ஓட்டப்பிடாரத்தில் தங்கியிருந்தேன். காலையில் கிணற்றுக்குச் சென்று குளித்துவிட்டு வ.உ.சி. சிலைக்கு மாலை அணிவித்து, சிற்றுண்டி முடித்து, நண்பர்களுடன் வாக்கு எண்ணும் இடத்துக்கு வந்துகொண்டிருந்தேன். பாதுகாப்புப் பணியிலிருந்த வடஆற்காடு மாவட்ட எஸ்.பி., எனக்குக் கை கொடுத்து, ''நீங்கள்தான் சட்டமன்ற உறுப்பினர். வாழ்த்துகள்!'' என்று கூறினார்.

நான் அதுவரை வாக்கு எண்ணிக்கை நடைபெறுவதைப் பார்த்ததில்லை. என்னை அழைத்துக்கொண்டு வேட்பாளர்கள் அமரும் மேடையில் உள்ள நாற்காலியில் அமர வைத்தார்கள். அங்கு இலாகாவில் பணியாற்றிய எனது உறவினர்கள் வந்து தன்னை அறிமுகப்படுத்திக்கொண்டு, ''நான் உங்களுக்குத் தகவல்களைச் சொல்கிறேன்'' என்று கூறிச் சென்றார்கள். 'வேட்பாளர்கள் வாக்கு என்னும் பகுதிக்குச் சென்று பார்க்கலாம்' என்ற விவரம் எனக்குத் தெரியாது. உள்ளே சென்று நாற்காலியில் அமர்ந்துகொண்டேன்.

'முதல் சுற்றில் 1400 வாக்குகள் வித்தியாசம்' என்று சொன்னார்கள். 12 மணி அளவில் அண்ணாச்சி ஓ.எஸ்.வேலுச்சாமி வந்தார். உடனேயே ஓட்டு எண்ணும் பகுதிக்குச் சென்றுவிட்டார். அப்போது சவரிமங்கலம், கைலாசபுரம் பூத்து ஓட்டு எண்ணிக்கை வந்தது. அதில் 'கைச் சின்னம் 1100 வாக்குகள், கதிர் அரிவாள் 110 வாக்குகள்' என்று இருந்தது. அதுவரையில் தோல்வி என்று நான் சிந்தித்தது இல்லை. இந்த வாக்கு எண்ணிக்கையைப் பார்த்தபின் 'இதுபோன்று இரண்டு மூன்று பூத்துகளில் ஓட்டு எண்ணிக்கை குறைவாக வந்தால் நாம் தோற்று விடுவோமோ!' என்று எண்ணினேன். தொகுதியில், பூத் ஏஜென்ட் போடாத ஒரே பூத் இந்த பூத்துதான்.

அந்தநேரம் காங்கிரஸ் வேட்பாளர், என்னிடம் வந்து, ''தம்பி வாழ்த்துகள்!'' என்று கூறினார். நான் திரும்பிப் பார்த்தேன். அங்கு வாக்கு எண்ணுமிடத்தில் இருந்த நண்பர்கள், ''வெற்றி! வெற்றி!'' என்று கோஷம் போட்டார்கள். அதன் பிறகுதான், நான் வெற்றிபெற்றதாக அறிவித்தார்கள்.

ஓட்டப்பிடாரத்தில் மக்கள்கூட்டம் அலைமோதியது. வ.உ.சி. சிலைக்கு மாலை அணிவித்துவிட்டு எல்லா வீதிகளிலும் ஊர்வலமாக அழைத்துச்சென்றனர். மாவட்டச் செயலாளர் வி.எஸ். காந்தி, உதவிச் செயலாளர் கே.செல்லையா மற்றும் தோழர்கள் வந்திருந்தார்கள். அதன்பின், தூத்துக்குடிக்கு வந்து தலைவர்களின் சிலைக்கு மாலை அணிவித்துவிட்டு, தூத்துக்குடியில் நடைபெற்ற ஏழு வரவேற்பு நிகழ்ச்சிகளில் கலந்துகொண்டேன்.

கோவில்பட்டிக்குச் சென்று தோழர் எஸ்.அழகர்சாமியின் வெற்றிக்கு வாழ்த்துகள் கூறிவிட்டு, இரவு 10 மணிக்குமேல் திருநெல்வேலி கட்சி அலுவலகத்துக்குச் சென்றோம்.

சட்டமன்ற உறுப்பினர் கூட்டம்

சென்னை மாநிலக் கட்சி அலுவலகத்தில் சட்டமன்ற உறுப்பினர்கள் கூட்டம் நடைபெற்றது. கூட்டத்தில் வெற்றிபெற்ற உறுப்பினர்கள் பத்து பேரும் கலந்துகொண்டனர். கூட்டத்தில் தோழர்கள் எம்.கல்யாணசுந்தரம், ப.மாணிக்கம் கலந்துகொண்டு சட்டமன்ற உறுப்பினர்கள் செயல்படவேண்டிய நிலை குறித்துப் பேசினார்கள்.

சட்டமன்றக் குழுத் தலைவர் எஸ்.அழகர்சாமி, உதவித் தலைவர் ஆர்.கருப்பையா, கொரடாவாக டி.கே.நல்லப்பன் தேர்வு செய்யப்பட்டனர். நானும், தோழர் எம்.ஆறுமுகம் இருவரும் அறை எண் 218ல் தங்கியிருந்தோம்.

சட்டமன்ற உறுப்பினராகப் பதவி ஏற்பு

சட்டமன்ற பதவி ஏற்பு நிகழ்ச்சி... வெற்றிபெற்ற உறுப்பினர்களின் பெயரை அகரவரிசைப்படி அழைத்தார்கள். நான் நேரடியாகச் சென்று முதல்வர் எம்.ஜி.ஆருக்குக் கைகொடுத்தேன். என் கல்லூரி நண்பர் 'தினத்தந்தி' நிருபர் சுகுமார், ''அப்பாத்துரை, எம்.ஜி.ஆருக்குக் கை கொடுத்தார்' என்று செய்தியாகப் போட்டுவிட்டார்.

இதன் பிரதிபலிப்பு... நான் கிராமங்களுக்குச் செல்லும்போது சிறுவர்கள் என் கையைப் பிடித்துக் கிள்ளினார்கள். எனக்கு இது ஏன் என்று புரியவில்லை.

நான் அவர்களிடம், ''ஏன் இப்படிச் செய்கிறீர்கள்?'' என்று கேட்டேன். அப்போதுதான் சொன்னார்கள்... ''இது எம்.ஜி.ஆருக்கு கை கொடுத்த கை. ஆசையாய்ப் பிடிக்க வருகிறோம்'' என்று சொன்னார்கள்! எவ்வளவு எதார்த்தமான மக்கள்!

தமிழ்நாடு சட்டமன்றத்தில் எனது கன்னிப்பேச்சு!

1980ஆம் ஆண்டு தமிழ்நாடு சட்டப்பேரவைக்கு நடைபெற்ற 7வது பொதுத்தேர்தலில் வெற்றிபெற்று சட்டமன்றத்தில் நுழைந்தேன். சட்டப்பேரவைத் தலைவராக க.ராஜாராம், தமிழக முதல்வராக எம்.ஜி.ஆர்., எதிர்க்கட்சித் தலைவராக கலைஞர்.

சட்டமன்றத்தில் எனது கன்னிப்பேச்சு...

"மாண்புமிகு பேரவைத் தலைவர் அவர்களே, தமிழக வரலாற்றில் பல சிறப்புகளைப் பெற்றத் தொகுதி எனது ஓட்டப்பிடாரம் சட்டமன்றத் தொகுதி. சூரியனே அஸ்தமிக்காத

பிரிட்டிஷ் சாம்ராஜ்யத்தை எதிர்த்து, 'வானம் பொழிகிறது, பூமி விளைகிறது... உனக்கு ஏன் கொடுக்க வேண்டும் கிஸ்தி?' என்று வீரமுழக்கமிட்ட வீரபாண்டிய கட்டபொம்மன் பிறந்த பாஞ்சாலங்குறிச்சியும், அவரைப் பட்டப்பகலில், நட்டநடுக் காட்டில் புளியமரத்தில் தூக்கில் போடப்பட்ட கயத்தாறும் என் தொகுதியில்தான் உள்ளன.

'எந்தக் கப்பலை ஓட்டி எங்கள் நாட்டைப் பிடித்தாயோ... அதே கப்பலை ஓட்டி, வெள்ளை ஏகாதிபத்தியமே, உன்னை இந்த நாட்டை விட்டே துரத்துவேன்' என்று வீரசபதமிட்ட கப்பலோட்டிய தமிழன் வ.உ.சிதம்பரம் பிள்ளை பிறந்த ஓட்டப்பிடாரம்தான் என் தொகுதி.

எங்கள் தேசியத் தலைவர்களை இழிவுபடுத்திய கலெக்டர் ஆஸ் துரையைச் சுட்டுக் கொன்றுவிட்டு, அதே துப்பாக்கியால் தன்னையும் சுட்டு தன் உயிரை மாய்த்துக்கொண்ட வீர வாஞ்சிநாதன் மடிந்த மணியாட்சியும் என் தொகுதியில்தான் இருக்கிறது.

இத்தகைய வரலாற்றுச் சிறப்புமிக்க மண்ணில் வாழ்கின்ற மக்கள் என்னிடத்தில் வைக்கின்ற வேண்டுகோள்கள், 'குடிப்பதற்கு பாதுகாக்கப்பட்ட குடிதண்ணீரும், குடியிருக்க மனையும், போக்குவரத்துக்கு சாலைவசதியும், பேருந்துப் போக்குவரத்தும் செய்து கொடுங்கள். அது முடியாவிட்டால், நாங்கள் இறந்தபிறகு சுடுகாடு செல்ல சாலை வசதியாவது செய்து கொடுங்கள் தம்பி' என்று என்னிடம் கேட்கிறார்கள்.

மாண்புமிகு முதல்வர் அவர்களே, பாஞ்சாலங்குறிச்சி மண்கோட்டையில் இருந்துகொண்டு வெள்ளை ஏகாதிபத்யத்தை எதிர்த்து வீரபாண்டிய கட்டபொம்மன் போரிட்டான் என்றும் அவருக்கு இந்தப் பகுதி மக்கள் துணை நின்றார்கள் என்பதும் வரலாறு. அவருக்குப் பக்கபலமாக தளபதி வெள்ளையத்தேவனும், தானாதிபதி பிள்ளையும், மெய்க்காப்பாளராக காலாடி குடும்பன் 'கட்டக்கருப்பன்' சுந்தரலிங்கம் போன்றோர் இருந்தார்கள். அதுபோன்று கட்டபொம்மனுக்கு சந்திரகிரி போத்தி ரெட்டியார், நட்டாத்தி நாடார் போன்றோரும் பண உதவி செய்து பக்கபலமாக இருந்தார்கள் என்பதும் வரலாறு.

இந்த மன்றத்தில் எனது தொகுதி மக்களின் வேண்டுகோளாக நான் முன் வைப்பதெல்லாம் ஓட்டப்பிடாரம் மற்றும் விளாத்திகுளம்

ஒன்றியப் பகுதி மக்களுக்கு நிரந்தரமாக பாதுகாக்கப்பட்ட குடிநீர் வழங்க, 'சீவலப்பேரி கூட்டுக் குடிநீர்த் திட்ட'த்தை விரைவில் நிறைவேற்றித் தரும்படி கேட்டுக்கொள்கிறேன்.

ஓட்டப்பிடாரம் சட்டமன்றத் தொகுதியில் கயத்தாறு, ஓட்டப்பிடாரம் என்ற இரண்டு ஊராட்சி ஒன்றியங்களும், கடம்பூர், கழுகுமலை, கயத்தாறு இம்மூன்றும் பேரூராட்சிகள், மற்ற அனைத்தும் கிராமப் பஞ்சாயத்துகள்தான். எனவே, புதிய சாலைகள் அமைப்பது மற்ற மக்கள் நலத்திட்டங்களையும் நிறைவேற்ற அதிக நிதி ஒதுக்கீடு செய்யக் கேட்டுக்கொள்கிறேன்.

பல கிராமங்களில் ஓலைக்கூரை வேய்ந்த பள்ளிக்கூடங்கள்தான் இருக்கின்றன. அவற்றையெல்லாம் புதிய கட்டடங்களாகக் கட்டிக் கொடுக்க வேண்டும். கிராமங்களுக்குப் போக்குவரத்து பேருந்து வசதியும் செய்து தர வேண்டும். கயத்தாறு ஒன்றியத்தில் உள்ள குறுமலைப் பகுதியில் 'குறுமலைக் கூட்டுக் குடிநீர்த் திட்ட'த்தை நிறைவேற்றித் தர வேண்டும் என கேட்டுக்கொள்கிறேன்.

கழுகுமலையில் உள்ள பிரசித்தி பெற்ற குடைவரைக் கோயில்களைப் புதுப்பித்து கழுகுமலையை சுற்றுலா மையமாக அறிவிக்க வேண்டும். இத்தொகுதியில் வானம் பார்த்த நிலங்கள் வைத்திருக்கும் விவசாயிகள்தான் அதிகம் வாழ்கின்றனர். எனவே, கடலுக்குள் வீணாகச் செல்லும் தண்ணீரைத் தடுத்து நிறுத்தி, குளங்களை உருவாக்கி விவசாயிகளுக்குப் பயன்படும்படி திட்டம் தீட்ட வேண்டும் என்று கேட்டுக்கொள்கிறேன்.

நாடு சுதந்திரம் அடைந்து இத்தனை ஆண்டுகள் முடிந்த பின்பும் நான் பிறந்த ஊரான திருச்செந்தூர் வட்டத்தில் உள்ள நத்தக்குளம் கிராமத்துக்கு வீட்டுமனைப் பட்டா இதுவரை கிடையாது. எனது சொந்த ஊரான இராம நாச்சியார்புரத்துக்கு சாலை வசதி கிடையாது, குடிதண்ணீர் வசதியும் கிடையாது. இவற்றையும் நிறைவேற்றித் தரும்படி கேட்டுக்கொள்கிறேன்.

நடந்து முடிந்த சட்டமன்றத் தேர்தலில் 'கதிர் அறிவாள்' சின்னத்தில் வாக்களித்த வாக்காளப் பெருமக்களுக்கும், என்னை வேட்பாளராக நிறுத்திய இந்தியக் கம்யூனிஸ்ட் கட்சிக்கும், என் தொகுதியில் பிரசாரம் செய்து, என் வெற்றிக்கு உறுதியாக இருந்த தமிழக முதல்வர், புரட்சித் தலைவர் எம்.ஜி.ஆர். அவர்களுக்கும் நன்றி கூறி அமர்கிறேன்" என்று முடித்தேன்.

கலைஞர் அழைப்பு

நான் சட்டமன்றத்தில் கன்னிப்பேச்சாக உரையாற்றி முடிந்தவுடன், சிறுதி நேரம் கழித்து எனது பக்கத்தில் வந்த அண்ணன் துரைமுருகன் என்னிடம், ''தலைவர் உன்னை அழைக்கிறார்... வாருங்கள் தம்பி!'' என்று சொல்லி, என்னை சட்டமன்ற எதிர்க்கட்சித் தலைவராக இருந்த கலைஞரிடம் அழைத்துச் சென்றார்.

நான் கலைஞரின் அறைக்குச் சென்றவுடன், "தம்பி வாருங்கள்... அமருங்கள்" என்று என்னை அன்போடு அமரச் செய்தார்.

''உங்களுக்கு எந்த ஊர் தம்பி?'' என்று கேட்டார்.

நான், "தூத்துக்குடிக்கு அருகில் உள்ள மறவன்மடம் பஞ்சாயத்தைச் சேர்ந்த இராமநாச்சியார்புரம்" என்று கூறினேன்.

உடனே கலைஞர், "1958ல் நான் மறவன்மடம் கிராமத்துக்கு, தூத்துக்குடி சட்டமன்ற இடைத்தேர்தல் பொறுப்பாளராக வந்திருந்த போது மாலைப் பதநீர் அருந்தியிருக்கிறேன்" என்று சொன்னார்.

நான் உடனே, "மாலைப் பதநீர் உங்களுக்கு வாங்கிக் கொடுத்தவர் அருமை அண்ணாச்சி தி.மு.க. சௌந்தரபாண்டியன்தானே?" என்று கூறினேன்.

அவர் ஆச்சரியப்பட்டு, "சரியாகச் சொன்னீர்கள். பதநீர் விசயம் எப்படி உங்களுக்குத் தெரியும்?" என்று கலைஞர் கேட்டார்.

நான் உடனே, ''அவர் என் தந்தையின் வகுப்பு நண்பர். 1976ல் நான் தூத்துக்குடி வட்டார இந்தியக் கம்யூனிஸ்ட் கட்சியின் செயலாளராக பணியாற்றியபோது, அவர் என்னிடம் அரசியல் ரீதியாக நட்போடு பழகுவார்" என்றேன்.

பின்னர், அப்போது நடந்த அரசியல் நிகழ்வுகளை ஆர்வமாகக் கதை சொல்வதுபோல கலைஞர் சொன்னார். எனக்கு அவர் சொன்ன நிகழ்வுகளைக் கேட்டவுடன் என் உடம்பெல்லாம் சிலிர்த்தது. ஏனென்றால் '1958ல் நடந்த சம்பவங்களையெல்லாம், 22 வருடங்கள் கழித்து, 1980லும் மறக்காமல் ஞாபகமாகச் சொல்கிறாரே!' என்று ஆச்சரியப்பட்டேன்.

இன்று நாம் வாழும் கம்ப்யூட்டர் உலகத்தைவிட, அப்போதே, கலைஞரின் மூளையில் அபரிமிதமாக ஞாபகசக்தி அடங்கி இருந்ததை எண்ணி வியக்கிறேன்.

சிறிதுநேரம் கழித்து, அவர் என்னிடம், "தம்பி அப்பாத்துரை... நான் 1957ல் முதன்முதலாக இந்தச் சட்டமன்றத்தில் நுழைந்தேன். தற்போது கட்டபொம்மன், வ.உ.சி., வாஞ்சிநாதன், சுந்தரலிங்கம் ஆகியோர் பற்றி நீங்கள் நினைவுபடுத்திப் பேசிய பேச்சு என்னையே மெய்சிலிர்க்க வைத்துவிட்டது. நன்றாகப் பேசினீர்கள். என்னுடைய வாழ்த்துகள்!" என்று மனதார வாழ்த்தினார்.

அண்ணாமலைப் பல்கலைக்கழகம்

1980, மே மாதம் சட்டமன்ற உறுப்பினராகப் பதவி ஏற்றவுடன் முதல் நிகழ்ச்சி, சிதம்பரம் அண்ணாமலைப் பல்கலைக்கழகத்தில், ஆசிரியர்கள் போராட்டத்தை ஆதரித்து நடைபெற்ற அனைத்துக் கட்சி சங்கங்களின் போராட்டம்.

ஏற்கெனவே, அந்த நிகழ்ச்சியில் தோழர் எஸ்.அழகர்சாமி கலந்துகொள்வார் என தெரிவிக்கப்பட்டு, அவரது பெயரும் அச்சிடப்பட்டுவிட்டது. ஆனால் அவர் செல்ல இயலவில்லை. தோழர் ப.மாணிக்கம் என்னை அழைத்து ''நீங்கள் அந்தக் கூட்டத்துக்குச் செல்ல வேண்டும்'' எனக் கூறினார்.

நான் காலையில் அறையிலிருந்து புறப்பட்டு, எழும்பூர் ரயில் நிலையம் எதிரில் உள்ள ஹோட்டலில் காலைச் சிற்றுண்டி சாப்பிட்டுக்கொண்டிருந்தேன். எனக்கு எதிரில் ஒருவர் சிவப்புத்துண்டு போட்டு சாப்பிட்டுக்கொண்டு இருந்தார். அவரைக் கடந்து சென்றுவிட்டேன்.

நான் ரயில்நிலையத்துக்குச் சென்று சிதம்பரம் செல்லும் ரயிலில் ஏறி அமர்ந்தேன். ஓட்டலில் பார்த்த அதே 'சிவப்புத்துண்டு' என் எதிரில் வந்து அமர்ந்தார். அவர் என்னைப் பார்த்து, ''உங்களைப் பார்த்ததுபோல் இருக்கிறது. நீங்கள் யார் என்று தெரிந்துகொள்ளலாமா?'' என்றுகேட்டார்.

''நான் ஓட்டப்பிடாரம் தொகுதியின் எம்.எல்.ஏ. அப்பாத்துரை. நானும் உங்களை எங்கோ பார்த்ததுபோல் இருக்கிறதே என்றுதான் உன்னிப்பாகக் கவனித்தேன்...'' என்று கூறினேன்.

உடனே அவர், ''நான் வாசுதேவநல்லூர் எம்.எல்.ஏ.'' என்று கூறினார். நான் அவரிடம், ''உங்கள் தொகுதியில், மூன்று வருடங்களுக்கு முன்னாள் கரிவலம் வந்த நல்லூர் மையத்தில் தங்கி, பத்து நாட்கள் தேர்தல் பணி செய்தேன்'' என்று கூறினேன்.

நாங்கள் இருவரும் பேசிக்கொண்டே வந்தோம். ரயில், சிதம்பரம் வந்து நின்றதும், அங்கு, ஆசிரியர்கள் மாணவர்களுடன் வந்து நண்பர் லட்சுமிகாந்தன், எம்.எல்.சி. எங்களை வரவேற்றார். அங்கிருந்து தங்கும் விடுதிக்குச் சென்றோம். அங்கே தோழர் ஆர்.கிருஷ்ணனும் தங்கி இருந்தார்.

மாலையில் பொதுக்கூட்டம். 'அனைத்துக்கட்சிக் கூட்டம்' என்றுதான் சுவரொட்டியிலும், துண்டுப்பிரசுரத்திலும் அச்சடிக்கப்பட்டு இருந்தது. ஆனால், சி.பி.ஐ., சி.பி.எம்., தவிர வேறு யாரும் வரவில்லை. எங்கள் இருவரைத் தவிர வேறு எந்தக் கட்சித் தலைவர்களும் அந்தக் கூட்டத்தில் கலந்துகொள்ளவில்லை என்பதை அறிந்து நான் வருத்தப்பட்டேன்.

சிவப்புத்துண்டுடன் நானும், தோழர் கிருஷ்ணனும் மேடைக்குச் செல்லும்போது கூட்டத்தில் பலமான வரவேற்பு. மேடையில் அமர்ந்தவுடன் தோழர் கிருஷ்ணன், 'நீங்கள் முதலில் பேசுங்கள்... நான் கடைசியில் பேசுகிறேன்'' என்று கூறினார். நான் இந்தக் கூட்டத்தில் என்ன பேசவேண்டும் என்று தோழர் ப.மாணிக்கம் என்னிடம் குறிப்புகள் கொடுத்திருந்தார்.

அதன்படி, அண்ணமலைப் பல்கழைக்கழக வரலாற்றையும், அங்கு நடைபெற்ற மாணவர் போராட்டங்கள் பற்றியும், அதன் விளைவாகப் பழிவாங்கபட்ட முன்னாள் மாணவர் இயக்கத் தலைவர்கள் பற்றியும், அன்று நடைபெற்ற பேராசிரியர்களின் சம்பளப் பிரச்னைப் பற்றியும் சுமார் 45 நிமிடங்கள் பேசினேன்; நான் பேசியவிதம், ஆசிரியர்கள், மாணவர்கள்மத்தியில் பலத்த கைதட்டல்களுடன் மிகப்பெரிய வரவேற்பைப் பெற்றது.

நான் பேசி அமர்ந்தவுடன், ''அப்பாத்துரை, நீங்கள் இவ்வளவு இயல்பாகப் பேசுவீர்கள் என்று தெரிந்திருந்தால் உங்களைக் கடைசியாகப் பேசச் சொல்லியிருப்பேன்'' என்று சிரித்துக்கொண்டே சொன்னார், தோழர் ஆர்.கிருஷ்ணன். அவர் கடைசியாகப் பேசினார்.

இந்தக் கூட்டத்தை ஏற்பாடு செய்த நண்பர் லட்சுமிகாந்தன், நன்றியுரை ஆற்றும்போது என் பேச்சைக் குறிப்பிட்டுப் பேசினார். போராட்டத்துக்குத் தலைமை தாங்கி செயல்பட்ட லட்சுமிகாந்தன், ''மற்றக் கட்சிகளின் தலைவர்கள் யாரும் வராதது எனக்குச் சோர்வை ஏற்படுத்தியிருந்தது. ஆனால், உங்கள் பேச்சு அதையெல்லாம் புறம் தள்ளிவிட்டது!'' என்று என்னைக் கட்டிப்பிடித்துப் பாராட்டினார்.

கோவில்பட்டி நிகழ்வு: 1980

கோவில்பட்டி நகராட்சி மன்றத்தில் கட்சிப் பிரச்னை. மன்ற உறுப்பினராகச் செயல்பட்ட தோழர் தர்மரின் வலது கையை சமூகவிரோதிகள் துண்டாக வெட்டி எடுத்துவிட்டார்கள். இதனைக் கண்டித்துப் பொதுக்கூட்டம். அதில் சிவகிரி கார்க்கியின் வில்லிசைக் கச்சேரியும் நடைபெற்றது. கூட்டத்தின் சிறப்புப் பேச்சாளர் என்ற முறையில் சம்பவத்தைக் கண்டித்துக் கோபமாகவும் பேசினேன்.

கூட்டம் முடிந்து பஞ்சாலை அலுவலகத்தில் தங்குவதற்கு என்னைப் பாதுகாப்பாக தோழர்கள் அழைத்துச் சென்றனர். நகராட்சி சார்பில் மூத்த தோழர் தனுஷ்கோடி மற்றும் சட்டமன்ற அலுவலகப் பொறுப்பாளர் தோழர் இ.எல்.ராமர், தோழர் வி.வி.ரங்கசாமி மற்றும் வில்லிசைக் குழு கலைஞர் ஆகியோர் பேசிக்கொண்டிருந்தோம்.

நான் என் சட்டையைக் கழற்றி சுவரில் இருந்த ஆணியில் மாட்டி வைத்தேன். அப்போது தோழர் ரங்கசாமி, தோழர் ராமரிடம் பீடி வாங்க பணம் கேட்டார். இதைப் பார்த்த நான், தோழர் ரங்கசாமிக்கு என் சட்டைப்பையில் இருந்து பணம் எடுத்துக் கொடுத்தேன். அங்கு வில்லிசைக் கலைஞரின் அண்ணன் மகனும் இருந்துள்ளார். பின் எல்லாரும் தூங்கிவிட்டோம்.

அதிகாலையில் அவர், பஸ்ஸைப் பிடிப்பதற்காக வில்லிசைக் குழுவுடன் எழுந்து சென்றுவிட்டார். போகும்போது தனது அண்ணன் மகனை எழுப்பாமல் சென்றுவிட்டார். காலையில் எழுந்து பார்த்தவர், சித்தப்பா சென்றுவிட்டார் எனத் தெரிந்தவுடன், எனது சட்டையை எடுத்துக்கொண்டு சென்றுவிட்டார்.

நான் என் பெட்டியைத் தலைக்கு வைத்துப் படுத்திருந்தேன். நான் எழுந்ததும் சட்டையைத் தேடினேன். காணவில்லை. அலுவலக வாசலில் உள்ள சாக்கடையில், என் சட்டைப்பையில் இருந்த பர்ஸ், பேனா கிடந்தன. தோழர்கள் கூடிவிட்டார்கள். இந்தச் சம்பவத்தைப் பார்த்து அதிர்ச்சி அடைந்துவிட்டனர்.

சட்டையை எடுத்த அந்த நபர், கால்நடையாகவே ஜீவா நகர் பகுதிக்குச் சென்று, என் சட்டைப் பையில் இருந்த சட்டமன்ற உறுப்பினர் அடையாள அட்டையை ஓடையில் வீசிவிட்டு, பையில் இருந்த 400 ரூபாயுடன் சென்றுவிட்டார். அந்தப் பகுதியில் குடியிருந்த தோழர்கள் காலைக்கடன் கழிக்க அங்கு சென்றுள்ளனர்.

அங்கே, தமிழக அரசுச் சின்னம் பதித்த எனது அடையாள அட்டை, சூரிய வெளிச்சம் பட்டு மின்னியுள்ளது. அதை எடுத்துப் பார்த்தபோது, 'அப்பாத்துரை, சட்டமன்ற உறுப்பினர்' என்று இருந்தது. அவர்கள் அந்த அட்டையை தோழர்களிடம் கொடுத்து உள்ளார்கள். தோழர்களுக்கு மிகப்பெரிய அதிர்ச்சி..! 'நேற்றையக் கூட்டத்தில் தோழர் அப்பாத்துரை சமூக விரோதிகளைக் கண்டித்துக் கோபமாகப் பேசினாரே, அதனால், அவருக்கு ஏதேனும் ஆபத்து நடந்திருக்குமோ!' என்று பயந்துபோன தோழர்கள், நான் தங்கியிருந்த அலுவலகத்துக்கு வந்துவிட்டார்கள். என்னைக் கண்ணால் பார்த்ததும்தான் நிம்மதிப் பெருமூச்சுவிட்டார்கள். நடந்த சம்பவத்தால் தோழர்கள் மிகவும் அதிர்ச்சி அடைந்தனர். பின்னர், நான் குளித்துவிட்டு தோழர்கள் வாங்கிவந்த சட்டையை வாங்கிப் போட்டுக்கொண்டு திருநெல்வேலிக்குச் சென்றேன்.

தோழர் ரங்கசாமியைப் பார்த்து, இந்த விஷயத்தைச் சொல்ல வேண்டும் என்று நினைத்தேன். அவர் ஊருக்குப் புறப்பட்டுப் போய்விட்டார். அவர் யார் என்று நான் இந்த இடத்தில் சொல்லவேண்டியது அவசியம்.

தோழர் வி.வி.ரங்கசாமி, நாச்சியார்பட்டியில் மிகப்பெரிய நிலச்சுவான்தார். 1966 வறட்சிக்காலத்தில், விவசாயிகள் பயிர்செய்ய முடியாமலும், கடன்களைக் கட்டமுடியாமலும் திண்டாடிக்கொண்டிருந்த காலகட்டம். அப்போது, வங்கி அதிகாரிகள், விவசாயிகள் வாங்கிய கடன்கள் மீது, விவசாயிகளின் வீடுகள், சொத்துகள் ஜப்தி நடவடிக்கையை மேற்கொண்டனர். அப்போது, தோழர் வி.வி.ரங்கசாமியின் மாடுகளையும் வங்கி அதிகாரிகள் ஜப்தி செய்து, ஏலம் விடுவதற்காகக் கொண்டுசென்றுவிட்டனர்.

அதை எதிர்த்து வானரமுட்டி கிராமத்தில், தோழர்கள் ஆர்.நல்லகண்ணு, எஸ்.அழகர்சாமி, வி.ராமசுப்பு ஆகியோர் தலைமையில் 'சாகும்வரை உண்ணாவிரதப் போராட்டம்' நடந்தது. கட்சியின் முடிவுப்படி, "விவசாயிகள் கடனைச் சிறிதுசிறிதாக தவணைமுறையில்தான் கட்ட முடியும்... உடனே கட்ட முடியாது!" என்று அறிவித்தார்கள். போராட்டம் தீவிரமாகப் பரவியதால், மாட்டை ஏலம் எடுக்க யாரும் முன்வரவில்லை. அந்தக் காலத்தில் விவசாய வீட்டில் ஏலம் என்று சொன்னால் மிகவும் அவமானப்படும் நிலை இருந்தது. இந்தப் போராட்டத்துக்குப் பின்தான் ஜப்தி செய்வதை அப்போதைய காங்கிரஸ் அரசு கைவிட்டது.

எனது தொகுதிப் பணிகள்

தமிழ்நாட்டில் அப்போது உள்ளாட்சித் தேர்தல்கள் நடைபெறாததால், உள்ளாட்சி அமைப்பு சார்ந்த மாநகராட்சி, நகராட்சி, பஞ்சாயத்துத் தலைவர்கள், உறுப்பினர்கள்கள் கிடையாது. எனவே, அனைத்துக் குறைபாடு பற்றிய வேண்டுகோள்களும் சட்டமன்ற உறுப்பினர்களிடம்தான் வரும்.

டெல்லி குழு வருகை

அப்போது, தாழ்த்தப்பட்ட மக்களுக்கான வளர்ச்சித் திட்டங்கள் குறித்த டெல்லி குழு, சட்டமன்ற உறுப்பினர்களிடம் கலந்து பேச வந்தார்கள். தமிழக சட்டமன்றத்தில், 39 தாழ்த்தப்பட்டோர் தொகுதி, 3 மலைவாழ் மக்கள் தொகுதி என 42 பேர் உறுப்பினர்களாக இருந்தனர். இவர்களின் அறிமுகக் கூட்டத்தில் 17 பேர் மட்டும் கலந்துகொண்டோம். இவர்களில், என் தொகுதி மக்களின் வேண்டுகோளை விளக்கிப் பேசியது நான்மட்டும்தான். எனவே அந்த டெல்லி குழுவினர் என் தொகுதியைப் பற்றி விரிவாக எழுதி முதல்வரிடம் கொடுத்துள்ளார்கள். அதன்பின், முதல்வர் என்னை அழைத்து விவரம் கேட்டார்.

அதன்பிறகு, 'தன்னிறைவுத் திட்டம்' என்ற திட்டத்தை முதல்வர் சட்டசபையில் அறிவித்தார். அதில், என்னென்ன பணிகள் நடைபெறவேண்டும் என்று அறிவித்தார். குறிப்பாக குடிதண்ணீர், கிராமப்புற சாலை வசதி, பள்ளிக் கட்டடங்கள், புதிய கால்வாய் வெட்டுவது, சுடுகாட்டுப்பாதை அமைப்பது, பெண்களுக்கான கழிவரை வசதி போன்ற திட்டங்களை அறிவித்தார்.

ஒரு சட்டமன்றத் தொகுதிக்கு ஒரு யூனியன் என்று முதல் கட்டமாக ஐம்பது யூனியன்களை அறிமுகப்படுத்தினார்கள். அதில் முதல் கட்டத்திலேயே என் தொகுதியில் உள்ள ஓட்டப்பிடாரம்,

கயத்தாறு இரு யூனியன்களும் தேர்ந்தெடுக்கப்பட்டன. இதனைச் சொல்ல என்னைத் தனியாக அழைத்த எம்.ஜி.ஆர்., ''டெல்லி குழுவின் முதல்பரிசு உங்களுக்குத்தான்!'' என்று சிரித்துக்கொண்டே கூறினார். இதனால் பல்வேறு கால்வாய்கள், பள்ளிக் கட்டடங்கள், பாலங்கள், குடிதண்ணீர்த் திட்டங்கள் செய்து கொடுக்க முடிந்தது.

வளர்ச்சிமன்றக் கவுன்சில் கூட்டம்

வளர்ச்சிமன்றக் கவுன்சில் மாதம் ஒருமுறை கூடும். நான் தவறாது கலந்துகொண்டு மக்கள் வேண்டுகோள்களைப் பேசுவேன். ஒவ்வொரு கூட்டத்திலும் ஒவ்வொருதுறையை எடுத்துக்கொள்வேன். கல்வித்துறை, மருத்துவத்துறை, பொதுத்துறை, காவல்துறை இவற்றில் உள்ள நிறை குறைகளை ஆதாரத்துடன் பேசுவேன். அதனால், அதிகாரிகள் வந்தவுடன் ''அப்பாத்துரை எம்.எல்.ஏ. வந்திருக்கிறாரா?'' என்றுதான் முதலில் கேட்பார்கள். ஏனென்றால், அந்தக் கூட்டத்தில் எந்தப் பிரச்னையைப் பற்றி, எந்த அதிகாரியைப் பற்றிப் போட்டுக் கொடுக்கப் போகிறேன் என்பதில் கலவரமாக இருந்தார்கள். காரசாரத்தோடு, நகைச்சுவையாகவும் அந்தக் கூட்டம் கடந்துபோகும்; தீர்வும் கிடைக்கும்.

தூத்துக்குடி அனல் மின் நிலைய விபத்து!

1981ல், தூத்துக்குடி அனல் மின் நிலையத்தில் விபத்து ஏற்பட்டது. சிம்னியில் வெடிப்பு நடந்தது. மின் உற்பத்தி தடைபட்டது. இதனால் மிகப் பெரிய அளவில் பண நஷ்டம் ஏற்பட்டது. தொழிலாளர்கள் இந்த விபத்து பற்றி எனக்குத் தகவல் கொடுத்தார்கள்.

இதன் மீது சட்டமன்றத்தில் கவன ஈர்ப்புத் தீர்மானம் கொண்டுவந்து பேசினேன். அப்போது, அனல் மின் நிலையத்தில் நடந்த போராட்டத்தின்போது வெளியிட்ட நோட்டீஸை வைத்திருந்தேன். அந்த நோட்டீஸை சட்டமன்றத்தில் அமைச்சர் பண்ருட்டி ராமச்சந்திரனிடம் கொடுத்தேன். இதனால், விபத்துக்குக் காரணமான அந்த சீனியர் என்ஜினியர் மீது நடவடிக்கை எடுத்து சஸ்பெண்ட் செய்யப்பட்டார்.

பரும்புக்கோட்டை சுடுகாட்டுப் பாதை அமைப்பு

தோழர் இ.எல்.ராமரின் சொந்த ஊர் பரும்புக்கோட்டை. அங்கு சுடுகாட்டுக்குச் செல்வதற்குச் சரியான பாதை வசதி கிடையாது.

பரும்புக்கோட்டை... சாலைப்பணிகள் தொடக்கவிழாவில்...

மிகவும் சிரமப்பட்டுக்கொண்டிருந்தார்கள். எனவே, ஊர் மக்களைத் திரட்டி என் தலைமையில் சிரமதான இயக்கத்தின் மூலம் சாலை அமைப்பது என்று முடிவு செய்தோம். மக்களின் ஒத்துழைப்போடு புதிய சாலை அமைக்கப்பட்டது. அந்தச் சாலையை கோவில்பட்டி சப்-கலெக்டர் திறந்து வைத்தார். இந்த நிகழ்ச்சி அப்பகுதி மக்களிடம் பெரும் வரவேற்பைப் பெற்றது.

வண்டானம் இரட்டைக்கொலை!

தெற்கு வண்டானத்தில் வயலுக்குத் தண்ணீர் பாய்ச்சுவதில் ஏற்பட்டப் பிரச்னையில் இரண்டு தலித் விவசாயிகள் பகலில் வெட்டிக் கொலை செய்யப்பட்டனர். இது அப்பகுதியில் பெரும் பரபரப்பை ஏற்படுத்தியது. அதில் நான் தலையிட்டதால் காவல்துறையினர் குற்றவாளிகளை உடனடியாகக் கைது செய்தனர். இதனால் ஏற்பட்ட இருந்த ஜாதி மோதல் தவிர்க்கப்பட்டது. நீதிமன்ற விசாரணைக்குப் பிறகு குற்றவாளிகள் தண்டிக்கப்பட்டனர்.

நாகம்பட்டி துப்பாக்கிச் சூடு!

நாகம்பட்டி முதலாளி வேணுகோபால கிருஷ்ணசாமி நாயக்கர் குடும்பம் அந்தப் பகுதியில் மிகவும் பிரபலமான குடும்பம். கடம்பூர், இரட்டை உறுப்பினர் தொகுதி சட்டமன்ற உறுப்பினராக இருந்துள்ளார். அவர்களின் உறவினர் வீட்டுக்கு, 'கூட்டுறவுக் கடனைக் கட்டவில்லை' என்று ஜப்தி நடவடிக்கை எடுக்க, காவல்துறை உதவியுடன் கூட்டுறவு வங்கி ஊழியர்கள் வந்துள்ளனர்.

ஆனால், அவர்கள் வீட்டில் இல்லை. வெளியூர் சென்றுவிட்டனர். வேலையாட்கள் இருந்துள்ளனர். அவர்களிடம் வீட்டைத் திறக்கச் சொல்லி ஜப்தி நடவடிக்கை எடுத்துள்ளார்கள்.

இதைப் பார்த்த பொதுமக்கள் ஒன்றுதிரண்டு, காவலுக்கு வந்த காவல்துறையினரிடம் தகராறு செய்துள்ளார்கள். மக்கள் அதிகம் கூடியதால், கற்களை எறிந்து காவலர்களை விரட்டியுள்ளனர். உடனே, காவலர்கள் துப்பாக்கி சூடு நடத்தியுள்ளார்கள். ஆத்திரமடைந்த மக்கள் காவலர்களை விரட்டியடிக்க, ஒரு காவலர் மட்டும், தான் வைத்திருந்த துப்பாக்கியைக் கீழே போட்டுவிட்டு ஓடிவிட்டார். அதை யாரோ எடுத்து ஒளித்து வைத்துக்கொண்டனர்.

மறுநாள், காவல்துறை அதிகாரிகள் 500க்கும் மேற்பட்ட காவலர்களுடன் பசுவந்தனையில் முகாமிட்டு, நாகம்பட்டிக்குச் சென்று வீடு வீடாகச் சோதனையிட்டு, துப்பாக்கியைக் கைப்பற்றுவது என்றும் மக்கள்மீது நடவடிக்கை எடுத்து வழக்குப் போடுவது என்றும் முடிவு செய்துள்ளனர்.

திருநெல்வேலியில் இருந்த எனக்குத் தகவல் வந்தது. நான் உடனடியாக பசுவந்தனை வந்து சேர்ந்தேன். அங்கு பதட்டமான சூழ்நிலை இருந்தது. நான் காவல்துறை அதிகாரிகளைச் சந்தித்துப் பேசினேன். ‘‘எனக்கு ஒரு மணிநேரம் அவகாசம் கொடுங்கள், ஊருக்குச் சென்று மக்களிடம் பேசிவிட்டு வருகிறேன்’’ என்று கூறினேன். அவர்களும் சம்மதித்து, நம்பிக்கையோடு அனுப்பி வைத்தார்கள்.

நான் நாகம்பட்டிக்குச் சென்றேன். நான் வருவது தெரிந்து ஊர்மக்கள் அனைவரும் கூடிவிட்டனர். அங்கு, விவசாயச் சங்கத் தலைவர் எனது நண்பர் குருசாமித் தேவர் மற்றும் பெரியவர்கள் ஒன்றுகூடிப் பேசி, ஒரு வீட்டிலிருந்த அந்தத் துப்பாக்கியை எடுத்துவந்து என்னிடம் ஒப்படைத்தார்கள். அதன் பின்னர், ஊர்ப் பெரியவர்கள் ஐந்துபேருடன் சென்று காவல்துறையினரிடம் துப்பாக்கியை ஒப்படைத்தேன்.

அங்கு எது நடக்குமோ என்ற உணர்வில் ஆயிரக்கணக்கான மக்கள் கூடியிருந்தனர். பிரச்னை சுமுகமாக முடிந்தது கண்டு மக்கள் நிம்மதி அடைந்தனர். காவல்துறை அதிகாரிகள், மக்கள் அனைவரும் பிரச்னையைச் சுமுகமாக முடித்துவைத்ததாக என்னைப் பாராட்டிப் பேசினார்கள். அனைவரும் மகிழ்ச்சியோடு கலைந்து சென்றனர்.

குருமலை கூட்டுக் குடிநீர்த் திட்டம்: 1980

குருமலை வட்டாரத்திலுள்ள, மூன்று பஞ்சாயத்தை உள்ளடக்கிய 15 கிராமங்களுக்கு முறையான குடிதண்ணீர் வசதி கிடையாது. இதனை தேர்தலின்போது பொதுமக்கள் என்னிடத்தில் எடுத்துக் கூறினர். நான் வளர்ச்சிமன்றக் கூட்டத்திலும், சட்டமன்றத்திலும் இது குறித்துப் பேசினேன்.

குருமலையில் வற்றாத நீர் ஊற்று ஒன்று உள்ளது. பொங்கல் தினத்தன்று சுற்றுவட்டார மக்கள் ஆயிரக்கணக்கில் இங்கு வந்து பொங்கல் விழா கொண்டாடுவார்கள். கோமல் சுவாமிநாதன் தயாரித்த 'தண்ணீர் தண்ணீர்' படம் இங்குதான் எடுக்கப்பட்டது.

'குருமலை கூட்டுக் குடிநீர்த் திட்டம்' என்ற அடிப்படையில் கிராமங்களுக்குக் குடிதண்ணீர் வசதியை நிறைவேற்ற ஆழ்துளைக் கிணறு அமைக்கப்பட்டது. மேல்நிலைத் தொட்டிக்கு மோட்டார் மூலம் நீர் ஏற்ற மின்சார இணைப்பு வசதி இல்லாமல் இருந்தது. இந்தப் பகுதி, வனத்துறையின் கட்டுபாட்டில் உள்ளதால், அவர்கள் அந்தப் பகுதியில் மின்சாரக்கம்பங்கள் நட அனுமதி தர மறுத்துவிட்டனர். கிராமங்கள் அனைத்தும் ஒன்றுகூடி என் தலைமையில் அரசுக்கு எதிராக 'ரயில் மறியல் போராட்டம்' என அறிவித்துவிட்டோம். அதன்பின் வனத்துறை மின்கம்பம் நட அனுமதி கொடுத்தனர். இதன் மூலம் நிரந்தரமாக அந்த 15 கிராம மக்களுக்கு குடிநீர்ப் பஞ்சம் தீர்த்துவைக்கப்பட்டது.

சங்கனாங்குளம் தலித் பெண்களுக்கு வன்கொடுமை!

1980ல், 'நெல்லை மாவட்டம், நாங்குநேரி சட்டமன்றத் தொகுதியில் உள்ள சங்கனாங்குளம் கிராமத்தில் 17 ஆதிதிராவிடர் பெண்கள் வன்புணர்ச்சி செய்யப்பட்டு உள்ளனர்' என்று மாவட்ட வளர்ச்சிமன்றக் குழுக் கூட்டத்தில் அத்தொகுதி அ.தி.மு.க. சட்டமன்ற உறுப்பினர் ஜான் வின்சென்ட் பேசினார்.

இந்தியக் கம்யூனிஸ்ட் கட்சியின் சார்பில் உண்மை அறிவதற்காக மாவட்டச் செயலாளர் தோழர் வி.எஸ்.காந்தி, விவசாயிகள் சங்கச் செயலாளர் பி.முத்துமாணிக்கம், நான்குநேரி தாலுகா செயலாளர் எம்.எஸ்.தேனு, மு.அப்பாத்துரை எம்.எல்.ஏ ஆகியோர் அடங்கிய குழு அங்கு செல்லவேண்டும் என முடிவு செய்தார்கள்.

அதன்படி, நாங்கள் நான்குநேரி பஸ்நிலையத்தில் இறங்கி தேநீர் குடித்துக்கொண்டு இருந்தோம். அப்போது,

அங்கிருந்த சிலர், எங்களைப் பார்த்து, "அமைச்சர் கோமதி சீனிவாசன், சங்கனாங்குளம் வந்தபோது அவரை வரவிடாமல் தடுத்துவிட்டார்கள். இப்போதுதான் அவருடைய கார், போலீஸ் பாதுகாப்புடன் செல்கிறது!" என்று சொன்னார்கள். "அதனால், உங்களையும் ஊருக்குள் விடமாட்டார்கள்" என்றும் சொன்னார்கள். அதற்கு வி.எஸ்.காந்தி, "எங்களைத் தடுத்துப் பார்க்கட்டும்... நாங்கள் ஊருக்குள் போகிறோம்!" என்று காரில் ஏறினார்.

எங்கள் கார் சங்கனாங்குளம் நோக்கிச் சென்றது. அங்கு யாரும் தடுக்கவில்லை. அங்கு தோழர் முத்துமாணிக்கத்தின் உறவினர்கள் இருந்தார்கள். பெரும்பான்மை ஆதிதிராவிடர் ஒரு பகுதியிலும், சிலர் வேறு பகுதியிலும் இருந்தார்கள். முதலில் மெஜாரிட்டி பகுதிக்குச் சென்று விவரம் கேட்டோம்.

அவர்கள், "வன்புணர்ச்சிச் சம்பவம் உண்மைதான். ஆனால், அது ஒரே சமயத்தில் 17 பேர் என்பது தவறு. சில ஆண்டுகளாக நடந்த சம்பவங்கள்தான்" என்று கூறினார்கள்.

"ஓர் இளம்பெண்ணைப் பட்டப்பகலில் வீடுபுகுந்து அத்துமீறி நடந்த சம்பவம்தான் இந்தக் குற்றச்சாட்டுக்கு உடனடி காரணம்" என்று சொன்னார்கள். ஒரு கொலை பற்றியும் கூறினார்கள்.

அதன்பின், இன்னொரு பகுதி ஆதிதிராவிடர் மக்களைச் சந்திக்கச் சென்றோம். அவர்கள், "பல ஆண்டுகளுக்குமுன் நடந்தவற்றை எல்லாம் இப்போது சேர்த்துச் சொல்கிறார்கள்" என்று கூறினார்கள்.

அதன்பின், தேவர் சமுதாய மக்கள் வந்து, "எங்கள் பகுதிக்கும் வாருங்கள்" என்று அழைத்துச் சென்றார்கள். அவர்கள், சட்டமன்ற உறுப்பினர் மீது தங்கள் கருத்துகளைச் சொன்னார்கள். இந்த விசயத்தை, அவர் வேண்டுமென்றே அவதூறு பேசி, பரப்பி வருவதாகவும் கூறினார்கள். அவர்களும் இரண்டு பகுதியாக இருந்தனர். அவர்களில் ஒரு தரப்பினர்மீது மற்ற தரப்பினர் புகார் செய்தனர்.

விவரங்களை எல்லாம் சேகரித்து, நாங்கள் கொடுத்த விசாரணை அறிக்கையையும் சேர்த்து, அன்றைய ஆட்சித் தலைவர் டி.எம்.ஆறுமுகம் ஐ.ஏ.எஸ்., அதை அரசுக்கு அனுப்பிவைத்தார்.

தமிழகத்தில் பதட்டமான சூழ்நிலையை இது உருவாக்கியதால் இதன் உண்மைத் தன்மையை விசாரிக்க, தமிழக அரசு நீதியரசர் ராமமூர்த்தி தலைமையில் விசாரணைக் கமிஷன் அமைத்தது.

திருச்செந்தூர் சுப்பிரமணிய பிள்ளை மரணம்: 1980

நெல்லை மாவட்ட இளைஞர் மன்றத்தின் சார்பில் வேலையில்லாத இளைஞர்களுக்கு மாத உதவித்தொகை வழங்க வேண்டும் என்பதை வழியுறுத்தி மாவட்டத்தின் நான்கு முனைகளில் இருந்து சைக்கிள் பிரசாரம் செய்வது என்று முடிவு செய்யப்பட்டது.

அதன்படி, எனது தலைமையில் நான்கு முனைப் பிரசாரப் பயணம் 26.11.1980 அன்று, காலை 10 மணிக்கு, பாளையங்கோட்டை ஜவகர் மைதானத்தில் சந்திப்பது என்றும், சைக்கிள் ஊர்வலம் நெல்லை ரயில்நிலையத்துக்குச் சென்று அங்கு ரயில் மறியல் போராட்டம் நடத்துவது என்றும் முடிவு செய்யப்பட்டது. அப்போது நான் நெல்லை மாவட்ட இளைஞர் மன்ற மாவட்டச் செயலாளர்.

ரயில் மறியல் போராட்டத்தில் 220 பேர் என் தலைமையில் பங்கு கொண்டோம். எங்களைக் கைது செய்த காவலர்கள், திருநெல்வேலி ஜங்ஷன் நடைமேடையில் அழைத்து வந்தனர். வரும்போது 'மாலைமுரசு' தலைப்புச் செய்தியில், 'திருச்செந்தூரில் சுப்பிரமணிய பிள்ளை மர்ம மரணம்!' என்று கொட்டை எழுத்தில் போடப்பட்டிருந்ததைப் பார்த்தேன்.

அதேவேளையில், திருச்செந்தூர் சுப்பிரமணியசாமி கோவில் அறங்காவலர் குழுத் தலைவராக இருந்த பாலகிருஷ்ணன், கையில் ஒரு பையுடன் வேகமாக எதிரே கடந்து போனார். அவர் எனக்கு 1972ல் அ.தி.மு.க. தோன்றிய காலம் தொட்டு பழக்கம். நான், 'இதோ போகிறானே அந்தக் கொலைகாரன்' என்று உரக்கக் கத்தினேன். அதற்குள் அவர் வேகமாக ரயிலில் ஏறிக்கொண்டார்.

மாலையில் விடுதலையானதும், பேருந்துநிலையம் சென்று, வாடகை கார் எடுத்துக் கொண்டு தோழர்களுடன் திருச்செந்தூருக்குச் சென்றோம். நாங்கள் திருச்செந்தூர் அரசு மருத்துவமனை முன் நின்றுகொண்டு இருந்தபோது, திருச்செந்தூர் சட்டமன்ற உறுப்பினர் அருமை அண்ணாச்சி கேசவ ஆதித்தன் கையில் ஒரு சூட்கேஸ் உடன் வேகமாக வந்தார். நான் அவரைக் கூப்பிட்டேன். அவர், "அவசரமாக சென்னைக்குச் செல்கிறேன்!" என்று புறப்பட்டார்.

அங்கு, காவலர்கள் கூடி இருந்தார்கள். "கோவிலுக்குள் செல்லக் கூடாது, சுப்பிரமணிய பிள்ளை தற்கொலை செய்துகொண்டார், சடலத்தைப் பார்க்க அனுமதி கிடையாது!" என்று தடுத்தார்கள். அதன்பின் தோழர்களும், பொதுமக்களும் திரண்ட பின்னர், "அவர்

தற்கொலை செய்துகொள்ளவில்லை... கொலை செய்யப்பட்டார்" என்று கூறினர்கள். அதன் பிறகுதான், காவல் துறையினர், கோவில் விடுதிக்குள் சுப்பிரமணிய பிள்ளை அறைக்குச் சென்று பார்வையிட அனுமதி கொடுத்தார்கள்.

சுப்பிரமணிய பிள்ளை நல்ல உயரம்; சுமார் 80 கிலோ எடை இருப்பார். 'அவர் தூக்கிட்டுத் தற்கொலை செய்துகொண்டார்' என்று கூறப்பட்ட 'ஷவர்பாத்' குளியல் குழாய் மிகவும் சிறிய குழாய். இது எங்களுக்கு மிகுந்த சந்தேகத்தை ஏற்படுத்தியது. இதற்குள் வெளியூர் பொதுமக்களும் அங்கு திரண்டுவிட்டார்கள். அங்கு வந்த பத்திரிகை நிருபர்களிடம் நான் விசாரித்தவரையிலான விவரங்களைக் கூறினேன். அதன்பின்னர், நானும் தோழர்களும் திருநெல்வேலிக்கு வந்து சேர்ந்தோம்.

சட்டமன்றத்தில் இந்தப் பிரச்னை பற்றி, ஒத்திவைப்புத் தீர்மானம் எதிர்க்கட்சிகளால் கொண்டுவரப்பட்டது. நீண்டநேர விவாதத்துக்குப் பின், தமிழக அரசு, நீதியரசர் பால் தலைமையில் விசாரணைக் கமிஷன் அமைப்பது என்று அறிவித்தது.

நீண்டநாள் விசாரனைக்குப் பின்னர், நீதியரசர் பால் கமிஷன் அறிக்கை சட்டமன்றத்தில் சமர்ப்பிக்கப்பட்டது. அந்த அறிக்கையில்,

அ. அரசுத் தரப்பு வாதம் தற்கொலை.

ஆ. மக்கள் தரப்பு வாதம் கொலை.

இதில், அ. தரப்பு வாதத்தை கமிஷன் ஏற்றுக்கொள்ளவில்லை. ஆ. தரப்பு வாதத்தை நிராகரிக்கவில்லை என்ற கருத்தை கமிஷன் அறிக்கை வெளிப்படுத்தியது.

பால் கமிஷன் அறிக்கையின்மீது இந்தியக் கம்யூனிஸ்ட் கட்சியின் சார்பில் சட்டமன்றத்தில் நான் பேசுவது என்று முடிவு செய்யப்பட்டது. அதன்படி நான் பேசினேன். நடந்த விவரங்களை விலாவாரியாக விளக்கிப் பேசினேன். ஏனென்றால், நான் உடனடியாக அங்கு சென்றவன் என்ற முறையில் என் பேச்சை அவை உறுப்பினர்கள் உன்னிப்பாகக் கேட்டார்கள்.

"அரசுத் தரப்பு சாட்சியம்: தற்கொலை. இந்தக் கமிஷன், அரசுத் தரப்பு சாட்சிகளை ஏற்றுக்கொள்ளவில்லை. அரசுத் தரப்பு சாட்சியை நிராகரித்துவிட்டனர் என்ற அறிக்கையைக் கொடுத்தது. எனவே, இது கொலைக் குற்றம்தான்!" என்று நான் பேசினேன். முடிவாக, "சிவன் சொத்து குல நாசம்" என்று முடித்தேன்.

இதில் நடந்தது என்னவென்றால், உண்டியல் காணிக்கையை எண்ணும் முன்பாக சரிபார்ப்பு அதிகாரி வந்தபின்தான் உண்டியல் திறக்கப்பட வேண்டும் என்பது விதி. ஆனால், சரிபார்ப்பு அதிகாரி சுப்பிரமணிய பிள்ளை வரும்முன் உண்டியல் திறக்கப்பட்டது. உண்டியல் எண்ணும் ஊழியர்கள் எண்ணிக்கொண்டிருக்கும்போது தான் அதிகாரி சுப்பிரமணிய பிள்ளை வருகிறார்.

அவர், ஊழியர்களைப் பார்த்து, "உண்டியலைத் திறக்கச் சொன்னது யார்?" என்று கேள்வி கேட்கிறார். அதற்கு ஒரு வெள்ளைப் பேப்பரில் 'வைரவேல்' என்று எழுதப்பட்ட தாள் கிடைக்கிறது. ஆனால், வைரவேல் காணவில்லை. இதை அறிந்த அதிகாரி சுப்பிரமணிய பிள்ளை "வைரவேல் எங்கே?" என்று கேட்கிறார். இந்தச் சூழ்நிலையில் வாக்குவாதம் முற்றி அவர் தாக்கப்படுகிறார். பின் அவரை இழுத்துச் சென்று, அடித்துத் துன்புறுத்துகின்றனர். அவர் மரணம் அடைந்த பின், அவர் தானே தூக்கிட்டுத் தற்கொலை செய்துகொண்டதாக நாடகம் ஆடியது அந்தக் கோவில் நிர்வாகம்! ஆனால், பொதுமக்கள்மத்தியில் 'இது கொலைதான்' என்ற கருத்து மேலோங்கியது.

அப்போது, எம்.ஜி.ஆர். அமைச்சரவையில் ஆர்.எம்.வீரப்பன் இந்து அறநிலையத்துறை அமைச்சராக இருந்தார். நாங்கள் சட்டமன்றத்தில், "மரம்வெட்டி வீரப்பா..! வைரவேல் எங்கப்பா..?" என்று கோஷம் போட்டோம்.

இதேவேளையில், சந்தனமரம் வெட்டப்படுவதாக புகார்கள் வந்தன. அரசு அலுவலகத்திலேயே அது நடைபெற்றதாகவும் புகார் வந்தது. இந்தப் பிரச்னைக்காக சட்டமன்றத்துக்குள்ளேயும் வெளியேயும் போராட்டம் தொடர்ந்தது.

பசுவந்தனையில் புதிய காவல் நிலையம் திறப்பு : 1981

பசுவந்தனை பகுதியில் சமூக விரோதிகளால் கட்டப்பஞ்சாயத்து போன்ற சம்பவங்கள் தொடர்ந்து நடைபெற்று வந்தன. இதனை பொதுமக்கள் பல்வேறு கிராமங்களில் இருந்து எனக்குக் கடிதம் மூலமும் நேரடியாகவும் தெரிவித்து வந்தனர்.

இந்த வேளையில், இந்தியக் கம்யூனிஸ்ட் கட்சியின் மாவட்டக் குழு உறுப்பினர் தோழர் சுந்தர் ரெட்டியார், பசுவந்தனையில் உள்ள மடத்தில் மதியவேளையில் படுத்திருக்கும்போது வெட்டிப் படுகொலை செய்யப்பட்டார். இந்தச் சம்பவம் அந்தப் பகுதியில்

பெரும் பரபரப்பை ஏற்படுத்தியது. இதன் பின்னணியில், நான் முதலமைச்சரைச் சந்தித்து "பசுவந்தனையில் புதிய காவல்நிலையம் அமைக்க வேண்டும்" என்று மனு கொடுத்தேன். அதன் அடிப்படையில் பசுவந்தனையில் புதிய காவல்நிலையம் அமைக்க ஏற்பாடு செய்து, தேதியும் குறித்துவிட்டார்கள்.

அன்று காவல்துறை ஐ.ஜி. ஆக இருந்தவர் ராதாகிருஷ்ணன். நான் அந்த விழாவில், கொலைச் சம்பவத்தைப் பேசுவேன் என்று எண்ணி, "கொலையைப் பற்றிப் பேசவேண்டாம்" என எனது நண்பர்கள் மற்றும் அன்றைய நெல்லை நாடாளுமன்ற உறுப்பினர் அண்ணன் டி.எஸ்.ஏ.சிவப்பிரகாசம், ஓட்டப்பிடாரம் முன்னாள் ஒன்றியப் பெருந்தலைவர் சென்னப்ப ரெட்டியார், மாவட்ட எஸ்.பி. என பலரும் என்னிடம் கேட்டுக்கொண்டார்கள்.

திறப்பு விழா நிகழ்ச்சி மாலை நான்கு மணிக்குத் துவங்கியது. நான், காவல்துறையின் ஐ.ஜி. ராதாகிருஷ்ணன் மற்றும் எஸ்.பி. எல்லாரும் மேடைக்குச் சென்றோம். எனக்கு ஐ.ஜி.க்குப் பக்கத்தில் நாற்காலி போட்டு இருந்தார்கள். மேடைக்குச் சென்றவுடன், ஐ.ஜி. என்னிடம், "தயவுசெய்து அந்தக் கொலைச் சம்பந்தமாக நீங்கள் மேடையில் எதுவும் பேசவேண்டாம் என முதல்வர் உங்களிடம் சொல்லச் சொன்னார்கள்... நானும் உங்களிடம் கேட்டுக் கொள்கிறேன்!" என்று கூறினார்.

எஸ்.பி. உட்பட சிலர் பேசினார்கள். அதன்பின் என்னைப் பேச அழைத்தார்கள். நான் மைக் முன் சென்று, இரண்டு நிமிடங்கள் அமைதியாக நின்றேன். நடந்த கொலைச் சம்பவங்கள் மனதில் நிழலாடின. கூட்டம் அமைதியாக இருந்தது. சில விசயங்களைப் பேசவேண்டியதில்லை என தெளிவாகி, மைக்கைப் பிடித்து, "இந்தப் பசுவந்தனை மண் தேரோடிய வீதி. இங்கு பெரிய பழமையான கோவில் உள்ளது. மாட்டுச்சந்தையும் நடைபெற்று உள்ளது. இந்தச் சுற்றுவட்டாரப் பகுதியில் கேந்திரமான ஊர் பசுவந்தனை. காவல்நிலைய திறப்பு விழாவுக்குக் கூடியுள்ள மக்களின் உணர்வுகளைப் புரிந்துகொண்டு இந்தக் காவல்நிலையம் செயல்பட வேண்டும்!" என்று பேசி முடித்தேன்.

அதன்பின் ஐ.ஜி. பேசும்போது, "உங்கள் சட்டமன்ற உறுப்பினர் அப்பாத்துரை, முதல்வரிடம் 'பசுவந்தனையில் காவல்நிலையம் வேண்டும்' என்று மனு கொடுத்தவுடன், என்னை முதல்வர் அழைத்து 'உடனடியாக காவல் நிலையம் திறக்க ஏற்பாடு

வாரணாசியில் 1981ல் நடந்த இந்திய கம்யூனிஸ்ட் கட்சி மாநாட்டில்...

செய்யுங்கள்!' என்று கூறினார்கள். அப்பாத்துரை அவர்கள் சட்டமன்றத்தில் பேசினால் அதிகாரிகள், குறிப்பாக காவல்துறை மிகவும் உன்னிப்பாகக் கேட்டுக்கொண்டு இருப்போம். அவர்களின் வேண்டுகோள்படி இந்தக் காவல்நிலையம் மக்களின் உணர்வைப் புரிந்து செயல்படும். அவர்களுக்கு என் துறை சார்பிலும், தமிழக முதல்வர் சார்பாகவும் நன்றியைத் தெரிவித்துக்கொள்கிறேன்" என்று பேசி முடித்தார். விழாவும் எந்தவிதமான சச்சரவும் இன்றி நிறைவு பெற்றது.

பொதுக்கூட்ட அனுபவங்கள்

களக்காடு பொதுக்கூட்டம்: 1980

களக்காடு வட்டாரம், இந்தியக் கம்யூனிஸ்ட் கட்சியின் அமைப்பு நிலையில் மிகவும் பலமுள்ள பகுதி. அங்குதான் தோழர் நல்லகண்ணு, விவசாய சங்கங்களை அமைத்துச் செயல்பட்ட தோழர்கள் நடராஜன் (பேராசிரியர் முத்துமோகனின் தந்தை), பி.முத்துமாணிக்கம், வாத்தியார் சண்முகம், டாக்டர் முத்தையா போன்றவர்கள் பணியாற்றிய பகுதி.

1976 அவசரநிலை காலத்தில், இளைஞர் மன்ற மாவட்டச் செயலாளர் என்ற முறையில் களக்காடு கட்சி அலுவலகத்தில் நடைபெற்றக் கூட்டத்தில் கலந்துகொண்டேன். 1980ல், சட்டமன்ற உறுப்பினராக வெற்றிபெற்றவுடன் களக்காட்டில் நடந்த பொதுக்கூட்டத்தில் பேசுவதற்குச் சென்றேன். அங்குள்ள ஆற்றுக்குள்தான் பொதுக்கூட்டம் நடைபெற்றது. அமைப்பு ரீதியாகவும், சமூக ரீதியாகவும் பொதுமக்கள் பெண்கள் பலரும் ஆர்வமாகக் கலந்துகொண்டனர்.

அங்கு அ.தி.மு.க. நண்பர்கள் வந்தனர். அவர்கள் என்னிடம், ‘‘நீங்கள் பொதுக்கூட்டத்தில் நன்றாகத்தான் பேசினீர்கள்... உண்மையிலேயே நீங்கள் எம்.எல்.ஏ.தானா?’’ என்று கேட்டார்கள்; ‘‘நாங்கள் பந்தயம் கட்டி இருக்கிறோம்... நீங்கள் எம்.எல்.ஏ. இல்லை என்று!’’ என்று கூறினார்கள். நான் உடனே, என் சட்டமன்ற உறுப்பினர் அடையாள அட்டையை எடுத்துக் காண்பித்தேன். அதைப் பார்த்துவிட்டு, பந்தயம் கட்டிய 100 ரூபாயை வெற்றிபெற்றவருக்குக் கொடுத்தனர். இது என் கண்முன்னால் நடந்ததால், ‘‘இதுபோன்று பந்தயம் கட்டி விளையாடுவது நல்லது இல்லை’’ என்று அந்த இளைஞர்களுக்கு அறிவுரை சொல்லி அனுப்பினேன். அதன்பின் அவர்கள் சால்வைகளை வாங்கி வந்து, எனக்கு அணிவித்து புகைப்படம் எடுத்துக்கொண்டு சென்றார்கள்.

ஆரல்வாய்மொழி பொதுக்கூட்டம்: 1980
காவல்துறை அத்துமீறல்!

ஆரல்வாய்மொழியில் நான் சட்டமன்ற உறுப்பினராக வெற்றி பெற்ற 1980ஆம் ஆண்டு மிகப் பிரம்மாண்டமான பொதுக்கூட்டம் நடைபெற்றது. அங்கு இளைஞர்கள் அதிகம். கட்சி மற்றும் இளைஞர் மன்றம், கலை இலக்கியப் பெருமன்றம் அமைப்புகளில் செயல்பட்டு வந்தனர். தோழர் எம்.ஏ.சத்யனின் சொந்த ஊர் இது. அங்கு செங்கல்சூளை அதிகம். அந்தத் தொழிலாளர்களை ஒன்று திரட்டி சங்கம் அமைத்துச் செயல்பட்டனர். கூலிஉயர்வு போன்ற வேண்டுகோள்களை முன்வைத்துப் போராட்டம் நடத்தியுள்ளனர். காவல்துறை, செங்கல்சூளை உரிமையாளர்களுக்கு ஆதரவாகச் செயல்பட்டு, சங்க முன்னோடிகளான தோழர்கள் சங்கர், பாலகிருஷ்ணன் ஆகியோரை காவல்நிலையத்துக்கு அழைத்துச் சென்று, ஜட்டியோடு நிற்க வைத்து, இரவு முழுவதும் அடைத்து வைத்து சித்திரவதை செய்துள்ளனர்.

இதைக் கண்டித்து இந்தியக் கம்யூனிஸ்ட் கட்சியின் சார்பில் பொதுக்கூட்டம் பேசுவதற்கு நான் சென்றிருந்தேன். மக்கள் திரளாகக் கூடியிருந்தனர். நான் காவல் கண்காணிப்பாளரின் பெயரைக் குறிப்பிட்டுக் கடுமையாகப் பேசினேன். அவர் என் உறவினர்தான். உடனடியாக நடவடிக்கை எடுத்து அவர் சஸ்பெண்ட் செய்யப்பட்டார்.

ஆரல்வாய்மொழியில் கொடி ஏற்றியபோது...

அவர், உறவினர்களை அழைத்து வந்து என்னிடம் பேசினார். ''நான் உதவி செய்ய முடியாது!'' என்று கண்டிப்பாகக் கூறிவிட்டேன். இதனால் என் உறவினர்களுக்கு என் மீது நீண்ட நாள் கோபம் உண்டு.

இடையர் தவணையில் பொதுக்கூட்டம்: 1980

தென்காசி, இடையர் தவணைக் கிராமத்தில் கோனார்களும் நாடார்களும் அதிகம் வாழ்கின்றனர். இங்கு சலவைத் தொழிலாளர்களின் வீடு இரண்டு மட்டுமே உள்ளன. அனைவரும் காங்கிரஸ் அனுதாபிகள். அய்யனார் என்ற தோழர்தான் முதலில் தி.மு.க. கட்சியின் கிளையை ஆரம்பித்துள்ளார். பின் அவராகவே அதிலிருந்து விலகி அ.தி.முக. கட்சியின் கிளையையும் ஆரம்பித்துள்ளார். 'இந்தக் கட்சிகள் எல்லாம் சமூகக் கொடுமைகளைப் போக்க நடவடிக்கை எடுக்கவில்லை' என்று எண்ணினார்.

இவரது உறவினர் செங்கோட்டை ஏ.சாமி, கம்யூனிஸ்ட் கட்சியின் வட்டச் செயலாளர்; பஞ்சாலை தொழிற்சங்கச் செயலாளர் என்ற முறையில் பொதுவெளியில் அறிமுகமானவர்.

அய்யனாரின் சொந்த வாழ்க்கையில் நடைபெற்ற சம்பவம் மிகவும் கொடூரமானது. அதன் விளைவு, அவரின் தாயார் தற்கொலை செய்துகொண்டார். இதற்கு ஒரு முடிவுகட்ட வேண்டும் என்றால் கம்யூனிஸ்ட் கட்சிதான் உதவும் எனக் கருதி, தோழர் சாமியைத் தொடர்பு கொண்டு, அந்த ஊரில் கம்யூனிஸ்ட் கட்சியின் கொடியை ஏற்றுவதற்கு ஏற்பாடு செய்து, தென்காசி தாலுகா செயலாளர் தோழர் சுடலைமுத்துவின் ஆதரவோடு கொடியை ஏற்ற ஏற்பாடு செய்தார்.

ஆம்பூர் பகுதியில் இருந்து கட்சித் தோழர்களையும் அழைத்து வந்து கொடியேற்றச் சென்றனர். ஆதிக்கச் சக்தியினர், ''இந்த ஊரில் கம்யூனிஸ்ட் கொடி ஏற்றக்கூடாது!'' என்று வெறியோடு தடுத்தனர். இவர்கள் கொடி தயார் செய்துவிட்டு காத்திருந்தனர். ''கொடியை தெருவில் நடக்கூடாது என்றால் என் வீட்டில் நடுகிறேன்!'' என்று அய்யனார் வாதாடினார். அவர்கள் அதற்கும் மறுக்கவே, அவர் வீட்டின் உள் முற்றத்தில் கொடியை ஏற்றிவிட்டார்.

அந்தக் கிராமத்துக்கு நான்தான் கொடியேற்றி பொதுக்கூட்டம் பேசவேண்டும் என்று கேட்டு சுவரொட்டி எல்லாம் அடித்து, ஊர் முழுக்க ஒட்டி ஏற்பாடு செய்கிறார்கள். இதற்கிடையில் வெளியூர்

ஆட்கள் வருகிறார்கள். ‘அப்பாத்துரை எம்.எல்.ஏ. வருகிறார்’ என்று போஸ்டரில் பார்த்துத் தெரிந்தவுடன், காவல் அதிகாரிகள், அனைத்துக் கட்சியின் கொடிகளும் உள்ள பகுதியில் கம்யூனிஸ்ட் கொடியையும் ஏற்ற ஒத்துக்கொண்டனர்.

நான் சென்னையில் இருந்து தென்காசி வந்தேன். தோழர் சுடலைமுத்து வீட்டுக்குச் சென்று குளித்து, சாப்பிட்டுவிட்டு தயாராக இருந்தேன். அவர், நடந்த சம்பவங்களை எல்லாம் கூறினார். ‘‘சுமார் 300 தோழர்கள் சைக்கிளில் ஊர்வலமாக வர ஏற்பாடு செய்து உள்ளேன்’’ என்று கூறினார்.

மாலை 4 மணி அளவில் இருவரும் புறப்பட்டு, பேருந்தில் ஏறி இடையர்தவணை விலக்கில் இறங்கி நடந்து சென்றோம். போகும் வழியில் சுவரொட்டிகள் கிழிக்கப்பட்டிருந்தன. இதனை தோழரிடம் கேட்டேன். அவர், ‘‘மாடு கிழித்து இருக்கும்’’ என்று சொன்னார். ‘‘மாடு கிழித்தால் இப்படி இருக்காது, ரெண்டுகால் மாடு (மனிதன்) கிழித்தால்தான் இது போன்று இருக்கும்’’ என்று கூறினேன். அதோடு, ‘‘வயக்காட்டுக்குள் இறங்கி மோட்டர் செட்டில் இருந்த சுவருக்கு எந்த மாடு வந்திருக்கும்?’’ என்று கேட்டேன்.

சில தினங்களுக்கு முன், அந்த ஊரைச் சேர்ந்த ஆசிரியர் ஒருவர் சென்னையில், தொகுதி சட்டமன்ற உறுப்பினர் நவநீதகிருஷ்ண பாண்டியனைச் சந்திக்க வந்துள்ளார். அன்று அந்தச் சட்டமன்ற உறுப்பினர் ஊருக்குச் சென்றுவிட்டார். எனவே, சட்டமன்ற நடவடிக்கைகளைப் பார்க்க அனுமதிச்சீட்டு பெறவேண்டும் என்ற நிலையில் வெளியே நின்றுகொண்டு இருக்கிறார். அவர் அந்தப் பகுதி வட்டார காங்கிரஸ் பிரமுகர். ஆலங்குளம் சட்டமன்ற தொகுதியைச் சேர்ந்தவர்.

அப்போது நான் சட்டமன்றம் செல்வதற்கு வந்தேன். அங்கு என்னைத் தெரிந்த ஒருவர் என்னைக் காட்டி, ‘‘இவர் ஓட்டப்பிடாரம் எம்.எல்.ஏ., இவரிடம் கேளுங்கள். உள்ளே செல்ல இவர் பாஸ் வாங்கித் தருவார்’’ என்று கூறியுள்ளார். உடனே அவர், எனக்கு வணக்கம் சொல்லி விபரம் கூறினார். ‘‘நீங்கள் நெல்லை மாவட்டம்தானே? கொஞ்சநேரம் இங்கு நில்லுங்கள். நான் பாஸ் வாங்கிக்கொண்டு வருகிறேன்’’ என்று கூறினேன். அதன்பின் அவருக்கு பாஸ் வாங்கிக் கொடுத்துவிட்டு சட்டமன்றக் கூட்டத்துக்கு உள்ளே சென்று விட்டேன்.

அவர் ஊருக்கு வந்து, பெருமையாக என் பெயரைச் சொல்லி பேசியுள்ளார். இது ஊரில் எல்லாருக்கும் தெரிந்துவிட்டது. அதன்பின், நான் அன்று பொதுக்கூட்டத்தில் பேச வருகிறேன் என்று தெரிந்தவுடன், ஊரில் கொடியேற்றவும் அவரே நிதியும் கொடுத்து ''இரவுச் சாப்பாடு என் வீட்டில்தான்'' என்று அய்யனாரிடம் கூறியுள்ளார். இது அவருக்கு மட்டற்ற மகிழ்ச்சி. இது எனக்குத் தெரியாது.

நான் தோழர் சுடலைமுத்துவிடம், ''எந்தப் பிரச்னையும் இல்லாமல் பொதுக்கூட்டத்தை நடத்த வேண்டும். ஊர்வலத்தில் 'கம்யூனிஸ்ட் கட்சி வாழ்க' என்ற கோஷத்தைத் தவிர வேறு கோஷம் போடக்கூடாது, பொதுக்கூட்டத்தில் நாம் இருவர் மட்டும்தான் பேச வேண்டும்'' என்று கூறினேன். அவரும் ஒத்துக்கொண்டார்.

அதன்படி நாங்கள் இருவரும் தோழர் அய்யனார் வீட்டுக்குச் சென்றோம். அந்த ஊரில் கடந்த காலத்தில் நடந்தவற்றைச் சொல்லக் கேட்டவுடன் எனக்கு மிகவும் வேதனையாக இருந்தது. வீட்டினுள்ளே இருந்த கொடிக்கம்பத்தை எடுத்து வெளியே நடச் சொன்னேன். பின் ஊரில் தனக்கு ஒத்துழைப்புக் கொடுத்தவர்களைப் பற்றி அய்யனார் கூறினார். ''எல்லோரும் நிதி கொடுத்தார்கள்'' என்று கூறினார்.

தோழர்கள் சைக்கிளில் சாரை சாரையாக வந்துவிட்டனர். நான் அவர்களிடம் ''ஒரே கோஷம்தான் போட வேண்டும். கம்யூனிஸ்ட் கட்சி வாழ்க என்று மட்டும்தான் கோஷம் போடவேண்டும். அமைதி வழியில்தான் பொதுக்கூட்டத்தை நடத்த வேண்டும்'' என்று கூறினேன். தோழர்கள் அனைவரும் ஒத்துக்கொண்டனர்.

அதன்படி, மாலை 5 மணிக்கு ஊர்வலம் ஆரம்பித்துவிட்டோம். தெருவில் திரளாக பொதுமக்களும், சிறுவர் சிறுமிகளும் நின்று அதிசயமாகப் பார்த்தனர். பொதுக்கூட்டம் அந்த ஆசிரியர் வீட்டு முன்புதான் நடந்தது. அங்கு சென்றவுடன், என்னையும் தோழர்களையும் வீட்டுக்கு அழைத்துச் சென்று, அனைவருக்கும் வடை, டீ கொடுத்து உபசரித்தார்கள். மனைவி, பிள்ளைகளை அழைத்து எனக்கு அறிமுகம் செய்து வைத்தார்.

திட்டமிட்டபடி ஆறு மணிக்கு பொதுக்கூட்டம் ஆரம்பித்து தலைவர் தோழர் அய்யனார் சுருக்கமாக நல்லமுறையில் பேசினார். அதன்பின்னர் தோழர் சுடலைமுத்து சுருக்கமாகப் பேசினார். நான் சுமார் ஒன்னரை மணி நேரம் கம்யூனிஸ்ட் கட்சியின் வரலாறுகளை பொதுமக்கள் காதுகளில் விழும் வண்ணம் பேசினேன்.

ஆசிரியர், கூட்டத்தினரை ஒழுங்குபடுத்தி போக்குவரத்தை மாற்றிவிட்டார். இதனால், எந்த இடையூறும் இல்லாமல் பொதுக்கூட்டம் நடைபெற்றது. ஊரே திரண்டு நின்றது. ஆசிரியர் அவர் மகனிடம் பொன்னாடை கொடுத்து எனக்கு அணிவித்தார். பின்னர், அ.தி.மு.க., காங்கிரஸ், தி.மு.க. நண்பர்களும் சால்வை அணிவித்தார்கள். கட்சிக்கு நல்ல மரியாதை.

சாத்தூர் பொதுக்கூட்டம்: 1981

சாத்தூரில் எனக்கு முதல் பொதுக்கூட்டம். அங்கு, மை ஊற்றி எழுதும் பேனாவுக்கு உபயோகப்படுத்தப்படும் 'ஸ்டீல் நிப்' தொழிற்சாலைகள் அதிகம். தோழர்கள் நிப் தொழிற்சாலைகளுக்கு அழைத்துச் சென்று அந்தத் தொழிலாளர்கள் செய்யும் வேலை முறை, சம்பளக் குறைவு, தொழிலாளிக்கான நெருக்கடி இவற்றை எடுத்துச் சொன்னார்கள்.

நான் அவர்களைப் பார்க்கச் சென்றது அந்தத் தொழிலாளர்களுக்கு மிகவும் சந்தோஷம். பொதுக்கூட்டத்தில் அவர்களின் பிரச்னை பற்றி பேசினேன். அதுபோல் நிப் தொழிற்சாலைகளுக்கு ஏற்பட்டுள்ள பிரச்னை குறித்தும் சட்டமன்றத்தில் பேசினேன்.

விருதுநகர் பொதுக்கூட்டம்: 1981

மறுநாள், விருதுநகர் பொதுக்கூட்டம். அக்கூட்டத்துக்கு வந்தவர்களில் ஒருவர், 1970களில் எங்களோடு மாணவர் அமைப்பில் செயல்பட்ட தோழர் சுப்பிரமணியன், வி.ஏ.ஓ.வாக விருதுநகரில் பணியாற்றி வந்தார். அவர், அரசுப் பணியாளர் சங்கத்தைச் சேர்ந்த பத்து தோழர்களையும் கூட்டத்துக்கு அழைத்து வந்திருந்தார். கடைசியாக, அரசியல் வகுப்பு எடுப்பதற்கான ஏற்பாடும் செய்திருந்தார்கள்.

கூட்டம் முடிந்ததும், ''வாருங்கள், விடுதிக்குச் செல்லும் முன் இரவு உணவு முடித்துக்கொண்டு செல்லலாம்'' என்று கூறினார். தோழர் என்.ஏ.குருசாமி, மாவட்ட உதவிச் செயலாளர், என்னோடு இளைஞர் அரங்கத்தில் பணியாற்றியவர். அவர் தன் வீட்டில்தான் வந்து தங்க வேண்டும் என்று வற்புறுத்துகிறார். ''நான் தோழர்களோடு செல்கிறேன்'' என்று கூறியும் கேட்க மறுத்து, அவர் வீட்டுக்கே அழைத்துச் சென்றார்.

சிறிதுநேரம் பேசிக்கொண்டிருந்தோம். பின் எனக்கு ஒரு போர்வை தலையணை எடுத்துக்கொண்டு வந்து, ''வெளித் திண்ணையில் விரித்துப் படுத்துக்கொள்ளுங்கள்'' என்று கூறினார்.

அது போக்குவரத்து வாகனங்களின் சத்தம் மிகுந்த சாலைப் பகுதியில் இருந்த திண்ணை என்பதால் எனக்கு மிகவும் வேதனையாக இருந்தது. கொசுக்கடியும் அதிகம் இருந்ததால் சிறிதுநேரம் உட்கார்ந்து இருந்துவிட்டு சற்றுத் தூங்க ஆரம்பித்தேன், தூக்கம் வரவில்லை. சாலையில் ஆள் நடமாட்டம் குறையவில்லை, வாகனங்கள் சென்றுகொண்டு இருந்தன. குளிரும் கொடுமையாக இருந்தது. எனக்கு வேதனை எல்லாம், அவர் திட்டமிட்டுத்தான் இதைச் செய்கிறாரோ என்ற உணர்வு.

காலையில் எழுந்ததும் என் பையை எடுத்துக்கொண்டு அவரிடம் சொல்லாமலே பேருந்து நிலையத்துக்கு வந்துவிட்டேன்.

மறுநாள், மாவட்டச் செயலாளர் தோழர் ஏ.வெங்கிடசாமிக்கு போன் செய்து நடந்த விவரங்களைச் சொன்னேன். அவர் மிகவும் வருத்தப்பட்டார். என்னை அவர் பிள்ளையைப்போல நடத்துவார். மாதம்தோறும் விருதுநகர் மாவட்டத்தில் பொதுக்கூட்டங்களில் பேசுவேன். அவர் குருசாமியை மிகவும் கடிந்துகொண்டார்.

செஞ்சி பொதுக்கூட்டம்: 1981

தென் ஆற்காடு மாவட்டத்தில் அதிகமான பொதுக்கூட்டங்கள் பேசினேன். தோழர் ஆர்.முருகேசன் சட்டமன்ற விடுதிக்கு வந்து சனி, ஞாயிறு என்றால் பொதுக்கூட்டங்கள் ஏற்பாடு செய்து அழைத்துச் செல்வார்.

செஞ்சியில் பொதுக்கூட்டம். அங்கு என்னுடைய ஓட்டப்பிடாரம் தொகுதியைச் சேர்ந்த தோழர் தியாகராஜன் நகரச் செயலாளராக இருந்தார். கட்சி வேகமாக செயல்பட்ட நேரம். கம்யூனிஸ்ட் கட்சி பொதுக்கூட்டம் போலீஸ் அனுமதியோடு நடைபெற்றது.

திடீரென்று, கூட்டத்தின் நடுவில் 'அ.தி.மு.க. வேன் பிரச்சாரம்' என்று சொல்லி 'கொள்கை பரப்புச் செயலாளர் செல்வி ஜெயலலிதா வருகிறார்' என பிரச்சாரம் செய்தார்கள். சிறிதுநேரத்தில் வேனும் வந்துவிட்டது. கூட்டத்திலிருந்த தோழர்களும் பொதுமக்களும் சேர்ந்து செல்வி ஜெயலலிதாவை பேச விடாமல் தடுத்து திரும்பிப் போகச்செய்துவிட்டனர். இது செஞ்சி நகரத்தில் பெரும் பரபரப்பை ஏற்படுத்தியது.

அண்ணன் செஞ்சி ராமச்சந்திரன் எம்.எல்.ஏ. அந்தக் கூட்டத்துக்கு வந்து, என்னைப் பாராட்டி பொன்னாடை போர்த்தி வாழ்த்தினார்.

திருநாவலூர், சேர்ந்தமரம் பொதுக்கூட்டம்: 1981

திருநாவலூர் தொகுதியின் சட்டமன்ற உறுப்பினர் வண்டிப்பாளையம் சுப்பிரமணியன். இவர் 1980 தேர்தலில் தி.மு.க.வில் வெற்றி பெற்று, பின் அ.தி.மு.க.வில் சேர்ந்துவிட்டார். 'சேர்ந்தமங்கலத்தில் கிணறு தோண்டும்போது, தங்கப்புதையல் கிடைத்தது' என செய்தி வெளியானது. 'அந்தத் தங்கத்தை சட்டமன்ற உறுப்பினர் அரசுக்குத் தெரிவிக்காமல் எடுத்துக்கொண்டார்' என்று சட்டமன்றத்திலும் பேசினார்கள். எனவே, இதை விளக்கி சேர்ந்தமங்கலம் கட்சிப் பொதுக்கூட்டம். அது வன்னியர்கள் அதிகம் வாழும் கிராமம். கம்யூனிஸ்ட் கட்சி தலித் பகுதி மக்களிடம்தான் செல்வாக்கு பெற்றது. அந்தப் பொதுக்கூட்டத்தில், நடந்த சம்பவங்களை சற்று விரிவாகப் பேசினேன்.

கூட்டம் முடிந்து நாங்கள் பேருந்தில் ஏற வருகிறோம் என்று தெரிந்து அங்கு மக்கள் திரண்டு நின்றனர். நான் கூட்டம் கேட்க வந்தவர்கள்' என்று எண்ணினேன். ஆனால், அவர்கள் என்னைத் தாக்குவதற்கு நின்று இருந்துள்ளார்கள்.

தோழர் ஆர்.முருகேசன் அந்த பகுதியில் செல்வாக்குப் பெற்றவர். அவரும் வன்னியர். எனவே, நாங்கள் நடந்து வரும்போது அவர்கள் பார்த்துக்கொண்டுதான் இருந்தார்கள். வேறு பிரச்னை ஏதும் ஏற்படவில்லை.

மறுநாள், சட்டமன்றத்தில் இது குறித்துப் பேசினேன். சட்டமன்ற உறுப்பினர் என் அறைக்கு வந்து, "தம்பி, நீங்கள் எங்க ஊரிலும் பேசினீர்கள்... சட்டமன்றத்திலும் பேசி விட்டீர்கள். நான் அந்தப் பொருட்களை அரசு அதிகாரிகளிடம் ஒப்படைத்து விட்டேன்!" என்று கூறினார்.

பாண்டிச்சேரி பொதுக்கூட்டம்: 1981

தோழர் ப.மாணிக்கம் என்னிடம், "அப்பாத்துரை, நீங்கள் பாண்டிச்சேரிக்கு சென்று இருக்கிறீர்களா?" என்று கேட்டார். "நான் இதுவரை போனதில்லை... அதற்கான வாய்ப்பும் ஏற்படவில்லை" என்று கூறினேன். "நம் கட்சித் தோழர்கள் பொதுக்கூட்டத்தில் பேச உங்களை அழைக்கிறார்கள். எனவே, இந்த வாய்ப்பைப் பயன்படுத்திக் கொண்டு பாண்டிச்சேரி பொதுக்கூட்டத்துக்கு சென்று வாருங்கள்" என்று கூறினார்.

நான் பாண்டிச்சேரி பொதுக்கூட்டத்துக்குச் செல்வது இது முதல்முறை என்பதால், எனக்குக் கொஞ்சம் பதட்டமாகத்தான் இருந்தது. பாண்டிச்சேரி பேருந்துநிலையத்துக்குப் போவதற்கு முன்பாகவே பொதுக்கூட்ட மேடை இருந்தது. எனவே, நான் கேட்டுக்கொண்டதற்காக பேருந்து நடத்துனர், மேடைக்குப் பக்கத்திலேயே என்னை இறக்கிவிட்டார்.

திடீரென்று என்னைப் பார்த்த தோழர்கள் என்னை வரவேற்று உடனே மேடைக்கு அழைத்துச்சென்று அமர வைத்துவிட்டார்கள். மேடையில் தோழர் வ.சுப்பையா மற்றும் உள்ளூர் தோழர்கள் இருந்தனர். பலர் எனக்கு அறிமுகம் கிடையாது. நான்கு மணி நேர பேருந்துப் பயணம் ஒரே அசதியாக இருந்தது. புது இடம் என்பதால் எனக்குக் கொஞ்சம் கஷ்டமாகவும் இருந்தது. நல்ல கூட்டம். சிரித்த முகத்தோடு அங்கு அமர்ந்திருந்த கூட்டத்தைப் பார்த்ததும் என் உடல் அலுப்பு மறைந்துவிட்டது.

சில தோழர்கள் பேசிய பின்பு என்னைப் பேச அழைத்தார்கள். நான் எழுந்ததும், ''தலைவர் பேச இருப்பதால் நான் கொஞ்சமாகப் பேசலாம் என முடிவு செய்திருக்கிறேன்...'' என்று ஆரம்பித்தேன். நான் பேசத் தொடங்கிய சில நிமிடங்களில், தோழர் வ.சுப்பையா என் அருகில் வந்து, ''தோழர், நீங்கள் நீண்ட நேரம் பேச வேண்டும்'' என்று கூறினார். என்னுடைய பேச்சு அங்கிருந்த தோழர்களுக்கு உற்சாகத்தைக் கொடுத்திருக்கிறது என்று நினைக்கிறேன். அவர்களின் தொடர் கைதட்டுகளால் அதை என்னால் உணர முடிந்தது. நானும் பழக்கப்பட்ட மேடைபோல உற்சாகமாகப் பேசி முடித்தேன். அதன்பின் தலைவர் பேசி கூட்டத்தை முடித்து வைத்தார்.

கூட்டம் முடிந்ததும், தோழர் வ.சுப்பையா மற்ற தோழர்களை அழைத்து, ''இனிமேல் இங்கு தோழர் அப்பாத்துரை பேசுகிற கூட்டங்களில், நான் பேசிய பின்புதான் கடைசியாக தோழர் பேச வேண்டும். அப்போதுதான் கூட்டத்தினர் ஆவலோடு அமர்ந்திருப்பார்கள். இந்த ஆண்டு மே தினம் பொதுக்கூட்டத்தில் தோழர்தான் சிறப்புப் பேச்சாளராகப் பேசவேண்டும். மாநிலக் கட்சிக்குத் தகவல் கொடுத்துவிடுங்கள்!'' என்று கூறினார்.

இரவு அங்கேயே தங்கிவிட்டு காலையில் சென்னைக்கு வந்துவிட்டேன்.

அடுத்த நாள், தோழர் ப.மாணிக்கம் பாண்டிச்சேரி பொதுக்கூட்டம் பற்றி விசாரிக்க அழைத்தார்...

"இரவே தோழர் வ.சுப்பையா என்னிடம் போனில் பேசினார். உங்கள் பேச்சு சிறப்பாக இருந்தது என்றும், தோழர்கள் உற்சாகம் அடைந்தார்கள் என்றும் சொன்னார். எனவே, இந்த ஆண்டு மே தின கூட்டத்துக்கு நீங்கள்தான் பாண்டிச்சேரிக்குச் செல்லவேண்டும்" என்று என்னிடம் கேட்டுக்கொண்டார்.

மாவட்டச் செயலாளர் வி.எஸ்.காந்தி என்னிடம், பாண்டிச்சேரி பொதுக்கூட்டம் பற்றி கேட்டார். அங்கு தோழர் கவி.வே.நாரா அவர்களைப் பற்றிக் கேட்டார். "எனக்கு அங்கு யாரையும் தெரியவில்லை" என்று சொன்னேன். "நீங்கள் அடுத்தமுறை செல்லும்போது அவர் வீட்டுக்குச் சென்று பார்த்துவிட்டு வாருங்கள்" என்று கேட்டுக்கொண்டார்.

"1981, மே தின கூட்டத்துக்கு காலையிலேயே வந்துவிட வேண்டும். கட்சிக்கொடிகளை ஏற்றவேண்டும்" என்று தோழர்கள் கடிதம் எழுதி இருந்தனர். அதன்படி நான், முதல்நாள் இரவே சென்னையிலிருந்து பாண்டிச்சேரிக்குச் சென்றுவிட்டேன்.

பேருந்துநிலையத்தில் இறங்கி, ஒரு சைக்கிள் ரிக்ஷாவில் ஏறி, அவரிடம் கட்சி அலுவலக முகவரி சொல்லி, "அங்கு செல்ல வேண்டும்... வாடகைப் பணம் எவ்வளவு வேண்டும்?" என்று கேட்டேன். அவர், "இரண்டு அணா கொடுங்கள்" என கேட்டார். எனக்கு ஆச்சரியமாக இருந்தது! 'இவ்வளவு குறைவாகக் கேட்கிறாரே!' என்று நினைத்துக்கொண்டேன்.

கட்சி அலுவலகத்துக்குச் சென்றதும், ரிக்ஷாகாரர் என்னிடம், "பணம் வேண்டாம் தோழர்... இது எங்கள் தலைவர் வீடு" என்று கூறி பணம் வாங்க மறுத்துவிட்டார். பின்னர்தான் தெரிந்துகொண்டேன், தலைவர் வ.சுப்பையா வீடுதான் கட்சி அலுவலகமாகச் செயல்படுகிறது என்று. அங்கே தோழர்களைச் சந்தித்துப் பேசிய பின்பு, என்னை தங்கும்விடுதிக்கு அழைத்துச் சென்றார்கள்.

காலையில், என் அறைக்கதவைத் தட்டும் சத்தம் கேட்டு கதவைத் திறந்தேன். ஒரு பெரியவர் நின்றிருந்தார். அவர் என்னிடம், "எம்.எல்.ஏ.வைப் பார்க்க வேண்டும்" என்று கேட்டார். "நான்தான் எம்.எல்.ஏ. என்ன வேண்டும்?" என்று கேட்டேன். அதற்கு அவர், "அப்பாத்துரை எம்.எல்.ஏ.வைப் பார்க்க வேண்டும்" என்று கூறினார். மீண்டும் அவரிடம், "நான்தான்" என்றேன். உடனே

என் கையைப் பிடித்துக்கொண்டு, "உங்களுக்கு அறுபது வயதுக்கு மேல் இருக்கும் என்று நினைத்தேன். நீங்கள் மிகவும் இளமையாக இருக்கிறீர்கள்!" என்று ஆச்சரியத்தோடு கூறினார். அவர்தான் அந்த விடுதியின் உரிமையாளர் என்று தெரிந்துகொண்டேன்.

பின்னர், இருவரும் நீண்ட நேரம் பேசிக்கொண்டு இருந்தோம். அப்போது அவர், தலைவர் வ.சுப்பையாவிடம் போனில் தொடர்பு கொண்டு, "இன்று மதியஉணவுக்கு அப்பாத்துரையை என் வீட்டுக்கு அழைத்துச் செல்கிறேன்" என்று கூறினார். அவரும் "சரி" என்று கூறிவிட்டார். அவர் கட்சியின் அனுதாபி. கட்சித் தலைவர்கள் அனைவருக்கும் தங்கும்விடுதியில் இலவசமாக அறை கொடுப்பதையும், உணவு கொடுப்பதையும் தன் கடமையாகச் செய்யும் அற்புதமான மனிதர்!

மறுநாள், "கவி.வே.நாரா வீட்டுக்குச் செல்ல வேண்டும்" என்று தோழரிடம் கூறினேன். அதன்படி என்னை அழைத்துச் சென்றார். அங்குதான் தோழர் கலைநாதனை பள்ளி மாணவனாகச் சந்தித்தேன். மாலையில் பிரம்மாண்ட பேரணியோடு சிறப்பான பொதுக்கூட்டமும் நடைபெற்றது. மேலும் ஒரு நாள் தங்கி முதலியார்பேட்டை பகுதியில் பொதுக்கூட்டம் பேசிவிட்டு சென்னைக்கு வந்து சேர்ந்தேன்.

அதன்பின்னர், தொடர்ச்சியாக பாண்டிச்சேரிக்கு பொதுக் கூட்டங்களுக்குச் சென்று வருவேன். தோழர்கள் வ.சுப்பையா, குருசாமி, டாக்டர் ரங்கநாதன், தங்கவேல் கிளமன்ஜோ, ராமன், ஜீவானந்தம், வக்கீல் ராமமூர்த்தி போன்ற தோழர்கள் மிகவும் பாசமாகப் பழகுவார்கள். பாண்டிச்சேரியில் பல இடங்களிலும் பொதுக்கூட்டம் பேசியதால் பல தோழர்கள் அறிமுகமானார்கள்.

நெல்லை மாவட்ட மாநாடு: 1981
திருச்செந்தூர்

திருச்செந்தூர் தாலுகா பகுதியில், 1969க்கு பிறகுதான் சி.பி.ஐ.க்கு அமைப்பு நிலை ஏற்பட்டது. 1972 முதல் தாலுகா கட்சியின் உதவி செயலாளராகப் பணியாற்றிய அனுபவம் இருந்தது.

பின் சென்னை சென்று அங்கிருந்து 1975ல் திரும்பிவந்து இளைஞர் மன்றம் சார்பாக தூத்துக்குடி பகுதியில் கட்சிப் பணியாற்றி, மக்களைச் சந்தித்த அனுபவமும் இருந்தது. 1980ல் சட்டமன்ற உறுப்பினராகவும் தேர்வு செய்யப்பட்டேன்.

அதன்பிறகு, 1981ல், திருச்செந்தூர் தாலுகா செயலாளர் தோழர் பொய்சொல்லான், "திருச்செந்தூரில்தான் மாவட்ட மாநாடு நடத்த வேண்டும்!" என்று பிடிவாதமாக இருந்தார். கட்சியில் அவ்வளவு அனுபவங்கள் இருந்தும், மாநாடு என்றதும் எனக்குச் சற்றுப் பயம்... 'எப்படி நிதி வசூல் செய்வது?' என்று. எவ்வளவோ முயன்றும், வீதிவீதியாகச் சென்றும் திருச்செந்தூர் பகுதியில் தனிநபர் வசூல் எதிர்பார்த்த அளவு இல்லை.

ஒருநாள் தோழர் பொய் சொல்லான், "மூலக்கரை பண்ணையார் சிவசுப்பிரமணிய நாடாரைப் பார்க்க வேண்டும்" என்று கூறினார். ஆறுமுகநேரியில் இருந்த அவரது மரக்கடைக்குச் சென்றோம். அவரிடம் என்னை அறிமுகப்படுத்தினார்கள். உடனே, அவர், "நீ... நம்ம மாட்டு வைத்தியர் பாக்கியம் பேரன்தானே?" என்று கேட்டார். நானும் உற்சாகமாகப் பதில் சொல்லிக்கொண்டிருந்தேன். அதன்பின், அவர், "நான் கம்யூனிஸ்ட் கட்சியைப் பற்றி தவறான எண்ணம் வைத்திருந்தேன். எம்.ஜி.ஆர். அமைத்த விவசாயிகள் உயர்மட்டக்குழு குறும்பூருக்கு வந்தபோது நான் அங்கு சென்றேன். அந்தக் கூட்டத்தில் உங்கள் கட்சி தலைவர்கள் எம்.ஆதிமூலம், ஆர்.நல்லகண்ணு பேசியது கேட்டு எனக்கு வியப்பாக இருந்தது. ஏனென்றால், நீங்கள் கூலி விவசாயிகளுக்காகத் தானே பேசுவீர்கள். ஆனால், அவர்கள் விவசாயிகளுக்கு நியாய விலை பிரச்னைகளை எல்லோருக்கும் புரியும்படி அதைத் தீர்க்க அரசு என்ன செய்ய வேண்டும் என்பதை தெளிவாகப் பேசினார்கள். அதன்பின்தான் கம்யூனிஸ்ட் கட்சியின் மீது எனக்கு நல்ல எண்ணம் ஏற்பட்டது. நீங்கள் ஏன் உங்கள் மாநாட்டுக்கு எங்களை எல்லாம் அழைக்கக்கூடாது?" என்று கூறி ரூபாய் 2000 கொடுத்தார்கள்.

எங்கள் இருவருக்கும் வியப்பு. நாங்கள் எதிர்பார்த்தது 100 அல்லது 200 ரூபாய்தான். அதன்பின்தான் அந்த வட்டாரத்தில் இதுபோன்ற நிலச்சுவான்தார்களிடம் சென்று நிதி கேட்டபோது அவர்களும் தந்து உதவினார்கள்.

மாநாட்டில் தோழர் ப.மாணிக்கம், தா.பாண்டியன் பங்கேற்றனர். நல்ல ஊர்வலம் பொதுக்கூட்டம் நடைபெற்றது. மாநாட்டில் தோழர் கே.செல்லையா மாவட்ட செயலாளராகவும், தோழர்கள் பி.மைதீன், மு.அப்பாத்துரை எம்.எல்.ஏ., உதவி செயலாளராகவும் தேர்வு செய்யப்பட்டனர். இந்த மாநாடு அந்தப் பகுதியில் கட்சிக்கு மக்களிடையே நல்ல மதிப்பை ஏற்படுத்தியது.

புதுக்கோட்டை பொதுக்கூட்டம்: 1982

சட்டமன்ற உறுப்பினராக இருந்தபோது அதிக பொதுக்கூட்டங்கள் பேசிய மாவட்டங்களில் புதுக்கோட்டை மாவட்டம் ஒன்று. 1982ஆம் ஆண்டு, புதுக்கோட்டை நகரில் சிறப்பான பொதுக்கூட்டம். சுமார் ஒன்னரை மணிநேரம் பேசினேன்.

அதன் பின்னர், தோழர்கள் சாலையோரக் கடையில் இரவுச் சிற்றுண்டி சாப்பிட அழைத்துச் சென்றார்கள்.

அங்கு நடந்த ஒரு நிகழ்ச்சியை மனக்கசப்புடன் சொல்லத் தோன்றுகிறது. சுதந்திரம் அடைந்து, அனைவருக்கும் கல்வி என்பது கிடைத்தும் இன்னும் சில படித்த இளைஞர்களுக்கு சாதி என்பது மனதில் வேரூன்றி இருப்பதைச் சுட்டிக்காட்ட விரும்புகிறேன்.

எங்களுக்கு எதிரில் இருவர் பேசிக்கொண்டு இருந்தார்கள். நிறைய படித்தவர்கள்போல் இருந்தார்கள். அவர்கள், 'பொதுக்கூட்டத்தில் பேசியது யார்? எந்த ஊர்?' என்று ஒருவருக்கு ஒருவர் கேட்டுக்கொண்டனர்.

பக்கத்தில் இருந்தவர், ''அவன்தான் எம்.எல்.ஏ.வாம்...'' என்று ஏளனமாகக் கூறுகிறார். மற்றவர், ''எந்தத் தொகுதி?'' என்று கேட்க, ''ஓட்டப்பிடாரம் தொகுதி'' என்று பதில் கூறுகிறார். உடனே, ''அது ரிசர்வ் தொகுதிதானே?'' என்று இவர் சிரித்துக்கொண்டே கேட்கிறார். உடனே மற்றவர், ''அப்படின்னா அவன் தலித்தானே..? என்ன மாதிரி பேசுகிறான் பார்த்தாயா..?'' என்று கேட்டுவிட்டு, ''ஒண்ணு அவனா இருக்கணும்... அல்லது இவனா இருக்கணும்!'' என்று கூறுகிறார். (பட்டியல் சாதியின் உட்பிரிவு இரண்டைக் குறிப்பிடுகிறார்.)

இதைக் கவனித்த கட்சித் தோழர், அவர்களைத் திரும்பிப் பார்த்து, ''என்ன பேசுகிறீர்கள்?'' என்று கோபமாகக் கேட்டார். உடனே அந்த நபர், ''வேறு ஒன்றுமில்லை... மேடையில் நல்லா பேசினார் என்று பேசிக்கொண்டிருந்தோம்'' என்று மழுப்பினார்.

நான் சாப்பிட்ட இட்லி, சற்றுநேரம் தொண்டையில் நின்றுகொண்டது. 'உன்னைச் சொல்லிக் குற்றமில்லை... என்னைச் சொல்லிக் குற்றமில்லை... காலம் செய்த கோலமடா!' என்ற கவியரசர் கண்ணதாசனின் அனுபவ வரிகள், அப்போது நினைவுக்கு வந்து என் உள்ளத்தைக் கலங்கச் செய்தன!

இடைத்தேர்தல்கள்: 1982

திருச்செந்தூர் சட்டமன்ற இடைத்தேர்தல்

1982ஆம் ஆண்டு சட்டமன்ற உறுப்பினர் கேசவ ஆதித்தனின் அகால மரணத்தையொட்டி, 1982ல் இடைத்தேர்தல் நடைபெற்றது. நான்குமுனைப்போட்டி. அதிமுக, திமுக, காந்தி காமராஜ் தேசிய காங்கிரஸ், ஜனதா தளம் ஆகிய கட்சிகள் தனித்தனியாக மக்களைச் சந்தத்தன. ஆளும் கட்சிக்கு கடும் நெருக்கடியாக இருந்தபோதிலும் எதிர்க்கட்சிகளின் ஒற்றுமை இன்மை அவர்களுக்கு ஊக்கம் கொடுத்தது.

இந்தத் தேர்தலில்தான் எம்ஜிஆர், கிறிஸ்துவ நாடார்களைப் பிற்படுத்தப்பட்டோர் பட்டியலில் சேர்க்க ஆணை பிறப்பித்தார். இந்தத் தொகுதியில் கிறிஸ்தவ நாடார்கள் வாக்கு கணிசமான அளவு உண்டு. சுப்பிரமணிய பிள்ளை கொலை, பால் கமிஷன் அறிக்கை, இவை ஆளும் கட்சிக்கு நெருக்கடியாக இருந்தாலும், பணபலம் மற்றும் அரசு பலத்துடன் அனைத்திந்திய அண்ணா திமுக வெற்றி பெற்றது.

இந்தியக் கம்யூனிஸ்ட் கட்சியின் சார்பில் நான் பொறுப்பாளராக இருந்து செயல்பட்டேன். தொகுதி எனக்குப் பரிச்சயமான பகுதி. கடைசிநாளில், குமரி அனந்தனின் கா.கா.தே.கா., கட்சி குழப்பத்தில் வேலை செய்யவில்லை. ஆளும் கட்சி வெற்றி பெற்றது

புளியங்குடி கலவரம்: 1982

மாவட்டச் செயலாளர் தோழர் கே.செல்லையாவும் நானும் அம்பாசமுத்திரம் தாலுகா, ஆழ்வார்குறிச்சி விவசாயிகள் சங்கப் பேரவைக்கூட்டத்தில் கலந்துகொண்டு பேசிக்கொண்டு இருந்தோம். அப்போது சில நண்பர்கள், ''புளியங்குடியில் பெரிய கலவரம் நடக்கிறது!'' என்று சொன்னார்கள்.

உடனே, நாங்கள் இருவரும் கூட்டத்தைப் பாதியில் நிறுத்திவிட்டு பேருந்தில் ஏறி தென்காசி வந்தோம். தென்காசியில் பேருந்து எதுவும் ஓடவில்லை. ஊர் அமைதியாக இருந்தது. மக்கள் நடமாட்டம் இல்லை. தோழர் கே.செல்லையா, முன்னாள் கட்சி உறுப்பினர், பின்னர் அனுதாபி என்ற முறையில் உள்ள தோழரை அணுகி, ''நாங்கள் புளியங்குடி செல்ல வேண்டும், உங்கள் காரை கொஞ்சம் கொடுத்து உதவுங்கள்'' என்று கேட்டோம். அவர் தனது மகனை காரை எடுத்துக்கொண்டு செல்லுமாறு கூறினார்.

கார் ரயில்வே தண்டவாளத்தைத் தாண்டியதும். அந்தத் தம்பி வேறு டிரைவரை அழைத்து காரை ஓட்டிச் செல்லுமாறு கேட்டுக் கொண்டார். ஏன் என்றால் அவருக்கு மறுவாரம் திருமணம். நாங்கள் இருவரும் காரில் ஏறிக் கொண்டோம். செல்லையா முன் இருக்கையில் ஓட்டுநர் பக்கத்தில் அமர்ந்துகொண்டார். நான் பின் இருக்கையில் இருந்தேன். சாலையில் எந்தப் போக்குவரத்தும் இல்லை.

நாங்கள் சொக்கம்பட்டி செல்லும்போது சாலையின் இருபுறமும் நூற்றுக்கணக்கானவர்கள் அரிவாள், வேல், கம்பு சகிதமாக நின்றுகொண்டு இருந்தனர். கூட்டத்தைப் பார்த்ததும் செல்லையா காரை நிறுத்தச் சொன்னார். அதற்குள் அந்தக் கூட்டத்தினர், தோழரைப் பார்த்ததும் 'நம்ம கார் செல்லட்டும்' என்று சொல்லிவிட்டார்கள்.

நாங்கள் கடையநல்லூருக்குச் செல்லும்போது காக்கா, குருவிகூட கிடையாது. ஊரே நிசப்தமாக இருந்தது. பின் புளியங்குடி சென்றடைந்தோம். கட்சி அமைப்பு உள்ள முக்கிய பகுதியான கைத்தறி நெசவாளர்கள் பகுதிக்குச் சென்றோம். அவர்கள் பயத்துடன் காணப்பட்டனர். இந்தப் பிரச்னைக்கு முக்கிய காரணம், 'கடையநல்லூரில் நடைபெற்ற சமத்துவ சகோதரத்துவ சங்க (எஸ்.எஸ்.எஸ்.) மாநாட்டில் ஒரு ஜாதியைப் பற்றிப் பேசியதுதான்!' என்று பேசப்பட்டது.

அதன் பின்னர், நாங்கள் இருவரும் முன்னாள் சட்டமன்ற உறுப்பினர் எஸ்.எஸ்.பாண்டியன் இல்லத்துக்குச் சென்றோம். அங்கு மக்கள் கூடியிருந்தனர். காரணம் கேட்டபோது, "தற்காப்புக்காக கூடி இருக்கிறோம்!" என்று கூறினார்கள்.

தோழர் செல்லையா இறங்கியதும் அவர்கள் உறவு சொல்லி அழைத்தனர். நான் பின்பக்கமிருந்து இறங்கியதும், "இவர் யார்..?" என்று கேட்டார்கள். ஓட்டப்பிடாரம் எம்.எல்.ஏ. அப்பாத்துரை என்று கூட்டத்தில் ஒருவர் கூறினார். அவ்வளவுதான்... ஒரு நபர் என்னை நோக்கி வேல்கம்பால் குத்த வந்தார். பக்கத்தில் இருந்தவர் அவர் கையைத் தட்டிவிட்டார். அதனால், அந்த வேல்கம்பு அவர்மீது தாக்கி, ரத்தம் என் முகத்திலிருந்து கால் வரை சிதறியது. வெள்ளை வேஷ்டி சட்டை என்பதால் ரத்தம் பளீர் என்று தெரிந்தது. எனக்கு ஓர் உணர்வு, என்னைத்தான் குத்திவிட்டார் என்று. என்னைப் பார்த்தவுடன் கே.செல்லையா நிலைகுலைந்து போனார். அதன்பின் என் மீது காயம் இல்லை என்று தெரிந்துகொண்டார்.

பின்னர், வீட்டின் உள்ளே அழைத்துச் சென்று குளிக்கச் சொன்னார்கள். 'மக்களிடம் என்ன பேசப்போகிறோம்' என்று நினைத்துக்கொண்டே குளித்து முடித்தேன். காரில் இருந்த வேஷ்டி சட்டையை எடுத்துவரச் சொல்லி அதை அணிந்துகொண்டேன்.

அங்கு, மயான அமைதியாக மக்கள் இருந்தனர். கே.செல்லையா சில வார்த்தைகள் பேசி முடித்துவிட்டு, என்னைப் பார்த்து, ''பேசுங்கள், பேசுங்கள்...'' என்று வற்புறுத்தினார். எனக்குப் பேச்சு வரவில்லை. ஒருவழியாக சுதாரித்துக்கொண்ட நான், ''தாழ்த்தப்பட்ட மக்களும், பிற்படுத்தப்பட்ட மக்களும் உழைத்து வாழ்பவர்கள். எனவே, உங்கள் மத்தியில் சண்டை வரக்கூடாது என்பதை சொல்லத்தான் நான் இங்கு வந்தேன்... யாரும் கோபம் அடைய வேண்டாம். அவரவர் குடும்பத்தைக் கவனிப்போம். எதிர்காலத் தலைமுறையை மனதில் வைத்து சமாதானமாகப் போவோம்!'' என்று பேசினேன். அதன்பின் அனைவரும் நடந்த அசம்பாவிதத்துக்கு வருத்தம் தெரிவித்தார்கள்.

பின்னர், நாங்கள் முஸ்லிம் சமுதாய மக்கள் வாழும் பகுதிக்குச் சென்றோம். அவர்களிடம் நாங்கள், ''கலவரம் தொடர்ந்தால் உங்களுக்குத்தான் பொருள் சேதம் அதிகம் ஏற்படும். ஆகவே, நீங்கள்தான் சமாதானத்துக்கு அதிகம் முன்முயற்சி எடுக்க வேண்டும். உங்கள் சமூகத்தினர்தான் கடையநல்லூர் மாநாட்டுக்கு இங்கிருந்து அதிகம் பேர் சென்றனர்' என்ற கருத்து உள்ளது. எதிர்கால நன்மையை நினைத்துப் பாருங்கள். எல்லா சமூகத்தினரும் ஒற்றுமையாக இருந்தால்தான் நம் பிள்ளைகளின் எதிர்காலம் சந்தோஷமாக இருக்கும்'' என்று கூறினோம். உடனே அவர்களும், ''நாங்கள் சமாதானத்துக்கு முயற்சி எடுக்கிறோம்'' என்று கூறினார்கள்.

அதன்பின், மாலை 4 மணி அளவில் தலித் பகுதிக்குச் சென்றோம். அங்கு பொன்னையா வாத்தியார் வீட்டுக்குச் சென்றோம். நான்கு பேர் வந்தார்கள். அவர்களிடம் பேசிக்கொண்டு இருந்தோம். என்னை தோழர் செல்லையா அறிமுகப்படுத்தினார். அப்போது ஒருவர், தோழரைப் பார்த்து, ''நீங்கள் செல்லய்யா தேவர்தானே?'' என்று கேட்டார். அவர் ஒரு எஸ்டேட் தொழிலாளி. கொஞ்சம் காரசாரமாகப் பேசினார். ''இது சமுதாயப் போர். இதில் சமரசம் இல்லை!'' என்று வேகமாகப் பேசினார்.

சிறிது நேரத்தில், ''பஜாரில் தீ எரிகிறது!'' என்று கூறினார்கள். பக்கத்தில்தான் காவல்நிலையம் உள்ளது. மின்சாரம் தடை

செய்யப்பட்டது. தீ பயங்கரமாக எரியத் தொடங்கியது. அங்கு கலெக்டர், எஸ்பி போன்றவர்கள் வந்துவிட்டனர்.

வெளியில் நின்ற எங்கள் கார் டிரைவரை ஒரு காவல் அதிகாரி அடித்து, "ஏன் இங்கு நிற்கிறாய்?" என்று கேட்டுள்ளார். "இது ஓட்டப்பிடாரம் எம்.எல்.ஏ. அப்பாத்துரை வந்த கார்..." என்று சொல்லி உள்ளார்.

அந்த அதிகாரி டிரைவரிடம், "உங்க எம்.எல்.ஏ. எங்கு இருக்கிறார்?" என்று கேட்டவுடன், அவர் வீட்டைக் காட்டி விட்டார். உள்ளே வந்த எஸ்.பி., "எம்.எல்.ஏ. சார், வெளியே வாருங்கள்! என்று கூப்பிட்டார்.

மின்சாரம் இல்லாத நிலை. ஒரே இருட்டு. மணி ஏழு இருக்கும். நான் வெளியே வந்து படியில் இறங்கினேன். கால் வழுக்கிவிட்டது... நான் மிதித்தது மனிதஉடல்! எஸ்.பி. என் கையை இறுகப் பிடித்துக்கொண்டு காருக்குக் கொண்டு வந்தார். என் பின்னால் செல்லையா வந்தார். இருவரையும் அவசரமாக காரில் ஏற்றிவிட்டு, "நீங்கள் உடனடியாக இங்கிருந்து செல்லுங்கள். தெற்கே செல்ல முடியாது. எனவே, வடக்கே சிந்தாமணிப் பக்கமாகச் செல்லுங்கள்!" என்று கூறி அனுப்பினார்.

அன்று புதிய கலெக்டராக நிர்மல் சிங் ஹீரா பதவி ஏற்று அங்கு வந்திருந்தார். நாங்கள் சிந்தாமணி வழியாக சங்கரன்கோவில் சாலையில் சென்று, பின்னர் அய்யாபுரம் வழியாக பாம்புக்கோவில் சந்தைச் சுற்றி இரவு தென்காசி வழியாக திருநெல்வேலி வந்து சேர்ந்தோம்.

புதிய கலெக்டர், அந்தப் பகுதியில் கலவரம் மேலும் பரவாமல் தடுக்க தீவிர நடவடிக்கை எடுத்தார். கலெக்டரும் எஸ்.பி.யும் சிறப்பாகச் செயல்பட்டனர். கலவரம் நடந்த கிராமங்களுக்குச் சென்று பார்வையிட்டனர்.

பின்னர், நெல்லையில் சர்வகட்சி கூட்டத்தினைக் கூட்டி சமாதானக் குழு கலவரம் பகுதிகளுக்குச் செல்வது என்று முடிவு செய்யப்பட்டது.

அதன்படி அ.இ.அ.தி.மு.க., தி.மு.க., காங்கிரஸ், சி.பி.ஐ., சி.பி.எம்., முஸ்லிம் லீக் ஆகிய கட்சிகள் அடங்கிய சமாதானக் குழு உருவாக்கப்பட்டு கிராமம் கிராமமாகச் சென்று மக்களிடையே பேசி ஒற்றுமையை ஏற்படுத்தவேண்டும் என முடிவு செய்யப்பட்டது.

அமைதிக் குழுவில் பங்கேற்றவர்கள்

அனைத்திந்திய அண்ணா தி.மு.க வி.கருப்பசாமி பாண்டியன். தி.மு.க. மாவட்டச் செயலாளர் இரா.கிருஷ்ணன், வை.கோபால்சாமி. இந்தியக் கம்யூனிஸ்ட் கட்சி கே.செல்லைய்யா, எஸ்.அழகர்சாமி எம்.எல்.ஏ., மு.அப்பாத்துரை எம்.எல்.ஏ., மார்க்சிஸ்ட் கம்யூனிஸ்ட் கட்சி பாலவிநாயகம், ஆர்.கிருஷ்ணன் எம்.எல்.ஏ., காங்கிரஸ் ஒன்றிய அமைச்சர் எம்.அருணாச்சலம் எம்.பி., ஆர்.எஸ்.ஆறுமுகம், மாவட்டத் தலைவர் சண்முகவேல். முஸ்லிம்லீக் முன்னால் சட்டமன்ற உறுப்பினர் காதர் மைதீன் ஆகியோர் அமைதிக்குழு உறுப்பினர்கள் என்று பட்டியல் தயாரித்து, தினசரி பத்திரிகைகளில் செய்தி வெளியிட்டார்கள்.

முதல்நாள் தலைவன்கோட்டைப் பகுதியில் பயணம் ஆரம்பித்தோம். அங்கு சென்றவுடன் கலவரம் பற்றி வாக்குவாதம் ஏற்பட்டது. உடனே, அருணாசலம் எம்.பி., வெளியேறிச் சென்று விட்டார். கிராமங்களுக்குச் செல்லும்போது தலித் பகுதிகளில் இளைஞர்கள் வாக்குவாதம் செய்து கோபப்பட்டதால் அங்கு சில அசம்பாவிதங்கள் நடைபெற்றன. பின்னர் குழு கூடி, 'தலித் பகுதி கிராமங்களாக இருந்தால் அங்கு செல்லும்போது முதலில் ஆர்.எஸ்.ஆறுமுகமும், அப்பாத்துரை எம்.எல்.ஏ., இருவரும் ஒரு காரில் செல்ல வேண்டும் என்று முடிவு செய்தனர். அதன்படி நாங்கள் முன்கூட்டிச் சென்று அமைதிப்படுத்தும் முயற்சியை மேற்கொண்டோம். அதனால் தீவிரமாக இருந்த வடநத்தம்பட்டி போன்ற சில கிராமங்களில் அசம்பாவிதங்கள் ஏற்படாமல் தடுக்கப்பட்டன. பல சிரமங்களை ஏற்றுக்கொண்ட எங்கள் குழு இரண்டு நாட்கள் அந்தப் பகுதியில் சுற்றினோம். இந்தப் பயணம், கலவரம் மேலும் பரவாமல் தடுக்கப்பட்டு அமைதி ஏற்பட உதவியது.

இந்தக் கலவரம் நடப்பதற்கு முன், நான் அந்தப் பகுதியில் கட்சி சார்பாக பல பொதுக்கூட்டங்களில் பேசியிருந்தேன்.

திருப்பத்தூர் காவல்துறை அடக்குமுறை

வட ஆற்காடு மாவட்டம் திருப்பத்தூரில் திருட்டு மாடுகளை லாரியில் கடத்தி வந்த கும்பலைப் பிடிக்க காவலர்கள் முற்பட்டபோது, சமூக விரோதிகள் சிலர் டி.எஸ்.பி.மீது லாரியை ஏற்றிக் கொன்றுவிட்டார்கள். ஆனால், நக்சலைட்டுகள்தான் இதை

செய்தனர் என்று காவலர்கள் பிரச்னையைத் திசைதிருப்பிவிட்டது. கம்யூனிஸ்ட் கட்சித் தோழர்கள்மீது மிருகத்தனமாக தாக்குதல் நடத்திவிட்டார்கள். திட்டமிட்ட தாக்குதல்.

தோழர் சாமிக்கண்ணுவை (ஒன்றிய செயலாளர்) தலைகீழாகக் கட்டிவைத்து, அடித்துச் சித்திரவதை செய்துள்ளனர். இதைக் கண்டித்து பல இடங்களில் கண்டனப்பொதுக்கூட்டம் நடைபெற்றது.

என்னை அரூர் பொதுக்கூட்டத்துக்கு அனுப்பினர். எனக்கு அந்தப் பகுதி புதிது. நான் பஸ்ஸில் சென்று இறங்கி, பொதுக்கூட்டம் நடைபெறும் இடத்துக்குச் சென்றேன். எனக்கு யாரும் அறிமுகம் இல்லை. என்னையும் யாருக்கும் தெரியாது. நான் கூட்ட மேடைக்குச் சென்று, ''நான்தான் அப்பாத்துரை எம்எல்ஏ'' என்று அறிமுகப்படுத்திக் கொண்டேன். அவர்களுக்கு ஆச்சரியம்! ''மூத்த தோழர் அப்பாத்துரை... நமது பகுதியில் இயக்கத்தைக் கட்டிக் காத்தவர்'' என பேசிக்கொண்டார்கள்.

நான் சுமார் 1.30 மணி நேரம் பேசினேன். காவல்துறையின் அடக்குமுறையைப் பற்றிக் கடுமையாகத் தாக்கிப் பேசினேன். தமிழக ஐ.ஜி. தேவாரமும், சமூக விரோதிகளைப் பிடிக்க முடியாத அதிகாரிகளும் கம்யூனிஸ்ட்கள் மேல் வீண்பழி போடுவது என்பது காவல்துறையின் கையாலாகாத்தனம்'' என்று பேசினேன். தோழர்களும் பொதுமக்களும் ஆயிரக்கணக்கில் திரண்டு இருந்தனர்.

மறுநாள், சட்டமன்றத்தில் இதன்மீது ஒத்திவைப்புத் தீர்மானம் கொண்டு வந்தோம். சி.பி.ஐ., சி.பி.எம். தோழர்கள் பேசினார்கள். ''அவையை ஒத்தி வைத்துப் பேச வேண்டியது இல்லை'' என அப்போதைய சபாநாயகர் கே.ராஜாராம் அறிவித்தார். உடனே, தோழர்கள் 21 பேர் எழுந்து நின்று கண்டன முழக்கம் இட்டோம். சுமார் 40 நிமிடங்கள் அந்த முழக்கம் நீடித்தது. சபாநாயகர் எழுந்தவுடன் உறுப்பினர்கள் உட்காரவேண்டும். இது சபையின் மரபு. சபாநாயகரும் நின்றுகொண்டே இருந்தார். நாங்களும் முழக்கமிட்டுக்கொண்டே இருந்தோம். சபாநாயகர், ''கம்யூனிஸ்ட் தோழர்கள் அவையின் மரபைக் காக்க அமைதியாக அமருமாறு கேட்டுக்கொள்கிறேன்'' என்று கூறினார். அதன் பின் நாங்கள் வெளிநடப்பு செய்யத் தயாராக எழுந்தோம்.

அந்தவேளையில் அ.தி.மு.க. உறுப்பினர் எங்களைப் பார்த்து வெளிய போங்கடா நாய்களா!'' என்று கூறினார். உடனே நான், ''டேய் நாயே! உன்னைச் சுட்டுவிடுவேன்!'' என்று கத்தினேன்.

அந்த உறுப்பினர் சொன்னது எல்லாருக்கும் கேட்கவில்லை. நான் சத்தம்போட்டது எல்லாருக்கும் கேட்டுவிட்டது!

இந்தக் காட்சியைப் பார்த்துவிட்ட அவைத் தலைவர், "ஆளும் கட்சி உறுப்பினர் பேசியதும் தவறு, அப்பாத்துரை பேசியதும் தவறு!" என்று சொல்லி பிரச்னையை முடித்து வைத்தார். நாங்கள் வெளிநடப்பு செய்தோம்.

நான் வராண்டாவில் வந்துகொண்டிருந்தபோது, திடீரென்று ஒருவர் என் தோளில் கைபோட்டு கவனம் ஈர்த்தார். "மிஸ்டர் அப்பாத்துரை, நான் வால்டர் தேவாரம்... வாருங்கள் இருவரும் தேநீர் சாப்பிடுவோம்!" என்றார்.

வானரமுட்டி குடிதண்ணீர்ப் பிரச்னை

கயத்தாறு ஒன்றிய வானரமுட்டி கிராமத்தில் காலங்காலமாக கடுமையான குடிதண்ணீர்ப் பிரச்னை. நான் வளர்ச்சி மன்றக் கூட்டத்தில் பேசியும் பயன் இல்லை. எனவே, 'குடிதண்ணீர்ப் பிரச்னைக்காக சாலை மறியல்!' என அறிவித்து, என் தலைமையில் போராட்டம் என்று சுவரொட்டி அடித்து ஊர் முழுக்க ஒட்டிவிட்டனர்.

அப்போது, கோவில்பட்டி சப் கலெக்டர் சன்வந்த்ராம் (ஐ.பி.எஸ். ஆக இருந்து ஐ.ஏ.எஸ். தேர்வு பெற்றவர்) புதிதாகப் பதவி ஏற்று சில தினங்கள் ஆகியிருந்தது. அவர், பி.டி.ஓ., தாசில்தார் ஆகியோரை அழைத்து, "அப்பாத்துரையை கைது செய்யுங்கள்!" என்று கூறி உள்ளார். அவர்கள், "ஒரு எம்.எல்.ஏ.வைக் கைது செய்ய யோசிக்கவேண்டி இருக்கு சார். அவர் கம்யூனிஸ்ட் எம்.எல்.ஏ., மக்களிடம் அவருக்கு நல்ல மரியாதை உள்ளது. வானரமுட்டி தண்ணீர்ப் பிரச்னை பற்றி அவர் எங்களிடமும் பலமுறை கூறி உள்ளார்..." என்று சப் கலெக்டரிடம் எடுத்துச் சொல்லி உள்ளனர். அதிகாரிகள் சொன்னதைப் பொறுமையாகக் கேட்டுவிட்டு, "எம்.எல்.ஏ.வை அழைத்து வாருங்கள்!" என்று கூறியுள்ளார்.

என்னிடம் வந்து நடந்ததைச் சொல்லி, என்னைக் கையோடு அழைத்து வரச் சொன்னதாகக் கூறினார்கள். நான் சப் கலெக்டர் அலுவலகம் சென்றேன். என்னைப் பார்த்ததும் அவர் அமைதியாக, "நீங்க எம்.எல்.ஏ.வா?" என்று கேட்டார். நான், "ஆம், நான் எம்.எல்.ஏ.தான்!" என்று பதில் கூறினேன். அவர் என்னிடம், "நீங்கள் வயதானவராக இருப்பீர்கள் என்று நினைத்தேன்..!" என்று என்னை உற்றுப் பார்த்தார்.

பின்னர், பிரச்னை பற்றிய விவரங்களைக் கேட்டார். நான் நடந்தவற்றை விளக்கிச் சொல்லி, "நீங்கள் நேரில் வாருங்கள்... அந்த இடத்தைப் பார்த்துவிட்டு மக்களிடம் விசாரணை செய்யுங்கள்" என்று கூறினேன். அவர் உடனே, "சரி... புறப்படுவோம்" என்று சொல்லி உடனே எழுந்தார்.

நான் அவரது அலுவலகத்திலிருந்த டெலிபோனை எடுத்து நண்பர்களிடம், "சப் கலெக்டர் நமது ஊருக்கு வருகிறார். எனவே, நீங்கள் நூற்றுக்கணக்கான குடங்களுடன் சாலையில் பெண்களைத் திரட்டி அமருங்கள்!" என்று கூறினேன். மறுமுனையில் பேசிய நண்பர், "உங்களைக் கைது செய்துவிட்டார்கள் என்று இங்கு பரபரப்பாகப் பேசிக்கொண்டு இருக்கிறார்கள்..." என்று சொன்னார். "என்னை யாரும் கைது செய்யவில்லை. நானும் சப் கலெக்டரும்தான் அங்கு வருகிறோம்" என்று பதில் சொன்னேன்.

பி.டி.ஓ., தாசில்தார் ஆகியோரை அழைத்துக் கொண்டு நாங்கள் இருவரும் சென்றோம். நூற்றுக்கணக்கான குடங்களுடன் ஆண்களும், பெண்களும் திரண்டு இருந்தனர். பல வருடங்களாகத் தீராத பிரச்னை என்பதால் மக்கள் ஆக்ரோசமாக தங்கள் குறைகளைச் சொல்ல ஆரம்பித்தனர். நிலைமை அறிந்த சப் கலெக்டர் உடனே குடிதண்ணீர் குழாய் வைக்க, அந்த இடத்திலேயே அதிகாரிகளுக்கு ஆணை பிறப்பித்தார். தண்ணீர்க்குழாய் வேலை ஆரம்பமானது.

அதற்குள் பெரியவர்கள் என்னிடம் வந்து, "இங்கு தேவர், நாடார், தாழ்த்தப்பட்டோர் என மூன்று பிரிவு சமுதாய மக்கள் வாழ்கிறார்கள். தண்ணீர் பிடிப்பதில் சாதிச் சண்டை வந்துவிடும். எனவே, மூன்று தண்ணீர்க்குழாய் தனித் தனியாக வைப்பதுதான் நல்லது" என்று கூறினார். நான் சப் கலெக்டரிடம் மேற்படி விபரத்தை எடுத்துக் கூறினேன். அவரும் மூன்று குழாய்கள் வைக்கச் சொல்லிவிட்டார். மக்கள் திரண்டுவந்து சப் கலெக்டருக்கும் எனக்கும் மாலை மரியாதை செய்தனர்.

கொலை மிரட்டல் கடிதம்

பசுவந்தனை கிராமத்திலிருந்து கோவில்பட்டி செல்லும் சாலையில், அச்சங்குளம் என்ற கிராமத்தில் குறுகிய பாலம் இருந்தது. இதில் 'புதிய அகலமான பெரிய பாலம் கட்ட வேண்டும்' என்று சட்டமன்றத்தில் பேசினேன். அதன் அடிப்படையில் பாலம் கட்ட டெண்டர் விடப்பட்டு பணி தொடங்கப்பட்டது.

நான் தொகுதிக்குச் செல்லும்போது அந்தப் பகுதிக்குச் சென்றேன். என்னுடன் நண்பர்களும் வந்திருந்தார்கள். புதுப் பாலம் அமைக்க ஆட்கள் கடக்கால் தோண்டிக்கொண்டு இருந்தார்கள். சூப்பர்வைசர் இருந்தார். நான் அவரிடம், ''இது பெரிய காட்டாறு. எனவே, இதில் கல்கட்டு வைத்து பாலம் கட்ட வேண்டும். சிமெண்ட்குழாய் போடக் கூடாது. ஏனென்றால், காட்டாற்று வெள்ளத்தில் செடி கொடிகள் அடித்து வரக் கூடும். அந்தக் குப்பைகள் குழாயை அடைத்துவிடும். வெள்ளநீர் பாலத்தை அடித்துச் சென்றுவிடும். இதை உங்கள் பொறியாளரிடம் சொல்லிவிடுங்கள்'' என்று கூறிச் சென்றேன்.

மறுநாள் வந்த பொறியாளர் வேலையாட்களிடம் உங்கள் எம்.எல்.ஏ., பி.ஏ., படித்தவர்தான். நான் பொறியாளர் பட்டம் படித்தவன். எனக்கு பாலம் எப்படிக் கட்ட வேண்டும் என தெரியும்'' என்று கோபமாகக் கூறி உள்ளார். இது என் கவனத்துக்கு வந்தது. மனதில் வைத்துக் கொண்டேன்.

அந்த ஆண்டு கடுமையான மழை கொட்டத் தொடங்கியது. காட்டுச் செடி, மரங்கள் எல்லாம் வெள்ளத்தில் அடித்துவரப்பட்டு, பாலம் இருந்த அடிச்சுவடே தெரியாவண்ணம் அந்த ஆற்றில் அடித்துச் செல்லப்பட்டது. ஒரு விவசாயியின் ஐந்து ஏக்கர் தோட்டம், கிணறு, பம்பு செட்டு எல்லாம் வெள்ளத்தில் அடித்துச் செல்லப்பட்டுவிட்டன. இவற்றைப் படமெடுத்து சட்டசபையில் காட்டிப் பேசினேன். இதற்காக எனக்குக் கொலை மிரட்டல் கடிதம் வந்தது. அதில், 'உனக்குப் பச்சைத் தாலி கட்ட வேண்டி வரும்!' என இருந்தது. இதை மாநிலச் செயலாளர் ப.மாணிக்கம் எம்.எல்.சி.யிடம் கொடுத்தேன். அவர் அந்த மிரட்டல் கடிதத்தை மேலவையில் படித்துக் காட்டி, ''உங்கள் ஆட்சியில்தான் எங்கள் எஸ்.ஜி.முருகையன் எம்.பி., படுகொலை செய்யப்பட்டார். இப்போது எங்கள் எம்.எல்.ஏ.வுக்கும் கொலை மிரட்டல் கடிதம் வந்துள்ளது'' என்று பேசினார்.

அதன்பிறகு, தொகுதியில் புதிய கட்டடத் திறப்பு விழாவுக்குச் சென்றேன். அங்கு போலீஸ்காரர்கள் வந்திருந்தார்கள். அவர்களிடம், ''ஊரில் ஏதும் பிரச்னையா?'' என்று கேட்டேன். அவர்கள், ''உங்களுக்குப் பாதுகாப்புத் தரவேண்டுமென முதல்வர் அலுவலகச் செய்தி என்று சொல்லி டிஎஸ்பி எங்களை அனுப்பினார்கள்'' என்று கூறினார்கள். நான் அவர்களிடம் ''எனக்குப் பாதுகாப்பு வேண்டாம்.

மக்கள் என் அருகிலேயேதான் இருப்பார்கள், நீங்கள் செல்லுங்கள்... வந்ததற்கு நன்றி! முதல்வருக்கும் மிகுந்த நன்றி!'' என்று கூறி காவலர்களைத் திருப்பி அனுப்பிவிட்டேன்.

புங்கவர் நத்தம்

எனது தொகுதி தேர்தல் பிரசாரத்துக்கு மூன்று ஜீப்கள்தான் வாடகைக்கு எடுத்திருந்தார்கள். மூன்றையும் அதன் உரிமையாளர்களே ஓட்டினார்கள். ஒருநாள், நான் அவர்களிடம், ‘‘ஜீப் எடுங்கள், பிரசாரத்துக்குச் செல்லவேண்டும்'' என்று சொன்னேன். உடனே அவர்கள், ‘‘எங்கள் முதுகில் வேண்டுமானாலும் நல்லா நாலு அடி அடியுங்கள். ஜீப்பை மட்டும் ஓட்டச் சொல்லாதீர்கள்'' என்று கூறினார்கள். ஏன் என்றால் பல கிராமங்களுக்கு சாலை வசதி கிடையாது. கல்லும் மணலும், மேடும் பள்ளமுமாக மாட்டுவண்டிப் பாதையில்தான் செல்ல வேண்டும். அப்படிப்பட்டக் கிராமம்தான் புங்கவர் நத்தம். நான் வாக்கு சேகரிக்கச் சென்றபோது, சிறுவர்கள் ஜீப்பின்மீது கல்லைக் கொண்டு எறிந்தார்கள்.

நான் வெற்றி பெற்ற பின்பு அந்தக் கிராமத்துக்கு நன்றி சொல்லப் போயிருந்தேன். ஊர் மக்கள் அனைவரும் கூடி வரவேற்பு கொடுத்து மனு கொடுத்தார்கள். முக்கியமாக ரோடு வசதி வேண்டும் என்றுதான் அந்த மனுவில் இருந்தது. நன்றி தெரிவித்து பேசும்போது ‘‘உங்கள் ஊருக்குத் தார்ச் சாலை போட்டு கட்டபொம்மன் பேருந்தை கயிறு கட்டியாவது இழுத்து வருவேன்'' என்று கூறினேன். நான் வாக்குக் கொடுத்ததுபோல், தன்னிறைவுத் திட்டத்தின் கீழ் போடுபட்டி, புங்கவர் நத்தம் கிராமங்களுக்குப் புதிய சாலை போடப்பட்டது. அதில் கோவில்பட்டியிலிருந்து புங்கவர் நத்தம் வரை நகரப் பேருந்து விட ஏற்பாடு செய்துவிட்டேன். அந்தப் பேருந்தில் நானே முதன் முதலில் ஏறி அந்த ஊருக்குள் நுழைந்தேன். கல்லெறிந்த சிறுவர்கள், இப்போது என்னைச் சுற்றி வந்து ஆடிப்பாடி மிகுந்த வரவேற்பு கொடுத்தார்கள். அதன்பிறகு, அந்த மக்கள் என் மீது எப்போதும் நன்றியுடன் இருந்தார்கள். என் திருமணத்துக்கு அந்த ஊரின் நாடார் உறவின்முறை சார்பில் வந்து கலந்துகொண்டார்கள்.

காப்புலிங்கம்பட்டி

சட்டமன்றத் தேர்தலில் நான் வாக்குக் கேட்டுச் செல்லாத ஒரே கிராமம் காப்புலிங்கம்பட்டி கிராமம்தான். காரணம், ‘‘இந்தக் கிராமத்தில் கதிர் அரிவாள் சின்னத்துக்கு வாக்களிக்க மாட்டார்கள்.

போனால் எதிர்ப்புத் தெரிவிப்பார்கள்!'' என்று கூறி என்னை அழைத்துச் செல்லவில்லை.

ஆனால், எங்கள் மதிப்புமிக்கத் தலைவர், நான் 'அப்பா' என்று வாஞ்சையோடு அழைக்கும் தோழர் அன்னசாமி அவர்கள் அந்தக் கிராமத்தில் தங்கி இருந்து, வாக்கு சேகரித்து கணிசமான வாக்குகளை கதிர் அரிவாள் சின்னத்துக்குக் கிடைக்கச் செய்தார்.

நான் வெற்றி பெற்ற பின்னரும்கூட அந்த கிராமத்துக்குச் செல்ல முடியாமல்போய்விட்டது. ஆனால், அந்தக் கிராமத்து மக்கள் என்னை, கோவில்பட்டி, கயத்தாறு என்று எங்கு பார்த்தாலும் எனக்கு மிகுந்த மரியாதை தந்தனர். 'அந்தக் கிராமதுக்குப் போய் மக்களைச் சந்திக்காமல் இருந்துவிட்டோமே' என்ற குற்ற உணர்ச்சி, எனக்கு மிகுந்த மனஅழுத்தத்தைத் தந்தது. எனவே, கயத்தாறு ஆணையரிடம், ''கட்டாயம் நான் காப்புலிங்கம்பட்டி செல்லவேண்டும்'' என்று கூறினேன்.

இதற்கு இடையில் அந்தக் கிராமத்தில் சூறைக்காற்று வீசி பள்ளிக்கூடத்தின் ஓடுகள் எல்லாம் காற்றில் பறந்துவிட்டன. பள்ளிக்கூடம் சேதமடைந்து குழந்தைகள் படிக்க முடியாத நிலை ஏற்பட்டுவிட்டது. இதை மனுவாக எழுதி அந்த ஊர்த் தலைவர் எனக்கு, சட்டமன்ற உறுப்பினர் விடுதி முகவரிக்கு அனுப்பி இருந்தார். எனக்கு வரும் எல்லா கடிதங்களையும் நான் தவறாமல் படிப்பேன். இதுபோன்ற மனுக்கள் மீது நடவடிக்கை எடுக்கச் சொல்லி எனது லெட்டர் பேடில் அதை இணைத்து சம்பந்தப்பட்ட அமைச்சர் மற்றும் அதிகாரிகளுக்கு அனுப்புவேன். எனக்கு வரும் மனுக்களை மூன்று நகலாக எடுப்பேன். ஒன்று அமைச்சருக்கு, ஒன்று மனுதாரருக்கு, ஒன்று எனது கோப்பில் வைத்துக்கொள்ளுவேன்.

இந்த மனுவை முதலமைச்சருக்குக் கொடுத்தேன். முதல்வர் உடனடியாக நெல்லை கலெக்டருக்குத் தகவல் கொடுத்துள்ளார். எனவே, அதிகாரிகள் சென்று அந்தப் பள்ளிக்கூடத்தைப் பார்வையிட்டு, ''உங்கள் எம்எல்ஏ, முதல்வர் ஆணையுடன் தகவல் கொடுத்துள்ளார்'' என்று கூறியதுடன், உடனடியாக பள்ளியைச் செப்பனிட்டுத் தந்துவிட்டார்கள்.

இது பொதுமக்களுக்கு மிகவும் மகிழ்ச்சி. ஆணையர் அந்தக் கிராமத்துக்கு மதியம்தான் செல்ல வேண்டும்'' என்று கூறினார். அதன்படி, பகல் 12 மணிக்கு காட்டுப்பாதை வழியாக ஜீப்பில் காப்புலிங்கம்பட்டிக்குச் சென்றோம்.

அங்கு ஊர்ச் சாவடியில் தலைவர் மற்றும் சிலர் இருந்தார்கள். நான் ஜீப்பை விட்டு இறங்கி அவர்களை நோக்கிச் சென்று கைகூப்பி வணக்கம் சொன்னேன். ஆணையர் என்னை 'இவர்தான் எம்எல்ஏ அப்பாத்துரை' என்று அறிமுகம் செய்துவைத்தார். ஊர்த் தலைவர் என்னை வரவேற்றார். அதன்பின் ஊரில் உள்ள மக்கள் திரண்டுவிட்டார்கள். கடைக்குச் சென்று மாலைகள் பொன்னாடை வாங்கி வர ஆட்களை அனுப்பினார்கள். 'கிராமத்தின் எல்லாத் தெருக்களுக்கும் வரவேண்டும்' என்று கேட்டுக்கொண்டார்கள்.

பெண்கள் ஆரத்தி எடுத்தும், குலவையிட்டும் வரவேற்றார்கள். அதுபோல் எல்லா வீடுகளுக்கும் முன்னால் வேண்டாம் என்று தடுத்தும், குடத்தில் என் கால்களில் தண்ணீர் ஊற்றினார்கள்; அப்போதெல்லாம் தண்ணீர் இல்லாத கிராமங்கள்தான் எனது நினைவுக்கு வந்தன. வீடுதோறும் சோடா, கலர் கொடுத்தார்கள். நான் "போதும்... வேண்டாம்" என்று சொன்னால், "ஒரு மடக்குக் குடித்தாலே போதும், எங்களுக்கு திருப்தி" என்று சொன்னார்கள்.

இப்படியாக, 300 வீடுகளுக்கு என்னை அழைத்துச் சென்ற பின்னர், ஊர்ச் சாவடிக்கு வந்து சேர்ந்தோம். ஊர்த் தலைவர் பேசும்போது, "நமது எம்.எல்.ஏ.வுக்கு நாம் என்றும் நன்றியுடன் இருக்க வேண்டும்" என்று பேசிவிட்டு, நான் எழுதிய அந்தக் கடிதத்தை என்னிடமே காட்டினார். அந்தக் கடிதத்தை ஏற்கெனவே ஊர் மக்களிடம் படித்துக்காட்டி இருக்கிறார் என்று தெரிந்து கொண்டேன்.

அதன்பின், அவர் பேசும்போது, "ஆடு மாடு தண்ணீர் குடிக்க ஒரு குட்டை அமைத்துத் தாருங்கள்!" என்று கேட்டார். அந்தக் கிராமத்துக்கு அவசரநிலை காலத்தில், வறட்சி நிவாரணத் திட்டத்தின் கீழ் ஒரு சாலை அமைக்கப்பட்டுள்ளது. இதை ஆணையர் என்னிடம் சொல்லி இருந்தார். அதில் மூன்று பாலங்கள் கட்டினால் பேருந்துப் போக்குவரத்து எளிதாகச் செய்து கொடுக்க முடியும். ஆனால், என்னிடம் 'அதிகாரிகள் யாரும் பாலம் அமைக்கவேண்டும்' என்று சொல்லவில்லை. ஊர் மக்களும் 'பேருந்து வசதி வேண்டும்' என்று கேட்கவில்லை. இதை மனதில் கொண்டு, "நான் அடுத்த முறை உங்கள் கிராமத்துக்கு வரும்போது கோவில்பட்டியிலிருந்து நகரப் பேருந்தில்தான் வருவேன்" என்று கூறினேன். நான் சொன்னது போல மூன்று மாதத்தில் பேருந்து வசதி செய்து கொடுத்துவிட்டு அந்த ஊருக்குச் சென்றேன்.

1984ல் நடந்த சட்டமன்றத் தேர்தலில், எனக்கும், அண்ணன் டி.எஸ்.ஏ.சிவபிரகாசத்துக்கும் வாக்குச் சேகரிக்க அந்த ஊருக்குச் செல்லும்போது பூர்ணகும்ப மரியாதை செய்து வரவேற்றார்கள். ஆனால், இந்திரா காந்தி மரண அனுதாப அலையில் நாங்கள் இருவரும் அடித்துச் செல்லப்பட்டோம்.

மாணவர்கள் ஐம்புலிங்கம், சோமசுந்தரம் கொலை!

சோமசுந்தரம் எனது ஓட்டப்பிடாரம் தொகுதியில் உள்ள காட்டு நாயக்கனூர் கிராமத்தைச் சேர்ந்தவர். ஐம்புலிங்கம் எங்கள் கட்சி உறுப்பினர்; தோழர் மாரிமுத்துவின் மகன்.

ஒருநாள், தோழர் மாரிமுத்து என்னைச் சந்தித்து ''என் மகன் படிக்கும் கல்லூரியில் பிரச்னை பெரிதாக வளர்கிறது என்று என் மகன் பேசுகிறான்'' என்று கூறினார். நான், ''தம்பியை அழைத்து வந்துவிடுங்கள். நான் பேசுகிறேன்'' என்று கூறினேன். அவரும் அழைத்து வந்தார். நான் அந்த மாணவரிடம் விபரங்கள் கேட்டுவிட்டு ''கல்லூரிக்கு நேரில் வருகிறேன்'' என்று சொல்லி மதுரையில் உள்ள கல்லூரிகளுக்குச் சென்றேன். அங்கு நிலைமை சற்று இறுக்கமாகவே இருந்தது. நான் மாணவர்களிடம், ''படிக்கும் காலத்தில் ஒருவருக்கொருவர் சண்டை வேண்டாம். படித்துவிட்டு உயர் பதவிகளில் அமரப் போகிறீர்கள். அவரவர் குடும்பத்தை நினைத்து நீங்கள் அமைதியாக இருங்கள்'' என்று பேசிவிட்டு வந்துவிட்டேன்.

தம்பி சோமசுந்தரம் தேர்தலில் ஈடுபாட்டுடன் வேலை செய்தார். கல்லூரியின் மாணவர் பேரவைத் தேர்தலில் ஏற்பட்ட முன் விரோதம் காரணமாக, மாணவர்கள் சாதிரீதியாகப் பிரிந்து சண்டையிட்டுக் கொண்டனர். அதனால் ஏற்பட்டக் கலவரத்தில் கல்லூரி வளாகத்துக்குள்ளேயே மாணவர்கள் ஐம்புலிங்கம், சோமசுந்தரம் ஆகிய இருவரும் படுகொலை செய்யப்பட்டனர். என் நெஞ்சம் நிறைந்த தோழர்கள் நீதிக்காகப் போராடி களத்தில் வீர மரணம் அடைந்தார்கள்.

தோழர் சோமசுந்தரத்தின் கிராமம் ஓட்டப்பிடாரம் தொகுதியில் உள்ள காட்டுநாயக்கனூர். இந்தக் கிராம மக்கள் குடிப்பதற்கு பக்கத்துக் கிராமமான குமர ரெட்டியார்புரம் சென்றுதான் தண்ணீர் எடுத்து வரவேண்டும். மற்றவர்களின் கிணற்றில் தலித் மக்கள் பட்டை போட்டு தண்ணீர் எடுக்க முடியாது.

இந்தச் சூழ்நிலையில் கிராமத்தைச் சேர்ந்தவர் ஒருவரின் மனைவிக்கு பிரசவ நேரம். தண்ணீர் வேண்டும். எனவே, சோமசுந்தரம் குடத்தை எடுத்துக்கொண்டு குமர ரெட்டியார்புரம் கிராமத்துக்குச் செல்கிறார். அங்கு யாரும் இல்லை. எனவே, இவர் ரெட்டியார் கிணற்றில் பட்டை போட்டு தண்ணீர் எடுக்கிறார். இதைப் பார்த்த ஒருவர் ஊரில் போய் சொல்லிவிடுகிறார். உடனே அவர்கள் திரண்டு வந்து இவரிடம் வாக்குவாதம் செய்து அடிதடி ஏற்படுகிறது. இது உடனடியாக என் கவனத்துக்கு வந்தது. இது ஜாதி பிரச்னையாக வந்துவிடக்கூடாது என்பதால், ஆணையர் மற்றும் அதிகாரிகளுடன் நான் அந்தக் கிராமத்துக்குச் சென்றேன். அந்தக் கிராமத்தில் இந்தியக் கம்யூனிஸ்ட் கட்சியின் கிளை இருந்துள்ளது. தலைமறைவு காலத்தில் தோழர் கே.பாலதண்டாயுதம் இங்கு தலைமறைவாக இருந்துள்ளார்கள். அங்கு ஏற்பட இருந்த ஜாதிச் சண்டை, சமாதான முயற்சியினால் தவிர்க்கப்பட்டது.

காட்டுநாயக்கனூர் கிராம மக்களுக்கு நிரந்தர தண்ணீர் பிரச்சினையைத் தீர்க்க, குளத்தின் உள்பகுதியில் ஆழ்துளை கிணறு அமைத்து, அதன் மூலம் தண்ணீர் எடுத்து, காட்டுப்பாதை வழியாக குழாய் பதித்து, குடிதண்ணீர் வழங்கப்பட்டு வருகிறது.

கே.டி.கோசல்ராம்

தாமிரபரணி ஆற்றுப் பாசனத்தில் ஸ்ரீவைகுண்டம் அணையில் வடகால், தென்கால் என இரண்டு கால்வாய்கள் மூலம் பாசன வசதி உள்ளது. இதில் வடகாலிலுள்ள ஆறுமுகமங்கலம் குளத்தில் இருந்துதான் தூத்துக்குடி ஸ்பிக் உரத்தொழிற்சாலைக்கு தண்ணீர் கொண்டு செல்லப்படுகிறது. அதனால், 'ஆறுமுகமங்கலம் பாசனத்துக்கு இரண்டாவது போகம் கார் சாகுபடிக்கு தண்ணீர் திறந்து விட வேண்டும்' என்ற ஒப்பந்தத்தின் அடிப்படையில் ஸ்பிக் தொழிற்சாலைக்கு தண்ணீர் செல்கிறது.

நான் சட்டமன்ற உறுப்பினராக வெற்றிபெற்று அந்தப் பகுதிக்கு கட்சி பொதுக்கூட்டத்துக்குச் சென்றேன். அங்கு வட்டார விவசாயிகள் வந்து, 'வடகாலில் இருந்து பாசனத்துக்கு தண்ணீர் திறந்துவிட மாவட்ட ஆட்சித் தலைவரைப் பார்க்க வேண்டும்' என்று வேண்டுகோள் வைத்தனர். நான் விவசாய சங்கப் பொறுப்பாளர்களுடன் மாவட்ட ஆட்சித் தலைவரைச் சந்தித்தேன். அவர்கள் அதிகாரிகளுடன் கலந்து பேசி அடுத்த நாள் தண்ணீரைத் திறந்துவிட்டார்கள்.

இதனால் தென்கால் விவசாயிகள், திருச்செந்தூர் நாடாளுமன்ற உறுப்பினர் கே.டி.கோசல்ராமை அணுகி, 'எங்களுக்கும் தண்ணீர் திறந்துவிட ஆட்சியரை நீங்கள் சந்தித்துப் பேச வேண்டும்!' என கோரியுள்ளனர். அதன்படி அவர், அதிகாரிகளிடமும் மாவட்ட ஆட்சியரிடம், 'தென்காலில் தண்ணீர் திறந்துவிட வேண்டும்' என்று பேசியுள்ளார். ஆட்சியர் அதற்கு 'அனுமதி இல்லை' என்று எனக் கூறியுள்ளார். அதற்கு கே.டி.கோசல்ராம் என்னையும் ஆட்சியரையும் ஜாதியைச் சொல்லி திட்டி உள்ளார்.

இதனை பக்கத்தில் இருந்து கேட்டுக்கொண்டு இருந்தவர்கள், ''ஒரு எம்.பி. இப்படிப் பேசலாமா?'' என்று கேட்க, அதற்கு அவர்கள் கோபமாக மீண்டும் சாதி பற்றிப் பேசியுள்ளார்கள். அதைத் தட்டிக் கேட்ட ஒருவர் என் உறவினர். அவர் என்னிடம் வந்து நடந்தவற்றை வருத்தப்பட்டுக் கூறினார்.

நான் எங்கள் மாநிலச் செயலாளர் தோழர் ப.மாணிக்கத்திடம் கூறினேன். அந்தநேரம் தோழர் கல்யாணசுந்தரம் அங்கு வந்திருக்கிறார். அவர் அங்கிருந்து பிரதமர் இந்திரா காந்தியிடம் போனில் நடந்தவற்றை புகாராகக் கூறியிருக்கிறார்; ''உங்கள் எம்.பி. கோசல்ராம்மீது எங்கள் எம்.எல்.ஏ. அப்பாத்துரை, தீண்டாமை வழக்குப் போடுவார்!'' என்று பேசியிருக்கிறார்.

மறுநாள் காலையில், எனது உறவினர்கள், காங்கிரஸ் கட்சித் தலைவர்கள் என இரண்டு கார்களில் வந்து என்னைப் பார்த்தார்கள். என்னிடம், ''வாருங்கள் பேசித் தீர்த்துக்கொள்ளலாம். தலைவர் மிகுந்த வேதனையுடன் இருக்கிறார்'' என்று சொன்னார்கள்.

நான், ''என் தாத்தா காங்கிரஸ்காரர். எங்கள் வீட்டுக்கு கே.டி.கோசல்ராம் வருவார். எனவே, என்னைப் பற்றி தெரிந்திருந்தும் இப்படி ஜாதியைச் சொல்லிப் பேசலாமா? நான் எங்கள் கட்சித் தலைமையிடம் கூறிவிட்டேன். எனவே, கட்சியின் முடிவுப்படி நடப்பேன்'' என்று கூறினேன்.

அதன்பின், எங்கள் மாநிலச் செயலாளர் அறிவுரைப்படி அவர்களுடன் திருச்செந்தூர் சுற்றுலா மாளிகைக்குச் சென்றேன். நாங்கள் உள்ளே சென்றவுடன், கே.டி.கோசல்ராம் என்னைக் கட்டிப்பிடித்து ''பேரப்பிள்ளை..!'' என்று கூப்பிட்டார்.

உடனே நான், ''தாத்தாவுக்கு இப்போதுதான் பேரப்பிள்ளை ஞாபகம் வந்ததா?'' என்று கேட்டேன். பின் எல்லாரும், ''சரி,

இத்துடன் பிரச்னையை விட்டுவிடுங்கள். எதிர்காலத்தில் இப்படி யாரும் பேசமாட்டார்கள்'' என்று சமாதானம் செய்தார்கள்.

சத்திரப்பட்டி கிராமப் பிரச்னை

கடம்பூர் – கயத்தார் இடையே உள்ள சிறு கிராமம் சத்திரப்பட்டி. அந்தக் கிராமத்தில் ஏற்பட்ட சில பிரச்னைகளைத் தொடர்ந்து அங்கு கொலைகள் நடந்துவிட்டன. மேலும், கிராம மக்களிடையே சூழ்நிலை மோசமடைந்து வந்துள்ளது.

இந்த நிலையில் ஊர்ப் பெரியவர்கள் என்னைப் பார்க்க வந்தார்கள். அவர்கள், ''நீங்கள் வந்து பேசினால் சமாதானம் ஏற்படும்'' என்று கூறினார்கள். நான், எனது சட்டமன்ற அலுவலக செயலாளரும் அருமை தோழர் ராமர் இருவரும் கலந்து பேசி அந்தக் கிராமத்துக்குச் சென்றோம்.

ஊர் மக்கள் எல்லோரும் கூடியிருந்தார்கள். அனைவரும் ''நீங்கள் மட்டும் பேசுங்கள்'' என்று கூறினார்கள். அதற்குமுன், இந்தக் கொலைக்கான காரணம் என்ன என்பது பற்றி நான் தெரிந்து கொண்டேன். எனவே, ''நடந்தவற்றைப் பற்றி இனி பேசுவது அவசியம் இல்லை. அதை மறந்து இனிமேல் இதுபோன்ற பிரச்னைகள் வராமல் தடுக்க நாம் அனைவரும் ஒற்றுமையுடன் இருப்பதுதான் நல்லது'' என்ற அடிப்படையில் பேசினேன்.

அனைவரும் அமைதியாக இருந்தார்கள். 'வழக்குகளை வாபஸ் வாங்கிக் கொள்வது; கொலை வழக்கில் மேலும் தீவிரம் காட்டாமல் நடந்துகொள்வது; இரு தரப்பினரும் சமாதானத்துடன் நடந்து கொள்வது' என்று பேசி முடித்தேன்.

அதன்பின், ஒருவருக்கு ஒருவர் கை கொடுத்துப் பேசிக் கொண்டனர். இறுக்கமாக இருந்த கிராமம் கலகலப்பாக மாறியது. ''இந்த மூன்று கொலைகளுக்கும் பயன்பட்ட அரிவாள், எங்கள் ஊரில் இருக்கக்கூடாது'' என்று சொல்லி, அதை என்னிடம் கொடுத்தார்கள். அந்த அரிவாள் இன்றும் என் வீட்டில் உள்ளது. நான் அதை சாணை பிடிக்கக் கொடுத்தால், ''இந்த அரிவாள் எங்கு வாங்கினீர்கள்?'' என்று கேட்பார்கள். ஏனென்றால், அவை அவ்வளவு திடமாகவும், கூர்மையாகவும் இருக்கும்.

கடம்பூர்: காவல்நிலையம், அரசு மாணவர் விடுதி

கடம்பூரில் இருந்த காவல்நிலையம் ஊர் மையப் பகுதியில் தனியார் கட்டடத்தில் இயங்கி வந்தது. அது போக்குவரத்துக்கு

இடைஞ்சலாக இருந்தது. எனவே புதிய கட்டடம் கட்ட வேண்டும் என்ற வேண்டுகோள் எழுந்தது. அதுபோல் அங்கு செயல்பட்ட அரசினர் மாணவர் விடுதியும் தனியார் மாட்டுத்தொழுவத்தில் இயங்கி வந்தது.

இதை நான் நேரடியாகச் சென்று பார்த்தேன். காலம் தாழ்த்தாமல் விரைவில் அதிகாரிகளைச் சந்தித்தேன். காவல்நிலையம் மற்றும் மாணவர் விடுதி கட்டடங்கள் புதிதாக கட்டப்பட்டு செயல்படுத்தப்பட்டன.

ஓனமாகுளம் மயான சாலைப் பிரச்னை

ஓனமாகுளம் கிராமத்தில் பலதரப்பட்ட மக்கள் வாழ்கிறார்கள். அங்குள்ள ஆதிதிராவிடர் மக்கள் பயன்படுத்தும் சுடுகாட்டுக்குப் பாதை வசதி கிடையாது. இது நீண்ட நாள் பிரச்னையாக இருந்து வந்துள்ளது. அந்தச் சமூக மக்கள் என்னைச் சந்தித்து, ''எங்களுக்கு சுடுகாட்டுக்குப் பாதை அமைத்துத் தர வேண்டும்'' எனக் கோரினர். அவர்கள் நாயக்கர் இன மக்கள் வசிக்கும் தெருவழியாகத்தான் பிணம் கொண்டு செல்லவேண்டிய சூல்நிலை இருந்தது.

நான் அவர்களிடம் பேசிப் பார்த்தேன். ''முடியாது, வேறு பாதையை அமைத்துக்கொள்ளுங்கள்'' என்று கூறிவிட்டார்கள். இவர்களுக்கு வேறு பாதை அமைக்க ஏற்பாடு செய்தால், இரண்டு வீட்டு நாடார்கள், அந்தப் பாதையில் கீரைப் பாத்தி அமைத்து இதன்மூலம் தங்கள் வாழ்வாதாரத்தை நடத்திவருகிறார்கள். அந்த வழியில் சாலை அமைத்தால் அவர்கலுடைய நிலத்தில் முழுமையாகப் பயிர்செய்ய முடியாது என்ற நிலை ஏற்படும்.

இந்தப் பிரச்னை எனக்கு மிகுந்த மன உலைச்சலாக இருந்தது. எனவே, இதை அனைத்தையும் ஆராய்ந்து, மாவட்ட ஆட்சித் தலைவரிடம் எடுத்துச் சொன்னேன்.

எல்லாவற்றையும் பொறுமையாகக் கேட்ட ஆட்சித் தலைவர், ''சுடுகாட்டுக்குச் செல்லும்போது இடையில் தடுக்கும் வகையில் சாலையில் மின்கம்பி இருக்கிறதா?'' என்று கேட்டார். நான், ''ஆம் இருக்கிறது'' என்று சொன்னேன்.

''இனி, யாராவது இறந்தால் அந்தப் பிணத்தை சாலை வழியாக எடுத்துச் செல்ல தலித் மக்களிடம் கூறுங்கள். அவர்கள் எடுத்துச் செல்லும்போது மறித்தால் பிணத்தை அந்த இடத்திலேயே வைத்து விடுங்கள். சட்டம் ஒழுங்குப் பிரச்னை வரும். எனக்குத் தகவல்

கொடுக்கச் சொல்லுங்கள். நானும் எஸ்.பி.யும் சென்று பிரச்னைக்கு முடிவு கட்டுகிறோம்!'' என்று சொன்னார்.

அதுபோல் சில தினங்களில் முதியவர் ஒருவர் மரணம் அடைந்து விட்டார். அந்த மக்கள் அந்தப் பிணத்தை ரோடு வழியாக எடுத்துச் சென்றுள்ளனர். மேல் ஜாதிக்காரர்கள் மறித்துவிட்டனர். இவர்கள் அந்தப் பிணத்தைச் சாலையில் போட்டுவிட்டு கலெக்டருக்குத் தகவல் கொடுத்து விட்டனர். சிறிது நேரத்தில் அங்கே ஆட்சித் தலைவர், எஸ்.பி., போலீஸ் என கூடிவிட்டார்கள்.

பிணத்தை மறித்த மக்களிடம் பேச்சுவார்த்தை நடத்தியுள்ளனர். அதிகாரியிடம் அவர்கள், "வழிவிட முடியாது!" என்று கூறியுள்ளனர். அதன்பின் ஆட்சியர், "இது பொதுப்பாதை. எனவே நீங்கள் மட்டும் பொதுப்பாதையை உரிமை கொண்டாட முடியாது. மீறினால் உங்கள் மீது தீண்டாமை வழக்குப் போடப்படும். நீங்கள் ஜாமீனில் வெளியில் வரமுடியாது!" என்று ஆட்சியரும் எஸ்.பி.யும் பேசியபின் அவர்கள் சமாதானமாகி, அந்தப் பிணத்தை எடுத்துச் செல்ல ஏற்றுக்கொண்டார்கள். அத்துடன் அந்தப் பிரச்னை சுமூகமாக முடிந்தது. எனக்கும் நிம்மதியாக இருந்தது.

சட்டமன்றக் குழுக்கள்: 1981–82

பொது நிறுவனங்கள் குழுக் கூட்டம் மதுரையில் நடைபெற்றது. அந்தக் கூட்டத்தில் பாண்டியன் போக்குவரத்துக் கழக ஸ்டோர் பகுதிக்குச் சென்று ஆய்வு செய்வது என்று முடிவு செய்யப்பட்டது. அங்கு பெரிய அளவில் குடோன் இருந்தது. இது டி.வி.எஸ். நிறுவனம் கட்டியது. ஒவ்வொரு பகுதியாகச் சென்று பார்வையிட்டோம். 'ஸ்பேர் பார்ட்ஸ்' இருக்கும் அறைக்குச் சென்றோம். நான் ஒரு ரேக்கை திறந்து பார்த்தேன். அதில் எந்த ஸ்பேர் பார்ட்ஸ் சாமான்களும் இல்லை. பதிவுப் புத்தகத்தை எடுத்துப் பார்த்தால், அதில் சில லட்சம் ரூபாய் பெறுமதியான பொருட்கள் கையிருப்பு இருப்பதாக கணக்கு இருந்தது. இதன் மீது நடவடிக்கை எடுத்து பொது மேலாளர் சஸ்பெண்ட் செய்யப்பட்டார்.

நெல்லை மாவட்டம் விளாத்திகுளம் வட்டத்தில், சிறுதொழில் செய்வோருக்கு குறிப்பாக, தீப்பெட்டி உற்பத்தியாளருக்கு தீக்குச்சி உற்பத்தி செய்ய கட்டடம் கட்டப்பட்டு எந்த உற்பத்தியும் நடை பெறவில்லை. இதனால், அரசுக்கு நஷ்டம் என கணக்குத் தணிக்கை குழு அறிக்கை கூறியது. இதுவும் எங்கள் பார்வைக்கு வந்தது.

அப்போது இருந்த ஐ.ஏ.எஸ். அதிகாரி சுந்தரம், நான் கேட்ட கேள்விக்கு, ''இது பற்றி எனக்குத் தெரியாது. எனக்குச் சம்பந்தமில்லை!'' என்று பதில் கூறினார். சட்டமன்ற உறுப்பினரின் கேள்விக்கு அதிகாரி தரும் பதில் திருப்தி இல்லை என்றால் அவர் நின்றுகொண்டுதான் இருக்கவேண்டும்.

''உங்களுக்குச் சம்பந்தம் இல்லை என்றால் ஏன் நீங்கள் இங்கு வந்தீர்கள்?'' என்று கேட்டேன். சட்டமன்றக் குழுத் தலைவர் அந்த அதிகாரியை கடுமையாக விமர்சனம் செய்தார். இவற்றைப் பார்த்துக்கொண்டு இருந்த கணக்குத் தணிக்கைக் குழு அதிகாரி, கூட்டம் முடிந்ததும் என்னை அழைத்து, ''நன்றாகக் கேள்வி கேட்டீர்கள்!'' என்று கூறி அவரது அலுவலகத்துக்கு அழைத்துச் சென்றார். அதன்பின் குழுவுக்கு வரும் பேப்பர்களை எப்படிப் படிக்க வேண்டும் என்பது போன்ற விபரங்களை எனக்குச் சொல்லிக்கொடுத்தார்கள்.

அதன் பிறகு, 1983–84 ஆண்டு பொதுக் கணக்குக் குழுவில் உறுப்பினராகச் செயல்பட்டேன்.

திட்டத்தின் தவறா? துறையின் தவறா?

1976–77ஆம் ஆண்டு ஒன்றிய அரசு, 'விவசாயிகள் வெறும் விவசாயம் செய்து மட்டும் முன்னேற முடியாது. ஆகவே, அவர்கள் ஏதாவது உபதொழில் செய்வதன் மூலமே முன்னேற முடியும்' என்ற கொள்கையின் அடிப்படையில் கோழிப்பண்ணை அமைக்கத் திட்டமிடப்பட்டது.

பல லட்சம் ரூபாய் செலவு செய்து கோழிக்குஞ்சுகள் உற்பத்தி செய்துவிட்டார்கள், வேளாண்துறை மூலம். ஆனால், அந்த அளவுக்கு விவசாயிகள் கோழிப்பண்ணை அமைக்க முன்வரவில்லை. இதனால், குஞ்சு கோழியாகி, பின்னர் அவை இறந்துவிட்டன. இதன் மூலம் அரசுக்கு பல லட்சம் நஷ்டம் என கணக்குத் தணிக்கைக் குழு அறிக்கைக் கொடுத்தது.

அன்றைய வேளாண்துறை செயலாளர் ரமேஷ் குடவாலா வந்திருந்தார். நான் அவரிடம், ''இது திட்டத்தின் தவறா? அல்லது திட்டத்தை நிறைவேற்றிய துறையின் தவறா?'' என்று கேட்டேன். அவர்கள் பதில் சொல்ல முடியாமல் நின்றுகொண்டு இருந்தார்கள்.

கமிட்டியின் தலைவர் தோழர் சங்கரய்யா என்னை அழைத்து, அவர்கள் நேர்மையான அதிகாரிகள். விட்டுவிடுங்கள்!'' என்று

கூறினார். நான் இருக்கைக்குச் சென்று 'சரிதான்' என்று சமாதானமாகச் சொன்னபின் அவர்கள் அனைவரும் இருக்கையில் அமர்ந்தார்கள்.

கூட்டம் முடிந்து வெளியே வந்தவுடன் என் கையைப் பிடித்து, "நல்ல கேள்வி கேட்டீர்கள். நான் ஓர் ஐ.ஏ.எஸ். அதிகாரி. திட்டம் தவறு என்றால் ஒன்றிய அரசு குற்றவாளி. துறையின் தவறு என்றால் மாநில அரசு குற்றவாளி. நான் எந்த அரசையும் குறை சொல்ல முடியாது. என் 35 வருட ஐ.ஏ.எஸ். பணியில் இது போன்ற கேள்வியை நான் எதிர் கொண்டது இல்லை!" என்று கூறினார்.

சேப்பாக்கத்தில் உள்ள அலுவலகத்துக்கு என்னை அழைத்துச் சென்றார். அவர்களின் பூர்வீகம் ஹைதராபாத். அவர்கள் குடும்பத்தில் ஐந்து பேர் ஐ.ஏ.எஸ். அவர் திருமணம் செய்து கொள்ளவில்லை. நீண்ட காலம் என்னோடு தொடர்பில் இருந்தார். பழகுவதற்கு நல்ல அதிகாரி. பின்னர் நடந்த என் திருமண வரவேற்பு நிகழ்ச்சியிலும் கலந்துகொண்டார்.

சவரிமங்கலம் மற்றும் எஸ்.கைலாசபுரம்: 1981

இந்த இரண்டு கிராமங்களும் ஒரே பஞ்சாயத்தைச் சேர்ந்தவை. 1980 தேர்தலில் ஓட்டப்பிடாரம் தொகுதியில் எனக்கு பூத் ஏஜெண்ட் போடாத ஒரே பூத் இந்தக் கிராமம்தான். வாக்கு எண்ணிக்கையில் கை சின்னத்துக்கு 1000 வாக்குகள் கிடைத்தன; எனக்கு 100 வாக்குகள் மட்டுமே கிடைத்தன. சவரிமங்கலம் கிராமம் நாயக்கர் சமூகம் பகுதி, கைலாசபுரம் கிராமம் நாடார் சமூகம் பகுதி. தேர்தல் முடிவுக்குப் பின்னர் கைலாசபுரம் மக்கள் எனக்கு வரவேற்புக் கொடுத்தார்கள்.

தங்கள் கிராமத்துக்கு 'தாய் சேய் நலவிடுதி, அரசுப் பேருந்து போக்குவரத்து வசதி வேண்டும்' என்று வேண்டுகோள் வைத்தார்கள். இரண்டு வேண்டுகோள்களையும் நிறைவேற்றிக் கொடுத்தேன்.

சவரிமங்கலம் கிராம மக்களும் தங்களுக்கு 'தாய் சேய் நலவிடுதி' வேண்டும் என்று கேட்டார்கள். நான் அவர்களிடம், "ஒரே பஞ்சாயத்தில் இரண்டு தாய்சேய் நலவிடுதிகள் கொடுக்க மாட்டார்கள். மக்கள் கூடிச் சென்று சுகாதார அதிகாரியிடம் கேட்டுத் தெரிந்துகொள்ளுங்கள்" என்று கூறினேன். உடனே அவர்கள், "எங்கள் பகுதி மக்கள் உங்களுக்கு ஓட்டுப் போடவில்லை என்று கோபத்தில் இருக்கிறீர்கள் போலிருக்கிறது" என்று கூறிக்கொண்டே சென்றனர்.

அதன்பின்னர், இது சம்பந்தமான சுகாதாரத்துறை அதிகாரியைச் சந்தித்துக் கேட்டுள்ளனர். அவர், "உங்கள் எம்.எல்.ஏ.விடம் கடிதம் வாங்கி வாருங்கள். நான் அனுமதி தருகிறேன்" என்று கூறியுள்ளார்.

கிராம முக்கியஸ்தர்கள், சுகாதார அதிகாரியைச் சந்தித்ததை என்னிடம் கூறி, "தங்களுடைய கடிதம் வேண்டும்" என்று கேட்டார்கள். "மக்களுக்கு நன்மை செய்யத்தான் நான் எம்.எல்.ஏ. ஆனேன். ஆகவே, நீங்கள் எனக்கு ஓட்டுப் போடவில்லை என்பதற்காக உங்கள் வேண்டுகோளைச் செய்து தரமாட்டேன் என்று சொல்ல மாட்டேன். எனது தொகுதி மக்களுக்கு நன்மை கிடைத்தால் போதும்" என்று கூறி கடிதம் கொடுத்து அனுப்பினேன். அதோடு, சம்மந்தப்பட்ட அதிகாரியிடமும் நேரில் பேசி அனுமதி பெற்றுக் கொடுத்தேன்.

இரண்டு கிராமங்களிலும் தாய்சேய் நலவிடுதிகள் கட்டி முடிக்கப்பட்டு, துவக்க விழாவும் நடைபெற்றன. மக்கள் திரளாகக் கலந்துகொண்டனர்.

(இந்த நிகழ்ச்சிக்குப் பிறகு, 1984 சட்டமன்றத் தேர்தலில் இரண்டு கிராமங்களிலும் மக்கள் ஒன்று கூடி, எனக்கு வாக்களிப்பது என்று முடிவு செய்தார்கள். ஆனால், இந்திராகாந்தி மரண அனுதாபத்துக்கு மக்கள் வாக்களித்துவிட்டார்கள்.)

ஜீவா பெயர் வைக்கப் போராட்டம்!

'கன்னியாகுமரி மாவட்ட அரசுப் போக்குவரத்துக் கழகத்துக்கு ஜீவா பெயர் வைக்கப்படும்' என்று முதல்வர் சட்டமன்றத்தில் அறிவித்தார். மறுநாள், கன்னியாகுமரி மாவட்ட போக்குவரத்துக் கழகத்துக்கு 'நேசமணி பெயர் வைக்க வேண்டும்' என போராட்டம் வெடித்தது.

மறுநாள் முதல்வர், 'நேசமணி அரசுப் போக்குவரத்துக் கழகம்' என்று அறிவித்தார்கள்.

எனவே, மீண்டும் ஜீவா பெயர் வைக்க வேண்டும் என மக்கள் போராட்டம் நடத்தினர். அங்கு மாபெரும் பேரணி நடத்தத் திட்டமிட்டனர். மாநிலச் செயலாளர் ப.மாணிக்கம் என்னை நாகர்கோவில் போராட்டத்தில் கலந்துகொள்ள அனுப்பி வைத்தார்.

நான் நாகர்கோவில் சென்றேன். தோழர்கள் அங்கு என்னை அறைக்கு அழைத்துச் சென்றார்கள். போகும் வழியிலேயே

கடுமையான மழை. 11 மணி அளவில் ஊர்வலம் ஆரம்பித்தார்கள். மைக்கில் என் தலைமை என்றும் மற்றும் பங்கேற்கும் முக்கிய தலைவர் பெயர்களையும் விளம்பரம் செய்து ஊர்வலம் புறப்பட்டது. ஊர்வலத்தில் சுமார் 30,000 பேர் கலந்துகொண்டதாக போலீஸ் தரப்புக் கணக்கு. ஆனால், அதற்கும் அதிகமானவர்கள் கலந்து கொண்டதாகச் சொன்னார்கள். மாவட்ட ஆட்சித் தலைவர் அலுவலகம் முன் பேரணி முடிந்தது.

அந்த இடத்தில், சிலர் பேசிவிட்டு இறுதியாக என்னைப் பேச அழைத்தார்கள். நான் பேசுவது எல்லோருக்கும் தெரிய வேண்டும் என்பதற்காக, அங்கு இருந்த சிலை பீடத்தின் மீது என்னை ஏற்றிவிட்டார்கள். போலீஸ் சற்றுக் கடுமையாக நடந்து கொண்டார்கள். எனவே, போலீஸ் மீது கடுமையாக விமர்சித்துப் பேசினேன்.

''இந்தப் போராட்டத்தைத் தூண்டியது அரசுதான் நாங்கள் ஜீவா பெயர் கேட்கவில்லை. அரசு அறிவித்தது பின் அதுவே மாற்றியதால் பொதுமக்கள் மத்தியில் சலசலப்பை ஏற்படுத்தி உள்ளது. மார்சல் நேசமணி இம்மக்களின் தலைவர். தமிழகத்துடன் கன்னியாகுமரி மாவட்டம் இணைய வேண்டும் என்பதற்கு ஜீவாவும் நேசமணி அவர்களும் இணைந்து போராடியவர்கள். அப்படிப்பட்ட தலைவர்களின் பெயரால் மக்களைப் பிளவுபடுத்துவது நல்லது அல்ல. அதை நாங்கள் அனுமதிக்க மாட்டோம்!'' என்று பேசினேன். இது, பொதுமக்களிடையே நல்ல வரவேற்பைப் பெற்றது.

மாலையில் பல கிராமங்களுக்கு என்னை அழைத்துச் சென்றார்கள். அரசு, ஈரோடு தலைமையிடமாகக் கொண்டு 'ஜீவா போக்குவரத்துக் கழகம்' என்று அறிவித்தது. கன்னியாகுமரி தலைமை இடமாக 'நேசமணி போக்குவரத்துக் கழகம்' என்று ஆனது.

இந்த ஊர்வலத்தைப் பற்றிக் குறிப்பிடுகின்றபோது முன்னாள் குமரி மாவட்ட இந்தியக் கம்யூனிஸ்ட் கட்சியின் செயலாளர் தோழர் கொடிக்கால் செல்லப்பா என்ற ஷேக் அப்துல்லா, ''நாகர்கோவிலில் இதற்கு முன்னாலும், இதற்குப் பின்பும் இவ்வளவு பெரிய ஊர்வலம் நடைபெற்றது இல்லை'' என்று குறிப்பிட்டார். மாவட்டச் செயலாளர் வி.பரமேஸ்வரன் நாயர், விவசாய சங்கத் தலைவர் தோழர் பண்டார பிள்ளை, முத்துக்கருப்பன், நீலகண்டன், குமரி மாவட்ட தமிழகத் தலைவர் பி.எஸ்.எஸ்.மணி மற்றும் பலர் கலந்து கொண்டனர்.

மீனாட்சிபுரம் மதமாற்றம்: 1981

செங்கோட்டை தாலுகா, மீனாட்சிபுரத்தில் காவல்துறையின் அடக்குமுறைக்கு எதிராக அங்கு உள்ள தேவேந்திர குல மக்கள் சிலர் முஸ்லிம்களாக மதம் மாறினர். ‘அங்கு காவலர்களின் அடக்குமுறை தீவிரமாக நடைபெறுகிறது’ என்ற பிரச்னையை நானும், வாசுதேவநல்லூர் தொகுதி எம்.எல்.ஏ. தோழர் ஆர்.கிருஷ்ணனும் சட்டமன்றத்தில் கவன ஈர்ப்புத் தீர்மானம் கொண்டு வந்தோம்.ஆனால் அமைச்சர், நாங்கள் உண்மைக்குப் புறம்பாகச் செய்தியைச் சொல்வதாகக் கூறி தீர்மானத்தை ரத்து செய்யச் சொன்னார்.

மேக்கரை எஸ்டேட் கேரளாக்காரர்களுக்குச் சொந்தமானது. அதை தமிழ்நாட்டைச் சேர்ந்தவர் வாங்கியுள்ளார். அந்த எஸ்டேட்டில் சமூகவிரோத செயல்கள் நடைபெற்று உள்ளது. எஸ்டேட் கைமாறும்போது புதிய காவலாளிகள் நியமிக்கப்பட்டுள்ளார்கள். அங்கு சென்று வந்தவர்கள் மீண்டும் செல்ல முயன்றபோது காவலாளிகள் தடுத்துள்ளனர். இதன் விளைவாக காவலாளிகள் இருவரும் வெட்டிக் கொல்லப்பட்டு, அங்குள்ள காட்டாற்றில் புதைத்துள்ளனர். காவலர்களைக் காணவில்லை என செங்கோட்டை காவல்நிலையத்தில் புகார் செய்யப்படுகிறது.

சில நாட்களில் மழை பெய்து, மழைவெள்ளத்தில் மணல் அடித்துச் செல்லப்பட்டதால் பிணங்கள் வெளியே தெரியவர, நாய்கள் அவற்றைக் கடித்துக் குதறி வெளியில் இழுத்துப்போட்டன. இதன் பின்தான், அந்தப் பிணங்களை காவல்துறை கைப்பற்றியது. அவர்கள் ஒரு சமூகத்தைச் சேர்ந்தவர்கள். எனவே, இந்தக் கொலையைச் செய்தவர்கள் மீனாட்சிபுரத்தைச் சேர்ந்த மக்கள்தான் என முடிவுசெய்த காவல்துறை, அந்தக் கிராமத்துக்குச் சென்று விசாரணை என்ற பெயரில் மக்களைத் துன்புறுத்தினார்கள்.

இரவு நேரங்களில் பெண்களை காவல்நிலையத்துக்கு அழைத்துச் சென்று கொடுமைப்படுத்துவது போன்ற தவறுகள் நடந்துள்ளன. இந்தக் கொடுமைகளை எடுத்துச் சொல்லியும் அவை நின்றபாடில்லை. இதற்குக் காரணமாக இருந்தவர் பால்சாமி என்ற காவல்துறை கண்காணிப்பாளர். இதைக் கண்டித்து செங்கோட்டையில் சி.பி.ஐ. சார்பில் கண்டனப் பொதுக்கூட்டம் நடைபெற்றது. அதில் கண்காணிப்பாளர் பெயரைக் குறிப்பிட்டுப் பேசினேன். அவர் இடமாற்றம் செய்யப்பட்டார். பின் இந்தப்

பிரச்னை சர்வதேசப் பிரச்சினையாக மாறியதால் அவர் பணிநீக்கம் செய்யப்பட்டார்.

ஆட்சியாளர்கள் தங்களைக் காப்பாற்றத் தவறியதால் கிராமம் முழுமையாக முஸ்லிம் மதத்துக்கு மாறியது. இதன் மூலம் சமூகக் கொடுமை மாறும் என்று முடிவுசெய்து அனைவரும் மதம் மாறிவிட்டனர். இது, பத்திரிகைகளில் தலைப்புச் செய்தியாகி, சர்வதேச அளவில் பேசும் பொருளாக மாறியது.

2004ஆம் ஆண்டு நாடாளுமன்றத் தேர்தலில் நான் வாக்கு கேட்கச் சென்றபோது, இவற்றைக் குறிப்பிட்டுப் பேசினேன். முதியவர்கள் புரிந்துகொண்டார்கள். இளைஞர்களுக்கு இதுபற்றித் தெரியாது. எனவே, அவர்கள் வேறு கண்ணோட்டத்தில் இருக்கிறார்கள் என்பதைப் புரிந்துகொண்டேன். தேர்தலில் சி.பி.ஐ.க்கு சரிபாதி வாக்குகள் கிடைத்தன.

பல மாதங்களாக மீனாட்சிபுரம் புண்ணிய பூமியாக மாறியது. அகில இந்திய அரசியல், சமயத் தலைவர்கள் எல்லாம் அந்தக் கிராமத்துக்குப் படையெடுத்தார்கள்.

மும்பை, தாராவி பொதுக்கூட்டங்கள்: 1981

ஓட்டப்பிடாரம் சட்டமன்றத் தொகுதியில் வெற்றி பெற்றவுடன் மும்பை தமிழ்ச்சங்கத்தில் இருந்து தாராவி கட்சி கிளையின் சார்பிலும் எனக்கு வாழ்த்துக் கடிதங்கள் வந்தன. அதன் பின் நெல்லை மாவட்டச் செயலாளர் மூலம், 'ஏழு தினங்கள் பொதுக்கூட்ட நிகழ்ச்சியில் கலந்துகொள்ள என்னையும் சிவகிரி கார்க்கி குழுவினர் வில்லிசைக் கச்சேரியும் வேண்டும்' என கடிதம் வந்தது. அதன்படி வில்லிசைத் தோழர்கள் நெல்லையிலிருந்து புறப்படுவது என்றும், நான் சென்னையில் இருந்து வருவதாகவும் தாராவி தோழர்களுக்குத் தகவல் கொடுக்கப்பட்டது. எனது மாமா ஆசிரியர் டி.டி.செல்லதுரை நிகழ்ச்சிகளுக்கு ஏற்பாடு செய்திருந்தார்கள்.

நான் சென்னையிலிருந்து 'தாதர் எக்ஸ்பிரஸ்' ரயிலில் பயணம் செய்தேன். நான் அமர்ந்திருந்த பகுதியில் பெரியவர், அவரது துணைவியார் மற்றும் மூன்று இளம் பெண்கள் பயணம் செய்தனர். அந்தப் பெண்கள் ரயில் நிற்கும் இடங்களில் தண்ணீர் எடுத்துவர மற்றும் உணவுப் பொருள்கள் வாங்க என்னிடம் உதவி கேட்டார்கள். நானும் வாங்கிக் கொடுத்து உதவி செய்தேன்.

ஏற்கெனவே, தோழர்கள் என்னை தாதர் ரயில்நிலையத்தில் இறங்கச் சொல்லி இருந்தார்கள். அந்த நிலையம் நெருங்கியதால், நான் குளியலறைக்குச் சென்று குளித்துவிட்டு, புதிய வேட்டி சட்டை அணிந்து இறங்க தயாரானேன்.

தாதர் ரயில்நிலையத்தில் நூற்றுக்கணக்கான தோழர்கள் கூடி இருந்தார்கள். அவர்கள், என்னை ஜன்னல் வழியாகப் பார்த்ததுமே 'சி.பி.ஐ. ஜிந்தாபாத்' என்று முழக்கமிட ஆரம்பித்தனர். நான், சிவப்புத்துண்டை தோளில் போட்டுக்கொண்டு ரயிலை விட்டு இறங்கினேன். என் அருகிலேயே மெதுவாக நடந்துவந்த அந்தப் பெரியவர், கூட்டத்தைப் பார்த்துவிட்டு, என்னையும் உற்றுப் பார்த்து, ''நீங்கள் யார்...? இவர்கள் யார்?'' என்று கேட்டார். ''நான் ஒரு எம்.எல்.ஏ., இவர்கள் என்னை வரவேற்க வந்துள்ளார்கள்!'' என்று கூறினேன். தோழர்கள் ஒவ்வொருவராக வந்து மாலைகள் சால்வைகள் அணிவித்து கோஷமிட்டனர்.

பெரியவர் என் அருகில் வந்து, "ரயிலில் எங்களுடன் வரும்போது நீங்கள் சொல்லவே இல்லை... இவ்வளவு எளிமையாக இருக்கிறீர்களே!'' என்று என்னை வியந்து பாராட்டினார்.

அந்தப் பெரியவர், மும்பையின் மிகப் பெரிய சண்முகாநந்தா கலை அரங்கின் மேனேஜர். அந்த அரங்கம்தான், மும்பைத் தமிழர்கள் அடிக்கடி கூட்டம் நடத்தும் இடம்.

பெரியவர் என் கையைப் பிடித்துக்கொண்டு, ''எம்.எல்.ஏ.வை என் இல்லத்துக்கு அழைத்துச் செல்கிறேன்'' என்று தோழர்களிடம் கேட்டார். தோழர்களோ, ''எம்.எல்.ஏ. எங்களோடுதான் தங்க வேண்டும்'' எனக் கூறி, தாராவி பகுதிக்கு என்னை அழைத்துச் சென்றனர். 'அப்பாத்துரைக்கு,எம்.எல்.ஏ. விடுதியில் அறை கொடுக்கவேண்டும்' என தமிழக அரசு ஏற்கெனவே தகவல் கொடுத்திருந்தனர்.

முதல்நாள், தாராவி கணேசன் கோவில் திடலில் பொதுக்கூட்டம். என் உறவினர்கள் அதிகம் இருந்தமையால் ஆயிரக்கணக்கானவர்கள் கூடியிருந்தனர். அந்தத் திடலில் இந்தியக் கம்யூனிஸ்ட், திமுக இரு கட்சியினருக்கு மட்டும்தான் கூட்டம் நடத்த அனுமதி உண்டு.

வில்லிசைத் தோழர்கள் வரவில்லை. தோழர் எஸ்.எம்.கார்க்கி மட்டும் வந்திருந்தார். கூட்டம் ஆரம்பித்து. இரண்டு தோழர்கள் பேசிய பின் என்னைப் பேச அழைத்தார்கள். நான் ஒரு மணி நேரம்

பேசினேன். கூட்டம் அதிகம் கூடிவிட்டது. எல்லோரும் எனது பேச்சை உன்னிப்பாகக் கேட்டுக்கொண்டு இருந்தனர். பேச்சை பலர் ஒலிநாடா கருவியில் பதிவுசெய்துகொண்டு இருந்தனர்.

மறுநாள் தோழர் பாலதண்டாயுதம் நினைவுப் படிப்பகத்தின் ஆண்டுவிழா, மும்பையில் 100அடி சாலையில் நடக்க இருந்தது. நான் முதல் நாள் பேசிய மேடைப் பேச்சை, கடைகளில் உள்ள ஒலிநாடா கருவியில் போட்டு, தெருவெல்லாம் கேட்டுக்கொண்டே இருந்தனர்.

100அடி சாலைத் திடலில், ஏற்கெனவே அ.தி.மு.க. கூட்டம் நடந்தது. அது, முரசொலி அடியார் தி.மு.க.வில் இருந்து விலகி அ.தி.மு.க.வில் இணைந்த முதல் பொதுக்கூட்டம் எனசொன்னார்கள். அவர், தி.மு.க. தலைவர் கலைஞரை விமர்சித்துப் பேசியதால் பாதியில் கலவரம் ஏற்பட்டு கூட்டம் நடைபெறவில்லை. இதற்குப் பதில் கூட்டம் தி.மு.க. சார்பில் தீப்பொறி ஆறுமுகம், முதல்வர் எம்.ஜி.ஆரை விமர்சித்துப் பேசியதால், பாதியிலேயே அந்தக் கூட்டமும் ரத்தாகிவிட்டது. இரு கூட்டங்களிலும் நூற்றுக்கணக்கான டியூப்லைட், மைக்செட் அடித்து நொறுக்கப்பட்டுள்ளன.

அதன்பின் குமரிஅனந்தன் கட்சியின் சார்பில் மன்னர் மன்னன் கூட்டம். அதுவும் தகராறு ஏற்பட்டு கூட்டம் நடைபெறவில்லை.

நான்காவது கூட்டம் நான் பேசுகிற கூட்டம். பொதுக்கூட்ட ஏற்பாட்டை தோழர்கள் மிகப் பிரமாதமாகச் செய்திருந்தனர். ஏற்கெனவே தோழர்கள் கலந்துபேசி, மற்ற தோழர்கள் சுருக்கமாகப் பேசிவிட்டு, 'தோழர் அப்பாத்துரை அதிகநேரம் பேச வேண்டும்' என முடிவு செய்துள்ளனர்.

அதன்படி நான் மேடையில் ஏறி அமர்ந்தேன். ஒலி பெருக்கி இயக்கும் தம்பி என்னையே பார்த்துக்கொண்டு இருந்தார். நான், யாரோ நமது உறவினர்தான் என எண்ணிக்கொண்டேன். நடந்த மூன்று கூட்டங்களுக்கும் ஒலிபெருக்கி மற்றும் டியூப்லைட் எல்லாம் கட்டிய பையன். மூன்று கூட்டங்களிலும் அடி வாங்கிய தம்பி. எனவே, 'இந்தக் கூட்டத்திலும் நமக்கு அடி விழும்... இவரும் ஆவேசமாகப் பேசும் இளைஞர்போல் இருக்கிறார். எனவே, ஏதாவது ஏடாகூடமாகப் பேசுவார்... கலாட்டா ஆரம்பிக்கும்... டியூப்லைட்டையும் மைக்செட்டையும் உடைக்கப் போகிறார்கள்' என்று நினைத்துக்கொண்டார்.

நான் இரண்டு மணி நேரம் பேசினேன். என் வாழ்நாளில் பேசிய மிகப்பெரிய பொதுக்கூட்டம் அதுதான். என் பேச்சை மூன்று ஒலிநாடாவில் பதிவுசெய்து இருந்தார்கள். கூட்டம் மிகவும் அமைதியாக நடந்தது. பிரதானப் பேச்சு 'தமிழகச் சட்டசபையில் அ.தி.மு.க., தி.மு.க., உறுப்பினர்கள் என்ன பேசுகிறார்கள்?' என்பதுதான். கூட்டம் முடிந்தவுடன் மைக்செட் தம்பி ஓடி வந்து என்னைக் கட்டிப் பிடித்துப் பாராட்டினார். நூற்றுக்கணக்கானோர் என்னோடு புகைப்படம் எடுத்துக்கொண்டார்கள்.

மூன்றாம் நாள், கோவண்டியில் துறைமுகத் தொழிலாளர் பகுதியிலும், நான்காம் நாள், செம்பூரிலும் பொதுக்கூட்டம் நடைபெற்றது.

அகமதாபாத் பொதுக்கூட்டங்கள்

ஐந்தாம் நாள், அகமதாபாத் பொதுக்கூட்டம், காந்தி நகரில் நடைபெற்றது. அங்கு பாண்டிச்சேரி தமிழர்கள் அதிகம் வசித்து வருகிறார்கள். எங்கள் கட்சியின் மாநிலச் செயலாளர், மாநில அரசியல் தலைவர்களில் மிகச்சிறந்த பேச்சாளர். எனவே, அவர் என்னிடம் "நீங்கள் என்ன பேசப் போகிறீர்கள் என்பதை என்னிடம் ஆங்கிலத்தில் எழுதிக் கொடுத்துவிடுங்கள். நான் இந்தியில் நீங்கள் பேசியதாகப் பேசுகிறேன்" என்று கூறிவிட்டார். அதிகமான தமிழ் மக்கள் கூடியிருந்தனர். நான் ஒரு மணிநேரம் பேசினேன். பின்னர் மாநிலச் செயலாளர் பேச ஆரம்பித்தார். ஆயிரக்கணக்கான மக்கள் திரண்டுவிட்டனர். கூட்டம் மிகச் சிறப்பாக நடைபெற்றது. தோழர்களுக்கு நல்ல உற்சாகம்.

ஆறாம் நாள், வெவ்வேறு பகுதிகளில் பொதுக்கூட்டங்கள் நடைபெற்றன. புதிய பகுதிகளிலும் மக்கள் உற்சாகமான வரவேற்பு கொடுத்தார்கள்!

தோழர் ஏ.சாமி மீது காவல்துறை தாக்குதல்: 1981

1981ல், செங்கோசெங்கோட்டை மில் தொழிலாளரும், இந்தியக் கம்யூனிஸ்ட் செயலாளர் மற்றும் ஏ.ஐ.டி.யூ.சி. சங்கத் தலைவருமான தோழர் ஏ.சாமி மீது காவலர்கள் தாக்குதல் நடைபெற்றது.

காரணம், செங்கோட்டை அ.தி.மு.க. பிரமுகர் மீது காவலர்கள் தாக்குதல் நடத்தியதைக் கண்டித்து சி.பி.ஐ. சார்பில் கண்டன ஆர்ப்பாட்டம் நடைபெற்றதுதான்! இதற்கு வஞ்சம் தீர்ப்பதற்காக

காவல்துறை, கம்யூனிஸ்ட் கட்சி தோழர் ஒருவர் மீது தாக்குதல் நடத்தியது. அதைத் தட்டிக்கேட்கச் சென்ற தோழர் ஏ.சாமியை காவல்நிலையத்தில் வைத்து இன்ஸ்பெக்டர், சப்இன்ஸ்பெக்டர் இருவரும், ''வண்ணா பயலுக்கு என்னடா திமிரு!'' என்று, ஜாதியைச் சொல்லித் திட்டி அடித்து மண்டையை உடைத்துவிட்டார்கள்.

இதைக் கண்டித்து செங்கோட்டையில் கண்டனப் பொதுக்கூட்டம் ஏற்பாடு செய்தோம். அந்தப் பொதுக்கூட்டத்தில் நான்தான் பேச வேண்டும் என்று தோழர்கள் முடிவு செய்து என்னை அழைத்தனர்.

பொதுக்கூட்டத்துக்கு காவல்துறை அனுமதி தர மறுத்தது. பின்னர், எஸ்.பி. தலையிட்டு அனுமதி பெற்று பொதுக்கூட்டம் நடைத்தினோம்.

தோழர்கள் மற்றும் பொதுமக்கள் அதிகமாகத் திரண்டிருந்தனர். பொதுக்கூட்டம் நடைபெறும் இடத்துக்கு அருகில்தான் காவல் நிலையம். நான், அந்தப் பொதுக்கூட்டத்தில், ஜாதியைச் சொல்லி அடித்த இன்ஸ்பெக்டர் மற்றும் சப்இன்ஸ்பெக்டர் இருவரையும் விமர்சனம் செய்து பேசினேன். பாதிப்புக்கு உள்ளானவர் ஆளும் கட்சியைச் சேர்ந்தவர் என்பதால் அவர்களும் அதிகமாகப் பங்கேற்றனர். பரபரப்பான சூழ்நிலையில் பொதுக்கூட்டம் நடைபெற்று முடிந்தது. பொதுமக்கள் என்னுடைய உரையை உன்னிப்பாகக் கேட்டுக்கொண்டிருந்தனர். மேடையை விட்டு இறங்கியதும் தி.மு.க., அ.தி.மு.க., காங்கிரஸ் மற்றும் அனைத்துக் கட்சியினரும் ஒன்றுகூடி, அந்தக் கூட்டத்தில் நான் பேசிய ஆக்ரோஷமான பேச்சை வெகுவாகப் பாராட்டினார்கள்.

மறுநாள், சட்டமன்றத்திலும் இதைப் பற்றிப் பேசினேன். முதல்வர், சப் இன்ஸ்பெக்டரை சஸ்பெண்ட் செய்தார். இன்ஸ்பெக்டர் இடமாற்றம் செய்யப்பட்டார். இந்த நடவடிக்கை அந்த வட்டாரத்தில் இந்தியக் கம்யூனிஸ்ட் கட்சிக்கு அமோக வரவேற்பைத் தந்தது.

கட்டபொம்மன் அரசு விழா: 1982

சட்டமன்றத்தில், ''வீரபாண்டிய கட்டபொம்மன் விழாவை அரசு விழாவாக நடத்தவேண்டும்'' என்று பேசினேன். கடந்த ஆட்சியில் கோட்டை கட்டி வைத்துள்ளார்கள். அதுபோல் கட்டபொம்மன் வாரிசுகளுக்கு வீடும் கட்டிக் கொடுத்துள்ளனர். ஆனால், அங்கு யாரும் குடியிருக்கவில்லை.

இந்தக் கோட்டை கட்டும்போது, தோழர் கே.டி.கே.தங்கமணி சட்டமன்றத்தில், ''கோட்டை கட்டுவதோடு, அங்கு ஒரு பஞ்சாலை கட்டிக் கொடுங்கள். அதன் மூலம் அந்த மக்களுக்கு வாழ்வாதாரம் கிடைக்கும். அங்கு அவர்கள் குடியிருப்பார்கள்'' என்ற கருத்தைச் சொல்லி இருக்கிறார்.

1982 முதல், 'கட்டபொம்மன் விழா' அரசு விழாவாகக் கொண்டாடப்பட்டு வருகிறது. முதல் விழாவில் அமைச்சர் காளிமுத்து கலந்துகொண்டார்.

விழாவில் நான் பேசும்போது, ''மண்கோட்டையில் இருந்து கொண்டு சூரியனே அஸ்தமிக்காத வெள்ளை சாம்ராஜ்யத்தை எதிர்த்து கட்டபொம்மன் போரிட்டார் என்று சொன்னால், அவர் இந்தப் பகுதியில் உள்ள அனைத்துச் சமுதாய மக்களிடம் நல்ல உறவில் இருந்துள்ளார் என்று அர்த்தம். கட்டபொம்மனுக்கு பொருள் உதவி செய்தவர்கள் பக்கத்தில் உள்ள சந்திரகிரி போத்தி ரெட்டியார், நட்டாத்தி நாடார், தானாதிபதிப் பிள்ளை, போர்ப்படைத் தளபதி வெள்ளையத் தேவன், மெய்க்காப்பாளராக காலாடி குடும்பன் 'கட்டக்கருப்பன்' சுந்தரலிங்கம்'' என்று பேசினேன். மக்கள் ஆரவாரம் செய்து வரவேற்றனர்.

அந்த விழா நிகழ்ச்சி 'தமிழரசு' பத்திரிகையில் பிரசுரிக்கப்பட்டு இருந்தது. அதில், விழா மேடையில் நடுவில் அமர்ந்திருந்த என் புகைப்படம் மட்டும் இல்லை. அப்போது தமிழரசு பத்திரிகையின் இணை இயக்குனராக பணியாற்றிக்கொண்டிருந்த என் சித்தப்பா நல்லரசு இந்த விவரத்தை என்னிடம் தெரிவித்தார். இதை அறிந்த நான் அந்தப் பத்திரிகையை எடுத்துக்கொண்டு முதல்வர் எம்.ஜி.ஆரிடம் முறையிட்டேன். உடனே அவர் ஏற்கெனவே அச்சான பத்திரிகைகளை நிறுத்தச் சொல்லிவிட்டார். 'பத்திரிகையில் அப்பாத்துரை படம் போட்டு மீண்டும் அச்சடியுங்கள்' என்று உத்தரவிட்டார். அதன்பின், என் படமும் உள்ள பத்திரிகை அச்சிடப்பட்டு வெளியானது.

சுந்தரலிங்கம் பிறந்த ஊர் கவர்ணகிரி. அந்தக் கிராமத்துக்கு 1980வரை எந்த நிதியும் அரசு சார்பில் கிடத்தது இல்லை. 1980ஆம் ஆண்டு நான் சட்டமன்ற உறுப்பினராக இருந்தபோதுதான் புதிய பள்ளிக் கட்டடம் கட்டி திறக்கப்பட்டது. திறப்பு விழா மிகச் சிறப்பாக நடந்தது.

மண்டைக்காடு கலவரம்: 1982

'கன்னியாகுமரி மாவட்டம் மண்டைக்காடு கிராமத்தில் கலவரம்' என்று செய்தி வந்தது. நான் அப்பொழுதுதான் சட்டமன்றத்தில் வந்து அமர்ந்தேன். அதற்கு முதல் நாள் நெல்லை மாவட்டத்தில் மின்சாரத் தொழிலாளர் சம்மேளனத்தின் சார்பில் வேண்டுகோள்களை வலியுறுத்தி நெல்லை, தூத்துக்குடி, கோவில்பட்டி, சங்கரன்கோவில், கடையநல்லூர், தென்காசி, அம்பாசமுத்திரம், வள்ளியூர் ஆகிய இடங்களுக்குச் சென்று அங்கே நடைபெற்ற உண்ணாவிரதத்தை ஊக்கப்படுத்திப் பேசினேன். அவற்றில் கலந்துகொள்ளவும் வாழ்த்துரை வழங்கவும், முதல் நாள் இரவு சென்னையிலிருந்து பயணம் செய்து காலை 6 மணிக்கு நெல்லை வந்து சேர்ந்தேன். கட்சி அலுவலகம் சென்று குளித்துவிட்டு ஏழு மணிக்குப் புறப்பட்டேன். ஏறத்தாழ 300 கிலோ மீட்டர் தூரம் பயணம் செய்துவிட்டு, இரவு 8 மணிக்கு பஸ் பிடித்து, மறுநாள் காலை 8 மணிக்கு சட்டமன்றத்துக்கு மிகவும் சோர்வாக, கால் வலியோடு வந்து சேர்ந்தேன்.

சிறிது நேரத்திலேயே, 'நீங்களும், தோழர் எஸ்.அழகர்சாமி எம்.எல்.ஏ.வும் உடனடியாக நாகர்கோவில் செல்ல வேண்டும்' என எனக்குத் தகவல் வந்தது. மீண்டும் சட்டமன்ற விடுதிக்குச் சென்று துணிமணிகளை எடுத்துக்கொண்டு, திருவள்ளுவர் போக்குவரத்துக் கழக பேருந்துநிலையத்துக்கு இருவரும் விரைந்தோம்.

அங்கிருந்து திருவனந்தபுரம் செல்லும் ஏ.ஸி. பேருந்தில் இருவரும் ஏறி அமர்ந்தோம். சிறிது நேரத்திலேயே எனக்கு ஏ.ஸி. குளிரால் உடல் நடுங்க ஆரம்பித்துவிட்டது. பேருந்து செல்லச் செல்ல என்னால் இருக்க முடியவில்லை. அதற்குள் பேருந்து செங்கல்பட்டை அடைந்துவிட்டது. தோழர் அழகர்சாமி பேருந்தை நிறுத்தச் சொல்லி, பக்கத்தில் இருந்த மருந்துக்கடைக்கு அழைத்துச் சென்றார். எனக்கு ஊசி போட்டு மாத்திரை கொடுத்தார்கள். அதன்பின்னரே எனக்கு உடல்நிலை சற்று நலமாக இருந்தது. நன்றாகத் தூங்கிவிட்டேன்.

மறுநாள் காலை 5 மணிக்கு நாகர்கோவில் பேருந்துநிலையம் முன் நின்றது. பேருந்தில் இருந்து நாங்கள் இருவர் மட்டுமே இறங்கினோம். அங்கு தோழர் ஆர்.நல்லகண்ணு, கே.செல்லய்யா இருவரும் நின்றுகொண்டு இருந்தனர். நாங்கள் நால்வரும் நடந்து சென்றோம். வீதியில் ஆள் நடமாட்டம் இல்லாமல் அமைதியாக

இருந்தது. நாங்கள் தோழர் சங்கர் வீட்டுக்குச் சென்றோம். அவர் வீட்டில் அனைவரும் சாப்பிட்டுவிட்டு அவரது காரில் கட்சிக்கொடி கட்டிக்கொண்டு மண்டைக்காடு நோக்கிச் சென்றோம்.

எங்களுக்கு எதிராக போலீஸ் வேன், ஒலி எழுப்பிக்கொண்டு வேகமாக வந்தது. நாங்கள் ஓரமாக விலகி நின்றுகொண்டோம். எங்களிடம் உயர் போலீஸ் அதிகாரி ஒருவர் வந்து பேசினார். அவர், ''முதல்வர் எம்.ஜி.ஆரின் காரிலேயே கல் எரிந்து விட்டார்கள்! அங்கு நிலைமை மோசமாக இருக்கிறது. ஆகவே நீங்கள் அங்கு செல்ல வேண்டாம். உங்களுக்குப் பாதுகாப்பு கிடையாது!'' என்று சொன்னார்கள்.

நாங்கள் அவரிடம், ''மக்கள் எங்கள் மீது கல்லெறிந்தால் திரும்பி வந்துவிடுகிறோம். ஆனால், நாங்கள் கட்டாயம் செல்லவேண்டும்!'' என்று கூறிவிட்டுப் புறப்பட்டோம்.

மக்களைச்சந்தித்து நடந்த சம்பவங்களைக் கேட்டுக்கொண்டோம். மக்கள் பல இடங்களுக்கு எங்களை அழைத்துச் சென்றார்கள். மாலை 5 மணி அளவில் மஞ்சள் வெயில் அடித்தது. திடீரென்று குண்டு வெடிக்கும் சத்தம் கேட்டது. எங்கள் கண்முன் யாரோ ஒருவரின் கை துண்டாகி விழுந்தது. காவலர்கள் எங்களிடம், ''இதுக்கு மேலும் நீங்கள் இங்கே இருக்க வேண்டாம். திரும்பிச் செல்லுங்கள்!'' என்று கேட்டுக்கொண்டார்கள்.

மறுநாள் நான் சட்டமன்றத்தில் முக்கியமான பிரச்னையைப் பேச வேண்டும். எனவே, என்னை மட்டும் சென்னைக்குச் செல்ல காரில் அனுப்பி வைத்தார்கள். கால்களில் வலி கடுமையாகப் பரவ ஆரம்பித்தது. வலியைப் பொறுத்துக்கொண்டு, நான் நெல்லை வரை காரில் வந்து பின் அரசுப் பேருந்து மூலம் சென்னை வந்து சேர்ந்தேன்.

அறைக்குச் சென்றேன். அங்கு எனக்கு சிறுநீர் வரவில்லை. அடி வயிற்றில் ஒரே வலி. அவசரமாக டாக்டர் வரவழைக்கப்பட்டு என் இரு தொடைகளிலும் ஊசி போட்டார். சிறிது நேரம் கழித்து சிறுநீர் வந்தது.

அதன் பின் குளித்துவிட்டு சட்டமன்றம் சென்றேன். நான் பேசும் நேரம் வந்ததும் பிரச்னையின் மீது பேசினேன். பேச்சின் முடிவில், ''நான் மண்டைக்காடு சென்று திரும்பி வந்துள்ளேன்'' என்று பேசினேன். அவை சிறிது நேரம் அமைதியாக இருந்தது.

ஏனென்றால், 'முதல்வர் கார் மீது கல் எறியப்பட்டது!' என்ற செய்தி காலையில் பத்திரிகைகளில் வந்திருந்தது.

மண்டைக்காடு கலவரம் குறித்து தமிழக அரசு நியமித்த நீதியரசர் வேணுகோபால் கமிஷனின் அறிக்கையில், 'இந்தியக் கம்யூனிஸ்ட் கட்சியின் சார்பில் சமர்பிக்கப்பட்ட அறிக்கை நடுநிலையோடு இருந்தது' என்று குறிப்பிட்டுள்ளது.

'மீனவ நண்பன்!' : 1983

தமிழகத்தில் தொன்றுதொட்டு நாட்டுப்படகுகள்தான் மீன்பிடித் தொழிலுக்குப் பழக்கத்தில் இருந்தன. 1975ஆம் ஆண்டு முதல்முதலாக விசைப்படகுகள் அறிமுகம் செய்யப்பட்டன. அன்றுமுதல் இன்றுவரை நாட்டுப்படகு, விசைப்படகு, மீனவர் பிரச்னை என்பது தீராத பிரச்னையாக இருந்துகொண்டு வருகிறது. இதன் காரணங்களாக பல உயிர்ச்சேதங்களும், கோடிக்கணக்கான ரூபாய் பெறுமானமுள்ள நாட்டுப்படகுகள், விசைப்படகுகள் சேதங்களும் தொடர்ந்துகொண்டிருக்கின்றன. இந்த மீனவர்கள் பிரச்னை என்பது தூத்துக்குடி, இராமனாதபுரம், திருநெல்வேலி, கன்னியாகுமரி மாவட்டங்களில் மிகுந்த வேதனைக்குரியதாக இன்றும் இருந்துவருகிறது.

1980, 81, 82ஆம் ஆண்டுகளில் மண்டபம் இராமேஸ்வரம் கடல்பகுதிகளில் கோடிக்கணக்கான ரூபாய் மதிப்புள்ள விசைப்படகுகளும், நாட்டுப்படகுகளும், மீன்பிடிவலைகளும் சேதப்படுத்தப்பட்டன.

இந்த நிகழ்வுகளைக் கண்டித்தும், மீனவர் பிரச்னைக்குத் தீர்வு காணவும், 1982ஆம் ஆண்டு, இராமேஸ்வரத்தில் உள்ள தங்கச்சி மடத்தில் ஊரின் மய்யப்பகுதியில் போராட்டம் நடத்த முடிவு செய்திருந்தனர். நான் அதில் தலையிட்டு ஊருக்குள் போராட்டம் நடத்தினால் உறவினர்களுக்குள் வீணாகச் சண்டை சச்சரவுகள் ஏற்படும் என்று எடுத்துச் சொல்லி, ஊருக்கு வெளியில் பொது இடத்தில் அகலமான சாலையில் நடத்த யோசனை சொன்னேன். அதன்படி, எனது தலைமையில் சாலைமறியல் போராட்டம் நடைபெற்றது. இதில் பல்லாயிரக் கணக்கான மீனவர்கள், பொதுமக்கள் என ஆண்களும் பெண்களும் கலந்துகொண்டனர். பல்வேறு இடங்களில் சாலைமறியல் போராட்டங்கள் தொடர்ந்து வெடித்தன. மாவட்ட காவல்துறைக் கண்காணிப்பாளர், மாவட்ட

வருவாய்த்துறை மற்றும் மீன்வளத்துறை அதிகாரிகள் பேச்சுவார்த்தை நடத்தி அந்தப் போராட்டம் முடித்துவைக்கப்பட்டது. இந்தப் போராட்டத்தால் எந்தவிதமான அசம்பாவிதங்களும் நடைபெறாமல் தவிர்க்கப்பட்டதில் என்னுடைய முயற்சியை அரசு அதிகாரிகளும் பொதுமக்களும் பாராட்டினர்.

நாட்டுப்படகு மீனவர்களின் தொடர் போராட்டங்களினால், 1983ஆம் ஆண்டு, மீனவர் பிரச்னையைத் தீர்க்க தமிழக சட்டமன்றத்தில் ஒரு சட்ட மசோதா கொண்டுவரப்பட்டது. இந்த மசோதாவின் மீது, சட்டமன்றத்தில் இந்தியக் கம்யூனிஸ்ட் கட்சி சார்பில் நான் பேசியபோது, பல்வேறு ஆதங்களோடு விவரங்களை எடுத்துக் கூறினேன்.

நான் பேசி முடித்தவுடன், முதலமைச்சர் எம்.ஜி.ஆர். என்னை தனது அறைக்கு அழைத்தார். சென்றவுடன், ''அப்பாத்துரை, நீங்கள் மீனவரா?'' என்று கேட்டார். உடனே நான், ''மீனவ நண்பன்!'' என்று கூறினேன். சட்டென சிரித்துவிட்டார்.

(எம்.ஜி.ஆர். நடித்த ஒரு படத்தின் பெயர் 'மீனவ நண்பன்!')

அந்தச் சட்ட மசோதாவின்படி, வாரத்தில் நான்கு நாட்கள் நாட்டுப்படகு மீனவர்களும், மூன்று நாட்கள் விசைப்படகு மீனவர்களும் கடலில் மீன்பிடிக்கச் செல்லலாம் என்று சட்டம் நிறைவேற்றப்பட்டது.

ஆனாலும், இரட்டை மடி வலையில் மீன் பிடிப்பது, இலங்கை இராணுவம் தமிழக மீனவர்களைத் தாக்குவது, சுடுவது, படகுகளை எரிப்பது என மீனவர்கள் பிரச்னை என்றும் தீராத பிரச்னையாக இன்றும் தொடர்ந்துகொண்டுதான் இருக்கிறது.

நான் மூன்று வருடங்கள் அகில இந்திய மீனவத் தொழிலாளர் சங்கத் தலைவராக இருந்திருக்கிறேன்.

எனது திருமணம்

சட்டமன்ற தேர்தல் முடிவு அறிவிக்கப்பட்ட மூன்று தினங்கள் கழித்துதான் நான் வீட்டுக்குச் சென்றேன். அங்கு ஊர் மக்கள் எல்லோரும் கூடி இருந்தார்கள். அவர்களிடம், அடுத்ததாக எந்த எந்த ஊர்களுக்குச் சென்று நலத்திட்ட பணிகளைச் செய்வது என ஆலோசனை செய்துவிட்டு அனுப்பி வைத்தேன்.

அம்மா திருமணம் பற்றி பேச ஆரம்பித்தார்கள். அதற்குள் எங்க பாட்டி மற்றும் சித்தப்பாமார்கள் எல்லோரும் வந்துவிட்டார்கள். என் அப்பாவின் அக்கா (என் அத்தை) அமிர்தம்வீட்டில்தான் பெண் எடுக்க வேண்டும் என்று கூறினார்கள். என் அப்பா, "அத்தைப் பெண் வேண்டாம்" என்று கூறினார். நானும், "எனக்கு அத்தைவீட்டில் பெண் எடுக்க சம்மதம் இல்லை" என்று கூறினேன்.

என் அத்தைக்கு ஐந்து பெண் பிள்ளைகள், மூன்று ஆண் பிள்ளைகள். இந்தச் சூழ்நிலையில் உறவினர்கள் எல்லோரும், "அத்தை வீட்டில்தான் பெண் எடுக்கவேண்டும்" என்று என்னை வற்புறுத்தினார்கள். ஆலோசனையின் முடிவில், அத்தைவீட்டில் பெண் கேட்டு மதுரைக்குச் செல்வது என்றும், எனது அப்பா, எனது அக்காள் கணவர் மற்றும் உறவினர் இருவர் சென்று பெண் கேட்பது என்றும் முடிவு செய்தனர்.

நான் அவர்களிடம், "நான் மக்கள்பணியில் இருப்பவன். பொருளாதாரப் பிரச்னை இல்லாமல் இருக்கவும், குடும்பம் சிறப்பாக இருக்கவும் எனக்கு வங்கியில் பணிபுரியும் இரண்டாவது பெண்தான் வேண்டும்" என்று கூறினேன். அதன்படி அவர்கள் மதுரைக்குச் சென்று பேசினார்கள். என் அத்தையும் சம்மதித்துள்ளார்கள். "மூத்த பெண் இருக்கிறாள், அவள் திருமணத்துக்குப் பின் இந்த திருமணத்தை வைத்துக்கொள்ளலாம்" என்று பேசி முடித்துவிட்டு வந்து விட்டனர்.

எனது அத்தையின் மூன்றாவது பெண்ணை, எனது பெரியப்பா மகனுக்குத் திருமணம் செய்வதாகப் பேசி முடித்து, கிறிஸ்துவ முறைப்படி ஆலயத்தில் மூன்று அறிக்கைகள் வாசித்து முடிந்த பின் திருமணம் நின்றுவிட்டது. இதனால், எனது தந்தைக்கும் அவரது அக்காவுக்கும் ஏற்பட்ட கருத்து முரண்பாட்டில் எனது திருமண ஏற்பாடும் நின்றுவிட்டது. எனவே, என் அப்பா என்னிடம், ''நீ உன் இஷ்டம் போல் கட்சிக்காரர்களின் வீட்டில் பெண் பார்த்துத் திருமணம் செய்துகொள்'' என்று கூறிவிட்டார். இதனால், எனது திருமண ஏற்பாடு இரண்டு வருடம் கடந்து நடந்தது.

எஸ்.ஏ.தங்கராஜிடம், எங்கள் மாவட்டச் செயலாளர் வி.எஸ். காந்தி, ''அப்பாத்துரைக்கு ஒரு பெண் பாருங்கள். வேலைக்குப் போகும் பெண்ணாக இருந்தால் நல்லது'' என்று கேட்டுள்ளார். அதன் அடிப்படையில் அவர் என்னைத் தொடர்பு கொண்டு, ''வேலைக்குப் போகும் பெண்தான் வேண்டுமா?'' என்று கேட்டார். நான் ''ஆம்...'' என்று கூறி விளக்கமும் சொன்னேன். அவர், ''சென்னையில், வங்கியில் பணிபுரியும் பெண் இருக்கிறார். நாளை நாம் இருவரும் சென்று பார்ப்போம். உங்களுக்குப் பிடித்திருந்தால் திருமணத்துக்கு ஏற்பாடு செய்வோம்'' என்று கூறினார்.

அதன்படி, திருவெற்றியூர் தியாகராயநகரில் உள்ள பெண் வீட்டுக்கு நாங்கள் இருவரும் சென்றோம். பெண் வீட்டார் தோழர் தங்கராஜின் உறவினர்கள். அவர்களிடம் என்னை அறிமுகம் செய்துவைத்தார். தோழர் தங்கராஜும், அவரது சகோதரியும், பெண்ணின் அம்மாவும் பேசிக்கொண்டார்கள். பெண்ணை எனக்கு அறிமுகம் செய்து வைத்தார்கள். நாங்கள் இருவரும் படிப்பு, வேலை மற்றும் எதிர்காலத் திட்டம் ஆகியவை பற்றி பேசிக்கொண்டோம். பெண்ணின் பெயர் சந்திரமதி, எம்.எஸ்ஸி., படித்துவிட்டு 'சென்ட்ரல் பேங்க் ஆப் இந்தியா'வில் பணிபுரிவதாகக் கூறினார்.

தோழர் தங்கராஜ், பெண்ணிடம்,''மாப்பிள்ளை அப்பாத்துரை தனக்குக் கிடைத்த பேங்க் வேலையை வேண்டாம் என்று சொல்லிவிட்டு முழுநேர அரசியல்வாதி ஆகிவிட்டார். உனக்குப் மாப்பிள்ளையைப் பிடித்திருக்கிறதா?'' என்று கேட்டார். அதற்கு சந்திரமதி, ''மாமா சொன்னால் சரிதான்'' என்று கூறினார். அடுத்து, என்னிடம், ''என்ன தம்பி... உங்களுக்குச் சம்மதமா?'' என்று கேட்டார். நான், ''என் அப்பா அம்மாவிடம் கேட்டுச் சொல்கிறேன்'' என்று கூறினேன்.

பெண் வீட்டார் எங்கள் ஊருக்கு வந்து பார்த்துவிட்டு அதன்பின் இரு வீட்டார் சம்மதத்துடன் திருமண நாள் முடிவு செய்யப்பட்டது. மிகக் குறுகிய நாட்களில் சென்னையில் பெண்வீட்டில் திருமண உறுதி செய்ய ஏற்பாடு செய்யப்பட்டது. அதன்படி நான் என் அம்மாவை மட்டும் சென்னைக்கு அழைத்துச் சென்றேன்.

திருமணம் 26.6.83 அன்று தூத்துக்குடியிலும், வரவேற்பு 29.6.83 அன்று சென்னையிலும் நடத்துவது என்று முடிவு செய்யப்பட்டது.

திருமணநாள் மிகவும் குறுகிய நாட்களாக இருந்தமையால் பலரை நேரில் சந்தித்து அழைப்பிதழ் கொடுக்க முடியவில்லை. எனது நண்பர் ஜெகத்ரட்சகன் எம்.எல்.ஏ., என்னிடம் ''முதல்வர் எம்.ஜி.ஆர். அவர்களுக்கு நேரில் சென்று திருமண அழைப்பிதழ் கொடுக்கலாம்'' என்றார். நானும் ஆர்வமாக, அவருடன் இராமாவரம் தோட்டத்துக்குச் சென்றோம்.

அன்று முதல்வரின் அம்மா நினைவு நாள். எனவே, அவர் மௌன விரதம் அனுஷ்டிப்பார்களாம். இந்த விசயம் எங்களுக்குத் தெரியாது. எனவே, அங்கு இருந்த உதவியாளர் பிச்சாண்டி ஐ.ஏ.எஸ். அதிகாரி, ''இன்று பார்வையாளர்கள் முதல்வரைச் சந்திக்க அனுமதி கிடையாது'' என்று கூறிவிட்டார். நாங்கள் இருவரும், ''முதல்வரிடம் திருமண அழைப்பிதழ்தான் கொடுக்கவேண்டும். பேசுவதற்கு வேறு விசயம் இல்லை. எனவே, அனுமதிக்க வேண்டும்'' என்று கூறியும், அந்த அதிகாரி உள்ளே அழைத்துச் செல்ல மறுத்துவிட்டார்.

நான் என் நண்பனிடம், ''என் திருமண அழைப்பிதழில் தோழர் ப.மாணிக்கம் பெயர் மட்டும்தான் உள்ளது. எனவே யார் வந்தாலும் வராவிட்டாலும் அதைப் பற்றி எனக்குக் கவலை இல்லை. எனவே, என்னை சட்டமன்ற உறுப்பினர் விடுதியில் விட்டுவிடுங்கள்'' என்று கூறினேன். அதன்படி இருவரும் சட்டமன்ற உறுப்பினர் விடுதிக்கு வந்துகொண்டிருந்தோம்.

அரசினர் தோட்டத்துக்குள் நுழைந்ததும் சட்டமன்ற உறுப்பினர்கள் பம்மல் நல்லதம்பி, அரியலூர் ஆறுமுகம் மற்றும் சட்டமன்ற உறுப்பினர்கள் இருந்தார்கள். அவர்களைக் கண்டதும் காரை நிறுத்தச் சொல்லி அவர்களிடம் சென்று, ''வழியில் கொடுக்கிறேன் என்று தவறாக நினைக்க வேண்டாம். நேரம் குறைவாக இருக்கும் காரணத்தால் வீட்டுக்கு வந்து கொடுக்க முடியவில்லை. அவசியம் திருமணத்துக்கு வாருங்கள்'' என்று சொல்லி அழைப்பிதழைக் கொடுத்தேன்.

எதிர்க்கட்சித் தலைவரான திமுக தலைவர் மு.கருணாநிதி காரில் அலுவலகம் நோக்கி வந்துகொண்டு இருந்தார். உடனே அண்ணன் பம்மல் நல்லதம்பி, "தலைவர் போகிறார்... அவரிடம் சென்று அழைப்பிதழ் கொடுங்கள்" என்று கூறினார். நான் அவரிடம், "முதல்வரைப் பார்க்கச் சென்றோம்... பார்க்க முடியவில்லை. தலைவர் என்ன சொல்வார்களோ தெரியவில்லை" என்று கூறினேன். உடனே அவர், "உங்கள் மீது தலைவருக்கு நல்ல மரியாதை உண்டு. நீங்கள் நேரில் சென்று அழைப்பிதழ் கொடுங்கள். உறுதியாக திருமணத்துக்கு வந்துவிடுவார்" என்று கூறினார்.

நான், திமுக சட்டமன்ற அலுவலகம் சென்றேன். அங்கு கலைஞர், பேராசிரியர் அன்பழகன், பொருளாளர் சாதிக்பாட்சா, நாஞ்சில் மனோகரன் ஆகியோர் இருந்தனர். நான் "வணக்கம்" என்று சொன்னதும், தலைவர் சிரித்த முகத்துடன், "வாங்க அப்பாத்துரை... திருமண அழைப்பிதழா?" என்று கேட்டார். நான், "ஆமாம், எனது திருமணத்துக்குத் தங்களை அழைக்க வந்துள்ளேன்" எனக் கூறினேன்.

முதலில் தலைவருக்குக் கொடுத்தேன். அவர் மற்றவர்களுக்கும் கொடுக்கச் சொன்னார். அழைப்பிதழைப் படித்துப் பார்த்துவிட்டு, "நான் தூத்துக்குடிக்கு வர இயலாது... திருமண வரவேற்பு சென்னையில் உள்ளதால் இங்கு வந்துவிடுவேன்..." என்று கூறிக்கொண்டே, உதவியாளரை அழைத்து டைரியில் நிகழ்ச்சிகளைப் பார்த்துவிட்டு, "அன்று நான் சென்னையில்தான் இருப்பேன். எனவே, உறுதியாக வரவேற்புக்கு வருகிறேன்" என்று கூறினார்.

'தினகரன்' நாளேடு தொடங்கிய மறுவாரம் அதன் நிருபர் எனது கல்லூரி நண்பர். அவர், "தலைவரிடம் செய்தி போடலாமா?" என்று கேட்டிருக்கிறார். தலைவர், "போடுங்கள்" என்று கூறிவிட்டார். அந்த நண்பர், என் புகைப்படத்தையும், மணமகள் புகைப்படத்தையும் வாங்கிக்கொண்டார். மறுநாள் 'தினகரன்' நாளிதழில் முதல் பக்கத்தில் சட்டமன்ற உறுப்பினர் எம்.அப்பாத்துரை திருமணம், கலைஞர் தலைமையில் நடைபெறுகிறது" என்று எங்கள் இருவரின் படத்துடன் செய்தி வந்துவிட்டது.

என்னுடைய திருமணத்தில் கலந்துகொள்வதாக, அமைச்சர்கள் கா.காளிமுத்து, குழந்தைவேலு, எஸ்.என்.ராஜேந்திரன் ஆகியோர் நிகழ்ச்சி நிரலில் அச்சிடப்பட்ட சுற்றறிக்கை எனக்கு வந்து சேர்ந்தது.

திருமணம் தூத்துக்குடி, ஏ.எஸ்.கே.ஆர். திருமண மண்டபத்தில் நடைபெறுவதற்கான ஏற்பாடுகளை தோழர்கள் செய்து இருந்தனர். நகரின் முக்கிய பிரமுகர்கள், கட்சித் தலைவர்கள் இந்தியக் கம்யூனிஸ்ட் கட்சியின் தோழர்கள் திரளாக வந்தனர்.

மாநிலச் செயலாளர் தோழர் ப.மாணிக்கம் தலைமையில் திருமணம் நடைபெற்றது. தோழர்கள் எஸ்.அழகர்சாமி எம்.எல்.ஏ., தோழர் ஆர்.நல்லகண்ணு, எஸ்.ஏ.தங்கராஜ், கே.செல்லையா மற்றும் பலர் கலந்துகொண்டு வாழ்த்திப் பேசினார்கள். ஆளுங்கட்சி அமைச்சர்கள் மற்றும் அதிமுக சார்பில் யாரும் கலந்து கொள்ளவில்லை. எனது ஆருயிர் சகோதரர் எஸ்.டி.கணேசன் மட்டும்தான் அ.தி.மு.க. சார்பில் கலந்து கொண்டார்.

எனது திருமணத்துக்கு செய்தி சேகரிக்க 'தினத்தந்தி' நிருபர் சென்னையில் இருந்து வந்துள்ளதாகக் கூறினார்கள். திருமணச் செய்தி மற்றும் படம் 'தினத்தந்தி' நாளிதழில் முதல் பக்கத்தில் வந்திருந்தது. இது அரசியல் வட்டாரத்தில் பரவலாகப் பேசப்பட்டது.

எனது திருமணத்தின்போது தாய் தந்தையுடன்...

திருமண வரவேற்பு

சென்னை, இராயபுரம் வைதி திருமண மண்டபத்தில், 29.6.83 அன்று மாலையில் திருமண வரவேற்பு நிகழ்ச்சிக்கு ஏற்பாடு செய்திருந்தார்கள்.

வரவேற்பு நிகழ்ச்சியில் தலைவர் கலைஞர், தோழர் தா.பாண்டியன், தோழர் எம்.வி.சுந்தரம், துறைமுகம் தொகுதி தி.மு.க. எம்.எல்.ஏ. செல்வராஜ், டி.கே.நல்லப்பன், தோழர் கே.ஜீவபாரதி மற்றும் சட்டமன்ற, மேலவை உறுப்பினர்கள், முக்கிய பிரமுகர்கள், நண்பர்கள், உறவினர்கள் கலந்துகொண்டனர்.

எனது திருமண வரவேற்பில்...

மு.அப்பாத்துரை

வாழ்த்துரையாக கலைஞர் நீண்ட நேரம் பேசினார். என்னைப் பற்றியும், சட்டமன்றத்தில் என் நடவடிக்கைகள், அனைவரிடமும் பழகும் விதம் பற்றி விரிவாகப் பேசினார். இதனால், பெருங் கூட்டம் தெருக்களில் நின்று பேச்சைக் கேட்டதால் போக்குவரத்து பாதிக்கப்பட்டது.

மறுநாள், நான் என் மனைவியின் வீட்டுக்குச் செல்லுகின்றபோது தெருவில் உள்ளவர்கள், "இவர்தான் புது மாப்பிள்ளை. எம்.எல்.ஏ., நேற்று இவரது திருமண வரவேற்பில்தான் கூட்டம் அதிகமாக இருந்தது... போக்குவரத்து பாதிக்கப்பட்டது" என்று என்னைப் பார்த்துப் பேசிக்கொண்டிருந்தார்கள்.

சட்டமன்றக் கூட்டத் தொடருக்கு நான் சென்றிருந்தேன் முதல்வர் எம்.ஜி.ஆர். என்னை அழைத்தார். என்னைப் பார்த்து "திருமணம் நல்லபடியாக முடிந்துவிட்டதா?" என்று கேட்டார். நான் அவரிடம், "அண்ணா, முதல் அழைப்பிதழை உங்களுக்குத் தர வேண்டும் என்று, நண்பர் ஜெகத்ரட்சகனுடன் தங்கள் வீட்டுக்குக் கொண்டு வந்தோம். அதிகாரி பிச்சாண்டி சார் எங்களை உங்களிடம் செல்ல அனுமதிக்கவில்லை!" என்று கூறினேன்.

என்ன நினைத்தாரோ தெரியவில்லை, "என்னுடன் வாருங்கள்..." என்று என் கைகளைப் பிடித்தபடி முதல்வர், தன் அறைக்கு அழைத்துச் சென்றார். உள்ளே உட்காரவைத்துவிட்டு, உதவியாளரை அழைத்து அந்த அதிகாரியை அழைத்து வரச் சொன்னார். அவரிடம் விவரம் கேட்டார். அதற்கு முதல்வர், "அன்று வீட்டில் மௌனவிரதம்தானே இருந்தேன்... நான் பேசத்தானே மாட்டேன்... என் கை என்ன ஒடிந்தாவிட்டது. தகவல் சொல்லியிருக்கலாமே!" என்று அவரைக் கோபமாகத் திட்டினார்.

அதன்பின், என்னைப் பார்த்து, "உங்களுக்கும் உங்கள் மனைவிக்கும் என் இனிய வாழ்த்துகள்!" என்று புன்னகையுடன் சொல்லி, திருமணப் பரிசும் கொடுத்து அனுப்பி வைத்தார்.

ஆறுமுகம் பிள்ளை இல்லத் திருமண விழா: 1984

தூத்துகுடி நகரின் பழமையான ஆறுமுகம்பிள்ளை ஜவுளிக்கடை பிரபலமானது. அந்தக் கடையை கிராமப்புற ஏழை மக்கள் 'ஜவுளிக் கடல்' என்று அழைப்பார்கள்.

1984ல், ஆறுமுகம் பிள்ளை இல்லத் திருமண விழாவில் கலந்துகொள்ள வேண்டும் என்று என்னைக் கேட்டுக்கொண்டார்கள்.

வலம்புரி ஜான், நெல்லை ஜெபமணி ஆகியோருடன்...

அப்போது நான் ஓட்டப்பிடாரம் சட்டமன்றத் தொகுதி உறுப்பினராக இருந்தேன். அந்த மணவிழாவில் வார்த்தைச் சித்தர் முன்னாள் நாடாளுமன்ற உறுப்பினர் வலம்புரி ஜான், முன்னாள் சட்டமன்ற உறுப்பினர் நெல்லை ஜெபமணி ஆகியோர் கலந்துகொண்டோம்.

இந்திரா காந்தி மரணம்! 1984

1984ஆம் வருடம், அக்டோபர் 30ல், மாநிலக் குழுக் கூட்டம் புதுக்கோட்டையில் நடைபெற்றது. பொதுச்செயலாளர் தோழர் இந்திரஜித் குப்தா கலந்துகொண்டார். கூட்டம் நல்லபடியாக நடந்து முடிந்தது.

அடுத்தநாள், 31ஆம்தேதி, எனக்கும் தோழர் டி.ராஜாவுக்கும் தஞ்சை மாவட்டத்தில் பொதுக்கூட்ட நிகழ்ச்சிகள் ஏற்பாடாகியிருந்தன. எனவே, நாங்கள் இருவரும் இரவே புறப்பட்டு தஞ்சாவூர் சென்று, கட்சி அலுவலகத்திலேயே தங்கினோம்.

மறுநாள் காலையில், தோழர் ராஜா என்னிடம், "தஞ்சை பெரிய கோவிலுக்குச் சென்று கலைஞர் நிறுவிய ராஜராஜன் சிலையைப் பார்த்துவிட்டு வருவோம், வாருங்கள்" என்று அழைத்தார். இருவரும் பேசிக்கொண்டே கோவிலுக்குச் சென்று சிலையைப் பார்த்துவிட்டு, மீண்டும் நடந்தே கட்சி அலுவலகம் வந்தோம்.

அலுவலகத்தின் முதல் படிக்கட்டில் கால் வைத்தேன்... இலங்கை வானொலியில் 'இந்திரா காந்தி சுட்டுக் கொல்லப்பட்டார்!' என்று செய்தி கேட்டு அதிர்ச்சி அடைந்தேன்! உடனே தோழர் ராஜாவிடம் கூறினேன். நாங்கள் அலுவலகத்துக்குள்ளே சென்று, 'அகில இந்திய வானொலி'யில் விரிவான செய்தியைக் கேட்டு மிகுந்த துயரம் அடைந்தோம். உடனே, கட்சிக் கொடிகளை அரைக்கம்பத்தில் பறக்கவிட்டோம். தோழர்கள் கவலையோடு பேசிக்கொண்டு இருந்தார்கள். பேருந்துகள் நிறுத்தப்பட்டன. கடைகள் அடைக்கப்பட்டன. அதற்குள் சம்பவம் பற்றிய செய்திகள் விரிவாக வர ஆரம்பித்தன.

இந்திரா காந்தியைச் சந்திக்க முக்கிய பிரமுகர்கள் வரும்போது அவருடன் அமர்ந்து படம் எடுத்துக்கொள்ளும் இடத்தில்தான், தனது பாதுகாவலர்களால் சுடப்பட்டிருக்கிறார்! 1981ஆம் ஆண்டு, தமிழ்நாடு சட்டமன்ற பொது நிறுவனங்கள் குழு சார்பாக வடமாநிலங்களுக்குச் சென்றபோது, இந்திரா காந்தியோடு அதே இடத்தில்தான் நாங்களும் படமெடுத்துக்கொண்டோம்.

மறுநாள், தஞ்சையில் நடைபெற்ற அமைதி ஊர்வலத்தின் முடிவில் இரங்கல் கூட்டம் நடைபெற்றது. அதிலும் கலந்து கொண்டோம். இரண்டு நாட்கள் கழித்துதான் பேருந்துகள் ஓடின. நான் அங்கு இருந்து மதுரை செல்லும் பேருந்தில் பயணம் செய்து திருப்பத்தூர் வந்ததும் காங்கிரஸ் தொண்டர்கள் பேருந்தை மறித்து நின்றார்கள். ஆங்காங்கே சாலைகளில் ஏராளமான வாகனங்கள் தேங்கி நின்றிருந்தன. 'காலையிலிருந்தே பேருந்துகள் ஓடவில்லை' என்று சொன்னார்கள்.

ஏற்கெனவே, புதுக்கோட்டையிலிருந்து வந்த தோழர் கே.டி.கே.தங்கமணி மற்றும் தோழர்கள் திருப்பத்தூரிலேயே இருந்தனர். அவர்களுடன் நானும் சேர்ந்துகொண்டேன். தோழர்கள் தங்கசாமி, நல்லழகு, முத்துராமலிங்கம், கண்ணகி ஆகியோர் உணவு ஏற்பாடு செய்து கொடுத்தனர். திருப்பத்தூரில் இந்திரா காந்திக்காக நடைபெற்ற அமைதி ஊர்வலம் மற்றும் இரங்கல்

கூட்டத்திலும் கலந்துகொண்டேன். தோழர் கே.டி.கே.தங்கமணி பேசினார். அவர், லண்டனில் இந்திரா காந்தியோடு படித்ததை நினைவுகூர்ந்தபோது, அந்த சோகக் குரலைக் கேட்டு மேடையில் இருந்தவர்கள் அழுதுவிட்டார்கள்; கேட்டுக்கொண்டிருந்த நூற்றுக்கணக்கான மக்களும் விம்மி அழுதார்கள்.

மறுநாள் காலையில், ஐம்பதுக்கும் மேற்பட்ட தூய்மைப் பணியாளர்கள், தோழர் கே.டி.கே.தங்கமணியைப் பார்க்க வந்தார்கள். அவர்களுடன் பேசிக்கொண்டிருந்தபோது, ''இரவு உணவு எங்களுடன் அமர்ந்து சாப்பிடவேண்டும்'' என்று அவர்கள் அன்பாக அழைத்தார்கள். நாங்கள் உடனே சம்மதம் தெரிவித்து, ''இன்று இரவு, உங்கள் வீட்டிலேயே நானும் தோழர் அப்பாத்துரையும் சாப்பிடுவோம். நீங்கள் சாப்பாடு தயார் செய்யுங்கள்'' என்று கூறிவிட்டார். அதுபோல், இரவு அங்கு சென்று சாப்பிட்டோம். அந்த மக்களுக்கு மிகவும் மகிழ்ச்சி.

மறுநாள், பேருந்துகள் எப்போதும் போல் அனைத்து ஊர்களுக்கும் ஓடின. நான் மதுரைக்கு வந்து, பின்னர் தூத்துக்குடிக்கு வந்து சேர்ந்தேன்.

அடுத்து வந்த தேர்தலின் போது, ''என் தொகுதியில் நான் ஜெயிக்க முடியாது. ஏனென்றால், அது காங்கிரஸுக்கு ஒதுக்கப்பட்டத் தொகுதி; அங்கு இந்திரா காந்தி அனுதாப அலை வீசும்'' என்று கூறினேன்.

நாடாளுமன்ற, சட்டமன்றத் தேர்தல்கள்: 1984

''நா வோட்டு பெத்தம்மாக்கு!''

ஒட்டப்பிடாரம் தொகுதியின் ஒன்றாம் எண் பூத் கே.துரைச்சாமிபுரம். அந்தப் பஞ்சாயத்தில் தலைவராக இருந்தவர் காங்கிரஸ்காரர் தியாகராஜ நாயக்கர். நான் சட்டமன்ற உறுப்பினராக இருந்தபோது புதிய பள்ளிக் கட்டடம் திறப்பு விழாவுக்கு அவர் தலைமை வகித்தார்.

தலைவர் பேசும்போது, ''நான் காங்கிரஸ்காரன். நான் இதுவரை இந்தத் தொகுதியில் சட்டமன்ற உறுப்பினர்களுக்குப் போட்ட ஓட்டு செல்லாமல் போய்விட்டது. நம்ம அப்பாத்துரைக்குப் போட்ட ஓட்டுதான் செல்லும் ஓட்டாக இருக்கிறது. நான் காங்கிரஸ்காரன் என்பதால் போன தேர்தலில் அவருக்கு ஓட்டுப் போடவில்லை. ஆனால், வரும் தேர்தலில் நாம் அனைவரும்

அப்பாத்துரைக்குத்தான் ஓட்டுப் போடவேண்டும்!'' என்று பேசினார். 'மேடை நாகரிகத்துக்காகப் பேசுகிறார்' என்று அப்போது எண்ணிக்கொண்டேன்.

சட்டமன்றத் தேர்தல் வந்தது. தேர்தலில் வாக்குக் கேட்கச் செல்லவேண்டும். தியாகராஜ நாயக்கர், எங்கள் கட்சித் தோழர்களிடம், ''ஒன்றாம் எண் பூத்திலிருந்துதான் ஆரம்பிக்க வேண்டும். எனவே, அப்பாத்துரை முதற்கொண்டு இரவு என் வீட்டில் தங்கிவிட்டு, காலையில் வாக்குக் கேட்கச் செல்லலாம்'' என்று கூறிவிட்டார். எனக்கு ஆச்சரியமாக இருந்தது.

நான் இரவே அவரது வீட்டில் தங்கி, காலையில் குளித்துவிட்டு, காலைச் சிற்றுண்டியை முடித்துவிட்டு, 7 மணிக்கு தயாரானோம். நாங்கள் சுமார் ஐம்பது பேர் திரண்டு தியாகராஜ நாயக்கர் தலைமையில் இந்தியக் கம்யூனிஸ்ட் கட்சிக்கு வாக்குச் சேகரிக்கச் சென்றோம்.

அப்போது ஒரு வயதான அம்மாவிடம், ''பெத்தம்மா... மன எம்மெல்லே அப்பாத்துரைக்கு வோட்டு வேயி'' என்று தெலுங்கில் கேட்டார். அந்த அம்மா பதிலுக்கு, ''அவ்வு, நா வோட்டு பெத்தம்மாக்கு!'' என்று சொன்னார் (இங்கே பெத்தம்மா என்பது பெரியம்மா இந்திராகாந்தி). இதுதான் அப்போது மக்களின் மனநிலையாக இருந்தது.

தூத்துக்குடி சட்டமன்றத் தேர்தலும் நானும்: 1984

1984ல், தூத்துக்குடி தொகுதியில் அய்யாசாமி தி.மு.க. வேட்பாளராக அறிவிக்கப்பட்டார். நான் அவர்களின் இல்லத்துக்குச் சென்று வாழ்த்துக் கூறிவிட்டு வாக்குச் சேகரிக்கச் சென்றுவிட்டேன்.

அன்று தி.மு.க. ஊழியர் கூட்டம் நடைபெற்று இருக்கிறது. அங்கு, அண்ணன் என்.பெரியசாமிக்கும், அண்ணன் அய்யாசாமிக்கும் இடையே மனத்தாங்கல் ஏற்பட்டு பிரச்னையாகி உள்ளது. இது எனக்குத் தெரியாது.

இரவு 10 மணி சுமாருக்கு என் வீட்டுக்கு வந்துகொண்டிருந்தேன். அங்கு சிலர் நின்றுகொண்டிருந்தார்கள். அவர்களில் அண்ணன் கிறிஸ்டோபர் ஒரு நாற்காலியில் அமர்ந்து இருந்தார். 'அவர்கள் ஏதோ பிரச்னைகளில் இருக்கிறார்கள்' என்று எண்ணினேன். என் கார் அவர்களைக் கடந்ததும் ''தம்பி... தம்பி'' என்று அவர்களின் குரல் கேட்டு, நான் காரை நிறுத்தச் சொல்லி கீழே இறங்கி வந்தேன்.

அண்ணன் கிறிஸ்டோபர், "தம்பி, உங்களைப் பார்க்கத்தான் இங்கு வந்திருக்கிறேன்"என்று கூறி என்னைத் தனியாக அழைத்துச் சென்று நடந்த விவரங்களைச் சொன்னார்.

"தம்பி, நீங்கள் அய்யாசாமியைச் சந்தித்து இருவருக்கும் சமரசம் செய்து வையுங்கள். இல்லை என்றால் இது தி.மு.க.வின் வெற்றியைப் பாதிக்கும். நீங்கள் சொன்னால்தான் அய்யாசாமி கேட்பார். நாங்கள் சொன்னால் கேட்க மாட்டார்" என்று கூறினார்.

நான் அவர்களிடம், "காலையில் இதை முடித்துவிட்டுத்தான் என் தொகுதிக்கு வாக்குக் கேட்கச் செல்வேன்" என்று கூறிவிட்டு வீட்டுக்குச் சென்றேன்.

காலையில் நேராக அண்ணன் அய்யாசாமி வீட்டுக்குச் சென்றேன். அங்கு அவரது மனைவி, "தம்பி, என்ன காலையில் வந்து உள்ளீர்கள்?" என்று கேட்டு, முதல்நாள் நடந்த விபரங்களைச் சொன்னார். நானும், நேற்று இரவு அண்ணன் கிறிஸ்டோபர் சொன்ன விபரங்களைச் சொன்னேன்.

"நீங்கள் சொன்னால்தான் உங்கள் அண்ணன் கேட்பார்" என்று கூறிவிட்டு காபி எடுக்கச் சென்றுவிட்டார்கள். அதற்குள் அண்ணன் அய்யாசாமி எழுந்து வந்துவிட்டார்.

"என்ன தம்பி... நீங்கள் வாக்குக் கேட்கப் போகவில்லையா?" என்று கேட்டார். "முதலில் உங்கள் வாக்குக் கேட்டுவிட்டுப் போகிறேன்" என்று கூறினேன்.

அதற்குள் அவரது மனைவி, இருவருக்கும் காபி கொண்டு வந்து கொடுத்துவிட்டார்கள். நான் உரிமையோடு அய்யாசாமி அண்ணனைச் சத்தம்போட்டேன். அவரும் பொறுமையாகக் கேட்டுக்கொண்டு இருந்துவிட்டு, "தம்பி நீங்கள் சொல்வதை நான் கேட்கிறேன். என்ன செய்ய வேண்டும் சொல்லுங்கள்" என்று அமைதியாகக் கேட்டார்.

"நான் அண்ணன் பெரியசாமியை அழைத்து வருவேன். அவர் போடும் மாலையையும் சால்வையையும் நீங்கள் வாங்கிக்கொண்டு, அவருக்கு நீங்கள் சால்வையைப் போட்டு இருவரும் இணைந்து தேர்தல் பணி ஆற்றி, வெற்றியை கலைஞர் கரங்களில் ஒப்படைக்க வேண்டும்" என்று கூறினேன்.

அண்ணன் நா தழுதழுக்க என்னைக் கட்டிப்பிடித்து "என் அருமைத் தம்பி..." என்று அழுதுவிட்டார்.

ஏற்கெனவே அண்ணன் கிறிஸ்டோபரிடம், நான் அய்யாசாமி அண்ணன் வீட்டுக்கு வந்திருப்பதை போனில் சொல்லிவிட்டேன். எனவே, அண்ணன் என்.பெரியசாமியும் தயாராக இருந்தார். அவர்களை அழைத்து வந்து சமரசம் செய்துவிட்டு மன நிறைவோடு என் தொகுதிக்கு வாக்குக் கேட்கச் சென்றேன்.

பாண்டிச்சேரி சட்டமன்ற தேர்தல்: 1985

பாண்டிச்சேரி சட்டமன்றத் தேர்தலில் ஊசுடு சட்டமன்றத் தொகுதியில் (தனி) தோழர் எம்.ஆதிமூலமும் நானும் பொறுப்பாளராக இருந்து வேட்பாளர் தோழர் தங்கவேல் கிளமன்ஜோவுக்காக தேர்தல் பணி செய்தோம். ஒரு காலத்தில் சி.பி.ஐ. கட்சிக்கு மிகவும் செல்வாக்கு பெற்ற பகுதி அது. பாண்டிச்சேரி அரசியல் சற்று விசித்திரமானது. இந்தத் தேர்தலில் பணம் வெற்றி பெற்றது. சி.பி.ஐ. கணிசமான வாக்குகள் பெற்றது.

கோவையில் மறுசீரமைப்புக் கூட்டம்: 1986

அரசு போக்குவரத்துக் கழகஏ.ஐ.டி.யு.சி சம்மேளனத்தை மறுசீரமைப்பு செய்யவேண்டிய நிலை ஏற்பட்டது. அதற்கான கூட்டம் 1986ல் கோவையில் நடைபெற்றது. அக்கூட்டத்தில் மாநிலத் தலைவராக கே.டி.கே.தங்கமணி, பொதுச் செயலாளராக தோழர் ஜே.இலட்சுமணன் மற்றும் உதவி தலைவர்களில் ஒருவராக நானும் தேர்வு செய்யப்பட்டோம். நான் ஏற்கெனவே கட்டபொம்மன் போக்குவரத்துக் கழகத் தலைவராகச் செயல்பட்டேன்.

திருநெல்வேலி மாவட்ட மாநாடு: 1986

இராஜபாளையத்தில் 1981ல் நடைபெற்ற இந்தியக் கம்யூனிஸ்ட் கட்சியின் மாநில மாநாட்டில் துவங்கிய உள்கட்சிப் போராட்டம் தொடர்ந்தது. அதனால், அடுத்த மாநில மாநாடு எங்கு நடத்துவது என்ற குழப்பம் அப்போது ஏற்பட்டது.

1986ல் நெல்லை மாவட்ட மாநாடு வள்ளியூரில் நடைபெற்றது. ‘இந்த மாநாட்டில், மீண்டும் தோழர் கே.செல்லையா மாவட்ட செயலாளராகவும், தோழர் பி.மைதீன், எம்.அப்பாத்துரை உதவி செயலாளர்களாகவும் தேர்வு செய்யப்பட்டனர்’ என்று அறிவித்தார்கள். அதோடு, அந்த மாநாட்டில், ‘அடுத்த மாநில மாநாட்டை திருநெல்வேலியில் 1986ல் நடத்துவது’ என்றும் முடிவு செய்யப்பட்டது.

இந்தியக் கம்யூனிஸ்ட் கட்சியின் தமிழ் மாநில மாநாடு திருநெல்வேலியில் துவங்கியது. 'மாநாட்டுத் தலைமைக் குழுவாக தோழர்கள் ஏ.எம்.கோபு, பி.ராமலிங்கம், மு.அப்பாத்துரை ஆகியோர் தேர்வு செய்யப்பட்டனர்' என அறிவித்தார்கள்.

மாநாட்டு அறிக்கை, மாநில குழவால் அங்கீகரிப்பட்டுதான் மாநாட்டில் தாக்கல் செய்யப்படும். உள்கட்சி பிரச்னையில் அது நடைபெறவில்லை. மாநிலச் செயலாளர் தோழர் ப.மாணிக்கம் மாநாட்டு அறிக்கையைச் சமர்பித்துவிட்டு 'இது மாநில குழு அறிக்கை இல்லை, இது மாணிக்கத்தின் அறிக்கை. எனவே எல்லோரும் பேசலாம்' என்று அறிவித்தார்கள். சிறிது நேரம் அமைதி நிலவியது.

முதலாவதாக தோழர் எம்.கல்யாணசுந்தரம் அறிக்கையின் மீது பேசுவதற்கு பெயர் கொடுத்தார். அதனைத் தொடர்ந்து தா.பாண்டியன், ஆர்.நல்லகண்ணு என்று பெயர் கொடுத்தார்கள். நான்தான் அவர்களின் பெயர்களை எழுதிக்கொண்டிருந்தேன். விவாதம் தொடங்க வேண்டும். தோழர் ஏ.எம்.கோபு, ''உடல்நிலை சரியில்லை. எனவே, அறைக்குச் சென்று வருகிறேன்'' என்று சொல்லிவிட்டு சென்றுவிட்டார்.

தோழர் ராமலிங்கம் என்னிடம், ''நீங்கள் இன்று மாநாட்டை நடத்துங்கள்'' என்று கூறிவிட்டார். நான் மைக்கில், ''அதிகமான தோழர்கள் பெயர் கொடுத்து உள்ளார்கள். எனவே ஐந்து நிமிடங்கள்தான் தோழர்கள் பேச வேண்டும்! இது தலைமைக் குழு முடிவு!'' என்று அறிவித்தேன்.

முதல் பேச்சாளராக தோழர் எம்.கல்யாணசுந்தரம் பேசினார்கள். ஐந்து நிமிடம் முடிந்ததும் மணி அடித்தேன். அவர் என்னைத் திரும்பிப் பார்த்தார். ''தோழர் இது கம்யூனிஸ்ட் கட்சி!'' என்று கூறினேன். அவர் பேச்சை முடித்துவிட்டு இறங்கிச் சென்றுவிட்டார். மாநாட்டு அரங்கம் நிசப்தமாக இருந்தது. அதன்படி எல்லோரும் ஐந்து நிமிடம்தான் பேச அனுமதித்தேன். அறிக்கை மீது காரசாரமாகப் பேசினார்கள். 'மாநாடு அமைதியாக நடைபெறுமா?' என தோழர்கள் மத்தியில் பதற்றம் நிலவியது. தோழர் மாணிக்கம், அனைவரும் பேசிய பிறகு, பதில் அளித்து அறிக்கை மீது கருத்துச் சொல்லி ஏற்றுக்கொள்ளப்பட்டது.

பின்னர், மாநிலக்குழு தேர்வுக்குப் போட்டி ஏற்பட்டது. வாக்கெடுப்பு மூலம் மாநிலக்குழு தேர்வு செய்யப்பட்டது.

செயலாளர் பதவிக்கு தோழர் ப.மாணிக்கம் மற்றும் தோழர் த.பாண்டியன் இடையே போட்டி வந்தது. தோழர் ப.மாணிக்கம் வெற்றி பெற்றதால் மாநிலச் செயலாளராகத் தேர்வு செய்யப்பட்டார்.

எம்.கல்யாணசுந்தரத்தின் ஆதரவாளர்கள் அனைவரும் மாநாட்டு அரங்கிலிருந்து வெளியேறி அவரவர் ஊர்களுக்குச் சென்றுவிட்டார்கள். ஊர்வலம் பொதுக்கூட்டத்தில் அவர்கள் பங்கேற்கவில்லை. இருந்தும், அனைவரும் பாராட்டும்படி நல்ல ஊர்வலம் நடந்தது.

நெல்லை வாகையடி முக்கில் தோழர் கே.செல்லையா தலைமையில் பொதுக்கூட்டம் நடைபெற்றது. அவரது பேச்சு, எழுச்சி மிக்க முழக்கமாக இருந்தது. நான் சிறப்புரையாற்றினேன். அத்துடன் மாநாடு முடிந்தது.

உள்கட்சி போராட்டம்: 1988

1988ல், ஐக்கிய இந்தியக் கம்யூனிஸ்ட் கட்சி (UCPI) என்று புதிய கட்சி, தோழர் டாங்கே தலைமையில் தொடங்கப்பட்டது. தோழர் எம்.கல்யாணசுந்தரம் தலைமையில் தமிழகத்திலும் அந்தக் கட்சி செயல்பட ஆரம்பித்தது.

கூடங்குளம் அணுமின் திட்டப் பணி:
நெல்லையில் பேரணி: 1989.

கூடங்குளம் அணுமின் திட்ட ஒப்பந்தம் சோவியத் யூனியனுக்கும், இந்திய அரசுக்கும் இடையே ஏற்பட்ட பின்பும் அத்திட்டத்தை நிறைவேற்ற ஒன்றிய, மாநில அரசுகள் காலதாமதம் செய்துவந்தனர்.

இதனைக் கண்டித்தும், உடனே இந்தத் திட்டத்தைத் துரிதமாக நிறைவேற்றக் கோரியும், 'தமிழ்நாடு மின்சாரத் தொழிலாளர்கள் சம்மேளனம் சார்பாக பேரணியும், கூட்டமும் பொதுச் செயலாளர் எஸ்.சி.கிருஷ்ணன், வி.ராமச்சந்திரன், எம்.அப்பாத்துரை ஆகியோர் தலைமையில் நடத்தப்படும்' என அறிவித்தார்கள்.

அதன்படி, 23.7.1989 அன்று நெல்லையில் பத்தாயிரம் பேர் பங்கு கொண்ட பிரம்மாண்டமான பேரணி நடைபெற்றது. இந்தப் பேரணி, மற்ற அரசியல் கட்சியினர்மத்தியிலும், பொதுமக்கள் மத்தியிலும் பெரும் பரபரப்பை ஏற்படுத்தியது. அதன் பின்னர்தான் கூடங்குளம் அணுமின் திட்டப்பணி துவங்கியது.

நாலுமூலைக் கிணறு துப்பாக்கிச்சூடு: 1992

திருச்செந்தூர் தாலுகாவில் உள்ள நாலுமூலைக் கிணறு ஆதிதிராவிட மக்கள் அதிகம் வாழும் கிராமம். அதன் பக்கத்தில் உள்ள பரமன்குறிச்சியில் ஹோட்டலில் சாப்பிடும்போது ஏற்பட்ட பிரச்னையில் (1992, ஜனவரி 28ஆம் தேதி) நாலுமூலைக் கிணறு ஊரைச் சேர்ந்தவர் தாக்கப்பட்டார். அதன் எதிரொலியாக ஊர்மக்கள் திரண்டு பரமன்குறிச்சிக்குச் சென்றனர். இதில் இரு தரப்புக்கும் மோதல் ஏற்பட்டது. இது ஜாதிப் பிரச்னையாக உருவானது.

இதில் காவல்துறை ஒரு சார்பாக நின்று, நாலுமூலைக் கிணறு மக்கள்மீது கொடுமையான தாக்குதல் நடத்தி துப்பாக்கியால் சுட்டனர். இரு அப்பாவிக் குழந்தைகளுக்கு காயம் ஏற்பட்டது. அவர்கள் முனியப்பன், சரோஜா தம்பதியின் குழந்தைகள். முனியப்பன் சி.பி.ஐ.யின் கிளைச் செயலாளர். அவர் மனைவி சரோஜாவும் கட்சி உறுப்பினர். இந்தச் சம்பவத்தைக் கேள்விப்பட்டவுடன் திருச்செந்தூரில், அந்த துப்பாக்கிச் சூட்டைக் கண்டித்து இந்தியக் கம்யூனிஸ்ட் கட்சி சார்பாக பேனர் வைக்கப்பட்டது.

மாவட்ட செயலாளர் என்ற முறையில் எனக்குத் தகவல் தரப்பட்டது. உடனே, தூத்துக்குடியிலிருந்து திருச்செந்தூர் புறப்பட்டேன்.

நூற்றுக்கணக்கான காவல்துறையினர் குவிக்கப்பட்டு இருந்தனர். காவல் அதிகாரி ஒருவர், ''கண்டன பேனரை அகற்ற வேண்டும்'' என கட்சித் தோழர்களிடம் தகராறு செய்துகொண்டு இருக்கும் வேளையில் நான் அந்த இடத்துக்குச் சென்றுவிட்டேன்.

நான் டி.எஸ்.பி.யிடம், ''பேனரை அவிழ்க்க முடியாது!'' என்று கூறினேன்.

உடனே அவர் கோபமாக, ''துப்பாக்கிச் சூடு ஏற்படும்!'' என்றார்.

''இங்கேயே நிற்கிறேன்... எனது நெஞ்சில் சுடுங்கள்!'' என்று சட்டையைக் கழட்டினேன்.

அதற்குள் எஸ்.பி. வந்து என்னைச் சமாதானப் படுத்திவிட்டு, அந்த அதிகாரியை விலகிச் செல்லுமாறு கூறினார். இந்தக் கொடுமையை எதிர்த்து வழக்குத் தொடுக்க முயற்சித்தோம். கட்சிக்குள் உள்ள முரண்பாடு காரணமாக அந்த முயற்சி தடைப்பட்டது.

தூத்துக்குடி ஸ்டெர்லைட் ஆலைக்கு ஜெயலலிதா அடிக்கல் நாட்டினார்: 1995

'தூத்துக்குடி ஸ்டெர்லைட் தொழிற்சாலைக்கு முதல்வர் ஜெயலலிதா அடிக்கல் நாட்ட வருகிறார்' என்ற செய்தி நாளேடுகளில் முழுப்பக்க விளம்பரமாக வந்தது. 'ஸ்டெர்லைட் தொழிற்சாலை அபாயகரமானது!' என்று நாட்டின் பல்வேறு மாநிலங்களின் எதிர்ப்பு காரணமாக நிராகரிக்கப்பட்டு, இறுதியாக தமிழ்நாட்டில் துவங்குவது என்ற நிலை ஏற்பட்டது.

மஹாராஷ்டிராவில், இந்தத் திட்டத்துக்கு எதிராக விவசாயிகளின் போராட்டம் தீப்பற்றி எரிந்ததால், இந்த ஆலை தொடங்க முடியாத நிலை ஏற்பட்டது. அங்கு இருந்த வங்கி ஊழியர்கள், தூத்துக்குடியில் உள்ள வங்கி ஊழியர்களுக்குத் தகவல் கொடுத்துள்ளனர். அவர்களில் சிலர் என்னிடம் இந்தத் தகவலைத் தெரிவித்து, "நாமும் ஆலைக்கு எதிராகப் போராட வேண்டும்!" என்று கோபமாகச் சொன்னார்கள்.

நான் அவர்களிடம், "இந்த ஆலையைப் பற்றிய விபரங்களை சில வல்லுனர்களைக் கலந்து பேசி, அத்திட்டம் பற்றித் தெரிந்துகொண்டு அதன்பின் மக்களைத் திரட்டிப் போராடினால்தான் சரியாக இருக்கும். ஆகவே, நீங்களும் இந்தத் தொழிற்சாலை பற்றிய விபரங்களை பலரிடம் கேட்டு தயார் செய்யுங்கள்!" என்று கூறினேன். அதன்படி, அந்த ஆலையைப் பற்றிய விவரங்களைச் சேகரித்து என்னிடம் கொடுத்தார்கள். பத்திரிகைகளில் வந்த செய்திகளையும் சேகரித்துக் கொடுத்தார்கள்.

என்னுடைய மனைவி சந்திரமதி இரசாயனப் படிப்பு (M.Sc., Bio Chemistry) படித்தவர். எனவே, நாங்கள் சேகரித்த அந்த விபரங்களையெல்லாம் அவரிடம் கொடுத்துப் படிக்கச் சொன்னேன். அதன்பின், 'இந்த ஆலையின் மூலப் பொருட்கள் எங்கிருந்து வருகிறது? ஏன் மற்ற மாநிலங்களில் இந்த ஆலைக்கு அனுமதி மறுக்கப்பட்டது? இந்த ஆலையிலிருந்து எப்படிப்பட்ட கழிவுகள் வெளியேறும்? காற்று மாசுபடுவதின் மூலம் ஏற்படும் விளைவுகள் என்ன?' என்பது பற்றி எனக்கு விளக்கமாகப் படித்துக்காட்டினார்.

இந்தியக் கம்யூனிஸ்ட் கட்சியின் மாவட்டச் செயலாளர் என்ற முறையில் மாவட்டக் குழுவைக் கூட்டி, 'அடிக்கல் நாட்ட வரும் முதல்வர் ஜெயலலிதாவுக்குக் கருப்புக்கொடி காட்டுவது, இதில் 500 தோழர்கள் பங்கேற்பது' என்று முடிவு செய்தோம்.

மாநில செயலாளர் தோழர் ஆர்.நல்லகண்ணு என்னைத் தொடர்பு கொண்டு, "நாம் இந்த ஆலையின் விபரம் தெரிந்து எதிர்க்கிறோம், சாதாரண மக்களுக்கு இது தெரியாது. அவர்கள் இந்தத் திட்டத்தால் நமக்கு வேலை கிடைக்கும் என்று எண்ணுவார்கள். எனவே இப்போது போராட்டம் வேண்டாம். பின்னர், மக்களுக்கு விளக்கம் சொல்லிவிட்டு நாம் போராட்டம் நடத்தலாம்!" என்று கூறினார்கள். எனவே, கருப்புக்கொடி ஆர்ப்பாட்டம் கைவிடப்பட்டது.

அடிக்கல் நாட்டிய முதல்வர், பத்திரிகையாளர் சந்திப்பில் ''தூத்துக்குடி மக்களுக்கு ஸ்டெர்லைட் ஆலை நிர்வாகம் ஐம்பது லட்சம் ரூபாய் மதிப்பீட்டில் மருத்துவமனை கட்டிக் கொடுப்பார்கள்'' என்று கூறினார். இது பெரிய செய்தியாக பத்திரிகையில் முதல் பக்கத்தில் வெளியிடப்பட்டது.

இது நடந்த சில தினங்கள் கழித்து, 'இந்த ஆலை குறித்து அனைத்துக் கட்சியைச் சார்ந்த நகர பிரமுகர்கள், வக்கீல்கள், டாக்டர்கள் மற்றும் சமூக சிந்தனையாளர்களைக் கொண்ட ஆலோசனைக் கூட்டம் நடத்த வேண்டும்' என முடிவு செய்தோம். இதன் அடிப்படையில் கூட்டம் ஏற்பாடு செய்து 125 பேர்களுக்கு அழைப்புக் கொடுத்தேன். ஆனால், 200 பேர் கலந்துகொண்டனர். கலந்துகொள்ளாத அரசியல் கட்சிகள் அ.இ.அ.தி.மு.க., மற்றும் மார்க்ஸிஸ்ட் கம்யூனிஸ்ட் கட்சிகள்தான்.

கூட்டம் என் தலைமையில் நடைபெற்றது. துவக்க உரையில், இந்த ஆலையை எந்தெந்த மாநிலங்கள் வேண்டாம் என்று தடுத்து நிறுத்தினார்கள்... இந்த ஆலை எந்த வகையான நில அமைப்புப் பகுதியில் துவங்கப்பட வேண்டும்... இதன் விளைவுகள், சுற்றுச்சூழல் பாதிப்பு என்ன என்பது பற்றி விளக்கமாகப் பேசினேன்.

இதன் பின்னர், எல்லாரும் சேர்ந்து ஒரு போராட்டக் குழு அமைப்பது என்று முடிவு செய்யப்பட்டது. அந்தப் போராட்டக் குழுவின் கன்வீனராக அனைவரும் சேர்ந்து என் பெயரை முன் மொழிந்தார்கள். நான் காங்கிரஸ் கட்சியை சார்ந்த நண்பர் பெயரைச் சொன்னேன். எல்லாரும் 'வேண்டாம்... நீங்களே இருங்கள்' என்று கூறினார்கள்.

நான் அதை ஏற்றுக்கொண்டு, "இந்த வேளையில் நாம் மக்களைத் திரட்டிப் போராட வேண்டும். அதே நேரத்தில் சட்டப்படியும் நடவடிக்கை எடுக்க வேண்டும்!" என்று பேசினேன்.

அனைவரையும் கொண்ட போராட்டக் குழு அமைக்கப்பட்டது. நான் சட்டப்படி நடவடிக்கை எடுப்பது என்று கூறியவுடன், மாவட்ட தி.மு.க. செயலாளர் என்.பெரியசாமி, காங்கிரஸ் கட்சி மாவட்ட தலைவர் பி.கதிர்வேல் இருவரும், "நாங்கள் இந்தப் போராட்டக் குழுவில் இருக்க மாட்டோம்" என்று கூறி, கூட்டத்தை விட்டு வெளியேறிச் சென்றுவிட்டனர். பின் அனைவரும் ஒன்று சேர்ந்து முறைப்படி என்னை கன்வீனராகத் தேர்வு செய்தனர்.

1995ல், இந்த ஆலையின் மீது பசுமைத் தீர்ப்பாயத்தில் வழக்குத் தொடர்ந்தேன். அதை 'Premeture' என்று சொல்லி என் மனுவைத் தள்ளுபடி செய்துவிட்டார்கள். மீண்டும் வழக்குத் தொடர்ந்தேன். முதலில் இந்த ஆலையின் கழிவுநீர், தூத்துக்குடி நகரின் வழியாக குழாய் மூலம் சென்று, 18 கிலோமீட்டருக்கு அப்பால் கடலில் கலப்பதாக அறிவிக்கப்பட்டது. இதனால், அந்தப் பகுதியில் வசிக்கும் மீனவர்கள் தங்கள் வாழ்வாதாரம் போய்விடும் என்று போராட்டத்தில் தீவிரமாக இருந்தார்கள். கடலில் இறங்கி மறியல்செய்து, குழாயை இறக்கவிடாமல் தடுத்தார்கள். மூன்று முறையும் சரக்குகளை இறக்க முடியாமல், கேரளாவின் கொச்சின் துறைமுகம் வழியாக இறக்குமதி செய்து ஆலைக்குக் கொண்டுவர நேரிட்டது. அதன்பின் அந்தக் கழிவுநீரை ஆலைக்குள்ளே சுழற்சி முறையில் சுத்திகரிப்பது என முடிவு செய்துவிட்டார்கள். இதனால் மீனவர்கள் போராடும் தன்மை குறைந்தது.

இந்த நேரத்தில் மாணவர்கள் நூற்றுக்கணக்கானோர் என் வீட்டுக்கு வந்து, "எங்களுக்குக் கிடைக்கும் வேலை வாய்ப்பைத் தடுக்கிறீர்கள்" என்று கூறி தகராறு செய்து, என் வீட்டின் மீது கல் எறிந்தார்கள். நான் சில மாணவர்களிடம், "உங்களுக்கு வேலை கிடைக்கும்... உங்கள் உயிர் இருக்குமா என எண்ணிப் பாருங்கள்!" என்று கூறினேன். பலர் கேட்டனர்; சிலர் வேண்டுமென்றே தகராறு செய்தார்கள். அந்தப் பகுதியில் இருந்த கட்சித் தோழர்களும் பொதுமக்களும் சேர்ந்து தகராறு செய்த மாணவர்களைக் கண்டித்து விரட்டிவிட்டார்கள்.

அதுபோல், விவசாயிகள் நூற்றுக்கணக்கானவர்கள் என்னிடம் வந்து, "ஸ்டெர்லைட் ஆலை வந்தால், சுற்றி இருக்கும் எங்கள் நிலத்துக்கு நல்ல விலை கிடைக்கும். அதை நீங்கள் தடுக்கிறீர்கள். நீங்கள் எங்கள் பக்கத்து ஊர்க்காரராச்சே... நீங்களே இப்படிச் செய்யலாமா?" எனக் கேட்டார்கள். அவர்களிடம் நான் பேசிய

பின் சமாதானமாகச் சென்றுவிட்டார்கள். பின்னர்தான் எனக்குத் தெரியவந்தது, இது ஸ்டைர்லைட் ஆலையின் ஏற்பாடு என்று.

இந்தப் போராட்டக் குழு மூன்று முறை மாற்றி அமைக்கப்பட்டது. மூன்று முறையும் என்னைத்தான் கன்வீனராக தேர்வு செய்தார்கள். இந்தப் போராட்டத்தில் நான் பல படிப்பினைகளைப் பெற்றேன்.

பல்வேறு போராட்டங்களுக்கிடையில் ஆலை உற்பத்தியைத் துவக்கியது. சில நாட்களிலேயே வாயுக்கசிவு மரணம், பக்கத்து ஆலையில் பெண்கள் மயக்கம் போன்ற சம்பவங்களுக்கெல்லாம் போராட்டங்கள் நடத்தினோம். தோழர் ஆர்.நல்லகண்ணு பங்கு கொண்டார். இடையில் பல்வேறு காரணங்களால் போராட்டத்தில் பின்னடைவு ஏற்பட்டது.

தூத்துக்குடி மாவட்ட இந்தியக் கம்யூனிஸ்ட் கட்சி அலுவலகம்: 'பாலன் இல்லம்' திறப்பு விழா 1995

திருநெல்வேலி மாவட்டம், அரசு நிர்வாக வசதிக்காக 1986ஆம் ஆண்டு இரண்டு மாவட்டங்களாகப் பிரிக்கப்பட்டது. அவை திருநெல்வேலி மாவட்டம், தூத்துக்குடி மாவட்டம் என அறிவிக்கப்பட்டன. ஆனால், இந்தியக் கம்யூனிஸ்ட் கட்சியில் 1987ஆம் ஆண்டுதான் இரு மாவட்ட கட்சி அமைப்பு உருவாக்கப்பட்டது.

ஒன்றுபட்ட திருநெல்வேலி மாவட்ட கட்சியில் உதவிச் செயலாளராக இருந்த தோழர் பி.மைதீனும் நானும், தூத்துக்குடி மாவட்ட அமைப்பைச் சேர்ந்தவர்கள். எனவே, "புதிய மாவட்டச் செயலாளர், உதவி செயலாளர் ஆகியோரைத் தேர்வு செய்ய, தூத்துக்குடி மாவட்டத்தைச் சேர்ந்த குழு தோழர்கள் கூடி தேர்வு செய்யவேண்டும்" என்று மாநிலச் செயலாளர் தோழர் ப.மாணிக்கம் கூறினார். அதிகமான தோழர்கள் என் பெயரை முன்மொழிந்தனர். தோழர் மைதீன், "நான்தான் மூத்த தோழர், எனவே நான்தான் மாவட்டச் செயலாளராக இருக்க வேண்டும்" எனக் கூறினார். பின் "மைதீன் மாவட்டச் செயலாளர், அப்பாத்துரை உதவி செயலாளராக இருந்து செயல்படுங்கள்" என்று மாநிலச் செயலாளர் கூறினார்.

அதன் பின்னர், 1989ஆம் ஆண்டு கோவில்பட்டியில் நடைபெற்ற தூத்துக்குடி மாவட்ட முதல் மாநாட்டிலும் மீண்டும் தோழர் மைதீன் மாவட்டச் செயலாளராக இருக்க வேண்டும் என்று வலியுறுத்தினார். நீண்ட விவாதத்துக்குப் பின் ஏற்றுக்கொள்ளப்பட்டது.

தூத்துக்குடி மாவட்டக் கட்சிக்குப் புதிய அலுவலகம் கட்டுவது என்றும், அதற்கு 'பாலன் இல்லம்' என பெயர் வைப்பது என்றும் மாவட்டக் குழுவில் முடிவு செய்யப்பட்டது. தோழர் மைதீன் உடல்நலம் பாதிக்கப்பட்டதால், 1990ஆம் ஆண்டு பொறுப்புச் செயலாளராக என்னை மாவட்டக் குழு தேர்வு செய்தனர். சில மாதங்களில் தோழர் மைதீன் உடல்நலக் குறைவால் மறைந்தார். பின்னர், நான் மாவட்டச் செயலாளராக தேர்வு செய்யப்பட்டேன்.

மாவட்டக் கட்சி அலுவலகம் போல்டன்புரத்தில் கட்சிக்குச் சொந்தமான இடத்தில் கட்சி அலுவலகம் கட்டுவது என்று முடிவு செய்து அடிக்கல் நாட்டப்பட்டது. அடிக்கல் நடும் விழாவுக்கு தலைமை தாங்கியவர் தோழர் ஆர்.கிருஷ்ணகோனார். அடிக்கல் நாட்டியவர் தோழர் என்.இ.பல்ராம் எம்.பி., மாவட்டக் கட்சித் தோழர்கள் மற்றும் இதர தோழர்கள், வங்கி ஊழியர்களின் கடுமையான உழைப்பால் ஒப்பந்தக்காரர் மூலம் கட்டடம் கட்டி முடிக்கப்பட்டது.

1995ஆம் ஆண்டு 'பாலன் இல்லம்' திறப்பு விழா நடத்த முடிவு செய்யப்பட்டது. தூத்துக்குடி மாவட்டத்தில் செயல்பட்ட அரசியல் கட்சிகளில் முதலில் கட்சி அலுவலகம் கட்டியது இந்தியக் கம்யூனிஸ்ட் கட்சிதான். கட்டடத் திறப்பு விழாவுக்கு மாவட்டக் குழுவிலிருந்து தோழர்கள் செங்கொடி ஏந்தி திரண்டு வந்தனர்.

தென் பகுதிகளான ஸ்ரீவைகுண்டம், திருச்செந்தூர் மற்றும் அதனைச் சுற்றியுள்ள நூற்றுக்கணக்கான தோழர்கள் நகரின் தென்பகுதியில் இருந்து ஊர்வலமாக கட்சி அலுவலகம் வந்தனர்.

அதுபோல், நகர பகுதியினர், நகர கட்சி அலுவலகம் உள்ள கீழ்பகுதியில் இருந்து ஊர்வலமாக வந்தனர். கோவில்பட்டி விளாத்திகுளம் ஓட்டப்பிடாரம் பகுதியினர் வடக்கே இருந்துஉற்சாகமமாக ஊர்வலமாக வந்தனர். மேற்குப் பகுதியைச் சேர்ந்தவர்கள் 3வது மைல் பகுதியிலிருந்து வீரநடை போட்டு ஊர்வலமாக வந்து சேர்ந்தனர். இவ்வாறு, தூத்துக்குடியில் நான்கு முனைகளில் இருந்தும் தோழர்கள் கோஷம் போட்டுக்கொண்டு ஊர்வலமாக வந்தது, நகர் முழுவதும் செங்கொடியாகக் காட்சி அளித்தது.

கோவில்பட்டி சட்டமன்ற உறுப்பினர் தோழர் எஸ்.அழகர்சாமி தலைமையில், மாநிலச் செயலாளர் ப.மாணிக்கம் புதிய கட்டடமான

'பாலன் இல்லம்' திறப்பு விழாவில்...

பாலன் இல்லத்தைத் திறந்து வைத்தார். தோழர் கே.டி.கே.தங்கமணி மற்றும் ஆர்.நல்லகண்ணு வாழ்த்துரை வழங்கினார்கள். மாவட்டச் செயலாளராகிய நான் நன்றி கூறினேன். இறுதியில், நாட்டுப்புற இசைக் கலைஞர் தோழர் கே.ஏ.குணசேகரனின் இசை நிகழ்ச்சி நடைபெற்றது. ஆயிரக்கணக்கான பொதுமக்கள் திரண்டு வந்து கலை நிகழ்ச்சியைக் கண்டு மகிழ்ந்தனர். இரவு நீண்ட நேரம் நிகழ்ச்சி நடைபெற்றது. நகரின் அனைத்துத் தரப்பினரும் நிகழ்ச்சியைப் பாராட்டினார்கள்.

தபால்தந்தி ஊழியர்களின் போராட்டம்

கட்சி அலுவலகத் திறப்பு விழா நடந்த இரண்டு தினங்கள் கழித்து, தூத்துக்குடியில் தபால்தந்தி ஊழியர்களின் போராட்டம் நடைபெற்றது. அதைமுன்னிட்டு ஊழியர்களைக் கைது செய்வது என்று போலீஸ் முடிவு செய்து உள்ளனர். எனவே, தோழர்கள் என்னை வந்து அணுகி, "நாங்கள் 200 ஆண்கள், 50 பெண்கள் உட்பட அனைவரும் நம் கட்சி அலுவலகத்தில் தங்க நீங்கள் உதவி செய்ய வேண்டும்" என்று கேட்டுக்கொண்டார்கள். "இதற்குத்தானே இந்த அலுவலகம் கட்டியுள்ளோம். எனவே, திறப்பு விழா நடந்த மறுநாளே, நல்ல விசயத்துக்குப் போராடும் நீங்கள் இந்த அலுவலகத்தில் தங்குவது பெருமை" என்று கூறினேன். ஊழியர்களுக்கான சாப்பாடு, தங்குவதற்கான ஏற்பாடுகள் எல்லாம் செய்யப்பட்டன.

காவல்துறை உயர் அதிகாரி ஒருவர், "போராட்டம் செய்யும் ஊழியர்களைக் கைது செய்ய கட்சி அலுவலகத்துக்கு உள்ளே போக முடியுமா?" என்ற கேள்வியை அவர்கள் சி.ஐ.டி. போலீசாரிடம் கேட்டுள்ளனர். அதற்கு அவர்கள், "திறப்பு விழா அன்று கூடிய கூட்டத்தைப் பார்த்து நாங்கள் அரசுக்கு அனுப்பிய எண்ணிக்கை 10,000. ஆனால், அதற்கு மேல் மக்கள் வெள்ளம் இருந்தது. எனவே, நீங்கள் உள்ளே சென்று அவர்களைக் கைது செய்ய முடியாது. மக்கள் கொந்தளித்து வருவார்கள். உள்ளே மாவட்டச் செயலாளர் மற்றும் தோழர்கள் உள்ளனர்" என்று கூறிவிட்டனர். அந்தக் காவல்துறை அதிகாரி என்னை அழைத்துப் பேசினார். நான், "காவலர்கள் எங்கள் அலுவலகத்தினுள் வர நாங்கள் அனுமதிக்க மாட்டோம்!" என்று கடுமையாகக் கூறினேன். அதன்பின் காவல்துறையினர் திரும்பிச் சென்றனர். மறுநாள் போராட்டம் வெற்றியுடன் முடிவடைந்தது. ஊழியர்கள் அனைவரும் மிக்க மகிழ்ச்சியோடு சென்றனர். இது ஒரு வரலாற்றுப் பதிவு.

கொடியன்குளம்: 1995

நான் சட்டமன்ற உறுப்பினராக இருந்தபோது 'கொடியன்குளம் கிராமத்துக்கு பஸ் போக்குவரத்து ஏற்பாடு செய்ய வேண்டும்' என்று மக்கள் வேண்டுகோள் வைத்தனர். அந்தக் கிராமத்துக்குச் செல்லும் சாலை குறுகலாக இருந்தது. அதில் பேருந்துகள் செல்ல முடியாது. எனவே, முதலில் அந்தச் சாலையை அகலப்படுத்த நடவடிக்கை எடுத்தேன். அதன்பின் திருநெல்வேலியிலிருந்து கொடியன்குளம் நகரப்பேருந்து இயக்கப்பட்டது. மாவட்ட வளர்ச்சி மன்றக் கூட்டங்களில் தவறாது கலந்துகொண்டு தொகுதி மக்கள் பிரச்னை மற்றும் மாவட்டம் முழுவதும் உள்ள பிரச்னைகளைப் பற்றிப் பேசுவேன். அந்த அடிப்படையில் குடிநீர் வடிகால் வாரிய பொறியாளர், என்னிடம் நட்பாகப் பழகுவார். என் செயல்பாடுகளைப் பாராட்டுவார்.

ஒருமுறை என்னிடம், "உங்கள் தொகுதியில் உங்களுக்கு வேண்டப்பட்ட குடிநீர்த் தேவை உள்ள கிராமங்கள் பத்து தேர்வு செய்து கொடுங்கள். அந்தக் கிராமங்களுக்கு எங்களின் பொது நிதியிலிருந்து ஆழ்குழாய் கிணறு அமைத்து, மேல்நிலை நீர்த்தேக்கத் தொட்டி கட்டி, தெரு குழாய்கள் அமைத்துக் கொடுக்கிறோம்" என்று சொன்னார். அதன் அடிப்படையில் கொடியன்குளத்தையும் அந்தப் பட்டியலில் எழுதிக் கொடுத்தேன். அதன் பிரகாரம் கொடியன்குளத்தில் ஆழ்குழாய் கிணறு அமைத்து, மேல்நிலை

நீர்த்தேக்கத் தொட்டியும் கட்டி, மூன்று தெருக்களுக்கு மூன்று குழாய்கள் போட்டுக் கொடுக்கப்பட்டது.

கொடியன்குளம் சம்பவம் நடைபெற்றபோது, சென்னையில் இந்தியக் கம்யூனிஸ்ட் கட்சியின் மாநில மாநாடு நடைபெற்றுக் கொண்டிருந்தது. மாநாட்டில் கொடியன்குளம் சம்பவத்தைக் கண்டித்து தீர்மானத்தை நான் முன்மொழிந்தேன். அன்று நான் தூத்துக்குடி மாவட்டக் கட்சியின் செயலாளர். மாநாடு முடிந்த மறுநாள் தூத்துக்குடிக்கு வந்தேன். உடனே கொடியன்குளம் சென்று பாதிக்கப்பட்ட மக்களுக்கு ஆறுதல் கூறினேன். முன்னாள் பஞ்சாயத்துத் தலைவர் நடந்த சம்பவங்களை விரிவாகச் சொன்னார்.

இரண்டு நாள் கழித்து மாநிலச் செயலாளர் ஆர்.நல்லகண்ணு, ஸ்ரீவைகுண்டம் வந்தவுடன் எனக்கு போன் செய்து, "உடனே கொடியன்குளம் செல்ல வேண்டும்... வாருங்கள்" என்று கூறினார். நான் அவரிடம், "ஸ்ரீவைகுண்டம் வந்துவிடுகிறேன்... அங்கிருந்து காரில் கொடியன்குளம் செல்லலாம்" என்று கூறினேன்.

அதன்படி, நேராக ஸ்ரீவைகுண்டம் சென்றேன். அங்கு அருமை அக்கா ரஞ்சிதம் நல்லகண்ணு இருந்தார். நான் கார் கொண்டுவர தோழர்களிடம் கூறினேன். அப்போது அக்கா என்னிடம், 'தம்பி அப்படியே மருதன்வாழ்வு சென்று, அப்பா அம்மாவைப் பார்த்துவிட்டு வாருங்கள்..." என்று கூறினார். "நான் இங்கே சமையல் செய்து வைக்கிறேன். நீங்கள் இங்கே வந்து சாப்பிடுங்கள் என்று கேட்டுக்கொண்டார்.

நாங்கள் இருவரும் கொடியன்குளம் சென்றோம். அங்கு ஊர்ப் பெரியவர்கள் பலர் இருந்தனர். நான் சொல்வதற்கு முன்பாக, அவர்களிடம் தோழர் நல்லகண்ணு, "நான் யார் என்று உங்களுக்குத் தெரிகிறதா?" என்று கேட்டார். அவர்கள், "நீங்கள் தேவர் ஐயா மருமகன்... எங்களுக்கு நல்லா தெரியுமே!" என்று சொன்னார்கள். அவசர அவசரமாக நாற்காலிகளைத் தூக்கிக் கொண்டுவந்து போட்டார்கள். நாங்கள் அனைவரும் அமர்ந்தோம்.

தோழர் நல்லகண்ணுவிடம் முன்னாள் பஞ்சாயத்துத் தலைவர், "தம்பி அப்பாத்துரை எம்.எல்.ஏ.வாக இருக்கும்போது எங்களுக்கு தண்ணீர்த் தொட்டி கட்டிக் கொடுத்து, சாலைகள் வசதி செய்து கொடுத்து வசதியாக வைத்துவிட்டார். எனவே, நாங்கள் இந்தக் கிணற்றில் நீர் இறைக்க வேண்டிய அவசியமில்லை" என்று சொல்லிக்கொண்டு இருந்தார்.

மு.அப்பாத்துரை | 187

பின் அங்கிருந்து மருதன்வாழ்வு சென்றோம். அங்கு ஊர் அமைதியாக இருந்தது. ஆள் நடமாட்டம் இல்லை. நாங்கள் தோழர் ஏ.கே.அன்னசாமி வீட்டுக்கு முன் காரை நிறுத்திவிட்டு உள்ளே சென்றோம்.

வீட்டுக்குமுன் கார் நிற்பதைப் பார்த்து 20, 30 பேர் வீட்டுக்குள் நுழைந்து எங்களைப் பார்த்து, "வாருங்கள்" என்றார்கள். அப்போது, ஊர்மக்களைப் பார்த்த தோழர் அன்னசாமி, "இத்தனை நாட்கள் நீங்கள் ஏன் எங்களைப் பார்க்க வீட்டுக்கு வரவில்லை?" என்று கேட்டார்.

அதற்கு அவர்கள் ஏதோ சொல்வதற்குத் தயங்கி, "வேலைக்குச் சென்று இருந்தோம்..." என்று கூறினார்கள்.

"இன்று மட்டும் எப்படி வந்தீர்கள்?" என்று மீண்டும் கேட்டார்.

அந்தச் சமயம் வெளியில் சென்றுவிட்டு உள்ளே வந்த அம்மா, எங்களையும், ஊர்மக்களையும் பார்த்து, "அய்யா எல்லாரும் வாங்க... சாப்பிடுங்கள்" என்று சொன்னார். உடனே, அங்கு இருந்த ஊர்மக்கள், "நீங்கள் சாப்பிடுங்கள்... நாங்கள் வருகிறோம்" என்று சொல்லிவிட்டுப் போய்விட்டார்கள். சமீப காலமாக அந்த ஊர் அரசியல் ஏதோ முரணாக நடைபெறுகிறது என்பதைக் கவனித்தேன்.

நான் தோழர் அன்னசாமியை 'அப்பா' என்றுதான் அழைப்பேன். "அப்பா, நீங்கள் இனி ஒரு நிமிடம்கூட இந்த ஊரில் இருக்கக்கூடாது. நீங்கள் தூத்துக்குடிக்கு வந்துவிடுங்கள். நீங்கள் இங்கே இருந்தால், உங்களுக்கு ஏதாவது ஒன்று ஏற்பட்டால் எங்களுக்குத் தகவல் சொல்லக்கூட யாருமில்லை. அப்படிப்பட்ட சூழ்நிலை இங்கு உள்ளது!" என்று எச்சரிக்கையாகக் கூறினேன்.

அதற்கு அவர், "நம்ம ஜனங்கள் நம்மை ஒன்றும் செய்ய மாட்டார்கள்" என்று சொன்னார். மீண்டும் நான், "நீங்கள் நினைக்கிற மாதிரியான நம்ம ஜனங்கள் இப்போது இல்லை. நிறைய அரசியல் மாற்றம் வந்துவிட்டது!" என்று கூறினேன்.

உடனே, தோழர் நல்லகண்ணுவும், "அப்பாத்துரை சொல்வதைக் கேளுங்கள். தூத்துக்குடிக்குச் செல்ல ஏற்பாடு செய்துகொள்ளுங்கள்" என்று கூறினார்.

அதன்பின், அந்த ஊரில் இருந்த கட்சியின் மூத்த தோழர் பூலப்பன் மேஸ்திரியின் வீட்டுக்குச் சென்று அங்குள்ளவர்களையும் பார்த்துப் பேசிவிட்டு ஸ்ரீவைகுண்டம் வந்து சேர்ந்தோம்.

திருநெல்வேலி, தூத்துக்குடி மாவட்ட சாதிக் கலவரம். அமைதிப் பேரணி: 1995

1995, டிசம்பர் மாதம், திருநெல்வேலி மாவட்டம், வீரசிகாமணி கிராமத்தில் பள்ளி மாணவர்களுக்கும் பேருந்து நடத்துனருக்கும் இடையே ஏற்பட்டப் பிரச்னை மிகப்பெரிய சாதிக் கலவரமாக மாறியது. தொடர்ந்து கொலைகள், தாக்குதல்கள், தகராறுகள், சாலை மறியல் என, சட்டம் ஒழுங்கு பாதிக்கப்பட்டு தென் மாவட்டங்களில் பெரும் பிரச்னையாக உருவெடுத்தது. அதன் எதிரொலியாக தூத்துக்குடி மாவட்டமும் கொந்தளிப்பான நிலைக்குத் தள்ளப்பட்டது. தீ வைப்பு போன்ற சம்பவங்களால் அந்தப் பிரச்னை தீப்பிழம்பாக மாறி, சாதிக் கலவரமாக வெடித்து மக்களின் அன்றாட வாழ்க்கை பாதிக்கப்பட்டது. அப்பாவி மக்கள் கொல்லப்பட்டனர். பேருந்துப் போக்குவரத்து முற்றிலும் தடைப்பட்டது.

எனவே, இதற்கு ஒரு முடிவு கட்ட அமைதிப் பேரணி நடத்துவது என்று இந்தியக் கம்யூனிஸ்ட் கட்சியின் மாநிலக் குழு முடிவெடுத்தது. அதன்படி, '7.12.95 அன்று, மாநிலச் செயலாளர் தோழர் ஆர்.நல்லகண்ணு, தூத்துக்குடி மாவட்டச் செயலாளர் எம்.அப்பாத்துரை, திருநெல்வேலி மாவட்டச் செயலாளர் எம்.எஸ்.தேனு ஆகியோர் தலைமையில் அமைதிப்பேரணி நடக்கும்' என்று அறிவிக்கப்பட்டது.

'சாதி மோதலைத் தவிர்ப்போம்... சமாதானமாக வாழ்வோம்!' – அமைதிப்பேரணி

ஆயிரக்கணக்கானோர் பங்கேற்ற 'அமைதிப்பேரணி' திருநெல்வேலியில் நடைபெற்றது. இந்தக் கலவரங்கள் குறித்து விசாரிக்க நியமிக்கப்பட்ட நீதியரசர் மோகன் கமிஷன் தனது அறிக்கையில், 'திருநெல்வேலி, தூத்துக்குடி மாவட்டங்களில் தொழில் வளர்ச்சி இல்லாத காரணத்தால்தான், இது போன்ற சாதிக் கலவரங்கள் ஏற்படுகின்றன!'' என்று குறிப்பிட்டிருந்தது.

புன்னப்புரா தியாகிகள் நினைவு சின்னம்: 2001

கேரளா இந்தியக் கம்யூனிஸ்ட் கட்சியின் அகில இந்திய மாநாடு திருவனந்தபுரத்தில் 2001ல் நடந்தது. அப்போது கேரள மாநில கம்யூனிஸ்ட் இயக்க வரலாற்றில் மறக்க முடியாத தியாகிகளின் நினைவிடங்களான புன்னப்புரா வயலாறு நினைவிடங்களுக்கு நானும் திருநெல்வேலி மாவட்டச் செயலாளர் தோழர் கே.செல்லையாவும் சென்றிருந்தோம். அப்போது புன்னப்பிராவில் எடுத்த படம்...

நிலப்பிரபுக்களை எதிர்த்து நடந்த சண்டையில் 45 பேரை வெட்டிக்கொன்றார்கள். அந்த நினைவுச்சின்னம்தான் இந்த இடம்!

நாடாளுமன்றத் தேர்தல் - 2004

திமுக., காங்கிரஸ், சி.பி.ஐ., சி.பி.எம்., கூட்டணியின், 2004 நாடாளுமன்றத் தேர்தலுக்கான பேச்சுவார்த்தையில், "சி.பி.ஐ.க்கு கோயம்புத்தூர் நாடாளுமன்ற தொகுதி மட்டும்தான்" என்று கூறிவிட்டார் தி.மு.க. தலைவர் கலைஞர். சி.பி.எம். கட்சிக்கு மதுரை, நாகர்கோவில் இரண்டு தொகுதிகள் என முடிவு செய்து விட்டனர். இது சி.பி.ஐ. கட்சிக்குள் மனவருத்தத்தை ஏற்படுத்தியது. சென்னையில் நடைபெற்ற மாநில நிர்வாகக் குழுக் கூட்டத்தில் கடுமையான வாக்குவாதம் நடைபெற்றது.

அன்றுதான் முன்னாள் ஒன்றிய அமைச்சர் எம்.அருணாசலம் காலமானார் என்ற செய்தி வந்தது. கட்சியின் சார்பில் நான் சென்று இறுதி அஞ்சலி செலுத்தினேன். மறுநாள், "பேச்சுவார்த்தை ஒத்திவைக்கப்பட்டது" என்று தி.மு.க. தரப்பில் சொல்லிவிட்டார்கள்.

சி.பி.ஐ. கட்சியின் நிர்வாகக் குழு, செயற் குழு தோழர்கள் கூடிப்பேசி 'எந்தத் தொகுதியாக இருந்தாலும் இரண்டு தொகுதிகளை வாங்குவது' என்று முடிவு செய்யப்பட்டது. எனவே, நிர்வாகக் குழுத் தோழர்கள் ஊருக்குத் திரும்பிவிட்டோம்.

தூத்துகுடியில் ஏ.பி.சி.வீ.சண்முகம் மகள் திருமணத்துக்கு தோழர் ஆர்.நல்லகண்ணு வருவதாக ஒப்புக்கொண்டார். ஆனால், "தேர்தல் பேச்சுவார்த்தை முடியாத நிலையில் நான் திருமணத்துக்கு வர இயலவில்லை என்பதை சண்முகத்திடம் சொல்லிவிடுங்கள்" என்று என்னிடம் கூறினார்.

திருமணத்துக்கு முதல்நாள், நான் மட்டும் சென்னையிலிருந்து தூத்துகுடிக்குச் சென்று, அங்கிருந்து திருமண வீட்டுக்குச் சென்றேன். அங்கு அண்ணாச்சி ஏ.பி.சி.வீ.சொக்கலிங்கம், சகோதரர் சண்முகம் இருவரையும் சந்தித்தேன். சண்முகத்தைச் சந்தித்து,

தோழர் ஆர்.நல்லகண்ணு நாளை திருமண நிகழ்ச்சிக்கு வரமுடியாத சூழ்நிலையைச் சொன்னேன்.

திருமண வீட்டிலிருந்து கட்சி அலுவலகம் சென்றேன். அப்போது சென்னை மாநிலக் கட்சி அலுவலகத்திலிருந்து போன் வந்தது. நான் போனை எடுத்தேன் தோழர் நல்லகண்ணு பேசினார். ''நமக்கு தென்காசி தொகுதியும் கிடைத்துள்ளது. நான் நாளை காலை தூத்துக்குடி வருகிறேன். சண்முகம் இல்லத் திருமணத்தில் இருவரும் கலந்துகொள்வோம்'' என்று கூறினார்.

அடுத்த நாள், காலையில் இரயில்நிலையம் சென்று மாநிலச் செயலாளர் ஆர்.நல்லகண்ணுவை அழைத்துக்கொண்டு வந்து, ஒரு விடுதி அறையில் தங்க வைத்தேன். பின்னர், இருவரும் வ.உ.சி. கல்லூரி வளாகத்தில் நடைபெற்ற திருமணத்துக்குச் சென்றோம். அங்கு, பி.டி.ஆர்.பழனிவேல்ராஜன் மற்றும் தலைவர்களைச் சந்தித்துப் பேசிவிட்டு, மேடைக்கு நாங்கள் இருவரும் செல்லும்போது எங்களைச் சுட்டிக்காட்டி, ''கோவை, தென்காசி வேட்பாளர்கள் செல்கிறார்கள்'' என்று அங்கிருந்தவர்கள் பேசிக்கொண்டு இருந்தார்கள்.

திருமணம் முடிந்த பின்னர் பத்திரிகை நிருபர்கள் எங்களைச் சூழ்ந்துகொண்டார்கள். ''தென்காசி வேட்பாளர் யார்?'' என்றும், ''கோயம்புத்தூர் வேட்பாளர் நீங்கள்தானே?'' என்றும் கேட்டார்கள். அதற்கு தோழர் நல்லகண்ணு, ''நான் மட்டும் முடிவு செய்வதில்லை. கட்சி ஒன்றுகூடி முடிவுசெய்து அறிவிப்பார்கள். நான் தேர்தலில் போட்டியிடவில்லை. தென்காசி வேட்பாளர் பற்றி முடிவு செய்ய நாளை திருநெல்வேலி மாவட்டக் குழு கூடி முடிவு செய்யும்!'' என்று கூறினார்.

திருநெல்வேலி கட்சி அலுவலகத்துக்கு நாங்கள் இருவரும் சென்றோம். அங்கு மாவட்டச் செயலாளர் க.சண்முகவேல், ''முஸ்லீம் சமுதாயம் சார்பில், தேர்தல் பற்றி பேசுவதற்காக கூட்டம் நடைபெறுகிறது. அந்தக் கூட்டத்தில் நீங்கள் இருவரும் கலந்துகொள்ள வேண்டும்'' என கேட்டுக்கொண்டார். நானும் ''தோழரை அழைத்துக்கொண்டு வருகிறேன்'' என்று கூறிவிட்டேன்.

நாங்கள் கூட்டத்துக்குச் சென்றோம். ஆயிரக்கணக்கானவர்கள் அங்கு கூடி இருந்தார்கள். எங்களைப் பார்த்ததும் அனைவரும் அன்போடு வரவேற்றனர். ஒருவர் என்கள் பெயரைச் சொல்லி மைக்கில் பேசிக்கொண்டு இருந்தார். அவர், நான் ஓட்டப்பிடாரம்

சட்டமன்ற உறுப்பினராக இருந்தபோது கயத்தார் ஒன்றிய அலுவலகத்தில் மேலாளராகப் பணிபுரிந்தவர்.

சமூகப் பிரமுகர்கள் அருகில் வந்து தோழர் நல்லகண்ணுவிடம், ''நீங்கள் தென்காசித் தொகுதியில் அப்பாத்துரையைத்தான் வேட்பாளராக நிறுத்த வேண்டும். நாங்கள் அந்த ஆறு சட்டமன்றத் தொகுதிகளிலும் தேர்தல் பணி செய்து அவரை வெற்றிபெறச் செய்வோம்'' என்று கூறினார்கள். அதற்கு தோழர் நல்லகண்ணு, ''நாளை எங்கள் கட்சி மாவட்டக் குழுவில் வேட்பாளர் பற்றி முடிவு செய்வோம்'' என்று கூறிவிட்டார்.

மறுநாள் காலையில், மாவட்ட நிர்வாகக் குழுவில் என் பெயர் ஏகமனதாக முடிவு செய்யப்பட்டது. மாலையில் மாவட்டக் குழுக் கூட்டத்திலும் ஏகமனதாக என் பெயரைத் தேர்வு செய்தார்கள்.

திருச்சியில் நடைபெற்ற மாநில நிர்வாகக் குழுக் கூட்டத்தில் வேட்பாளர்கள் முடிவு செய்யப்பட்டனர். தமிழ்நாட்டில் தென்காசி, கோவை இரு தொகுதிகளுக்கும் வேட்பாளர்களின் பெயர்கள் தேசிய குழு ஒப்புதலுடன் அறிவிக்கப்பட்டன. தென்காசித் தொகுதி வேட்பாளர் எம்.அப்பாத்துரை, கோவை தொகுதி வேட்பாளர் கே.சுப்பராயன். தென்காசி தொகுதி தேர்தல் பொறுப்பாளராக தோழர்கள் ஆர்.முத்தரசன், வி.துரைமாணிக்கம் ஆகியோர் அறிவிக்கப்பட்டனர்.

நாடாளுமன்ற வேட்பாளராக கலைஞரிடம் வாழ்த்து பெற்றபோது...

தென்காசி நாடாளுமன்றத் தேர்தல் பிரசாரம்

முதலில் தென்காசி தொகுதியில் உள்ள முக்கிய தோழமைக் கட்சியின் பொறுப்பாளர்களைச் சந்தித்தேன். அது அவர்களுக்கு மிகுந்த உற்சாகத்தைக் கொடுத்தது. அதன்பின், தொகுதி வாரியாக, முக்கிய கிராமங்கள்தோறும் சென்று ஊழியர்கள், பிரமுகர்களைச் சந்தித்தேன். வேட்புமனு முடிந்த பின்னர் தொகுதிவாரியாக, கிராமங்கள்தோறும் பிரசார வேனில் ஒலிபெருக்கி கட்டி வாக்கு சேகரித்தேன்.

தென்மாவட்ட தோழர்கள் குறிப்பாக விருதுநகர், சிவகங்கை, இராமநாதபுரம், புதுக்கோட்டை, திருவாரூர், நாகை, தஞ்சை விழுப்புரம் போன்ற மாவட்டங்களில் இருந்து தோழர்கள் வந்து தேர்தல் பணி செய்தார்கள். சின்னப்பொண்ணு கலைக்குழுவினர் தேர்தல் பிரசாரம் செய்தனர். விழுப்புரம், திருவாரூர், தூத்துக்குடி விருதுநகர் மாவட்டங்களிலிருந்து வந்த தோழர்கள் 'கதிர் அரிவாள்' சின்னத்தை சிறப்பாக வரைந்து கொடுத்தார்கள். அது பொதுமக்கள் மத்தியில் நல்ல வரவேற்பைப் பெற்றது.

தென்காசி, ஆலங்குளம், அம்பாசமுத்திரம், கடையநல்லூர், வாசுதேவநல்லூர், சங்கரன்கோவில் ஆகிய சட்டமன்றத் தொகுதி வாரியாக ஊழியர் கூட்டம் நடைபெற்றது. கிராம வாரியாக தொகுதிகளிலும் 26 நாட்கள் வேனில் வாக்கு சேகரிப்பில் ஈடுபட்டோம்.

பண நெருக்கடி ஆரம்பித்தது. ஒரு நாள் வேன் பிரசாரம் செல்ல முடியவில்லை. காங்கிரஸ் நண்பர் பணம் கொடுத்து உதவினார். தோழர்கள் முத்தரசன், துரைமாணிக்கம் என்னிடம் பண நெருக்கடி குறித்துப் பேசினார்கள். "மாநில மையத்தில் பணம் இல்லை. ஆகவே, தோழர் நல்லகண்ணு உங்களிடம் 15 லட்சம் ரூபாய் கடன் வாங்கித் தரச் சொன்னார்கள். 'பின்னர், கட்சியிலிருந்து வசூல் செய்து கொடுத்துவிடுவோம்' என்று சொல்லச் சொன்னார்கள்" என்றனர்.

நான், சென்னையிலிருந்த என் மனைவிக்கு போன் செய்து விபரங்களைக் கூறினேன். எனது சகோதரர் மோகனின் இளைய மகள் சங்கீதா அமெரிக்காவில் பணிபுரிந்து வந்தார். அவரது மகள் ரூபாய் ஐந்து லட்சம் அனுப்பி வைத்தார். எனது மாமா பரமசிவம் மூலம் ரூபாய் ஐந்து லட்சம் மற்றும் நண்பர்கள் மூலம் ரூபாய் ஐந்து

லட்சம்... மொத்தம் ரூபாய் பதினைந்து லட்சம் வாங்கி, அதனை 100 ரூபாய் கட்டுகளாக வங்கியில் பெற்று, அந்தப் பணத்தை என் மனைவி, தோழர் டிகருப்பசாமி மூலமாக எனக்குக் கொடுத்து அனுப்பினார்.

1,25,000 வாக்குகள் வித்தியாசத்தில் வெற்றி!

தோழர்கள் முத்தரசன், துரைமாணிக்கம் இருவரிடமும் பணத்தைக் கொடுத்தேன். அவர்களிடம், "ரூபாய் பதினைந்து லட்சம் கொடுத்துள்ளேன். கட்சி இந்தப் பணத்தைத் திரும்பத் தருமா? நான் வெற்றி பெற்றுவிட்டால் தப்பித்துக்கொள்வேன்; தோல்வி அடைந்து பணமும் வராவிட்டால்... நான் தூக்குப்போட்டுதான் சாக வேண்டும்!" என்று கூறினேன்.

பிரசார இயக்கம் தொடர்ந்தது. தொகுதியில் சின்னம் வரைவதற்கு தோழமைக் கட்சியினர் மிகுந்த உற்சாகத்துடன் ஈடுபட்டனர். தொகுதி முழுமையும் 'கதிர் அரிவாள்' சின்னம் வரைவதற்கு தி.மு.க., காங்கிரஸ், சி.பி.எம்., பட்டாளி மக்கள் கட்சி, மறுமலர்ச்சி தி.மு.க., முஸ்லீம் லீக் கட்சியினர் செயல்பட்டனர்.

தேர்தல் பரபரப்பாக நடந்துமுடிந்தது. வாக்கு எண்ணிக்கை குற்றாலம் பராசக்தி மகளிர் கல்லூரியில் நடைபெற்றது. இறுதியில் 1,25,000 வாக்குகள் வித்தியாசத்தில் 'கதிர் அரிவாள்' வெற்றி பெற்றது. அ.தி.மு.க. இரண்டாம் இடம் பெற்றது. புதிய தமிழகம் கட்சி வேட்பாளர் டாக்டர் கிருஷ்ணசாமி டெபாசிட் இழந்தார்.

அனுமன் நதி சீரமைப்பு முறைகேடு

நான் நாடாளுமன்றத் தொகுதியில் வெற்றி பெற்ற அன்று குற்றாலம் விருந்தினர் மாளிகையில் தங்கி இருந்தேன்.

இரவு 8 மணி அளவில் நண்பர் ஒருவர், "அனுமன் நதி பாசன கால்வாய் சீரமைப்பில் முறைகேடு நடந்துள்ளது. அதை மறைக்க இரவோடு இரவாக அணையில் இருந்து தண்ணீர் திறந்துவிட முயற்சிக்கிறார்கள். நீங்கள் உடனே புறப்பட்டு வந்தால் குறிப்பிட்ட இடத்தில் நாங்கள் விவசாயிகளை அழைத்துக் கொண்டு வந்து விடுவோம். உங்களுக்காகக் காத்திருப்போம்" என்று கூறினார்.

நான் உடனே காவல்துறைக்குத் தகவல் கொடுத்துவிட்டு, தாசில்தார் அவர்களை குறிப்பிட்ட இடத்துக்கு வரச் சொன்னேன். என்னோடு தோழர்கள் நண்பர்கள் இருந்தார்கள். அவர்களுடன்

அங்கு விவசாயிகள் சுமார் 100 பேர் திரண்டிருந்தனர். பொதுப்பணித் துறையிடம் பேசி, ''எந்த நிலையிலும் அந்தக் கால்வாயில் தண்ணீர் திறந்துவிடக்கூடாது. நடந்த வேலைகளை ஆய்வு செய்தபின்னர் தான் தண்ணீர் திறக்க வேண்டும்'' என்று கூறினேன்.

''கூப்பிட்டவுடன் அப்பாத்துரை வந்துவிட்டார்'' என விவசாயிகள் மற்றும் அதிகாரிகள் எனக்கு வாழ்த்துகள் சொன்னார்கள். அதன்பின் நடைபெற்ற ஆய்வில் சுமார் ஒரு கோடி ரூபாய் அளவில் முறைகேடு நடந்திருப்பது கண்டுபிடிக்கப்பட்டது. ஒப்பந்தகாரர், உடந்தையாக இருந்த அதிகாரிகள் தண்டிக்கப்பட்டனர். இது அந்தப் பகுதியில் மிகுந்த பரபரப்பை உண்டு பண்ணியது.

நாடாளுமன்ற உறுப்பினராக முதல் போராட்டம்: 2004

அம்பாசமுத்திரம் சட்டமன்றத் தொகுதியிலுள்ள கடனாநதியிலிருந்து இருபதுக்கும் மேற்பட்ட கூட்டுக் குடிநீர்த் திட்டம் செயல்படுத்தபட்டு வருகின்றன. அங்கு ஆற்றுமணல் அள்ளுவதற்கு மணல் குவாரி ஏலம் விடப்பட்டுள்ளது. மணல் கொள்ளையர்கள் அதிகமான மணலை பொக்லைன் மூலம் எடுத்ததால் உறை கிணறுகள் சாய்ந்துவிட்டன. இதனால் குடிதண்ணீர் விநியோகம் நின்றுவிட்டது.

மக்களுக்கு குடிதண்ணீர் கிடைக்காத காரணத்தால், நான் தேர்தல் வெற்றிக்கு நன்றி சொல்லச் சென்றபோது இது பெரும் பிரச்னையாக உருவெடுத்தது. தோழமைக் கட்சியினர் மற்றும் ஊர் பெரியவர்களை அழைத்துக் கூட்டம் நடத்தினேன். என் தலைமையில் ஆற்றில் இறங்கி போராட்டம் நடத்தினோம். அதன்பின்னர்தான் அந்த மணல் குவாரி மூடப்பட்டது. உறை கிணறுகள் பழுது பார்க்கப்பட்டு குடிநீர் விநியோகம் முறையாக நடைபெற்றது. இப்போராட்டம் வெற்றிபெற்றதால் மக்கள்மத்தியில் நல்ல வரவேற்புக் கிடைத்தது.

தென்காசி சட்டமன்ற தொகுதியில் அதிக வாக்குகள்!

ஆறு சட்டமன்றத் தொகுதிகளில், தென்காசி சட்டமன்றத் தொகுதியில்தான் அதிக வாக்குகள் பெற்றேன். உடனடியாக தென்காசி தொகுதியில் ஐந்து நாட்கள் பிரயாணம் செய்து நன்றி சொன்னேன்.

நான் தேர்தலில் போட்டியிட்டபோது பிரசார நேரத்திலும், வெற்றிபெற்று நன்றி சொன்ன நேரத்திலும் எனக்காக மைக்

பிரசாரம் செய்தவர் அருமை அண்ணன் எஸ்.ஆர்.பால்துறை; காங்கிரஸ் இயக்கத்தைச் சேர்ந்தவர். தென்காசி நாடாளுமன்றத் தொகுதியில் ஆறு தேர்தல்களில் மைக் பிரசாரம் செய்தவர் என்ற முறையில் எல்லா நகர கிராம பகுதிகளின் மூலைமுடுக்குகளையும் நன்கு அறிந்தவர். ஆதலால், தேர்தல் பிரசாரம் தங்கு தடையுமின்றி மிகவும் சீராக நடந்தது. நன்றி சொன்ன வேளைகளில், அந்தப் பகுதி மக்களின் நிலைபாடு அறிந்து, ''வாக்களித்தவர்களுக்கும் நன்றி! வாக்களிக்க மறுத்தவர்களுக்கும் நன்றி! வாக்களிக்கக் கூடாது என்று தடுத்தவர்களுக்கும் நன்றி! இருந்தாலும் அவர்தான் இப்போது உங்கள் எல்லாருக்கும் எம்.பி.!'' என்று கிராம பாணியில் பேசிக்கொண்டு சென்றார். இந்தப் பேச்சைக் கேட்ட கூட்டணிக் கட்சியினரும், பொதுமக்களும் விழுந்து விழுந்து சிரித்து, ஆரவாரத்துடன் வரவேற்றனர்.

ஆறு நாட்கள் கழித்துத்தான் தூத்துகுடிக்குச் சென்றேன். அங்கு தலைவர்களின் சிலைகளுக்கு மாலை அணிவித்தேன். கட்சி அலுவலகம் சென்றேன். கட்சியினர் பொதுமக்கள் அனைவரும் உற்சாகமாக வரவேற்றனர். பின் பத்திரிகையாளர்களைச் சந்தித்தேன். இரவு ஒரு மணிக்கு வீட்டுக்குப் புறப்பட்டேன். இனி ஒவ்வொரு நாளும் இப்படித்தான் வாழ்க்கை நகரும் என்று நினைத்துக் கொண்டேன்.

தோழர்கள் டி.கருப்பசாமி என்னுடன் காரில் வரும்போது ''இங்கே ஒரு சதி நடக்கிறது!'' என்று கூறினார்.

நான் அவரிடம், ''சதி செய்து என் எம்.பி. பதவியவா பறிக்கப் போகிறார்கள்?'' என்று கேட்டேன். அவர் கூறியதை நான் பெரிதாக எடுத்துக்கொள்ளவில்லை. தோழர்கள் முத்தரசன், துரைமாணிக்கம், சண்முகவேல் இவர்களுடன் கலந்துபேசி, நான் நாடாளுமன்றம் சென்று வந்தவுடன் தூத்துகுடி மாவட்டக் குழு, திருநெல்வேலி மாவட்டக் குழு கூட்டம், நாடாளுமன்ற உறுப்பினர் அலுவலகம் திறப்பு விழா, மற்ற ஐந்து தொகுதிகளில் நன்றி சொல்வது பற்றிய தேதிகளை முடிவு செய்தோம்.

மறுநாள், சென்னையிலிருந்து விமானம் மூலம் டெல்லி சென்றேன். விமானநிலையத்தில் நாடாளுமன்ற அலுவலர்கள் வந்து அழைத்துச் சென்றனர். அவர்கள் நாடாளுமன்றத்தில் எனக்காக அடையாள அட்டை மற்றும் பொருட்கள் கொடுத்தனர். அதன்பின் தமிழ்நாடு அரசு பழைய விடுதியில் அறை எண் 303க்கு என்னை

அழைத்துச் சென்றனர். அறை எண் 304ல் திருச்செந்தூர் நாடாளுமன்ற உறுப்பினர் சகோதரி ராதிகா செல்வி தங்கி இருந்தார்கள்.

கட்சியின் தேசிய கவுன்சில் கூட்டம் நடைபெற்றது நான் கலந்துகொண்டேன். அந்தக் கூட்டத்தில் ஒன்றிய அமைச்சரவையில் சி.பி.ஐ. பங்கேற்பது என்று முடிவு செய்யப்பட்டது.

அப்பொழுது சோனியா காந்தி வருகிறார் என்று தகவல் வந்தது. உடனே தோழர் டி.ராஜா மற்றும் தோழர்கள் சென்று அவரை அழைத்து வந்தார்கள். அவர் வந்தவுடன் தோழர் பரதனுக்கு மரியாதை செய்தார். பின் சோனியா காந்தி, "நான் பேச வேண்டும் எனக்கு அனுமதி தாருங்கள்" என்று கேட்டார். "பரதன் அவர்கள் தேர்தலுக்கு முன் என் தந்தையைப் போன்று எனக்கு அறிவுரை கூறினார். அவர்களுக்கும், உங்கள் அனைவருக்கும் நன்றி. தேர்தலில் இருந்ததுபோல் ஆட்சியிலும் நீங்கள் பங்கேற்க வேண்டும். நம் ஆட்சிக்கு ஆதரவும் ஆலோசனையும் வழங்கி நாம் அனைவரும் ஒன்று சேர்ந்து மக்களுக்கும், நாட்டுக்கும் உழைப்போம்" என்று மிகவும் அமைதியாகப் பேசி விடைபெற்றார் சோனியா காந்தி.

இந்த நேரத்தில்தான், இடதுசாரி கூட்டணிக் கட்சிகளான சி.பி.எம்., பார்வர்டு பிளாக், ஆர்.எஸ்.பி.(புரட்சிகர சோஷலிஸ்ட் கட்சி) மூவரும் கூடி 'ஆட்சியில் பங்கேற்கவில்லை' என்று முடிவு செய்துள்ளதாக அறிவித்தனர். தேசியக் குழுக் கூட்டத்தில் விவாதம் நடைபெற்றது. இடதுசாரி அணியில் அந்த மூன்று கட்சிகளும் கூடி 'நாம் தனி. எனவே, இடதுசாரி ஒற்றுமையைக் குலைக்க வேண்டாம். ஒன்றிய அரசில் பங்கேற்க வேண்டாம்' என்று முடிவு செய்தனர்.

சோனியா காந்திதான் பிரதமர் என்ற பேச்சு பலமாக அடிபட்டது. உடனே, பி.ஜே.பி. தரப்பில் பெண் எம்.பி.க்கள் சிலர், "வெளிநாட்டுக்காரி இந்தியாவுக்குப் பிரதமராகலாமா? நாங்கள் தீக்குளிப்போம்!' என்றெல்லாம் சொல்லி போராட்டம் செய்தார்கள். இந்த நிலையில் சோனியா காந்தி "எனக்குப் பிரதமர் பதவி வேண்டாம்!" என்று அறிவித்துவிட்டார்.

அன்று, கலைஞர் டெல்லியில் ஓட்டல் சாம்ராட்டில் தங்கியிருந்தார். அது தமிழ்நாடு இல்லத்துக்கு நேர் எதிரில் உள்ளது. நானும் அண்ணன் ஈ.வி.கே.எஸ்.இளங்கோவனும் கலைஞரைப் பார்க்கச் சென்றோம். "சோனியா காந்தி மாபெரும் தியாகிதான். பிரதமர் பதவியே வேண்டாம் என்று சொல்லிவிட்டார்!" என்று பாராட்டும் விதமாக கலைஞர் கூறினார்.

நாடாளுமன்ற வரலாற்றில் தமிழில் முதல் கேள்வி!

டெல்லியில், காங்கிரஸ் அரசு பதவியேற்பு நிகழ்ச்சியில் பங்கு கொண்டேன். காலையில் நாடாளுமன்றம் கூடியது. புதிய சபாநாயகர் தேர்வு நடைபெற்றது. தோழர் சோம்நாத் சட்டர்ஜி ஏகமனதாகத் தேர்வு செய்யப்பட்டார்.

அவைக்கு சபாநாயகர் வந்ததும் அனைவரும் எழுந்து நின்று, 'நமஸ்தே', 'நமஸ்கார்' என்று கூறுவார்கள். நான் 'வணக்கம்..!' என்று உரத்த குரலில் சொல்வேன். எனது பலத்த குரல் எல்லாருக்கும் கேட்கும். அதனால்தான், பிரதமராக இருந்த வாஜ்பாய் என்னைப் பார்த்தால் 'வணக்கம்' என்றுதான் கூறுவார்.

நாடாளுமன்ற உறுப்பினர்கள் அமரும் இடம் ஒதிக்கீடு செய்யப்படாத நிலையில், நாங்கள் தமிழக எம்.பி.க்கள் அனைவரும் ஒன்றாக அமர்ந்து இருந்தோம்.

நாடாளுமன்றத்தில் இரு வகையான கேள்விகள் உண்டு. முதல்வகை, நேரடியாக நாடாளுமன்றத்தில் எழுப்பப்படும் கேள்வி. மற்றது புத்தகமாக அச்சடித்துத் தருவார்கள். நான் ஒரு கேள்வி எழுதிப்

நாடாளுமன்ற கட்டடத்தின் முகப்பில் தொலைகாட்சிப் பேட்டியின்போது...

போட்டேன். அது நேரடிக் கேள்வியில் வந்துவிட்டது. இந்தக் கேள்விகளை மொத்தமாக ஒரு பெட்டியில் போட்டு அன்றைக்கு ஒரு எம்.பி.யைத் தேர்வுசெய்து, அவர் மூலமாக வரிசையாக ஒன்று இரண்டு என பத்து கேள்விகளைப் பெட்டியிலிருந்து எடுப்பார்கள். அந்த எண்களின் அடிப்படையில் பிரித்து, எம்.பி.க்களின் வீட்டுக்கு அனுப்புவார்கள். கேள்வி கேட்டவர், இரண்டு துணைக் கேள்வி கேட்கலாம். மற்றவர்கள், ஒரு கேள்வி கேட்க முடியும். ஒரு நாளைக்கு 5 கேள்விகளுக்கு மேல் வராது. சில நேரங்களில், அவையில் அமளி ஏற்பட்டால் அவையை ஒத்தி வைத்துவிடுவார்கள்.

நான் எழுப்பிய கேள்வி எய்ட்ஸ் பற்றியது. அன்று சுகாதாரத்துறை அமைச்சராக இருந்தவர் அன்புமணி ராமதாஸ். என் கேள்வி முதல் கேள்வியாக வந்துவிட்டது. நான் ஒரு பட்டதாரியாக இருந்தாலும் ஆங்கிலத்தில் சரளமாகப் பேசுவது இல்லை. எனக்குக் கொஞ்சம் குழப்பமாக இருக்கும். அப்போது, எனது தொகுதிவாசியான சிவகிரியைச் சேர்ந்த நண்பரிடம் சொன்னேன். அவர், ''நீங்கள் தமிழிலே கேள்வி கேட்கலாம். அதற்கு சபாநாயகருக்கு அரை மணி நேரத்துக்கு முன்னர் நோட்டீஸ் கொடுக்க வேண்டும்'' என்று கூறினார். அதன்படி சபாநாயகருக்கு எழுதிக் கொடுத்துவிட்டேன். அது போன்று தமிழில் பேசுவதாக இருந்தாலும் முன்னரே நோட்டீஸ் கொடுக்க வேண்டும்.

அப்போது, எட்டயபுரம் பக்கத்துக் கிராமத்தைச் சேர்ந்த நண்பர் சுந்தர் இருந்தார். அவரைப் பார்க்க நாடாளுமன்றத்தில் மூன்றாவது மாடிக்குச் சென்றேன். அவர் விபத்தில் கால் முறிவு ஏற்பட்டு, சக்கர நாற்காலியில் அமர்ந்து இருந்தார். அவரிடம் விபரம் சொன்னேன். ''நான் எப்படியும் அவைக்கு வந்துவிடுவேன். நீங்கள் இருக்கைக்குச் செல்லுங்கள்'' என்று கூறினார்.

நான் அவைக்குச் சென்றேன். அவை கூடியது. பி.ஜே.பி. எம்.பி.க்கள் கூச்சல் குழப்பம் செய்தார்கள். சபாநாயகர் எவ்வளவோ முயன்றும் அவர்கள் நிறுத்தவில்லை. எனக்கு ஒரே குழப்பம். 'முதல் கேள்வி... கைக்கு எட்டியது வாய்க்கு எட்டாமல் போய்விடுமோ!' என்ற பதற்றத்தில் இருந்தேன்.

சபாநாயகர் திடீரென்று, ''கேள்வி ஒன்று...'' என்று அழைத்தார். நான் எழுந்தவுடன், ''அகர முதல எழுத்தெல்லாம் ஆதி பகவன் முதற்றே உலகு என்று வள்ளுவர் கூறியுள்ளார். அதுபோல், அப்பாத்துரை ஆகிய நான் தமிழில் கேள்வி கேட்க, தமிழகத்தைச்

சேர்ந்த அமைச்சர் அன்புமணி பதில் சொல்வது பொருத்தமாக இருக்கிறது. எய்ட்ஸ் நோயில் இந்தியா இரண்டாம் இடத்தில் உள்ளது. இதனைப் போக்க அரசு எடுத்துள்ள தீவிர நடவடிக்கை என்ன?'' என்று தமிழில் கேள்வி கேட்டேன்.

அவையில் சிறிது அமைதி நிலவியது.

அடுத்து, சபாநாயகர், ''சுகாதாரத்துறை அமைச்சர்'' என்று அறிவித்தார். அன்புமணி பதில் சொல்ல எழுந்தார். அமைச்சர் இரண்டு முறையும் ஆங்கிலத்தில் பதில் சொன்னார். தமிழக எம்.பி.க்கள், அமைச்சர் அன்புமணியிடம், ''ஏன் தமிழில் பதில் சொல்லவில்லை?'' என்று சத்தம் போட்டார்கள். அமைச்சரிடம் நான், ''உங்கள் அப்பா, 'தமிழுக்காக உயிரைக் கொடுப்பேன்' என்று பேசுகிறார். நீங்கள் ஒரு முறையாவது தமிழில் பதில் சொல்லி இருக்கலாமே!'' என்று கேட்டேன்.

இதற்கு முன்னர், நாடாளுமன்றத்தில் இந்தியிலும் ஆங்கிலத்திலும்தான் கேள்வி கேட்கமுடியும். 13 ஆவது நாடாளுமன்றத்தில், 'தமிழக எம்.பி.க்கள் தமிழில் கேள்வி கேட்க அனுமதிக்க வேண்டும்' என்ற வேண்டுகோளை எழுப்பினோம். அதுவும் ஏற்றுக்கொள்ளப்பட்டது. ஆனால், அன்று யாரும் தமிழில் கேள்வி கேட்கவில்லை. நாடாளுமன்றம் கலைந்துவிட்டது.

2004ல், இந்திய நாடாளுமன்ற வரலாற்றில் முதன் முதலில் தமிழில் கேள்வி கேட்டவன் நான்தான். அனைவரும் என்னைப் பாராட்டினார்கள். மறுநாள் காலை 6 மணிக்கு கலைஞர் என்னை தொலைபேசியில் அழைத்து, ''வள்ளுவரின் முதல் குறளைச் சொல்லி கேள்வி கேட்டதற்கு வாழ்த்துகள்!'' என்று கூறினார். டெல்லி தமிழ்ச் சங்கம் பாராட்டியது. இது முதல் முயற்சி என பாராட்டுச் செய்தியாக அனைத்துத் தினசரிகளில் வந்தது. அதன்பின் டெல்லியில் வாழும் தமிழர்கள், தமிழ் அறிஞர்கள் என் வீட்டுக்கு வந்து பாராட்டினார்கள்.

அதன்பின், அதே தொடரில் ஒரு கேள்வியை எழுதிப் போட்டேன். ''உலகம் பூராவிலும் தமிழர்கள் வாழ்கிறார்கள். அப்படி வாழ்கின்ற நாடுகளில் எந்தெந்த நாடுகளிலிருந்து தமிழ்மொழியைக் கற்றுக்கொடுக்க தமிழ் ஆசிரியர்கள் வேண்டும் என்ற வேண்டுகோள் இந்திய அரசுக்கு வந்துள்ளது. அதன் மீது அரசு எடுத்த நடவடிக்கை என்ன?''

இந்தக் கேள்விக்கு, எழுத்துபூர்வமான கேள்வியில் சேர்க்கப்பட்டு எழுத்துபூர்வ பதில் எனக்குக் கிடைத்தது. இது எனக்குப் புத்தகமாக வருவதற்கு முன், தமிழ் அறிஞர்கள் பதிலைப் பெற்று அவர்கள் எனக்கு வாழ்த்துக் கூறினார்கள்.

'மொரிசியஸ் நாட்டில் இருந்து இந்த வேண்டுகோள் வந்தது. நாம் முப்பதுலட்ச ரூபாய் ஒதுக்கீடு செய்து ஒரு ஆசிரியரைப் பணியில் அமர்த்தி உள்ளோம்' என்று எனக்கு பதில் வந்தது. ஆனால், உலகத்தில் முப்பது நாடுகளில் இந்த வேண்டுகோள் உள்ளது. என் கேள்விக்கு பல்வேறு நாடுகளில் இருந்து பாராட்டுக் கடிதங்களும், நான் அங்கு வர வேண்டும் எனவும் அழைப்பு வந்தது. இதன் அடிப்படையில்தான் சிங்கப்பூர், மலேசியாவுக்குச் சென்று வந்தேன்.

14வது நாடாளுமன்றம் நடந்த 5 வருடங்களில் அதிகமான கேள்விகள் கேட்ட தமிழக எம்.பி.க்கள் 5 பேரில் நானும் ஒருவன். நாடாளுமன்ற விவாதங்களில் அதிகம் பங்குபெற்ற 4 எம்.பி.க்களில் நானும் ஒருவன். நாடாளுமன்றக் கூட்டம் நடக்கும்போது 99% வருகையைப் பதிவுசெய்து முதல் இடம் பெற்றுள்ளேன்.

நாடாளுமன்றத்தில், இறுதியாக நான் பேசியதும் இலங்கைத் தமிழர்களின் பிரச்னைதான்.

இடையில் நான், குடியரசுத் தலைவர் ஏ.பி.ஜெ. அப்துல் கலாம் அவர்களைச் சந்திக்கும் வாய்ப்பும் கிடைத்தது. அவருடன் ஆர்வமாக ஒரு புகைப்படம் எடுத்துக்கொண்டேன்.

டெல்லியில் குடியரசுத் தலைவர் ஏ.பி.ஜெ. அப்துல் கலாமைச் சந்தித்தபோது...

நாடாளுமன்றக் கூட்டத்தொடரில் கலந்துகொண்ட எங்களுக்கு தனி செல்போன் கொடுத்தார்கள். நான் ஏற்கெனவே தொகுதியில் தேர்தல் பணி ஆற்றிய முக்கிய நபர்களின் செல்போன் உள்ள டயரி வைத்திருந்தேன். அவர்களுக்கெல்லாம் போன் செய்து, எனது செல்போன் நம்பர், முகவரி எல்லாம் போன் மூலம் தெரிவித்தேன். சுமார் 300 பேரிடம் பேசினேன். அவர்களுக்கு எல்லாம் மிகவும் மகிழ்ச்சி.

மாவட்டச் செயலாளர் பொறுப்பு நீக்கம் ஏன்?

நான் டெல்லியிலிருந்து தமிழகம் வந்தபோது பார்லிமென்ட் இனிப்பு வாங்கி வந்தேன். விமானநிலையத்திலிருந்து பாலன் இல்லம் வந்து சேர்ந்தேன். அங்கு தோழர்களுக்கு இனிப்பு கொடுத்தேன். அப்போது தோழர் நல்லகண்ணு வந்தார். அவர் வந்தவுடன், ''தொகுதியிலிருந்து பலர் என்னிடம் பேசினார்கள். நீங்கள் அவர்களிடம் பேசியதையும், செல்போன் நம்பர் முகவரி கொடுத்ததையும் பெருமையாகப் பேசினார்கள்'' என்று கூறினார்.

பின்னர், மதியம் சாப்பிட்டுவிட்டு அறைக்குச் சென்றேன். எனக்கு ஆறு மணிக்கு 'தூத்துக்குடி-முத்துநகர் எக்ஸ்பிரஸ்'ல் தூத்துக்குடிக்குச் செல்ல வேண்டும். எனவே, நான்கு மணிக்கு முகம் கழுவிப் புறப்படுவதற்காக அறைக்கு வந்தேன். அப்போது தோழர் நல்லகண்ணு என்னை அழைத்தார்.

நான் அவரிடம் சென்றேன். அவர், ''நீங்கள் மாவட்டச் செயலாளர் பொறுப்பிலிருந்து விலகிக்கொள்ளுங்கள்...'' என்று கூறினார். நான் எந்த மறுப்பும் சொல்லாமல் ''சரி'' என்று சொன்னேன்.

''உடனடியாக யாரை பொறுப்புக்குப் போடலாம்?'' என்று கேட்டார்.

நான், ''உதவி செயலாளர் எம்.போத்தியடியான் இருக்கிறார். இன்னும் மூன்று மாதத்தில் மாநாடு நடைபெற உள்ளது. எனவே, அதுவரை அவர் இருக்கட்டும். மாநாட்டில் செயலாளரைத் தேர்வு செய்துகொள்ளலாம்...'' என்று கூறினேன். ''அது சரிதான்!'' என்று கூறிவிட்டார். நான் உடனே புறப்பட்டு, எழும்பூர் ரயில்நிலையம் சென்றேன்.

'என்னை ஏன் உடனடியாக மாவட்டச் செயலாளர் பொறுப்பில் இருந்து நீக்குகிறார்கள்..? ஒருவேளை செயற்குழுவில் பேசி இருப்பார்களோ!' என்று எண்ணிக்கொண்டேன்.

நான் தூத்துக்குடியில் இறங்கி, ஆட்டோ பிடித்து வீட்டுக்குச் சென்றேன். அங்கு 'ஜனசக்தி' நாளிதழ் போடுகிற நண்பர் விக்டர் வந்திருந்தார். நான் ஆட்டோவை விட்டு இறங்கியதும் என் மனைவி பெட்டியை வாங்கிக்கொண்டார். அருகில் நின்ற விக்டர் என்னிடம், "தோழர், உங்களை மாவட்டச் செயலாளர் பொறுப்பில் இருந்து எடுக்கப் போகிறார்கள்" என்று கூறினார். நான், "அப்படி ஒன்றும் தகவல் இல்லையே..." என்று, மேற்கொண்டு ஏதேனும் தகவல் சொல்கிறாரா என்று எதிர்பார்த்துக் கூறினேன். அதற்கு அவர், "ஆமாம் தோழர், மாவட்ட கட்சி அலுவலகத்தில் உங்கள் பதவியைப் பற்றித்தான் பேசுகிறார்கள்" என்று கூறினார். இதைக் கேட்ட என் மனைவி, மிகவும் கோபப்பட்டு, "இனி இந்தக் கட்சியும் வேண்டாம்... ஒன்றும் வேண்டாம்! இது என்ன கட்சி... உழைப்பவர்களுக்கு இதுதான் மரியாதையா?" என்று கோபமாகப் பேசினார். என் மனைவியும் சி.பி.எம். கட்சி உறுப்பினர்தான்.

நாடாளுமன்றத்தில் 3 வகையான குழுக்கள் உண்டு

1, நாடாளுமன்றக் குழு

2, நாடாளுமன்ற நிலைக் குழு

3, நாடாளுமன்ற ஆலோசனைக் குழு

நாடாளுமன்றக் குழுதான் அதிகாரம் மிக்க குழு. அதில் ஒரு தாழ்த்தப்பட்ட மற்றும் மலைவாழ் மக்கள் நலம் குழு. இந்தக் குழுவில் 15 பேர் மக்களவை, 10 பேர் மாநிலங்கலவை உறுப்பினர்கள் இருந்தார்கள். இந்தக் குழுவின் தலைவராக குஜராத்தைச் சேர்ந்த ரத்திலால் வர்மா நியமனம் செய்யப்பட்டார்.

இந்தக் குழுக் கூட்டங்கள் நடைபெறும் போதெல்லாம் அதிகமான கேள்விகள் கேட்பேன். இந்தக் கமிட்டி கொடுத்த பல பரிந்துரைகளை அரசு செயல்படுத்தவில்லை என்ற நிலையில், இந்தக் குழுவின் ஐந்து உறுப்பினர்கள் மட்டும் பிரதமர் மன்மோகன் சிங்கைப் பார்த்துப் பேசுவது என்று முடிவு செய்யப்பட்டது. அதனடிப்படையில் பிரதமரைச் சந்தித்தோம். அவரிடம், "எங்கள் குழு பரிந்துரைத்த அம்சங்கள் மீது அரசு எந்த நடவடிக்கையும் எடுக்கவில்லை!" என்று கூறினேன்.

உடனே பிரதமர், அவருடைய முதன்மை உதவியாளரை அழைத்து, "இதன் மீது எடுத்த நடவடிக்கை குறித்து ஒரு வாரத்துக்குள் தகவல் தர வேண்டும்" என்று ஆணை பிறப்பித்தார்.

தாழ்த்தப்பட்ட மற்றும் மலைவாழ் மக்கள்நலக் குழுவுடன்
பிரதமர் மன்மோகன் சிங் அவர்களைச் சந்தித்தபோது...

"நான் தமிழகத்தின் கிராமப்புற மக்களை அதிகமாகக் கொண்ட தென்காசி நாடாளுமன்றத் தொகுதியிலிருந்து தேர்ந்தெடுக்கப்பட்டிருக்கிறேன். எனது தொகுதி மக்கள், 'பாதுகாக்கப்பட்ட குடிதண்ணீர் வசதி, சாலை வசதி, மின்சார வசதி போன்ற அடிப்படை வசதிகள் வேண்டும்' என்று கேட்கிறார்கள். நான் சம்பந்தப்பட்ட அதிகாரிகளிடம் கேட்டால், 'எங்களுக்குப் போதுமான நிதி கிடைக்கவில்லை' என்கிறார்கள். ஆனால், நான் டெல்லியில் பல இடங்களைப் பார்க்கிறேன். கோடிக்கணக்கான பணம் கொள்ளையடிக்கப்படுகிறது, விரயம் செய்யப்படுகிறது!" என்றேன். பிரதமர் என் பேச்சைக் குறுக்கிட்டு, "நான் மட்டும் என்ன செய்ய முடியும்?" என்றார்.

14வது நாடாளுமன்ற உறுப்பினர்கள் குழு புகைப்படம்.

தூத்துக்குடி மாவட்டக் குழுக் கூட்டம்

நாடாளுமன்ற உறுப்பினராகத் தேர்வு செய்யப்பட்டபோது நான் தூத்துக்குடி மாவட்டச் செயலாளராக இருந்தேன். நாடாளுமன்ற கூட்டத்துக்குச் சென்று வந்தவுடன் தூத்துக்குடி மாவட்ட கம்யூனிஸ்ட் கட்சியின் கூட்டம் நடைபெற்றது. இக்கூட்டம் நடைபெற்ற விதத்தில் எனக்கு மனவருத்தம் இருந்தது. அக்கூட்டத்தில் மாநிலச் செயலாளர் தோழர் ஆர்.நல்லகண்ணு, செயற்குழு உறுப்பினர்கள், தோழர்கள் இரா.முத்தரசன், வி.துரைமாணிக்கம் ஆகியோர் கலந்துகொண்டனர். மாவட்டச் செயலாளராக யாரைத் தேர்ந்தெடுப்பது என்பதில் கருத்து முரண்பாடு ஏற்பட்டது. இதில் எனக்கு மிகுந்த மனவருத்தம் ஏற்பட்டது. முடிவில் மாவட்டச் செயலாளராக தோழர் எல்.அய்யலுசாமி தேர்ந்தெடுக்கப்பட்டார். தோழர்களிடையே அப்போது இருவேறு கருத்துகள் இருந்தன.

நெல்லை மாவட்டக் குழுக் கூட்டம்

மாவட்டக் குழுக் கூட்டம், மாவட்டக் கட்சி அலுவலகத்தில் நடைபெற்றது. இக்கூட்டத்தில் நாடாளுமன்ற உறுப்பினர் அலுவலக செயலாளர் தோழர் கே.ஜீவாவும், கட்சியின் பொறுப்பாளராக தோழர் பி.எம்.காளியப்பனும் செயல்படுவது என்று முடிவு

செய்யப்பட்டது. நாடாளுமன்ற உறுப்பினரான எனக்கு வங்கிக் கடன் மூலம் ஒரு காரும், தென்காசியில் ஒரு வீடும் வாங்கிக் கொள்வது என்று முடிவு செய்யப்பட்டது.

நாடாளுமன்ற உறுப்பினர் மாத ஊதியம் ரூபாய் 25,000ல், 10,000 ரூபாய் கட்சிக்கு லெவி கொடுப்பது என்பது மத்தியக் கமிட்டியின் முடிவு. அதில் மாநிலக் கட்சிக்கும் மாவட்டக் கட்சிக்கும் சரிபாதியாகப் பிரித்துக் கொள்வது என்று முடிவு செய்யப்பட்டது.

தென்காசி நாடாளுமன்ற உறுப்பினர் அலுவலகம் திறப்பு விழா

தி.மு.க., காங்கிரஸ், சி.பி.எம்., சி.பி.ஐ., ம.தி.மு.க., இந்திய யூனியன் முஸ்லீம் லீக், பாட்டாளி மக்கள் கட்சி என கூட்டணிக் கட்சித் தலைவர்கள், தொண்டர்கள் என மூன்றாயிரத்துக்கும் அதிகமான பேர் கலந்துகொண்டனர். இதற்கு முன்னர் வெற்றிபெற்ற நாடாளுமன்ற உறுப்பினர்கள் யாரும் தென்காசியில் அலுவலகம் திறந்து செயல்பட்டதில்லை. அந்த வகையில், இந்த நிகழ்ச்சி பொதுமக்கள்மத்தியில் மிகப்பெரிய வரவேற்பைப் பெற்றது.

அப்போது நடந்த கூட்டத்தில், நான் தேர்ந்தெடுக்கப்பட்டதற்கு தென்காசித் தொகுதி மக்களுக்கு நன்றி சொல்லி முடித்தேன்.

நாடாளுமன்ற அலுவலகம் திறந்த மறுதினம், அம்பாசமுத்திரம் சட்டமன்றத் தொகுதியில் மூன்று தினங்கள், ஆலங்குளம் சட்டமன்றத் தொகுதியில் மூன்று தினங்கள், வாசுதேவ நல்லூர் சட்டமன்றத் தொகுதியில் மூன்று தினங்கள், சங்கரன்கோவில் சட்டமன்றத் தொகுதியில் நான்கு தினங்களும் தோழமைக் கட்சித் தலைவர்கள், தொண்டர்களுடன் இணைந்து நன்றி அறிவிப்புப் பொதுக்கூட்டம் நடைபெற்றது. அதில் திரளான மக்கள் கலந்து கொண்டு உற்சாகமான வரவேற்பும் கொடுத்தார்கள்.

சிவகிரி நன்றி அறிவிப்பு

சிவகிரி டவுன் பஞ்சாயத்தில் இந்தியக் கம்யூனிஸ்ட் கட்சிக்கு மக்கள் செல்வாக்கு உண்டு. தோழர் சிவகிரி செல்லையா டவுன் பஞ்சாயத்துத் தலைவராக வெற்றி பெற்று சிறப்பாகச் செயல்பட்டார்கள். நாடாளுமன்றத் தேர்தலில் அதிகமான வாக்குகள் கிடைத்தன. கூட்டணிக் கட்சி தலைவர்கள் கலந்து பேசி, 'நன்றி

அறிவிப்பு நிகழ்ச்சியை வெகுசிறப்பாக நடத்த வேண்டும்' என திட்டமிட்டனர். மாலை ஐந்து மணிக்கு அம்பேத்கார் சிலைக்கு மாலை அணிவித்து நன்றி சொல்லும் ஊர்வலத்தை நடத்துவது என்று திட்டமிட்டனர். சிவகிரி வரலாற்றில் தலித் மக்கள் கதிர், அரிவாள் சின்னத்திற்கு அதிகமான அளவில் வாக்களித்திருந்தனர்.

திட்டமிட்டபடி அம்பேத்கார் சிலைக்கு மாலை அணிவித்து தாரை, தப்பட்டம் முழங்க ஊர்வலம் புறப்பட்டது. என்னுடன் கூட்டணிக் கட்சித் தலைவர்களும் வேனில் நின்றுகொண்டு வந்தனர். அனைத்துப் பகுதி மக்களும் உற்சாக வரவேற்பு கொடுத்தனர். மக்களின் ஆரவரத்துடன், நாங்கள் நன்றி சொல்லி மைக்கில் பேசியவாறு ஊர்வலத்தில் சென்றோம். மக்கள் சாலையின் இரு புறமும் நின்று குலவையிட்டு வரவேற்றனர். ஊரின் அனைத்துப் பகுதிகளுக்கும் சென்றது ஊர்வலம்.

இறுதியாக ஊரின் வடபகுதிக்குச் செல்ல வேண்டும், வடபகுதிக்குச் செல்வது பற்றி பிரச்னை ஏற்பட்டது. பலர், ''அங்கு செல்ல வேண்டாம்... இதுவரை அமைதியாக உற்சாகமாக வருகிறோம். அங்கு சென்றால் பிரச்னை வரும்... கலவரம் நடக்க வாய்ப்பு இருக்கிறது!'' என்று சிபிஐ தோழர்கள் சிலரைத் தவிர மற்றவர்கள் உறுதியாகக் கூறினர்.

இவற்றை நான் உற்றுக் கவனித்துக்கொண்டு இருந்தேன். எனக்கு தர்மசங்கடமான நிலை. கட்சிக்காரர்கள் போக வேண்டும் என்று கூறுகிறார்கள், மற்றவர்கள் வேண்டாம் என்று கூறுகிறார்களே என்ற நிலைமை. கூடி ஆலோசித்தோம். கடைசியாக, வடபகுதிக்கும் நன்றி சொல்வது என்ற முடிவுடன் சென்றோம்.

வேன் புறப்பட்ட சிறிதுநேரத்தில் பெண்கள் மற்றும் சிலர் கூடி நின்று, எங்களைப் பார்த்து, ''வேனைவிட்டு இறங்கி வாருங்கள். எங்கள் பகுதியில் சாக்கடை சுத்தம் செய்ய வேண்டும்!'' என்று குழப்பம் செய்தார்கள். நான் பொறுமையாக இருந்தேன். அடுத்தத் தெருவுக்கு வந்ததும் பெண்கள் மொத்தமாக வந்து, ''தெருவிளக்கு எரியவில்லை!'' என்று கூறி வேனை மறித்து நின்று, ''ஏ... இறங்கி வா!'' என்று சத்தம் போட்டனர். அவர்கள் பேசிய இந்த வார்த்தைகள் எல்லாம் அங்கு நின்றவர்களுக்கு மட்டும்தான் கேட்டது.

காங்கிரஸ் கட்சியின் தலைவரும் என் அருமை நண்பருமான போஸ் என்னிடம் 'மைக்'கைக் கொடுத்துப் பேசச் சொன்னார். நான் மிகுந்த மன வேதனையுடன், ''நான் உங்களுக்கு நன்றி

சொல்லத்தான் வந்திருக்கிறேன். நீங்கள் வாக்களித்து சிலநாட்கள்தான் முடிந்துள்ளன. அதற்குள் பிரச்னையைத் தீர்க்க வேண்டும் என்று கூறுகிறீர்கள். இது கல்யாணம் முடிந்த அன்றே பிள்ளை வரம் கேட்டது மாதிரி உள்ளது. உங்கள் பகுதியை நினைவில் கொண்டு கண்டிப்பாக உங்கள் குறைகளைத் தீர்த்துவைப்பேன்... வாக்கு அளித்தவர்களுக்கும், வாக்கு அளிக்காதவர்களுக்கும் நன்றி!" என்று பேசி முடித்தேன்.

சிலர் அருகில் வந்து, "ஒரு எம்.பி. எப்படி இது போன்று பேசலாம்?" என்று கேட்டார்கள். நண்பர் போஸ் கொஞ்சம் கோபமாகி, அவர்களைப் பார்த்து, "மரியாதையாகச் சென்று விடுங்கள்..! நம்ம எம்.பி. மிகவும் பொறுமையாக இருக்கிறார். நீங்கள் பேசிய பேச்சுக்கு அவர் நடவடிக்கை எடுத்தால் நீங்கள் சீரழிந்து போவீர்கள்!" என்று சத்தம் போட்டார். அதன்பின் அவர்கள் கலைந்து சென்றனர்.

இந்த வேளையில், சிவப்புத்துண்டு போட்டு எங்களோடு பின்னால் வந்த சிபிஐ தோழர்கள், இப்போது யாரும் என்னுடன் இல்லை. 'இது திட்டமிட்ட சதியோ!' என்று நான் எண்ணிக் கொண்டேன். நான் நடந்தவற்றை மைக்கில் பேசி இருந்தால், அன்று சிவகிரி நகரம் தீப்பிடித்து எரிந்து இருக்கும். அந்த வடு இன்று வரை மாறாமல் இருந்திருக்கும்.

மாவட்டச் செயலாளர் சண்முகவேல் என்னிடம் 'என்ன நடந்தது' என்று கேட்கவில்லை. ஆனால், அந்தச் சமுதாயக் கூட்டத்தில் போய் "எம்.பி. பேசியது தவறுதான்" என்று சொல்லி மன்னிப்புக் கேட்டுள்ளார். இந்தத் தகவல் எனக்கு வந்தது.

நான் மாவட்டச் செயலாளர் சண்முகவேலிடம் நடந்ததைச் சொல்லி, "நான் ஒரு கம்யூனிஸ்டாக நடந்துகொண்டேன். இல்லை என்றால் அவர்கள் பேசியதை நான் மைக்கில் பேசி இருந்தால் ஊர் அன்று இருந்த சூழ்நிலையில் தீப்பிடித்து எரிந்து இருக்கும். அந்தப் பாவத்தை கம்யூனிஸ்ட் கட்சி ஏழு தலைமுறைக்கும் சரிக்கட்ட முடியாது. நீங்கள் என்னைக் குற்றவாளி ஆக்கிவிட்டீர்கள். உங்களை இதுபோன்று ஜாதியைச் சொல்லி திட்டி இருந்தால் நீங்கள் என்ன செய்திருப்பீர்கள்? அவர்களிடம் மன்னிப்பு கேட்பதற்கு முன்பு என்னிடம் ஒரு வார்த்தை கேட்டு இருக்கலாமே?" என்று கூறினேன். அதன்பின், "சொல்லாமல் சென்றது தவறுதான்!" என்று கூறினார். எங்கள் இருவருக்கும் கருத்து முரண்பாடு ஏற்பட்டுவிட்டது. அது அவரின் மரணம் வரை தொடர்ந்தது.

கடையநல்லூர் தண்ணீர் பிரச்னை: 2004

கடையநல்லூர் நகர் மன்றப் பகுதிக்கு, தோழமை கட்சியினருடன் நன்றி சொல்லி போய்க்கொண்டிருந்தோம். எங்களுடன் நகர மன்றத் தலைவர் தாயம்மாள் ஜீப்பில் நின்றுகொண்டு இருந்தார்கள். ஒரு பகுதியில் நுழையும்போது பெண்கள் குடத்துடன் வந்து ஜீப்பை மறித்து 'தண்ணீர் வரவில்லை' என்று சத்தம் போட்டார்கள். அதில் ஒரு பெண், 'குடிக்கத் தண்ணீர் கொடுக்க வழியில்லை... நீயெல்லாம் நன்றி சொல்ல வந்து விட்டாயா?'' என்று கூறி, குடத்தை நகரத் தலைவர் மீது தூக்கிப்போட்டார். அந்தப் பெண்ணை சத்தம் போட்டு அனுப்பி வைத்தனர்.

இந்த நிகழ்ச்சி என்னை ஆழமாகப் பாதித்துவிட்டது. உடனே நன்றி சொல்வதை நிறுத்திவிட்டு நேராக எல்லாரும் நகர் மன்ற அலுவலகத்துக்குச் சென்றோம். அங்கு குடிதண்ணீர் பிரச்னை குறித்து ஆணையர் மற்றும் அதிகாரிகளிடம் பேசினேன். அவர்கள், ''இந்தக் குடிநீர்த் திட்டம், காங்கிரஸ் கட்சி ஆட்சியில் அப்துல் மஜீத் அமைச்சராக இருந்தபோது போட்டது. அன்றைய ஜனத்தொகையைவிட இன்றைய ஜனத்தொகை பல மடங்கு உயர்ந்துவிட்டது. எனவே, புதிய திட்டம் கொண்டு வந்தால்தான் குடிநீர்ப் பிரச்னை தீரும்!'' என்று சொன்னார்கள்.

உடனடியாக புதிய கிணறு அமைக்க வேண்டும் என்று கேட்டுக்கொண்டார்கள். ''இடம் மற்றும் எவ்வளவு தொகை செலவாகும் என்பது குறித்து திட்ட மதிப்பீடு செய்து உடனடியாக எனக்கு வழங்க வேண்டும்'' என்று கூறிவிட்டு மீண்டும் நன்றி செல்லப் புறப்பட்டோம். தோழமைக் கட்சியினர் மற்றும் பொதுமக்கள்மத்தியிலும் குடிநீர்ப் பிரச்னையைத் தீர்க்கும் முயற்சி பற்றி பேசிக்கொண்டே சென்றேன். அந்தப் பேச்சு நல்ல வரவேற்பைப் பெற்றது. உடனடியாக 20 லட்சம் ரூபாய் எனது நாடாளுமன்ற உறுப்பினர் நிதியிலிருந்து ஒதுக்கீடு செய்யப்பட்டது. புதிய கிணறு வெட்டப்பட்டு அதன்மூலம் கடையநல்லூர் நகராட்சிப் பகுதியில் குடிநீர்த் தட்டுப்பாடு இல்லாமல் கிடைத்து வருகிறது.

நான், முன்னாள் அமைச்சர் அப்துல் மஜீத் அவர்களை வீட்டில் போய் சந்தித்து இதைப் பற்றி சொன்னபோது அவர் மிகவும் சந்தோஷப்பட்டார். நகர்மன்றத் தலைவர் தாயம்மாள், ராஜபாளையம் ஏ.ஐ.டி.யூ.சி. தலைவரான அன்புமிக்க தோழர் பி.எம்.ராமசாமியின் சகோதரி மகள் என்பது பின்னாளில்தான்

எனக்குத் தெரியவந்தது. இன்றும் நான் கடையநல்லூர் சென்றால் குடிநீர்ப் பிரச்னையைத் தீர்த்தது பற்றி அந்த மக்கள் பெருமையாகப் பேசுவார்கள்.

மலேசியா, சிங்கப்பூர் பயணம்: 2004

மலேசியா நண்பர்களும் அரசும் இணைந்து ஏற்பாடு செய்திருந்த அழைப்பை ஏற்று 2004, நவம்பர் மாதம் சிங்கப்பூர் சென்றேன். 'உலகம் சுற்றும்' பாண்டிச்சேரி நண்பர்கள் சீனிவாசன், ஞானசேகரன் இருவரும் எல்லா ஏற்பாடுகளும் செய்திருந்தனர். தோட்டத் தொழிலாளர் சங்க அமைப்பின் சார்பாகவும் வரவேற்புக் கொடுத்தனர். மாண்புமிகு அமைச்சர் டத்தோ சாமுவேல் ஏற்பாடு செய்திருந்த பிரம்மாண்டமான வரவேற்பு நிகழ்ச்சியில் கலந்துகொண்டேன். தோட்டத் தொழிலாளர்கள் சங்க அமைப்பின் சார்பில் மறுதினம் பொதுக்கூட்டம் நடைபெற்றது

பினாங்கு முஸ்லீம் சகோதரர்கள் ஏற்பாடு செய்த வரவேற்பு நிகழ்ச்சி நடைபெற்றது. அங்கு, காரைக்குடி செட்டியார் சமூக மக்கள் பல நூறு ஆண்டுகளுக்கு முன் கட்டிய முருகன் கோவிலைக் கண்டேன். அங்கிருந்து கடாரம் அழைத்துச் சென்றனர். அங்கு, ராஜராஜ சோழன் படையெடுப்பின் போது பயன்படுத்திய மரக்கலம் (படகு) காட்சிக்காக வைக்கப்பட்டு இருந்ததைக் கண்டேன்.

மலேசியாவில் அமைச்சர் டத்தோ சாமுவேலுடன் சந்திப்பு...

அவர்களிடம் விடைபெறும்போது, ''நான் மலேசியா செல்கிறேன்'' என்று கூறியவுடன், "மலேசியாவில் நமது தமிழக இளைஞர்கள் அதிகம் பேர் சிறைச்சாலையில் துன்பப்பட்டு வருகிறார்கள்... அவர்களைப் பார்த்துவிட்டு வாருங்கள்'' என்று கூறினார்கள்.

அதன்படி, கடுமையான போராட்டத்துக்குப் பின்னர், சிறைச் சாலைக்குச் சென்று பார்வையிட என்னை அனுமதித்தார்கள். அங்கு இருந்தவர்களில் அதிகம் பேர் இளைஞர்கள்தான்; வேலை வாங்கித் தருவதாக அழைத்துச் செல்லப்பட்டவர்கள். இவர்களிடம் உள்ள பாஸ்போர்ட்டை வாங்கி வைத்துக்கொண்டு போலீஸுக்குத் தகவல் கொடுத்து அதன்மூலம் கைது செய்யப்பட்டவர்கள். அதற்குக் காரணமான தரகர்கள் மற்றும் சமூக விரோதிகளும் உள்ளே இருந்தார்கள்.

அதுபோல், சம்பள உயர்வு, பாதுகாப்பு, தங்குமிடம் போன்ற வேண்டுகோள் வைக்கும் தொழிலாளர்களின் பாஸ்போர்ட்டை வாங்கி வைத்துக்கொண்டு, ஆலை உரிமையாளர்கள் போலீஸில் காட்டிக் கொடுப்பது போன்ற நயவஞ்சகச் செயல்களால் பாதிக்கப்பட்டவர்கள்தான் அதிகம்.

இதனை நாடாளுமன்றத்தில் கவன ஈர்ப்புத் தீர்மானம் மூலம் பேசினேன். அதன்பின் பிரதமர் தலையிட்டு, இந்திய அரசு மூலம் ஏற்பாடு செய்து, கப்பல் மூலம் 300 தொழிலாளர்கள் இந்தியாவுக்கு அழைத்து வரப்பட்டனர்.

மலேசியாவிலிருந்து சிங்கப்பூருக்கு சாலை வழியாக என்னை அழைத்துச் சென்றனர். அங்கு ஒருநாள் தங்கியிருந்தேன். சின்னஞ்சிறு தீவுதான். பன்னாட்டு கப்பல் போக்குவரத்துத் தளமாக அமைந்து மாபெரும் வளர்ச்சியைப் பெற்றுள்ளது. நகரமே கண்கொள்ளாக்காட்சியாக ஜொலிக்கிறது. நமது தமிழர்கள் நன்றாக உழைத்து நல்ல முன்னேற்றம் அடைந்துள்ளனர். சிங்கப்பூரில் அமைந்திருக்கும் கடைகளின் அமைப்பு பார்க்கப் பார்க்கப் பரவசம். அதன்பின் மலேசியா வந்து அங்கிருந்து சென்னை வந்து சேர்ந்தேன்.

வடக்குக் கோட்டை மேல் அழகியான் கால்வாய்: 2005

தாமிரபரணி ஆற்றின் முதல் கால்வாய் இந்தக் கால்வாய்தான். ஒருமுறை ஏற்பட்ட வெள்ளப்பெருக்கில் மதகு உடைந்துவிட்டது. இதனால் கால்வாய் மூலமாக தண்ணீர் முழுமையாக வருவதில்லை.

எனவே, ஏழு குளங்களுக்கு முழுமையாகத் தண்ணீர் வந்து சேர்வதில்லை. முறையாக விவசாயம் செய்யமுடியவில்லை.

2005ல், இந்த மதகை சரிசெய்யவேண்டுமென அப்பகுதி விவசாயிகள் வேண்டுகோள் வைத்தனர். நான் கால்வாய் பகுதிக்குச் சென்று ஆய்வு செய்தேன். பொறியாளரிடம் விசாரணை செய்து, ரூபாய் ஐந்து லட்சம் ஒதுக்கீடு செய்து பணியை விரைந்து முடிக்க ஆலோசனை கூறினேன். அதன்படி குறிப்பிட்ட நாட்களுக்கு முன் பணி முடிக்கப்பட்டு தண்ணீர் திறந்துவிடப்பட்டது.

கேரள மாநில மூணாறு தோட்டத் தொழிலாளர் சங்கம் ஏ.ஐ.டி.யூ.சி. மாநாடு: 2005

மூணாறு தோட்டத் தொழிலாளர் சங்கத் தலைவர் அன்புமிக்க தோழர் சி.ஏ.குரியன், தென்காசி நாடாளுமன்ற தேர்தலில் நூற்றுக்கணக்கான தோழர்களை அழைத்து வந்து தேர்தல் பணி செய்தார். தேர்தல் வெற்றிக்குப் பின்னர், "மூணாறு தோட்டத் தொழிலாளர்கள் சங்க மாநாட்டில் கலந்துகொள்ள வேண்டும்" என்று அழைத்தார்.

மூணாறில் பிரமாண்டமான வரவேற்பு அளித்து பொதுக்கூட்டம் நடத்தினார். ஆயிரக்கணக்கான தொழிலாளர்கள் கலந்துகொண்ட ஊர்வலம் முடிந்து பொதுக்கூட்டம் நடைபெற்றது.

மூணாறு தோட்டத் தொழிலாளர்கள் சங்க மாநாட்டில் உரையாற்றியபோது...

அங்கு தமிழர்கள் அதிகம். அதிலும் தென்காசி நாடாளுமன்றத் தொகுதிக்கு உட்பட்ட பொதுமக்கள் அதிகம் உள்ளனர். சுமார் ஒன்றரை மணிநேரம் பேசினேன். தோழர்கள் ஆரவாரம் செய்து என் பேச்சை உன்னிப்பாகக் கேட்டுக்கொண்டிருந்தனர்.

தோட்டத் தொழிலாளர்கள் சங்கம் வந்தபிறகுதான் மனிதனை மனிதனாக மதித்தார்கள். வீடு இல்லாத மக்களுக்கு அச்சுதமேனன் ஆட்சியில்தான் ஐந்து லட்சம் வீடுகள் 'சொந்த வீடு திட்டத்தில்' 1970ல் கட்டித் தந்தார்கள். அதன் தாக்கம், மக்கள்மத்தியில் நல்ல எண்ணத்தை உருவாக்கி இருந்தது.

சீனப் பயணம்: 2005

சீன அரசின் அழைப்பை ஏற்று, இந்தியக் குழு சார்பில் தோழர் பல்லவ் சென்குப்தா தலைமையில் நான் உட்பட சி.பி.எம். நாடாளுமன்ற உறுப்பினர்கள் ஏழு பேர் கொண்ட குழு எட்டு நாள் பயணம் சென்றோம்.

டெல்லியில் இருந்து புறப்பட்டு பெய்ஜிங் சென்று அடைந்தோம். விமானநிலையத்தில் எங்களுக்குச் சிறப்பான வரவேற்பு கொடுத்தனர். விமானத்திலிருந்து நாங்கள் இறங்கிய பின்புதான் மற்ற பயணிகள் இறங்க அனுமதிக்கப்பட்டனர். நாங்கள் தங்க வேண்டிய 'அரசு தங்கும் விடுதி'க்கு எங்களை அழைத்துச் சென்றனர். அங்கு எங்களுக்கான மொழிபெயர்ப்பாளர்களையும் அறிமுகம் செய்து வைத்தனர். எங்களுக்கான பொறுப்பாளர்களையும் மற்றும் உதவியாளர்கள் அனைவரும் வந்திருந்தனர். எனக்கு அமைந்த பொறுப்பாளர் சில ஆண்டுகள் சீனப் பிரதிநிதியாக பாண்டிச்சேரியில் பணிபுரிந்தவர். எனவே, அவருக்கு தமிழ் நன்றாகத் தெரியும்.

அந்த அரசு விடுதியில், மேலாளர் தவிர அத்தனை பேரும் பெண்கள்தான். எல்லா விடுதிகளிலும் அதுதான் முறையாக உள்ளது. நாம் இரவு 12 மணிக்கு அழைத்தாலும் பெண்கள்தான் வந்து 'என்ன வேண்டும்' என்று பணிவுடன் கேட்டு நிற்பார்கள்.

மூன்று தினங்கள் அங்கிருக்கும்படி எங்கள் நிகழ்ச்சிகள் திட்டமிடப்பட்டிருந்தன. மாவோ நினைவு இடம் மற்றும் சீனப் பெருஞ்சுவர் போன்ற இடங்களைப் பார்வையிட்டு இரண்டு கலாசார நிகழ்ச்சிகளில் கலந்துகொண்டோம். அவை எங்களை மெய்சிலிர்க்க வைத்தன. ''சீன அரசின் பழமையான அரசினர் விடுதியைக் காண வேண்டும்'' என கேட்டுக் கொண்டேன். அதன்படி என்னை

சீனப் பயணத்தின்போது...

மட்டும் அங்கு அழைத்துச் சென்றனர். அதற்கான காரணம், நான் கல்லூரி மாணவனாக இருந்த காலத்தில் மாவோயிஸ்ட் மாணவர் அமைப்புடன் தொடர்பில் இருந்தேன். அப்போது தோழர்கள் நாகிரெட்டி, சாருமஜூம்தார், கனுசன்யால் போன்றவர்கள் மாவோ அவர்களை அந்த விடுதியில் சந்தித்துப் பேசியதாகக் கூறினார்கள்.

எங்களை ஷாங்காய் நகருக்கு அழைத்துச் சென்றனர். அது சீனாவின் மிகப்பெரிய தொழில் நகரம். அங்கு மூன்று தினங்கள் தங்கியிருந்தோம். முதலில் எங்களை அழைத்துச் சென்ற இடம் கண்காட்சி. அதில், நூறு ஆண்டுகள் கழித்து ஷாங்காய் எப்படி இருக்கும் என்பதைப் பற்றிய வரைபடம் பார்த்து ஆச்சரியப்பட்டோம். நம் நாட்டில் அதைப் பற்றிச் சிந்திக்க முடியுமா என்பதுதான் என்னுள் எழுந்த கேள்வியாக இருந்தது. 'ஷாங்காய் நகரின் மையப்பகுதியில் மிகப்பெரிய ஆறு ஓடுகிறது. அந்த ஆறு வற்றியதாக சரித்திரம் இல்லை' என்றும், 'அந்த ஆற்றின் மேல் பகுதியில் ஆறு பாலங்களும், ஆற்றுக்குக் கீழ் ஏழு சுரங்கப் பாலங்களும் கட்டப்பட்டு உள்ளன'' என்று கூறினார்கள். அவற்றையும் பார்த்து பிரமித்தோம்.

கடைசி நாள், சீன துணை பிரதமர் எங்களுக்கு விருந்து கொடுத்தார். அங்கு நாங்கள் அரசியல் குறித்த விவாதங்களும்

செய்தோம். நான் அங்கு எழுப்பிய கேள்வி, "நீங்கள் உங்கள் நாட்டில் தொழில் நடத்துவதற்கு அமெரிக்கா போன்ற நாடுகளை அனுமதிக்கிறீர்கள்... அவர்கள் ஒரு நாள் உங்கள் நாட்டையே பிடித்துக்கொள்ள வாய்ப்பு இருக்கிறது. இதன் மூலம் உங்கள் நாட்டில் முதலாளித்துவ அமைப்பு முறைதானே ஏற்படும்?" என்று கேட்டேன்.

அதற்கு அவர் சொன்ன பதில், "எங்கள் நாடு மக்கள் தொகை அதிகம் கொண்ட நாடு. இன்றும் எங்கள் நாட்டில் வறுமை உள்ளது. நாங்கள் வளர்ச்சி பெறவேண்டும் என்றால் எங்களிடம் பொருளாதார வசதி போதிய அளவு இல்லை. எங்கள் நாடு முன்னேற வேண்டுமானால் தொழில்வளம் பெருக வேண்டும். நிதி வசதி இல்லை என்பதால் வளர்ந்த நாடுகளின் உதவி எங்களுக்குத் தேவைப்படுகிறது.

நாங்கள் எங்கள் நாட்டில் தொழில் துவங்க அவர்கள் இஷ்டம் போல் அனுமதிப்பதில்லை. எங்களின் மூன்று நிபந்தனைகளை ஏற்றுக்கொண்டால் மட்டுமே அனுமதிப்போம்.

1. நீங்கள் என்ன தொழில் துவங்க இருக்கிறீர்கள்? அதன் மதிப்பீடு என்ன?

2. உங்கள் தொழிற்சாலையில் கிடைக்கும் லாபத்தில் எங்களுக்கு எத்தனை சதவீதம்? உங்களுக்கு எத்தனை சதவீதம்? என்று உடன்பாடு செய்து கொள்ள வேண்டும்.

3. நீங்கள் செய்யும் தொழிலில் எங்கள் நாட்டின் தொழிலாளர் நலச் சட்டத்தை முழுமையாக அமல்படுத்த வேண்டும்.

இவை மூன்றையும் ஏற்றுக்கொள்கின்ற நாடுகளைத்தான் நாங்கள் அனுமதிக்கிறோம்" என்று கூறினார்கள்.

மீண்டும் ஒரு கேள்வியை எழுப்பினேன். "இதுபோன்றுதான் சோவியத் நாடு கூறியது. ஆனால், அவர்கள் உடைந்து சிதறிப் போய்விட்டார்கள். அதுபோல, நீங்களும் சென்றுவிட வாய்ப்பு இருக்கிறதே?" என்று கேட்டேன். அதற்கு அவரின் பதில், "சோவியத் நாடு தங்கள் மக்களிடம் உண்மையைச் சொல்லவில்லை. நாங்கள் எங்கள் மக்களிடம் நன்மையையும் தவறையும் சொல்வோம். மக்கள் முடிவு செய்வார்கள். நாங்கள் எங்கள் நாட்டில் சோஷலிசத்தை கட்டமைக்க இன்னும் பல ஆண்டுகள் ஆகும்" என்று கூறினார்.

இதுபோன்ற பல கேள்விகளை பலரும் கேட்டனர். அதன்பிறகு அந்தச் சுவையான விருந்து மூன்று மணி நேரம் நடைபெற்றது. எல்லா இடங்களிலும் ஆவியில் வேக வைத்த உணவுகள்தான் கொடுத்தார்கள்.

நான் என் மனைவியிடம், ''சீனா சில்க் சேலை வாங்கி வருகிறேன்'' என்று கூறினேன். என்னிடம் முப்பதாயிரம் ரூபாய் கொடுத்தார். நான் 'சீனாவில் பொருள்கள் எல்லாம் மலிவாகத்தானே இருக்கும். எனவே, அதிகமான சேலைகள் வாங்கி வரலாம்' என்று எண்ணினேன். எங்கள் வழிகாட்டியிடம் முதல்நாளே என் வேண்டுகோளைக் கூறிவிட்டேன். தினமும் அவரிடம் இதைக் கேட்டுக்கொண்டே இருந்தேன். ''கடைசி நாளில் கண்டிப்பாக சேலை வாங்க வேண்டும். இல்லை என்றால் என் மனைவி என்னை வீட்டில் சேர்க்கமாட்டாள்'' என்று கூறி அவரிடம் வற்புறுத்தினேன்.

இருவரும் சீன பட்டு உற்பத்தி செய்யும் ஆலைக்குச் சென்றோம். அங்கு அவர்கள், ''ஒரு சேலை முப்பதாயிரம் ரூபாய்'' என்று கூறினார்கள். என் நண்பர் சொன்னார், ''பத்து வருடங்களுக்கு முன் இந்தச் சேலை வெறும் 300 ரூபாய்தான். அன்று, இதை எங்கள் நாட்டு மக்கள்தான் வாங்குவார்கள். ஆனால் இன்று, உலகம் முழுமையும் வாடிக்கையாளர்கள் உள்ளனர். ஓர் ஆண்டுக்கு முன்னதாகவே ஆர்டர் கொடுத்து முன்பணம் கட்டிவிடுகிறார்கள். எனவே விலை கூடியுள்ளது'' என்று கூறினார். பின் அவர்களிடம் என்னைப் பற்றி கூறி 28000 ரூபாய்க்கு வாங்கினேன்.

சீனாவில் நம்நாட்டில் உள்ளதுபோல் பேரம் பேசி பொருட்களை வாங்கும் நிலை உள்ளது. 'எப்படியாவது ஒரு கிராமத்துக்குச் சென்று அங்கு மக்கள் எப்படி வாழ்கிறார்கள் என்பதைக் காண வேண்டும்' என விரும்பினேன். அதற்கு ஒருநாள் திட்டமிடப்பட்டது. தவிர்க்க முடியாத காரணத்தால் அந்த நிகழ்வு ரத்து செய்யப்பட்டது.

சீன பயணத்தின்போது அந்த மக்களின் குணநலன்களையும், கடுமையான உழைப்பையும், பல உண்மைகளையும் காணமுடிந்தது. அதோடு, அங்கும் சில பல குறைபாடுகளையும் காணமுடிந்தது. அவர்களின் வளர்ச்சி என்பது யாராலும் எந்த சக்தியாலும் தடுக்க முடியாது என்பது உண்மைதான்.

நான் தங்கியிருந்த அறையின் பகுதியில், குஜராத் மாநில ராஜ்யசபா நாடாளுமன்ற உறுப்பினர் தங்கியிருந்தார். அவர்

வியாபாரம் சம்பந்தமாக வந்துள்ளார். அவர் வரும்போது பெரிய பெட்டியில் நூற்றுக்கணக்கான உயரிய மதிப்புள்ள சால்வைகள் கொண்டு வந்துள்ளார். அவர் வந்த காரியம் நிறைவேற வில்லை.

எனவே, அந்தச் சால்வைகளை அங்கு பணிபுரியும் பெண் ஊழியர்களுக்குக் கொடுக்கலாம் என்று எண்ணி, அவர்களிடம் கொடுக்க முயற்சித்தார். அவர்கள் யாரும் அதை வாங்க மறுத்து விட்டார்கள். அதன்பின் என்னிடம் வந்து விவரத்தைச் சொன்னார். நான் விடுதி மேலாளரை, எனது உதவியாளருடன் சென்று சந்தித்தேன். அவரும் வாங்க மறுத்துவிட்டார். எங்கள் குழுத் தலைவர் பல்லவ் சென்குப்தா அவர்களிடம் இதைப் பற்றிப் பேசினேன். அவர் அங்குள்ள முக்கிய பிரமுகர்களிடம் பேசிய பின்தான் பெண் ஊழியர்கள் அந்தச் சால்வைகளைப் பெற்றுக்கொண்டனர். "சால்வை அனுபவம் எனக்குப் புதுமை!" என்று ஆச்சரியத்துடன் கூறினார், அந்த குஜராத் எம்.பி.

சண்டிகாரில் 2005ல் நடந்த சி.பி.ஐ. மாநாட்டில் தோழர் குருதாஸ் குப்தாவுடன்...

அம்பை தொகுதி கடனாநதி பாசனம்: 2005

பாப்பான் கால்வாய் தூர்வாரும் பணி

நாடாளுமன்றத்தில், ‘கிராமப்புற வேலைவாய்ப்பு உறுதிச் சட்டத்தை’ காங்கிரஸ் எம்.பி.க்கள் எதிர்த்தார்கள். இடதுசாரிகள் ஒன்றாக நின்று, ‘சட்டத்தை நிறைவேற்றாவிடில் நாங்கள் ஆதரவு தருவதைப் பற்றி மறுபரிசீலனை செய்யவேண்டி வரும்!’ என வாதிட்டோம். கடுமையான வாதங்களுக்குப்பின் சட்டம் நிறைவேற்றப்பட்டது. இது பத்திரிகைகளில் பெரிய செய்தியாக வந்தது.

சட்டம் நிறைவேற்றப்பட்ட சில நாட்கள் கழித்து அலுவலகத்துக்கு நூற்றுக்கணக்கான விவசாயிகள் திரண்டு வந்துவிட்டார்கள். ‘‘நீங்கள் கொண்டு வந்துள்ள சட்டத்தினால், விவசாய வேலைகள் செய்வதற்கு ஆட்கள் கிடைக்க மாட்டார்கள்..!’’ என்று விவாதம் செய்தார்கள்.

நான் அவர்களிடம், ‘‘இந்தச் சட்டத்தினால் விவசாயிகளுக்கும் தொழிலாளர்களுக்கும் தொடர்ச்சியான வேலைவாய்ப்புக்கான நம்பிக்கை ஏற்படும்’’ என்று சட்டத்தின் நன்மைகள் குறித்து விரிவாகப் பேசினேன். அதற்குள், ‘‘இவர்கள் எந்தப் பகுதியில் இருந்து, எந்தக் கிராமத்தில் இருந்து வந்துள்ளார்கள்? அவர்கள் நம்மிடம் கொடுத்த மனுக்களை எடுங்கள்...’’ என்று உதவியாளரிடம் கேட்டேன்.

உடனே பிரித்துப் பார்த்த அவர், வேண்டுகோள் மனுக்களை கிராமவாரியாக அடுக்கித் தந்தார். நான் அவர்களிடம் அந்த மனுக்களைப் படித்துக் காட்டினேன்; ‘‘நீங்கள், சீர்செய்து தரக் கேட்டுள்ள பாப்பான் கால்வாயை சிலர் ஆக்கிரமித்து உள்ளனர். அவர்களை அகற்றி, கால்வாயைத் தூர்வாரித் தரவேண்டும் என கேட்டுள்ளீர்கள். இந்த வேலையை நீங்களே செய்யலாம், இந்த வேலைக்கு அரசு உங்களுக்குச் சம்பளமும் தருகிறது. எந்த கான்ட்ராக்டரும் கிடையாது. இதுதான் இந்தத் திட்டம்’’ என்று விளக்கமாகப் பேசியதும் அவர்கள் திருப்தி அடைந்தார்கள்.

‘‘நான் அடுத்தவாரம் வந்து நமது தொகுதியில் முதல் வேலையாக இத்திட்டத்தை நானே முன்னின்று துவக்கி வைப்பேன். நீங்கள் மட்டுமல்லாது பக்கத்துக் கிராம மக்களையும் அழைத்து வர வேண்டும்’’ என்று கூறினேன். அதேபோல், அந்த வட்டார வளர்ச்சி

அலுவலரை அழைத்து, "இதற்கான ஏற்பாடுகளைச் செய்யுங்கள். காலை 8 மணிக்கு நான் வந்து விடுவேன். ஒலி பெருக்கி, மைக் செட் ஏற்பாடு செய்யுங்கள். வேலையை ஆரம்பித்துவிடுவோம்" என்று கூறி அவர்களை உற்சாகப்படுத்தி அனுப்பினேன்.

அதன் அடிப்படையில் பாப்பான் கால்வாய் பகுதியில் 500க்கும் மேற்பட்ட மக்கள் கூடி இருந்தார்கள். மண்வெட்டி கூடை சகிதமாக ஆண்கள் பெண்கள் வந்து இருந்தனர். அவர்களிடம் பேசி, வேஷ்டியை மடித்துக் கட்டிக்கொண்டு, நானே மண்வெட்டி எடுத்து வேலையைத் துவைக்கி வைத்தேன். சில இடங்களில் கால்வாயை மூடி தென்னை மரங்களை நட்டுவைத்து இருந்தார்கள். பொக்லைன் இயந்திரம் வரவழைக்கப்பட்டு, அவை அகற்றப்பட்டன. அதுபோல் வேலை முடிந்து செல்லும்போது அவரவர்களுக்கான சம்பளம் வழங்கப்பட்டது. தொடர்ந்து மூன்று நாட்கள் இந்த வேலை நடைபெற்றது. சுற்றுவட்டார மக்களுக்கு மிகவும் மகிழ்ச்சி. இதனைப் படம் எடுத்து மாண்புமிகு ஒன்றிய அமைச்சர் ரகுவன் பிரசாத் சிங் அவர்களிடம் கொடுத்தேன். மாவட்ட ஆட்சியர், திட்ட அலுவலர் அனைவரும் வந்து பார்வையிட்டனர். அதனால் இந்தியா பூராவும் இந்தச் செய்தி சென்று சேர்ந்தது. நாடாளுமன்றத்திலும் அமைச்சர் என்னைப் பாராட்டிப் பேசினார்.

கீழப்பாவூர்...

பெரியகுளம் கால்வாய் தூர்வாரும் பணி: 2005

கீழப்பாவூர் பகுதியில், பெரியகுளம் கிராமத்தைச் சேர்ந்தவர்தான் அண்ணன் நவநீதகிருஷ்ண பாண்டியன். என்னோடு 1980ல் ஆலங்குளம் சட்டமன்ற உறுப்பினராகப் பணியாற்றினார். வாக்கு கேட்கும்போது அவர் ஒரு வேண்டுகோளை வைத்தார். அதன் அடிப்படையில் ஐந்து லட்சம் ரூபாய் எம்.பி. நிதியிலிருந்து ஒதுக்கீடு செய்து, கீழப்பாவூர் பெரியகுளம் கால்வாயில் மிக பிரம்மாண்டமாக தூர்வாரும் பணி செய்து முடிக்கப்பட்டது. சுற்றுவட்டார விவசாயிகள் பெரிதும் மகிழ்ச்சி அடைந்தனர். அதற்காக எனக்குப் பாராட்டு விழா நிகழ்ச்சி நடத்தினர்.

தாட்கோ நகர் சமுதாயக்கூடம்: 2005

செங்கோட்டையிலிருந்து கேரளா செல்லும் சாலையில் அமைந்துள்ளது தாட்கோ நகர். இங்கு முழுமையாக தலித் மக்கள்

வாழ்கிறார்கள். தாட்கோ மூலம் கட்டிக் கொடுக்கப்பட்ட வீடுகள் தான் புதிதாக உருவான குடியிருப்பு. எனவே, அவர்களுக்கு பொதுக்காரியம், கல்யாணம் போன்ற சுப காரியங்கள் நடத்துவதற்கு பொது இடம் இல்லை. எனவே, அந்த மக்கள் தங்களுக்கு சமுதாயக்கூடம் வேண்டும் என்று கேட்டார்கள். ஆய்வு செய்து பார்த்ததில், அது சரி என்று பட்டது. எனவே, ரூபாய் ஐந்து லட்சம் ஒதுக்கீடு செய்து தமிழ்நாடு கேரளா செல்லும் சாலையில், அந்தச் சமுதாயக்கூடம் கட்டப்பட்டு, திறந்துவைக்கப்பட்டது. அங்குள்ள மக்கள் அந்தச் சமுதாயக்கூடத்தை நல்ல முறையில் பயன்படுத்தி வருகின்றனர். 2021ஆம் ஆண்டு ஒருமுறை அங்கு ஒரு நிகழ்ச்சிக்காகச் சென்றபோது பார்த்தேன். அந்த மக்கள், அந்தச் சமுதாயக்கூடத்தை நல்ல முறையில் பேணிப் பாதுகாத்து வருவது தெரிந்தது.

கீழக்கலங்கல் பாலம்: 2005

ஆலங்குளம் சட்டமன்ற தொகுதியில் உள்ள கிராமம் கீழக்கலங்கல். நான் 1980ஆம் ஆண்டு சட்டமன்ற உறுப்பினராக இருந்தபோது அங்கு பொதுக்கூட்டம் பேசியுள்ளேன். 2004ல் நாடாளுமன்ற வேட்பாளராக அந்தக் கிராமத்துக்கு வாக்கு கேட்டுச் சென்றபோது அதை நினைவுபடுத்தினார்கள்.

என் அருமைத் தோழர் காசி மணி கட்சியில் பல்வேறு பொறுப்புகளில் இருந்து செயல்பட்டவர். நான் வேட்புமனு தாக்கல் செய்துவிட்டு, வாக்குக் கேட்கச் செல்ல வேண்டும் என்ற நிலை வந்தபோது, என்னுடன் வருவதற்கு இளைஞர் ஒருவர் உதவியாளராக இருக்க வேண்டும் என்ற நிலையில், என் அருமை தம்பி ஜீவா, தோழர் காசி மணியின் மகனை என்னுடன் அனுப்ப கட்சி முடிவு செய்தது. நான் அவரிடம், "தம்பி... நீங்கள் என்னுடன் பணி புரிவீர்களா? ஆர்வம் இருக்கிறதா?" என்று கேட்டேன். "சரி... மிகவும் ஆர்வமாக இருக்கிறேன்" என்று சொன்னார். அவரது தந்தையின் வழியில் கட்சியின் மீது பிடிப்புள்ளவர். வாக்குச் சேகரிக்கச் சென்றபோது மக்கள் உற்சாகமாக வரவேற்பு கொடுத்தனர். அதுபோல், தேர்தலில் முந்திக்கொண்டு வாக்குகளும் அளித்தனர்.

நான் வெற்றிபெற்ற பின்னர், 'நன்றி' சொல்லச் சென்றபோது ஒட்டுமொத்த ஊர்மக்கள் வைத்த வேண்டுகோள், "நாங்கள்

விவசாயம் செய்யும் காலங்களிலும், மற்ற நேரங்களிலும் செல்வதற்கு கால்வாயைக் கடந்துதான் செல்ல வேண்டும். எனவே, இதில் ஒரு பாலம் கட்டித் தரவேண்டும்'' என்று கூறினார்கள். நான் எம்பி நிதியிலிருந்து எட்டு லட்சம் ரூபாய் ஒதுக்கீடு செய்து, விரைவாகவே பாலம் கட்டிக் கொடுத்தேன். ஊர் மக்கள் அனைவருக்கும் மிகுந்த சந்தோஷம். திறப்பு விழாவில் ஊர் கூடி வரவேற்பு கொடுத்தனர்.

வாசுதேவநல்லூர் பாலம்: 2006

முன்பு, வாசுதேவநல்லூருக்கு வாக்குச் சேகரிக்கச் சென்றபோது, நூற்றுக்கணக்கான கூட்டணிக் கட்சியினர் உடன் வந்தனர். கடைசியாக, ஒரு பகுதிக்குச் செல்லும்போது சாக்கடை வழியாக அழைத்துச் சென்றனர். அது ஏன் என்று பின்னர் புரிந்துகொண்டேன். நடக்கும்போது அந்தச் சாக்கடையில் என் செருப்பு புதைந்துவிட்டது. ஒரு தோழர், தன் வீட்டில் தண்ணீர் எடுத்து வந்து, நான் மறுத்தும், என் கால்களை அவரே கழுவிவிட்டார்.

பின்னர், அந்த மக்கள் தங்கள் கஷ்டங்களைச் சொன்னார்கள். அனைத்துக் கட்சியினரும் கூடி, "நீங்கள்தான் வெற்றி பெறுவீர்கள். இங்கு பாலம் கட்டிக்கொடுங்கள்" என்று வேண்டுகோள் வைத்தனர். மேலும், "சுதந்திரம் அடைந்ததிலிருந்து ஒவ்வொரு தேர்தலிலும் இந்தக் கோரிக்கை வைக்கிறோம். யாரும் செய்து கொடுக்கவில்லை" என்று தங்கள் ஆதங்கத்தையும் வெளிப்படுத்தினார்கள்.

வெற்றிபெற்று, அந்த ஊருக்கு நன்றி சொல்லச் சென்றபோதும் அந்தச் சாக்கடை வழியாகத்தான் அழைத்துச் சென்றார்கள். 'பாலம் வேண்டும்' என்று அனைத்துக் கட்சியினரும், அனைத்துச் சமூக மக்களும் மீண்டும் வேண்டுகோள் வைத்தனர்.

நாடாளுமன்ற உறுப்பினர் நிதியில் 15 லட்சம் ரூபாய் ஒதுக்கீடு செய்தேன். அதற்கான 'அடிக்கல் நாட்டு விழா' ஏற்பாடு செய்திருந்தார்கள். அங்கு சுமார் மூவாயிரம் பேர் திரண்டிருந்தனர்.

பாலம் கட்டி முடிந்ததும் திறப்பு விழாவுக்குச் சென்றேன். சுமார் பத்தாயிரம் பேர் திரண்டிருந்தனர். ஏனென்றால், சுற்றுவட்டாரக் கிராமத்தைச் சேர்ந்தவர்களும் இந்தப் பாலத்தினால்தான் பயன் பெறுகிறார்கள். இன்றும் அதைப் பெருமையாக அனைவரும் பேசுகிறார்கள். அதுபோல், அந்த ஊருக்கு பேருந்துநிலையமும், அனைவரும் கூடும் இடத்தில் உயர் மின்விளக்குக் கோபுரம் அமைத்துக் கொடுத்தேன்.

கீழப்புலியூர், மைனாப் பேரி கால்வாய்: 2006

தென்காசி நகரப் பகுதியைச் சேர்ந்த கீழப்புலியூர் கிராமம் விவசாயத்தை மட்டுமே நம்பி வாழக்கூடிய மக்களைக் கொண்டது. அவர்களின் வாழ்வாதாரமாக விளங்கும் மைனாப்பேரி. குளத்திற்கு தண்ணீர் வரக்கூடிய கால்வாய் பல ஆண்டுகளாக தூர்வாரப்படவில்லை. அந்த மக்களும் பல முயற்சிகள் எடுத்தும் பலன் கிடைக்கவில்லை. நான் வாக்குக் கேட்டுச் சென்றபோது அந்தப் பிரச்னையை மனுவாகக் கொடுத்தார்கள்.

தென்காசி தாலுகா கம்யூனிஸ்ட் கட்சி செயலாளர் தோழர் சுடலைமுத்துவின் சொந்த கிராமம் அது. அங்குதான் அவர் வாழ்ந்து வருகிறார். வெற்றி பெற்று நன்றி சொல்லச் சென்றபோதும், ஊர் மக்கள் அனைவரும் ஒன்றுகூடி, "இந்தப் பிரச்னையை நீங்கள்தான் தீர்த்து வைக்க வேண்டும்!" என்று வேண்டுகோள் வைத்தனர்.

நான் அந்தக் கால்வாயைச் சென்று பார்த்தேன். இங்கு கால்வாய் இருப்பதற்கான எந்த அடையாளமும் இல்லை. ஏனென்றால், அந்தக் கால்வாயை மூடி அங்கு தென்னந்தோப்பு வைத்திருந்தனர். கால்வாய் முழுமையாக ஆக்கிரமிப்பு செய்யப்பட்டு இருந்தது. நான் தாசில்தாரிடம் கூறி, கால்வாயை அகலப்படுத்தி சரிசெய்யச் சொன்னேன். வேலையை ஆரம்பித்ததும், அங்கு ஆக்கிரமைப்பு செய்தவர்கள் தகராறு செய்ய முற்பட்டனர். பின்னர், காவல்துறையின் உதவியோடு புல்டோசர் வைத்து நூற்றுக்கணக்கான தென்னை மரங்களை அப்புறப்படுத்தப்பட்டு கால்வாய் முழுமையாக மீட்கப்பட்டது. இதற்கு நாடாளுமன்ற உறுப்பினர் நிதியிலிருந்து ரூபாய் ஐந்து லட்சம் நிதி ஒதுக்கீடு செய்து கொடுத்தேன். பல ஆண்டுகளுக்குப் பின் இந்தக் கால்வாய் தூர்வாரப்பட்டது. அந்தப் பகுதி மக்கள் நன்றி பாராட்டினர்.

தென்காசி, காசி விஸ்வநாதர் ஆலய குடமுழுக்கு: 2006

தென்காசியில் அமைந்துள்ள காசி விஸ்வநாதர் ஆலயம், பாண்டிய மன்னர்கள் காலத்திலிருந்தே வரலாற்றுச் சிறப்பு மிக்க பழைமையான ஆலயம். பராக்கிரம பாண்டியனால் கட்டப்பட்டது. 'வடக்கே காசி என்றால் தெற்கே தென்காசி' என்று அழைப்பார்கள். அப்படிப்பட்ட வரலாற்றுச் சிறப்பு மிக்க இந்த ஆலயத்துக்கு நீண்ட இடைவெளிக்குப் பிறகு அந்த வருடம் குடமுழுக்கு நடத்த முடிவு செய்தார்கள்.

சிவந்தி ஆதித்தனார் தலைமையில் ஒரு குழு அமைக்கப்பட்டது. குழுவில் நானும் இருக்க வேண்டும் என்று சிவந்தி ஆதித்தனாரின் உதவியாளர், எனது அலுவலகத்துக்கு வந்து கேட்டார். நான் சற்று யோசித்துவிட்டு, மாநிலச் செயலாளர் தோழர் ஆர்.நல்லகண்ணுவிடம் விவரம் கூறினேன். அவர், ''நீங்கள் கண்டிப்பாகச் செல்லவேண்டும்'' என்று கூறினார். அதன்பின்னர் குழுவில் சேர்ந்து பணியாற்றினேன். ஆலயப் பொறுப்பாளர்கள், ''குடமுழுக்கு அன்று ஆலயத்துக்கு முன் உயர் மின்விளக்குக் கோபுரம் அமைத்துத் தந்தால் நன்றாக இருக்கும்'' என்று கேட்டார்கள். நான் எம்.பி. நிதியிலிருந்து எட்டு லட்சம் ரூபாய் ஒதுக்கீடு செய்து கொடுத்தேன். உடனடியாக மின்விளக்கு அமைக்கப்பட்டது. கோவில் விழா அன்று மின்விளக்கை ஏற்றி வைத்தேன். அப்போது கோபுரம் முழுமையும் பிரகாசித்தது.

அம்பேத்கர் விருது: 8.1.2007

தமிழக அரசு சார்பில் வருடந்தோறும் 'டாக்டர் அம்பேத்கர் விருது' வழங்கப்பட்டு வருகிறது. தேர்வு செய்யும் குழுவில் 2007ஆம் ஆண்டு என்னையும் ஒரு உறுப்பினராக நியமித்து அரசு சார்பில் எனக்குக் கடிதம் வந்தது. முதல்வர், பேராசிரியர், ஆதிதிராவிட நலத்துறை அமைச்சர், எம்.பி. என்ற முறையில் நான், முன்னால் எம்.எல்.ஏ. ராமலிங்கம், அரசு அதிகாரிகள் இரண்டு பேர் என்ற அடிப்படையில் ஏழு பேர் கொண்ட குழு அமைக்கப்பட்டது. முதல் கூட்டத்துக்கு அழைப்பு எனக்குக் கிடைத்தது.

நான் தலைமைச் செயலகத்துக்குச் சென்றேன். கூட்ட அரங்கில் எல்லாரும் அமர்ந்து இருந்தோம். முதல்வர் கலைஞர், ''இந்த ஆண்டு திருமாவளவனுக்கு அம்பேத்கார் விருது வழங்கலாம்'' என்று கூறினார். நான், ''அம்பேத்கார் விருதை, அம்பேத்கர் இன மக்களுக்குக் கொடுப்பதைவிட அம்பேத்கர் கொள்கைக்காகப் பாடுபடும் பிற இனத்தைச் சேர்ந்தவர்களுக்குக் கொடுப்பதுதான் சரியாக இருக்கும்'' என்று என் கருத்தைச் சொன்னேன். சிறிது நேரம் அமைதி நிலவியது. முதல்வர் எல்லாருக்கும் ஒரு தாளைக் கொடுத்தார். அதில் யார் யாருக்கெல்லாம் அம்பேத்கார் விருது வழங்கப்பட்டுள்ளது என்ற விபரம் இருந்தது. இதைப் படித்துவிட்டு நான் சொன்னேன், ''முன்பு இருந்தவர்களும் அரசியல் செய்துள்ளனர். நாமும் அந்த அரசியலைச் செய்ய வேண்டுமா..? எதிலும் புதுமை செய்யும் கலைஞர் இதை மாற்றலாமே!'' என்று கூறினேன். அதன்பின் அந்த ஆண்டு திருமாவளவனுக்கு

வழங்குவது என்று முடிவு செய்யப்பட்டது. கூட்டம் முடிந்து வெளியே வந்த என்னை பேராசிரியர் அன்பழகன், "அப்பாதுரை, உங்களைப் பாராட்டுகிறேன். நீங்கள்தான் இதுபோன்ற கருத்தைச் சொல்ல முடியும்! நீங்கள் சொன்ன கருத்தை கலைஞர் மனதில் வைத்திருக்கிறார்!" என்று கூறினார்.

நெட்டூர் காடுவெட்டி கால்வாய்: 2007

ஆலங்குளம் சட்டமன்ற தொகுதிக்கு உட்பட்டது நெட்டூர். அப்பகுதியில் முக்கியமான கிராமம் அது. அங்கு விவசாயமும் பீடி சுற்றும் தொழிலும் மக்களின் ஜீவாதார தொழிலாகும். இப்பகுதியில் சீரான பாசன வசதி இல்லாத காரணத்தால் நன்செய் விவசாயமும், புன்செய் விவசாயமும் சீராக நடைபெறவில்லை. நீர்வரத்து சீராக நடைபெற காடுவெட்டி கால்வாயை தூர்வார வேண்டும் என்பதே இப்பகுதி மக்களின் நீண்ட நாள் வேண்டுகோள்.

அதன் அடிப்படையில், அப்பகுதி விவசாய சங்கப் பிரமுகர்கள் மற்றும் அனைத்துக் கட்சி தலைவர்களுடன் கால்வாயை பார்வையிடச் சென்றேன். கிட்டத்தட்ட ஒரு கிலோமீட்டர் தூரம் நடந்துசென்று பார்வையிட்டேன். பல இடங்களில் கால்வாய் உள்ளதற்கான அடையாளமே தென்படவில்லை. இரண்டு மூன்று இடங்களில் கால்வாயை மூடி அதன்மீது வீடு கட்டியிருந்தனர்.

இந்தத் திட்டத்துக்கு எம்.பி. நிதி ஐந்து லட்சம் ரூபாய் ஒதுக்கீடு செய்தேன். இந்த வேலையை யாரிடம் கொடுத்தால் சீராகச் செய்ய முடியும் என்று பெரியோர்களிடம் ஆலோசித்து, அவர்கள் கூறிய நண்பரிடம் பணி ஒப்படைக்கப்பட்டது. அதன் துவக்க விழா நிகழ்ச்சிக்கு நான் வர வேண்டும் என்று கேட்டுக்கொண்டார்கள். நான் சென்றபோது ஆயிரக்கணக்கான ஆண்களும் பெண்களும் திரண்டு இருந்தனர். பணி சிறப்பாக நடந்து முடிந்தது. ஏழு குளங்கள் நீண்ட இடைவேளைக்குப்பின் நீர் நிரம்பியது. சுற்றுவட்டார விவசாயிகள் நன்றி தெரிவித்தனர்.

நெல்கட்டும்செவல்: 2007

ஒண்டிவீரன் பிறந்த மண்ணில் நான் வாக்குச் சேகரிக்கச் செல்லும்போது, தேவேந்திரர், ஆதிதிராவிடர், அருந்ததியர் ஆகியோர் வாழ்கின்ற பகுதிக்குச் செல்லும்போது அவர்களின் வேண்டுகோள் 'தனி ரேஷன் கடை வேண்டும்' என்பதாகத்தான்

இருந்தது. வெற்றிபெற்ற பின்னர் நன்றி சொல்ல அதே பகுதிக்குச் செல்லும்போதும் அதே வேண்டுகோளை வலியுறுத்தினார்கள்.

தனி கவனிப்பாக அவர்களின் வேண்டுகோளை ஆய்வுசெய்து பார்த்தேன். அவர்களுக்கு 'தனி ரேஷன் கடை வேண்டும்' என்பது நியாயமான காரணம்தான் என்று முடிவுசெய்து, ஐந்து லட்சம் ரூபாய் எம்.பி. நிதியிலிருந்து ஒதுக்கீடு செய்து புதிய கட்டடமும் கட்டிக் கொடுத்தேன்.

அந்தத் திறப்புவிழா நிகழ்ச்சிக்கு என்னை அழைத்தார்கள். குற்றாலம், மதுரை பிரதான சாலையிலிருந்து பிரிந்து அங்கு செல்ல வேண்டும். தென்காசி தொகுதியில் பல நிகழ்ச்சிகளுக்குச் சென்று இருக்கிறேன். ஆனால், இப்போது அங்கு செல்லும்போது, இத்தனை வரவேற்புப் பதாகைகள் (ஃபிளக்ஸ் பேனர்கள்) வைத்ததைப் பார்த்தது இல்லை. அந்த அளவுக்கு விதவிதமான அந்தப் புகைப்படங்களை எங்கு பெற்றார்கள் என்பது எனக்கு வியப்பாக இருந்தது. எனது உதவியாளர் தம்பி ஜீவாவிடம் ''இந்தப் படங்களை நீங்கள் கொடுத்தீர்களா?'' என்று கேட்டேன். அவர் ''இல்லை'' என்று கூறிவிட்டார்.

விழா மேடையில் எனது வலதுபுறம் ஒன்றிய நகரத் தலைவர், இடது புறம் பஞ்சாயத்துத் தலைவர்; இருவரும் பெண்கள். கட்டடத்தைத் திறந்துவைத்து, ''நீங்கள் எனக்கு எந்த உணர்வோடு வாக்களித்தீர்களோ, அதே உணர்வோடு நான் என் பணியைச் செய்துள்ளேன். வழியில் ஏராளமான வரவேற்பு பேனர்களைப் பார்த்தேன். நீங்கள் அன்பாகச் செய்திருந்தாலும், இவ்வளவு பணம் செலவழித்திருக்க வேண்டியதில்லை. எதிர்காலத்தில் இதைத் தவிர்க்க வேண்டுகிறேன்'' என்று பேசினேன்.

அவர்கள் தனிப்பட்ட முறையில் என்னிடம் சொன்னது: ''இன்றுதான் எங்களுக்குச் சுதந்திரம் கிடைத்துள்ளது!''

பீடித் தொழிலாளர்களுக்கு வீடு கட்டும் திட்டம் 2007

பீடித் தொழிலாளர்களுக்கு மானியத்துடன் கூடிய வீடு கட்டும் திட்டத்துக்குச் சம்பந்தப்பட்ட அதிகாரிகளுடன் பேசி என்ன விபரங்களுடன் மனு செய்யவேண்டும் போன்ற முறைகளைக் கேட்டு அறிந்துகொண்டேன். அதன்படி, பீடி சுற்றும் தொழிலில் ஈடுபட்டிருக்கும் பெண்கள், ஆண்கள் வசிக்கும் கிராமங்களுக்கு நேரடியாகச் சென்று வீடு கட்டும் திட்டம் பற்றி விளக்கிப்

பேசினேன். அதன் விளைவாக நூற்றுக்கணக்கான கிராமங்களில் இந்த வீடு கட்டும் திட்டத்தின் மூலம் பல தொழிலாளர்கள் பயனடைந்தனர். பல கிராமங்களில் அவர்களின் வீட்டுச் சுவர்களில் 'எம்.அப்பாத்துரை எம்.பி. மூலம் கட்டப்பட்ட வீடு' என எழுதி வைத்திருந்தனர்.

சேது சமுத்திரத் திட்டம் நடைமுறைப்படுத்த வேண்டி திருநெல்வேலியில் அனைத்துக்கட்சி உண்ணாவிரதம்
1.10.2007

2007ல், ஐக்கிய முன்னணி அரசு அறிவித்தத் திட்டங்களில் முக்கியமானது சேது சமுத்திரத் திட்டம். இந்தத் திட்டம் பற்றி ஆதரவு, எதிர்ப்பு என பல கருத்துகள் எழுந்தன.

மீன்பிடி கப்பல் மூலமாக தொழில் செய்பவர்களுக்கு விசாகப்பட்டினம் துறைமுகத்தில் ஒரு தளம் கடந்தகாலங்களில் கொடுக்கப்பட்டது. அதனை, அப்போதைய பிரதமர் வாஜ்பாய் தலைமையிலான அரசு ரத்து செய்துவிட்டது. காரணம், 'பாதுகாப்பு கருதி' என்று அறிவித்தனர்.

நான் நாடாளுமன்ற உறுப்பினராக வெற்றி பெற்றவுடன் கடல்சார் தொழில் அதிபர் நெவில் ஏ.கட்டார் என்னைச் சந்தித்து, "மீண்டும் விசாகப்பட்டினம் துறைமுகத்தில் அந்தத் தளம் ஒதுக்கித் தர நீங்கள் முயற்சிக்க வேண்டும்" என்று கூறினார்.

தோழர் மதனகோபால் நூல் வெளியீட்டின்போது தோழியர் பாலபாரதியுடன்...

இது சம்பந்தமாகப் பேச அப்போதைய மத்திய அமைச்சர் டி.ஆர். பாலுவைச் சந்திக்கச் சென்றேன். அவர், ‘‘இது வேளாண்துறையின் கீழ் வருகிறது. எனவே, நீங்கள் அமைச்சர் சரத்பவார் அலுவலகத்தில் அனுமதி பெற்று வாருங்கள்... பேசுவோம்’’ என்று கூறினார்.

டி.டி.ஜோஸப் ஐ.ஏ.எஸ்.தான் வேளாண்துறையின் செயலாளர். அவரிடம் கேட்டபோது, அவர் என்னிடம், ‘‘உங்களுக்கு எந்த ஊர்?’’ என்று கேட்டார். ‘‘நான் தூத்துக்குடி...’’ என்று கூறினேன். ‘‘எனக்கும் தூத்துக்குடிதான்... எங்கள் வீடு ஜோசப் தியேட்டர் பக்கம் உள்ளது’’ என்று மகிழ்ச்சியுடன் கூறினார்.

நாங்கள் இருவரும் பேசிக்கொண்டு இருந்தபோது, மேலை நாடுகளில் இதுபோன்ற கால்வாய்கள் குறிப்பாக பனாமா கால்வாய்த் திட்டம் எப்படி நிறைவேற்றப்பட்டது என்பது பற்றி ஆராய்ந்துவர அமைக்கப்பட்ட குழுவினர் அங்கு வந்தார்கள். இந்திய அரசு சார்பில், சேது சமுத்திரத் திட்டம் நிறைவேற்ற ஏற்படுத்தப்பட்ட அந்தக் குழுவினரிடம் என்னை அறிமுகப்படுத்திய செயலாளர் டி.டி.ஜோஸப், ‘‘இவர் அப்பாத்துரை எம்.பி., சேது சமுத்திரத் திட்டம் நிறைவேற்றப் போகும் பகுதியைச் சேர்ந்தவர். இவருக்கு முதலில் இதைப் பற்றி விளக்கம் கொடுங்கள்’’ என்று கூறினார்.

திட்டம் பற்றி அவர்கள் சொன்னதும், நானும் அவர்களிடம் எனக்குத் தெரிந்த சந்தேகங்களைக் கேட்டேன். அவர்கள் கூறிய பதில் எனக்கு நிறைவளிக்கவில்லை.

பின்னர், அந்தக் குழு ஒரு மாத காலம் பல நாடுகளுக்குச் சென்று ஆராய்ந்துவிட்டு, அறிக்கையை எடுத்துக்கொண்டு, சம்பந்தப்பட்ட துறையின் செயலாளர் என்ற வகையில் டி.டி.ஜோஸப்பிடம் வழங்க வந்திருந்தனர். அன்று, நான் ஓர் ஏழைப் பணியாளரின் வேலை இழப்பு பற்றி பேசுவதற்காக அங்கு சென்றிருந்தேன். அன்று அந்தக் குழுவிடம் நான் கருத்து கேட்டேன். அவர்கள் கூறிய பதில் எனக்குப் புரியவில்லை; குழப்பமாக இருந்தது.

இந்தச் சூழ்நிலையில் நாடாளுமன்றத்தில் பல்வேறு நிலைகளில் இந்தத் திட்டம் பற்றி விவாதிக்கப்பட்டது. சிலர், ‘‘அங்கு ராமர் கட்டிய பாலம் உள்ளது’’ என்றார்கள். இதற்கு தலைவர் கலைஞர், ‘‘ராமர் என்ன இன்ஜினியரா?’’ என்று சொன்ன கருத்துகள் உருவாகியிருந்த நிலையில், பி.ஜே.பி. கட்சியினர், சேது சமுத்திரத்

திட்டத்தை நிறைவேற்றக் கூடாது என்பதில் உறுதியாக இருந்தனர். இதற்கு காங்கிரஸ் கட்சியிலும் சிலர் உறுதுணையாக இருந்தனர்.

இந்தச் சூழ்நிலையில்தான் ஐக்கிய முற்போக்குக் கூட்டணி கட்சிகளின் சார்பில், தென்மாவட்டங்களில் பொதுமக்களிடம் விழிப்புணர்வை ஏற்படுத்தும் விதமாக, சேது சமுத்திரத் திட்டத்தை நிறைவேற்ற வேண்டி பெருந்திரள் உண்ணாவிரதப் போராட்டம் நடத்துவது என்று முடிவு செய்யப்பட்டது.

அதன் அடிப்படையில் திருநெல்வேலியில் உண்ணாவிரதப் போராட்டம் நடத்தத் திட்டமிடப்பட்டது. இந்தியக் கம்யூனிஸ்ட் கட்சியின் தமிழ் மாநிலச் செயலாளர் ஆர்.நல்லகண்ணு, சி.பி. எம். சார்பில் தோழர் பழனி, காங்கிரஸ் சார்பில் அமைச்சர்கள், ஈ.வி.கே.எஸ்.இளங்கோவன், தி.மு.க. சார்பில் ஆவுடையப்பன் மற்றும் கூட்டணிக் கட்சியினர் தலைமை வகித்தனர். வாழ்த்திப் பேச என்னை அழைத்தனர். நான் இந்தத் திட்டத்தைப் பற்றி விரிவாகச் சொல்லி, இதை பி.ஜே.பி. கட்சியினர் ஏன் எதிர்க்கிறார்கள்? இதில் வேலை செய்பவர்கள் யார்? ஏன் இந்தத் திட்டம் நிறைவேற்ற வேண்டும்? இதனால் தென் மாவட்டங்கள் எந்தவகையில் பயன்பெறும்? போன்றவற்றை விளக்கி, அந்தக் குழுவோடு நான் சந்தித்து நடத்திய உரையாடல்கள் வரை விரிவாகப் பேசினேன்.

இதை அங்கு கூடியிருந்த சுமார் இரண்டாயிரம் பேர் உன்னிப்பாகக் கேட்டு ஆரவாரம் செய்தனர். முடிவில், அனைத்துக் கட்சியினரும் குறிப்பாக காங்கிரஸ் கட்சி நண்பர்கள், "இவ்வளவு விபரங்களை அப்பாத்துரை எப்படி தொடர்ச்சியாகவும், தொய்வின்றியும் பேசுகிறார்?" என்று வியப்பாகக் கேட்டார்கள்.

பீகார் மாநில வெள்ளம்: 2007

பீகாரில் மிகப்பெரிய வெள்ளம் பாய்ந்து, எட்டு மாவட்டங்களில் கடும் பாதிப்பு ஏற்பட்டது. எனவே, இந்தியக் கம்யூனிஸ்ட் கட்சி நாடாளுமன்ற உறுப்பினர்கள் ஐந்து பேர் கொண்ட குழு அங்கு செல்வது என்று முடிவு செய்யப்பட்டது. அவர்களில் நானும் ஒருவன்.

"டில்லியிலிருந்து ரயில் இரவு பத்து மணிக்குப் புறப்படும். எனவே, எம்.பி.க்கள் குழு ஒன்பது மணிக்கு ரயில்நிலையம் வந்து விடவேண்டும்" என்று கூறப்பட்டது.

அதன்படி, நான் ஒன்பது மணிக்கு அங்கு சென்று விட்டேன். ஆனால், மற்ற உறுப்பினர்கள் யாரும் வரவில்லை. கட்சியின் தேசியச் செயலாளர் தோழர் ஏ.பி.பரதன் மற்றும் இரண்டு தோழர்கள் கடைசிநேரத்தில் தாமதமாக வந்தனர். ரயில் புறப்படத் தயாரானது.

தோழர் பரதன், ஐந்து லிட்டர் தண்ணீர் கேனை என்னிடம் கொடுத்து, ''இந்தத் தண்ணீரைத் தவிர, போகும் இடத்தில் வேறு எந்தத் தண்ணீரையும் குடிக்கக் கூடாது'' என்று சொல்லி, ''நீங்கள் சென்று வாருங்கள்'' என்று அனுப்பிவைத்தார்.

காலையில் பாட்னா ரயில்நிலையத்தில், பீகார் மாநில செயலாளர் மற்றும் தோழர்கள் சிலர் வந்து என்னை அரசு விருந்தினர் மாளிகையின் அறைக்கு அழைத்துச் சென்றார்கள். அந்த இடத்தில் எனக்கு இருக்கப் பிடிக்கவில்லை. அவ்வளவு சுகாதாரக் கேடான நிலையில் இருந்தது அந்த அறை. கால் வைக்கவே கூச்சப்பட்டேன். குளியல் அறையில் ஒரே நாற்றம். தமிழ்நாட்டில் நமக்கிருக்கும் வசதிகளை நினைத்துக்கொண்டேன்.

என்னிடம் இருந்த குடிதண்ணீரில் பல் துலக்கி, முகம் மட்டும் கழுவிக்கொண்டேன். அதன்பின், ஒரு தோழர் வந்து தன் வீட்டுக்கு அழைத்துச் சென்றார். அங்கு குளித்து, டிபன் சாப்பிட்டுவிட்டு, எங்கள் பணியை ஆரம்பித்தோம்.

என்னை ஒரு ரயில் தண்டவாளத்தில் ஏறி நின்று வெள்ளத்தைப் பார்வையிடச் சொன்னார்கள். அங்கு படகுகளில், மக்களும் ஆடு மாடுகளும் வருவதைப் பார்த்தேன். நான் தோழர்களிடம், ''இந்த வெள்ளம் எவ்வளவு தூரம் இருக்கும்?'' என்று கேட்டேன். ''சுமார் ஐம்பது கிலோமீட்டர் இருக்கும்...'' என்றார்கள். ''எவ்வளவு ஆழம் இருக்கும்?'' என்று கேட்டேன். ''முப்பது அடி இருக்கும்...'' என்றார்கள். ''எத்தனை நாட்களாக இந்த வெள்ளம் வடியாமல் உள்ளது?'' என்றேன். ''பத்து தினங்களுக்கு மேல் ஆகிவிட்டது...'' என்று மிகவும் வருத்தப்பட்டுச் சொன்னார்கள்.

அப்போது பத்திரிகை நிருபர்கள் வந்துவிட்டார்கள். அவர்கள், ''இந்த வெள்ளம் பற்றி என்ன நினைக்கிறீர்கள்?'' என்று கேட்டார்கள். ''நான் வெள்ளத்தைப் பார்க்கவில்லை... கடலைத்தான் பார்க்கிறேன்'' என்று கூறினேன். மேலும், ''எங்கள் மாநிலமான தமிழ்நாட்டில் இரவில் மழை பெய்யும், காலையில் வடிந்துவிடும். அதைத்தான் வெள்ளம் என்போம்'' என்று கூறினேன்.

மறுநாள் வந்த பத்திரிகையில் நான் சொன்னது பெரிய செய்தியாக வந்திருந்தது. முதலமைச்சர் நிதிஷ்குமார், பத்திரிகைச் செய்தியைப் படித்துவிட்டு தனது உதவியாளரிடம், "அப்பாதுரை எனது இனிய நண்பர். அவருக்கு மரியாதை கொடுத்து அழைத்து வாருங்கள். மதியஉணவு அவர் என்னோடுதான் சாப்பிட வேண்டும்" என்று கூறியுள்ளார்.

இரண்டு தினங்கள் வெள்ளப் பகுதிகளைப் பார்வையிட்டுவிட்டு முதலமைச்சர் நிதிஷ்குமாரைப் பார்க்கச் சென்றோம். (அவர் நாடாளுமன்றத்தில் எனது பக்கத்தில் அமர்ந்திருப்பார்.) நாங்கள் எங்கள் தோழர்களுடன் முதல்வரின் அலுவலகம் சென்றோம். அவரே வந்து என்னைக் கட்டிப்பிடித்து வரவேற்று அழைத்துச் சென்றார். எங்கள் தோழர்களுக்கு ஆச்சரியம்.

ஒரு மணி நேரம் முதல்வருடன் கலந்துரையாடினோம். நாங்கள் சென்ற இடங்கள் மற்றும் மக்களின் வேண்டுகோள்கள் பற்றி எடுத்துச் சொன்னோம். உடனடியாகச் சீர்திருத்த வேண்டிய பணிகள் குறித்தும் பேசினோம். அவர், எங்கள் ஆலோசனைகளைப் பொறுமையாகக் கேட்டுக்கொண்டார். எங்களை மிகவும் கண்ணியத்தோடு நடத்தினார். அரசு வாகனம் ஏற்பாடு செய்து கொடுத்தார். இரண்டு தினங்களில் நான்கு மாவட்டங்களைப் பார்வையிட்டோம்.

நான், பீகாரில் வெள்ளம் பாதித்தப் பகுதிகளைப் பார்க்கச் சென்றபோதுதான் திருநெல்வேலி மாவட்ட இளைஞர் மன்ற செயலாளர் தோழர் சுடலைமுத்து சமூக விரோதிகளால் படுகொலை செய்யப்பட்டார். எனவே, மூன்று தினங்கள் கழித்துதான் நான் அவரது கிராமத்துக்குச் செல்ல முடிந்தது. அவரது மனைவி, அப்பா, அம்மாவைச் சந்தித்து ஆறுதல் கூறினேன்.

அம்பேத்கார் விருது: 2008

2008ம் ஆண்டுக்கான சிறப்பு விருதுகள் யார்யாருக்கு வழங்குவது என பரிசீலிக்கும் தமிழக அரசின் கூட்டம் துவங்கியது. முதல்வர் கலைஞர் பேச ஆரம்பித்தார், "சென்ற 2007ஆம் ஆண்டு, தம்பி தோழர் எம்.அப்பாதுரை ஒரு கருத்தை முன்மொழிந்தார். அந்தக் கருத்து உருப்பெற்று, வலுப்பெற்று திருமாவளவன் அவர்களும் அந்தக் கருத்தை ஏற்றுக்கொண்டார். அதன் அடிப்படையில் இந்த ஆண்டு, சி.பி.ஐ. கட்சியின் மாநிலச் செயலாளர், நமது தோழர்

ஆர்.நல்லகண்ணு அவர்களுக்கு, அம்பேத்கர் விருது வழங்கலாம்'' என்று கூறினார்.

கூட்டம் முடிந்ததும், நான் தோழர் ஆர்.நல்லகண்ணுக்கு போன் செய்தேன். ஏனென்றால், அவர் திடீரென்று வேண்டாம் என்று சொல்லிவிடக்கூடாது என்பதற்காகத்தான். உடனே அவர் சொன்னார், ''கட்சிக் கூட்டத்தில் வாங்கலாம் என்று முடிவு செய்து விட்டோம்'' என்று கூறினார். அதன்படி 2008ஆம் ஆண்டுக்கான விருது தோழர் ஆர்.நல்லகண்ணுக்கு வழங்கப்பட்டது. அவர்தான் தமிழ்நாடு அரசின் அம்பேத்கர் விருது பெற்ற முதல் தலித் அல்லாத பிற சமூகத்தினர் ஆவார்.

பண்பொழி அருந்ததியர் சமுதாயக்கூடம்: 2008

பண்பொழியில் பிரசித்திபெற்ற ஒரு கோவில் உள்ளது. இயற்கை எழில் கொஞ்சும் பூமி அது. அங்குள்ள அருந்ததியின மக்கள் ஒரு வேண்டுகோள் வைத்தனர்; ''எங்கள் கிராமத்தில் திருமணம் மற்றும் நல்ல காரியங்கள் செய்வதற்குப் பொது இடம் இல்லை. எனவே, எங்களுக்குச் சமுதாய நலக்கூடம் கட்டித்தர வேண்டும்'' என்று என்னிடம் கேட்டார்கள். அங்கு உள்ள அனைத்துக் கட்சி நண்பர்களும் இதன் அவசியத்தை எடுத்துச் சொன்னார்கள். எனவே, ரூபாய் ஆறு லட்சம் எம்.பி. நிதியிலிருந்து ஒதுக்கீடு செய்து, அவர்கள் மூலமாகவே சமுதாயக்கூடம் கட்டச் சொன்னேன்.

அடிக்கல் நாட்டு விழாவுக்குச் சென்றிருந்தேன். ஆயிரக்கணக்கான மக்கள் கூடியிருந்தார்கள். நான் அவர்களிடம், ''இவ்வளவு பேர் எங்கிருந்து வந்தார்கள்'' என்று கேட்டேன். நாங்கள், நமது ''எம்.பி. சமுதாயக்கூடம் கட்டிக் கொடுக்க உள்ளார்... அடிக்கல் நாட்டு விழாவுக்கு வாருங்கள்' என்று அனைத்துச் சமுதாய மக்களிடம் கூறினோம். அவர்களும் ஒன்றுபட்ட உணர்வோடு திரண்டு வந்து உள்ளார்கள்'' என்று கூறினார்கள். இதற்கு மற்ற சில சமுதாய மக்களிடம் ஆரம்பத்தில் ஆதரவும் எதிர்ப்பும் இருந்தது. பின்னர், திறப்புவிழா நிகழ்ச்சி மிக எழுச்சியோடு நடைபெற்றது. அந்தச் சுற்று வட்டாரத்தில் பண்பொழியில்தான் இந்தச் சமுதாய மக்கள் அதிகம் வாழ்கிறார்கள்.

செங்கோட்டை டூ சென்னை கோட்டை 2008

நீண்ட நெடிய போராட்டத்துக்குப் பின்னர், செங்கோட்டை சென்னை அகல ரயில்பாதைத் திட்டம் நிறைவேற்றப்பட்டது.

முதல் ரயில் இயக்கும் விழா செங்கோட்டையில் நடைபெற்றது. தென்காசியிலிருந்து செங்கோட்டை வரையில் சிறிய பெரிய பாலங்கள் என பதினெட்டு உள்ளன. பல இடங்களில் ஆக்கிரமிப்பு, கோவில், தோட்டம் என பல இடையூறுகள் இருந்தன. இவற்றையெல்லாம் கடந்து இந்தப் பணி நிறைவடைய காலதாமதம் ஏற்பட்டது. இந்த விபரங்கள் எல்லாருக்கும் தெரியாது.

இந்தப் பணிகளைச் செய்வதற்கு நான் எடுத்துக்கொண்ட சிரமங்கள் அதிகம். அதுவும் கோவில்தான் பெரிய பிரச்னையாக இருந்தது. ஆக்கிரமிப்பு மட்டுமல்ல, பாலங்கள் கட்டும்போது ஏற்பட்ட இயற்கையின் பாதிப்பு என இவற்றையெல்லாம் தாண்டி 8.2.2008 அன்று, இந்தத் திட்டம் நிறைவேறியது. குறிப்பாக இரயில்வேயின் மாண்புமிகு இணை அமைச்சர் வேலு எடுத்துக்கொண்ட பெரும் முயற்சியால்தான் இதை நிறைவேற்ற முடிந்தது. நான் வாக்குக் கேட்கும்போது, "செங்கோட்டையிலிருந்து சென்னை செயின்ட் ஜார்ஜ் கோட்டைக்கு ரயில் இயக்கப்படும்" என்று பேசினேன். அதனை நிறைவேற்றிய மனநிறைவு எனக்கு உண்டு.

காவல்கிணறு மலர்ச்சந்தை திறப்பு விழா: 10.5.2008

ராதாபுரம் சட்டமன்றத் தொகுதிக்கு உட்பட்ட காவல்கிணறு பகுதியில் பூ விளைவிக்கும் விவசாயம் அதிகம். எனவே, இங்கு

காவல்கிணறு மலர்ச்சந்தை திறப்பு விழாவில், துணை முதல்வர் மு.க.ஸ்டாலினுடன்...

ஒரு மலர்ச்சந்தை ஏற்படுத்த, அப்போதைய சட்டமன்ற உறுப்பினர் அப்பாவு முயற்சியில் மலரகம் வளாகம் கட்டப்பட்டு அதன் திறப்பு விழா நடை பெற்றது. 10.5.2008ல் நடந்த அந்த விழாவில் அப்போதைய துணை முதல்வர் மு.க.ஸ்டாலின் கலந்துகொண்டு திறந்து வைத்தார். அமைச்சர்கள் சட்டமன்ற உறுப்பினர்கள் கலந்துகொண்டனர்.

அந்த விழாவில் நான் பேசும்போது, "நமது ஆட்சியிலும் சில குறைபாடுகள் நடைபெறுகின்றன. இதை நான் விமர்சனமாகச் சொல்லவில்லை. யாரையும் தனிப்பட்ட முறையிலும் சொல்லவில்லை. இதுபோன்ற கருத்துகள் மக்கள்மத்தியில் உள்ளது. குறிப்பாக தமிழகத்தில் இருந்து கேரளாவுக்கு மணல் லாரிகள் செல்கின்றன. நான் வரும்போது கணக்கிட்டு வந்தேன்!" என்று பேசினேன். அதனை எந்த அடிப்படையில் புரிந்துகொண்டார்கள் என்று எனக்குத் தெரியாது. ஆனால், மறுநாளிலிருந்து நெருக்கமாக பழகிய தி.மு.க. நண்பர்கள் சிலர் என்னுடன் பேசுவதில்லை. சிலருடைய தவறுகளை நான் சுட்டிக்காட்டியதால் அதைச் சகித்துக்கொள்ள முடியாமல் என் மீது வீண் பழி சுமத்தினார்கள்.

உத்தப்புரம் சாதிக் கலவரம்; சமாதான முயற்சி: 2008

மதுரை மாவட்டம், உத்தப்புரத்தில் ஒருகாலத்தில் பிள்ளைமார் சமுதாய மக்களுக்கும், தலித் மக்களுக்கும் கோவில் உரிமை சம்பந்தமான பிரச்னை ஜாதிப் பிரச்சனையாக உருவெடுத்தது. இதன் விளைவாக இருதரப்பிலும் கொலைகள் நடந்துள்ளன.

பல ஆண்டுகளுக்கு முன், அந்தக் கிராமத்தில் பிள்ளைமார் சமூகம் சுமார் 800 வீடுகளும், தலித் மக்கள் சுமார் 300 வீடுகளும் என்ற அடிப்படையில் வாழ்ந்து வந்துள்ளனர். காலப்போக்கில் பிள்ளைமார் சமூக மக்கள் வேலைவாய்ப்புக்காக குடிபெயர்ந்து வேறு ஊர்களுக்குச் சென்றுவிட்டனர். அதனால், அங்கே அவர்களின் எண்ணிக்கை குறைந்தது. தலித் மக்களின் எண்ணிக்கை அதிகரித்தது. இரு சமூகத்தாருக்கும் தனித்தனி கோவில்கள் உள்ளன. அதுபோல் தனித்தனியான ரேஷன் கடை, குடிதண்ணீர் தொட்டிகள் உள்ளன.

தீண்டாமைச் சுவர் கட்டப்பட்டதாக எழுந்த பிரச்னையில் அந்தச் சுவர் இடிக்கப்பட்டு பொதுப்பாதை அமைக்கப்பட்டது. ஆனாலும், பிரச்னை ஓயவில்லை; நீறு பூத்த நெருப்பாகவே இருந்து வந்தது. எனவே, மீண்டும் சாதிக் கலவரம் உருவாகாமல்

இருக்க, இரு சமூக மக்கள்மத்தியில் பேசி ஒரு சுமுகமான நிலையை ஏற்படுத்த வேண்டும் என்ற அடிப்படையில், 2008ல், சமாதானக் குழுவாக தா.பாண்டியன், பொன்னம்பல அடிகளார், ஒரு கிறிஸ்துவ பாதிரியார், காளிதாஸ் மாவட்டச் செயலாளர் என நான் உட்பட ஐவர்குழு அமைக்கப்பட்டது.

15.5.2008 அன்று உத்தப்புரத்துக்குச் சென்றோம். அன்று தலித் மக்களில் ஒரு பகுதியினர் மதுரை மாவட்ட ஆட்சித் தலைவர் அலுவலகத்துக்குச் சென்றுவிட்டனர். நாங்கள் இரு தரப்பையும் தனித்தனியாகச் சந்தித்துப் பேசினோம். சர்ச்சைக்குரிய அந்தக் கோவில், சாலைக்கு மேற்புறமும், தலித் மக்கள் கோவில் எதிர்புறமும் உள்ளன. இதுவும் பிரச்னைக்கு முக்கிய காரணம் என்பதை அறிந்தோம். கோவிலை மாற்ற முடியாது... மக்கள் மனதை மாற்றலாம்.

பொன்னம்பல அடிகளார் மக்களிடம் விபரமாகப் பேசினார். அதுபோல், கிறிஸ்துவ பாதிரியார் அமைதியாகப் பேசிய பின், தோழர் தா.பாண்டியன் பேசும்போது சற்று சலசலப்பு ஏற்பட்டது. அப்போது மாவட்டச் செயலாளர் தோழர் காளிதாஸ் எழுந்து, ''உங்கள் பிரச்னையைச் சுமுகமாகத் தீர்க்கத்தான் தோழர் அப்பாத்துரை எம்.பி.யும் தென்காசி தொகுதியில் இருந்து உங்களுக்காக வந்துள்ளார்'' என்று கூறியதும் தலித் இளைஞர்கள் அமைதியானார்கள்.

''உங்கள் பிள்ளைகள் எதிர்காலத்தில் படித்து முன்னேறி பெரிய பதவிகளுக்கு வரவேண்டும். உங்கள் பிள்ளைகளுக்காக இரு சமூகமும் அமைதி காத்து ஒற்றுமையுடன் வாழவேண்டும்'' என்று நான் இரு தரப்பினரிடமும் எடுத்துச் சொன்னேன். அதன்பின் நாங்கள் அங்கிருந்து புறப்பட்டு வந்துவிட்டோம்.

பாளையங்கால்வாய் தூர்வாரும் பணி 2008

திருநெல்வேலியில் டவுன் பகுதியின் வழியாகச் செல்லும் பாளையங்கால்வாயின் மூலமாகத் தண்ணீர் வசதி பெறும் இருபதுக்கும் மேற்பட்ட குளங்களுக்குச் சீரான பாசன வசதி கிடைப்பது இல்லை. இதற்குக் காரணம், பழைய கட்டடங்களை இடித்து, குப்பைகளைக் கொட்டியதால் இந்தக் கால்வாய் மேடாக மாறிவிட்டது. அதனால், கால்வாயில் தண்ணீர் திறந்தாலும் முழுமையாக வருவதில்லை. குளங்கள் பெருகாமல் விவசாயம் செய்வதில் சிக்கல் ஏற்பட்டுள்ளது.

இதன் காரணமாக அந்தப் பகுதி விவசாயிகள் கூட்டம் போட்டு என்னை அழைத்தனர். அங்கு நூற்றுக்கணக்கான விவசாயிகள் திரண்டு இருந்தனர். ''பாளையங்கால்வாய் கடந்த காலங்களில் தூர்வாரப்பட்டது. ஒப்பந்தக்காரர்கள் தூர்வாரி அதை குப்பையும் மண்ணுமாக பக்கத்திலேயே குவித்து வைத்துவிடுவார்கள். அவை மீண்டும் கால்வாய்க்குள் விழுந்து மேடாகிவிடும். தூர்வாரியும் பிரயோசனம் இல்லை. அதனை வெளியே கொண்டுபோய் கொட்டினால்தான் கால்வாய் ஆழமாகவும் அகலமாகவும் இருக்கும். தண்ணீர் முழுமையாக வரும்'' என்று கூறினார்கள்.

''நான் என்ன செய்ய வேண்டும்?'' என்று அவர்களிடம் கேட்டேன். அதற்கு அவர்கள் ''இந்த வேலையை சொக்கலிங்கத் தேவரிடம் கொடுங்கள். அவருக்கு லாரி, டிப்பர் போன்றவை உள்ளன. அவருக்கும் இங்கு விவசாயம் உள்ளது. அவர்தான் விவசாயிகள் சங்கத் தலைவர். தூர் வாரினால் மணலை டிப்பர் மூலம் அப்புறப்படுத்தி வெளியே கொண்டுசென்று கொட்ட முடியும்'' என்று கூறினார்கள்.

அதன்படி அவர்களிடம் ஒப்படைக்கப்பட்டு நாடாளுமன்ற உறுப்பினர் தொகுதி மேம்பாட்டு நிதியிலிருந்து ரூபாய் பத்து லட்சம் ஒதுக்கப்பட்டது. அந்த ஆண்டு கால்வாயில் இணைந்துள்ள அனைத்துக் குளங்களும் நிரம்பி வழிந்தன. விவசாயம் செழிப்படைந்தது.

இந்தக் கால்வாயின் மிகப்பெரிய குளம் பாலமடை குளம். அந்தக் கிராம மக்கள் தங்கள் கிராமத்துக்கு சமுதாய நலக்கூடம் வேண்டும் என்று வேண்டுகோள் வைத்தார்கள். சமுதாய நலக்கூடத்துக்கு ஐந்து லட்சம் நிதி ஒதுக்கீடு செய்து கொடுத்தேன். அது நல்ல முறையில் கட்டி முடிக்கப்பட்டு அதன் திறப்பு விழாவும் நடைபெற்றது.

'சொக்கலிங்கத் தேவரின் அயராத முயற்சியால்தான் வேலைகள் துரிதமாக முடிந்தன. ஒரு விவசாயியாக இருந்து அந்த ஊர் மக்களுக்காக தான் செய்யும் வேலையை சிறப்பாகச் செய்கிறார்' என்று அனைவரும் போற்றும் நல்ல மனிதராகத் திகழ்கிறார்.

காயல்பட்டினம் ரயில் நிலையம்

திருச்செந்தூர்-திருநெல்வேலி ரயில்பாதை, அகல ரயில்பாதையாக மாற்றியபோது ஏற்கெனவே இருந்த பல ரயில் நிலையங்கள் மூடப்பட்டன. அதனடிப்படையில் காயல்பட்டினம் ரயில்நிலையம் மூடப்பட்டது. ஆனால், காயல்பட்டினம் நிலையம்தான், இந்தப் பகுதியில் அதிகமான வருமானம் ஈட்டக்கூடிய ரயில்நிலையம். எனவே, 'மீண்டும் காயல்பட்டினத்தில் ரயில்நிலையம் செயல்பட

ரயில்வே இணை அமைச்சர் ஆர்.வேலு அவர்களுடன்...

வேண்டும்' என்று பொதுமக்கள் கோரினார்கள். அதனடிப்படையில் காயல்பட்டினம் பெரியவர்களுடன் சென்று ரயில்வே இணை அமைச்சர் ஆர்.வேலுவிடம் மனு அளித்தோம். மீண்டும் அந்த ரயில்நிலையம் திறக்கப்பட்டு செயல்பட்டுக்கொண்டிருக்கிறது.

மகள் சமந்தா, விஜய் ஆனந்த் திருமணம்: 2008 இங்கிலாந்து பயணம்

எனது மகள் சமந்தாவுக்கும், விஜய் ஆனந்த்துக்கும் திருமணம் 2008ல் தூத்துக்குடியில் நடைபெற்றது. இரண்டு மாதம் கழித்துத்தான் என் மகளுக்கு இங்கிலாந்து செல்ல விசா கிடைத்தது. சமந்தா, திருமணத்துக்குப் பின் இங்கிலாந்தில் மருமகன் விஜய் ஆனந்துடன் வசித்து வந்தாள். எனவே, மகள், மருமகனைப் பார்க்க டெல்லியிலிருந்து இந்தியன் ஏர்லைன்ஸ் விமானம் மூலம் பர்மிங்ஹாம் விமானநிலையம் போய்ச் சேர்ந்தோம்.

ஒருவாரம் தங்கி இருந்து அங்குள்ள முக்கிய இடங்களான *BullSwing Mall*, *Buckingham Palace*, *Barmingham Symphony Hall* (இசைஞானி இளையராஜா இசை மீட்டிய இடம்) ஆகியவற்றைப் பார்த்தோம். ஆக்ஸ்போர்டு பல்கலைக்கழக வளாகத்தைச் சுற்றிப் பார்த்தோம். அதன் அமைப்பு எங்களைப் பிரமிக்க வைத்தது. அங்குள்ள பள்ளியில்தான் எனது பேத்திகள் இருவரும் படிக்கிறார்கள்.

'சூரியனே அஸ்தமிக்காத வெள்ளை சாம்ராஜ்யம்!' என்று அழைக்கப்பட்ட இங்கிலாந்துக்கு செல்லுகின்ற வாய்ப்பு எனக்குக் கிடைத்தது.

இந்தியாவில் உயர்ந்த பதவிகளில் இருப்பவர்கள் தொடர்ந்து அதிலேயே நிலைத்து இருக்க வேண்டும் என ஏன் எண்ணுகிறார்கள் என்பதை அந்த விமானப் பயணத்தின் மூலம் சில உண்மைகளைத் தெரிந்துகொண்டேன். அவ்வளவு வசதிகளும், தானாகக் கிடைக்கும் மரியாதைகளும் அப்படி நினைக்க வைக்கின்றன.

ஹரித்வார், ரிஷிகேஷ் பயணம்: 2008

கான்பூர் ஐ.ஐ.டி.யில் படிக்கும் தமிழக மாணவர்கள், டெல்லியில் என் வீட்டுக்கு வந்து என்னைப் பார்த்தார்கள். அவர்கள் நதிகள் இணைப்பு பற்றி ஓர் ஆய்வு மேற்கொண்டு வருவதை என்னிடம் கூறினார்கள். அதற்கான வீடியோ ஒன்றைப் போட்டுக் காண்பித்தார்கள். "இதை முழுமையாக ஆய்வுசெய்து ஒன்றிய அரசிடமும், சம்பந்தப்பட்ட மாநில அரசுகளுக்கும் கொடுக்க இருக்கிறோம். இதற்கு நிதி உதவி வேண்டும்" என்று கேட்டார்கள்.

அன்று என்னைப் பார்ப்பதற்காக தமிழகத் தொழில் அதிபரான நண்பர் ஒருவர் வந்திருந்தார். அவர் இதுபோன்ற காரியங்களில் ஆர்வம் உள்ளவர். அவரிடம் இந்த மாணவர்களை அறிமுகப்படுத்தினேன். அந்த வீடியோவைப் போட்டுக் காட்டினார்கள். அவருக்கு மிகவும் மகிழ்ச்சி. அவர்களின் வேண்டுகோளைச் சொன்னேன். அவர் "நீங்கள் எவ்வளவு சொன்னாலும் கொடுப்பேன்!" என்று கூறினார்.

நான் மாணவர்களிடம், "உங்களுக்கு எவ்வளவு பணம் வேண்டும்" என்று கேட்டேன். அவர்கள், "இரண்டு லட்சம் வேண்டும்" என்று சொன்னார்கள். நான் என் நண்பரிடம், "இரண்டு லட்சம் தேவை" என்றவுடன், அவரும் உடனடியாக மூன்று லட்சம் ரூபாய் என்னிடம் கொடுத்தார். "நீங்களே அவர்களிடம் கொடுத்து விடுங்கள்" என்று கூறினேன். எதிர்பார்த்தத் தொகையை விட கூடுதலாகக் கிடைத்தது மாணவர்களுக்கு மிக்க மகிழ்ச்சி. என் நண்பர் வந்த காரியம் முடிந்து விமானநிலையம் சென்றுவிட்டார்.

மறுநாள் நாடாளுமன்ற வளாகத்தைப் பார்க்க மாணவர்களுக்கு அனுமதி அட்டை வாங்கி வைத்திருந்தேன். எனவே, அன்று இரவு என் வீட்டில் தங்கியிருந்தார்கள்.

மாணவர்கள் இரவு என்னிடம் பேசிக்கொண்டு இருந்தார்கள். அவர்கள் என்னை கான்பூர், ரிஷிகேஷ், ஹரித்துவார் போன்ற இடங்களுக்கு வரவேண்டும் என்று அழைத்தார்கள்.

அவர்கள் அழைப்பை ஏற்று அங்கு சென்றேன். மூன்று நாள் பயணத்தையும் அவர்கள் சிறப்பாகத் திட்டமிட்டிருந்தார்கள். அதன்படி முதலில் ரிஷிகேஷ் அழைத்துச் சென்றார்கள். அங்கு ஆற்றில் குளித்துவிட்டு ஒரு குகைக்கு அழைத்துச் சென்றார்கள். அதனுள் என்னை உட்கார வைத்தார்கள். "நடிகர்கள், நடிகைகள் போன்றவர்கள் இங்குதான் வந்து தியானம் செய்வார்கள்" என்று கூறினார்கள். அந்தத் தண்ணீர் அவ்வளவு சுத்தமாக இருந்தது.

அங்கு தமிழர்கள் கட்டிவைத்துள்ள விடுதிகள் இருந்தன. சைவ விடுதிதான். இரண்டு மலைப் பகுதிக்கு அழைத்துச் சென்றார்கள். இயற்கை எழில் கொஞ்சும் இடங்கள் மிக அருமையாக இருந்தன.

மூன்றாம் நாள், ஹரித்துவார் அழைத்துச் சென்றார்கள். அங்கு அந்த ஆற்றங்கரையில் மாலை ஐந்து மணிக்கு ஆயிரக்கணக்கான மக்கள் கூடி மண்சட்டியில் விளக்கேற்றி ஆற்றில் விடுகிறார்கள். ஒரே மக்கள் வெள்ளமாகக் காட்சி அளித்தது.

அதன்பின் சன்னியாசிகள் நடத்தும் இயற்கை மருத்துவமனைக்கு அழைத்துச் சென்றார்கள். அங்கு ஒரு தனி நாடே உள்ளது. வெளிநாட்டினர் அதிகம் இருந்தனர். அந்த இடம் சுமார் 200 ஏக்கர் பரப்பளவு இருக்கும். 'நாம் வாழும் உலகம் வேறு; அங்கு உள்ள உலகம் வேறு' என்று எனக்கு எண்ணத் தோன்றியது. மூன்று தினங்களும் இந்தியாவின் புதிய பகுதியைக் காண முடிந்தது.

பாரதப் பிரதமர் நலிவுற்றோர் மருத்துவ உதவித் திட்டம்
2004 - 2009.

இந்த திட்டத்தின் கீழ் நலிவுற்ற ஏழைகளுக்கு மருத்துவ உதவிக்காக வழங்கப்படும் நிதி. இதனை முறையாக சம்பந்தப்பட்டவர்களிடம் விவரங்களைச் சொல்லி அதற்கான சான்றிதழைப் பெற்று பிரதமர் அலுவலகத்துக்கு அனுப்ப வேண்டும்.

அவர்கள் அந்த மனுவை திருவனந்தபுரத்தில் உள்ள சித்திரைத் திருநாள் மருத்துவமனைக்கு அனுப்பி அங்கிருந்து சம்பந்தப்பட்ட நோயாளிகளுக்கு தகவல் தெரிவித்து அவர்களுக்கு அறுவைசிகிச்சை அல்லது மருத்துவசிகிச்சை அளிப்பார்கள். இதனை எனது அலுவலகச் செயலாளர் தம்பி ஜீவா, பொறுப்பாளர் தோழர் பி.எம். காளியப்பன் இருவரும் முறையாகச் செய்தனர். இதனால் இருதய அறுவைசிகிச்சை உட்பட பல மருத்துவ உதவிகளைத் தொகுதியில் உள்ள மக்கள் முறையாகப் பெற்றனர்.

நாடாளுமன்ற உறுப்பினர்களுக்கு வருடத்துக்கு ஒரு தொகை ஒதுக்கீடு செய்வார்கள். அப்படி ஒதுக்கீடு செய்ததில் அதற்கு மேலும் மக்கள் மனு அளித்தார்கள். 'உங்களுக்கான தொகை முடிந்துவிட்டது!' என்று பிரதமர் அலுவலகத்திலிருந்து கடிதம் வந்தது. நான் நேரடியாக பிரதமரைச் சந்தித்தேன். அதன்பின்தான் பல உறுப்பினர்கள் இதை நிறைவேற்றவில்லை என்பது தெரியவந்தது. எனவே, அதுபோன்று செலவு செய்யப்படாத பணத்தை என் தொகுதி மக்களுக்கு நான் பயன்படுத்திக்கொள்ள அனுமதிக்கப்பட்டது. இது பற்றி பிரதமரே நாடாளுமன்றத்தில் பேசினார்.

2004முதல் 2007வரை கல்வி உதவித் தொகை

திருநெல்வேலி மாவட்டத்தில் அதிகமான பீடித் தொழிலாளர்கள் வாழ்கிறார்கள். அதில் தென்காசி நாடாளுமன்றத் தொகுதியில் அதிகமான பீடி தொழிலாளர்கள் உள்ளனர். அவர்களுடைய குழந்தைகளுக்கு ஒன்றிய அரசின் தொழிலாளர் நலத்துறை மூலமாக 'சிறப்பு கல்வி உதவித் தொகை' வழங்கப்பட்டு வருகிறது.

பீடித் தொழிலாளர்களின் குழந்தைகளுக்கான கல்வி உதவித் தொகை பெற அந்த மக்களிடம் ஒரு விழிப்புணர்வை ஏற்படுத்த வேண்டியிருந்தது. இந்தத் திட்டத்தின் கீழ் கல்வி உதவித்தொகையை மாணவ மாணவிகள் பெறவேண்டுமென்றால் அவர்கள் பயிலும்

பள்ளிக்கான அங்கீகாரச் சான்றிதழை அந்தப் பள்ளி நிர்வாகம் வருடாவருடம் புதுப்பிக்க வேண்டும். அங்கீகாரத்தைப் புதுப்பித்து இருந்தால்தான் அந்தப் பள்ளியில் பயிலும் மாணவர்களுக்கு (பீடித் தொழிலாளர்களின் குழந்தைகளுக்கான) சிறப்பு உதவித் தொகையை ஒன்றிய அரசு வழங்கும்.

நான் எம்.பி.யாக வெற்றிபெற்ற பின்னர், நன்றி சொல்லச் செல்லும் எல்லா கிராமங்களிலும் 'கல்வி உதவித்தொகை கிடைக்கவில்லை' என்று மனுக்கள் கொடுத்தனர். நான் இது சம்பந்தமாக தொழிலாளர் நலத்துறை ஆணையரைச் சந்தித்து விவரம் கேட்டேன். அதன் பிறகுதான் இந்தச் செய்தி எனக்குத் தெரிந்தது. உடனடியாக சம்மந்தப்பட்ட பள்ளி நிர்வாகிகளைச் சந்தித்தேன். பல பள்ளிகள் இதுபோன்று பள்ளி அங்கீகாரத்தைப் பல ஆண்டுகளாகப் புதுப்பிக்கவில்லை என்ற உண்மை தெரிந்தது. புதுப்பிக்காத பள்ளிகள் புதுப்பித்த பின்னரே பீடித் தொழிலாளர்களின் அனைத்து மாணவர்களுக்கும் இந்த உதவித்தொகை கிடைத்தது.

2003 வரை, வருடத்துக்கு ஒரு கோடி ரூபாய் வரை பெற்று வந்த உதவித் தொகை, 2004முதல் 2009வரை ஏழரைக் கோடி ரூபாய் வரை கிடைத்தது. சம்பந்தப்பட்ட பள்ளி நிர்வாகம் விழாக்கள் நடத்தி என்னை அழைத்துக் கொடுக்க வைத்தனர். இது தொழிலாளர் குடும்பத்துக்கு மிகப்பெரிய ஆறுதலைக் கொடுத்தது.

இரண்டாவது முறையாக இங்கிலாந்து

2011ல், இரண்டாவது முறையாக இங்கிலாந்து சென்றபோது என் மகள் ரெட்டிங்ஸ் என்ற இடத்தில் வசித்து வந்தார். அங்கு நானும் எனது மனைவியும் சில நாட்கள் தங்கி இருந்தோம். அங்கு, விக்டோரியா மகாராணியின் அரண்மனையைப் பார்த்தோம். அது பர்மிங்காம் அரண்மனை. விக்டோரியா மகாராணி பிறந்தது வின்சர் கேஷில் அரண்மனை; மலைமீது அமைந்துள்ளது.

லண்டனில் 'ஹைகேட்' மயானத்தில் உள்ள மாமேதை கார்ல் மார்க்ஸ் கல்லறைக்குச் சென்றிருந்தோம். அங்கு மக்கள் தொடர்ச்சியாக வந்து மலர் அஞ்சலி செலுத்தி வருகின்றனர். நாங்கள் சென்றபோது சுமார் ஐம்பதுக்கும் மேற்பட்ட இளைஞர்களும் இளம்பெண்களும் மலர் அஞ்சலி செலுத்திக்கொண்டிருந்தார்கள். நான் அவர்களிடம் "நீங்கள் கம்யூனிஸ்டுகளா?" என்று கேட்டேன். அவர்கள் "நாங்கள் கம்யூனிஸ்டுகள் இல்லை. ஆனால், உலகை

இங்கிலாந்தில் உள்ள கார்ல் மார்க்ஸ் கல்லறையில் அஞ்சலி...

ஆண்ட .இந்த இங்கிலாந்து மண்ணில் நாங்கள் படும் துன்ப துயரங்களை அன்றே இந்த உலகுக்கு எடுத்துச் சொல்லி, அதைத் தீர்ப்பதற்கான வழிமுறைகளையும் சொன்ன மாமேதை என்பதால் நாங்கள் அவரை வணங்குகிறோம்'' என்று கூறினார்கள். நாங்களும் மலர் அஞ்சலி செலுத்திவிட்டு வந்தோம்.

லண்டன் கண் (Londan Eye) என்ற கட்டடம் மிகப் பிரம்மாண்டமாக இருந்தது. அதில் மக்கள் ஏறி மகிழ்வர். ஒவ்வொரு நாளும் ஆயிரக்கணக்கான மக்கள் பார்வையிட வருகின்றனர். Londan Bridge தேம்ஸ் நதியின் மீது கட்டப்பட்டுள்ளது. மிகப்பெரிய பாலம்; கப்பல் வரும்போது பாலம் தூக்கிக்கொள்கிறது. கப்பல் சென்றபின் சமநிலைக்கு வந்து, பாலமாக இறங்கிக்கொள்கிறது. நமது தமிழ்நாட்டில் உள்ள ராமேஸ்வரம் 'பாம்பன் பாலம்' இதன் அடிப்படையில் கட்டப்பட்டுள்ளது. இதுபோன்று ஹூப்ளி ஆற்றின் மீது ஒரு 'தூக்கு பாலம்' கல்கத்தாவில் உள்ளது.

இரண்டாவது முறை நான் இங்கிலாந்து சென்றபோது அங்குள்ள British Tamil Forum நண்பர்கள் என்னைத் தொடர்பு கொண்டனர். அவர்கள் மூலம் பல நண்பர்களுடன் உரையாடும் வாய்ப்பு

கிடைத்தது. பல கூட்டங்களிலும் என்னைப் பேச வைத்தனர். அதுபோல் 'G4 தொலைக்காட்சியில் நடைபெறும் விவாதத்தில் பங்கேற்க வேண்டும்' என கேட்டுக்கொண்டனர்.

தொலைக்காட்சி அரங்கத்துக்கு நான் சென்றவுடன், அங்கு இருந்தவர்கள் சற்று பதட்டத்துடன் காணப்பட்டனர். இதற்கு முன் தமிழகத் தலைவர்கள் பங்குபெற்ற விவாதங்களில் விரும்பத்தகாத நிகழ்வுகள் ஏற்பட்டுள்ளன. அதனால், என்னையும் அதுபோன்று எண்ணிக்கொண்டனர்.

என்னை அரங்கத்துக்குள் அழைத்துச் சென்றவுடன், திரையில் என்னைப் பற்றி, 'எம்.அப்பாத்துரை, முன்னாள் நாடாளுமன்ற, சட்டமன்ற உறுப்பினர், இந்தியக் கம்யூனிஸ்ட் கட்சியின் தேசியக் குழு உறுப்பினர், தமிழ்நாடு, இந்தியா' என்ற அறிமுகத்தோடு, நான் நாடாளுமன்றத்தில் ஈழத்தமிழர்கள் பிரச்னை குறித்துப் பேசியதை மறுஒளிப்பதிவு செய்தார்கள்.

அதன் பின்னர், சுமார் ஒரு மணி நேரம் என்னிடம் இலங்கை தமிழர் பிரச்னை பற்றியும், அதன் மீது என் நிலைப்பாடு என்ன என்பது பற்றியும் கேள்விகள் கேட்டனர். நான் அவற்றுக்கு பொறுமையாகவும் நிதானமாகவும் பதில் சொன்னேன். தனி ஈழம் பற்றி கருத்துக் கேட்டார்கள். ''தனி ஈழம் பற்றி நான் கருத்துச் சொல்வது சரியாக இருக்காது. அதை அந்த மக்கள்தான் தீர்மானிக்க வேண்டும்'' என்று கூறினேன்.

நிகழ்ச்சியில் உலகம் பூராவும், 28 நாடுகளில் இருந்து என்னிடம் கேள்விகள் கேட்டனர். அவற்றுக்கும் நான் நிதானமாக பதில் சொன்னேன். அவர்கள் என்னிடம் ''இவ்வளவு தெளிவாக பதில் சொல்கிறீர்களே!'' என்று சொன்னார்கள். ''நான் உண்மையான தொப்புள்கொடி உறவுக்காரன்; தூத்துக்குடி மண்ணைச் சேர்ந்தவன். எனது உறவினர்கள் இலங்கையில் உள்ளனர். சகோதரர் பிரபாகரனிடம் 1980ஆம் ஆண்டு, நான் சட்டமன்ற உறுப்பினராக இருந்தபோது பல மணி நேரம் விவாதம் செய்துள்ளேன். அதுபோல் வரதராஜபெருமாள், பத்மநாபன் போன்றவர்கள் எங்கள் கட்சி அலுவலகத்தில் எங்களோடு தங்கியிருந்தார்கள். அதன் அடிப்படையில் என் கருத்துகளைக் கூறுகிறேன். எங்கள் கட்சியின் நிலைப்பாடு இதுதான்'' என்று கூறினேன். அங்கு இருந்தவர்கள் என்னைப் பாராட்டி, மிக்க மகிழ்ச்சியோடு என்னை இந்தியாவுக்கு அனுப்பி வைத்தனர்.

குடியரசுத் தலைவர் ராம்நாத் கோவிந்துடன் நாடாளுமன்றக் கமிட்டியில்...

தூத்துக்குடி துப்பாக்கிச் சூடு கொடுமை!

2004 நாடாளுமன்ற தேர்தலில் நான் தென்காசி தொகுதியில் வெற்றி பெற்ற பின்னர், என் அரசியல் பணி, தூத்துக்குடி மாவட்டத்திலிருந்து நெல்லை மாவட்டத்தில் செயல்படத் துவங்கியது. அதனால், ஸ்டெர்லைட் போராட்டத்தில் என் பங்களிப்பு குறைந்துவிட்டது.

தூத்துக்குடியில் ஸ்டெர்லைட் ஆலைக்கு எதிராக நடைபெற்ற ஊர்வலத்தில் பதிமூன்றுபேர் சுட்டுக்கொல்லப்பட்டார்கள். அந்த நிகழ்ச்சி நடந்த இரண்டு தினங்களுக்கு முன்புதான் எனக்கு கண் அறுவைசிகிச்சை நடைபெற்றது. எனவே, அந்தப் போராட்டங்களைப் பார்க்கவும், அதில் பங்கு கொள்ளவும் முடியவில்லை. ஆக்ரோசமான மக்களின் நூறாவதுநாள் போராட்டத்தை, எனது ஒரு கண்ணை துணியால் கட்டிக்கொண்டு மற்றொரு கண்ணால் டிவியில் பார்த்துக்கொண்டிருந்தேன்.

கண்ணின் ஆரோக்கியம் சம்பந்தப்பட்ட விசயம் என்பதால், என் மனைவி, "டிவி வெளிச்சத்தைப் பார்க்கவேண்டாம்!" என்று சத்தம் போட்டுக்கொண்டே இருந்தார்கள். இருந்தாலும் மனம் பேதலித்தபடி அதைப் பார்த்துக்கொண்டும், முக்கியமானவர்களிடம் அதைப் பற்றி போனில் பேசிக்கொண்டும்தான் இருந்தேன். என் வாழ்நாளில் இது போன்ற மக்கள் எழுச்சியை நான் பார்த்தது

இல்லை. காவல்துறையை எதிர்த்து பெண்கள் நடத்திய தாக்குதல் என்னை மெய்சிலிரிக்க வைத்தது. மூன்று முனைகளிலும் இருந்தும் மக்கள் வெள்ளம் சாரை சாரையாக வந்துகொண்டு இருந்தார்கள். மாவட்ட ஆட்சித் தலைவர் அலுவலக வளாகத்தின் உள்ளே நடைபெற்ற துப்பாக்கிச் சூடு மற்றும் அடிதடிகளை தொலைக்காட்சி மூலமாக, மனம் வெதும்பிப் பார்த்துக்கொண்டு இருந்தேன்.

''துப்பாக்கிச் சூட்டைக் கண்டித்து அனைத்துக் கட்சிக் கூட்டம் நடத்தவேண்டும்'' என்று முடிவு செய்து, பல கட்சியினர் வீட்டுக்கு வந்துவிட்டார்கள். என்னிடம், ''நீங்கள்தான் இந்தக் கூட்டத்துக்குத் தலைமை தாங்கி நடத்த வேண்டும்'' என்று கேட்டுக்கொண்டார்கள். ''நான் கண் அறுவைசிகிச்சை செய்துகொண்ட இந்த நிலையில் வர முடியாதே..'' என்று என் இயலாமையைக் கூறினேன். உடனே என் அன்புச் சகோதரர் ஏ.பி.சி.வீ.சண்முகம், ''ஒரு கூலிங்கிளாஸ் (குளிர்கண்ணாடி) தருகிறேன்... போட்டுக்கொண்டு வாருங்கள்'' என்று கூறினார். அதன்படி கண்ணாடியைப் போட்டுக்கொண்டு சி.பி.எம். அலுவலகத்தில் நடைபெற்ற கூட்டத்துக்குச் சென்றேன். அங்கு தோழர் ஜி.ராமகிருஷ்ணன், தோழர் வாசுகி மற்றும் என்னோடு வருகை தந்த முன்னாள் அமைச்சரும், மாவட்ட காங்கிரஸ் தலைவருமான கீதாஜீவன், ஏ.பி.சி.வீ.சண்முகம், சி.பி.எம். மாவட்டச் செயலாளர் கே.எஸ்.அர்சுனன், வி.சி.க. இக்பால், பாத்திமா பாபு, முஸ்லீம் லீக் தலைவர்கள் போன்ற ஐம்பதுக்கும் மேற்பட்டவர்கள் கூடி இருந்தனர். கட்சிக்கு ஒருவர் வீதம் ஒன்றிய, மாநில அரசை எதிர்த்தும், காவல்துறையை எதிர்த்தும் ஆக்ரோசமாகப் பேசினார்கள்! கண்டன முழக்கங்கள் எழுப்பப்பட்டன!

கூட்டத்தில் சலசலப்பு ஏற்பட்டது! நான் அன்றுமட்டும் செல்லவில்லை என்றால் கூட்டம் நடந்திருக்காது என்று எல்லோரும் கூறினார்கள். கூட்டத்தில் போட்ட தீர்மானத்தின்படி, புதிய ஆட்சித் தலைவர், காவல்துறை கண்காணிப்பாளர் மற்றும் வந்துள்ள சிறப்புப் பார்வையாளர்களைச் சந்திப்பது என்று முடிவு செய்யப்பட்டது. அதன்படி, அனைவரும் சென்று, நடந்த சம்பவத்தால் மக்கள் மத்தியில் ஏற்பட்டுள்ள பதட்டமான சூழ்நிலையைப் போக்க, எடுக்க வேண்டிய நடவடிக்கை பற்றிய கருத்தினை எடுத்துச் சொன்னோம். மாவட்ட ஆட்சியர் மற்றும் காவல்துறையின் உயர் அதிகாரி எடுத்த நடவடிக்கையால் நகரத்தில் அமைதி ஏற்பட்டது

எனது நினைவில் நின்றவர்கள்

பொது வாழ்க்கையில் மாணிக்கம்
மாசற்ற தலைவர் மாணிக்கம்!

தோழர் ப.மாணிக்கம் அவர்களை, 1970ஆம் ஆண்டு திருச்சியில் நடைபெற்ற தமிழ்நாடு மாணவர் மன்றத்தின் இரண்டாவது மாநில மாநாட்டில் முதன்முதலாகச் சந்தித்தேன். அந்த மாநாட்டில், மாநிலக் குழு உறுப்பினர்களைத் தேர்வு செய்வதில், திருநெல்வேலி மாவட்டப் பிரதிநிதி தோழர்கள் மத்தியில் ஏற்பட்ட பிரச்னையைப் பற்றிப் பேசுவதற்காக மாநிலத் தலைவர்கள் அனைவரும் வந்திருந்தார்கள். தோழர் ப.மாணிக்கம் அந்தப் பிரச்னைக்கு இறுதியாக ஒரு முடிவைச் சொன்னார். அதை நாங்கள் ஏற்றுக்கொண்டோம்.

அதன்பிறகு, 1972ஆம் ஆண்டு, நான் சென்னையில் தங்கியிருந்த காலத்தில், நெல்லை மாவட்ட கம்யூனிஸ்ட் கட்சியின் செயலாளர் தோழர் வி.எஸ்.காந்தி, தன்னை பிராட்வேயில் இருக்கும் மாநிலக் கட்சி அலுவலகத்தில் வந்து சந்திக்குமாறு எனக்குக் கடிதம் எழுதியிருந்தார். அதன்படி நான் அவரைப் பார்க்கச் சென்றேன். அப்போதுதான் அவர் என்னை தோழர் ப.மாணிக்கம் அவர்களிடம் அழைத்துச் சென்று, "இவர்தான் தோழர் அப்பாத்துரை. சென்னையில் தங்கியிருக்கிறார். இவரை நமது கட்சிப் பணியில் ஈடுபடுத்த நீங்கள் முயற்சி செய்யுங்கள்" என்று அறிமுகப்படுத்தினார்.

உடனே தோழர் ப.மாணிக்கம் என்னிடம், "நான் டெல்லியில் நடைபெறவிருக்கும் தேசியக் கவுன்சில் கூட்டத்துக்குச் செல்கிறேன். எனவே, ஒரு வாரம் கழித்து வந்து என்னைச் சந்தியுங்கள்" என்று அன்போடு கூறினார்.

அதன்படி, ஒரு வாரம் கழித்து கட்சி அலுவலகத்துக்குச் சென்று தோழர் ப.மாணிக்கத்தைச் சந்தித்தேன். அங்கு கனரா

தோழர் ப.மாணிக்கம்

வங்கி ஊழியர் சங்கத்தின் தலைவர் தோழர் சி.சுப்ரமணியனை எனக்கு அறிமுகப்படுத்தினார். அவர் என்னிடம், "நீங்கள் வங்கிப் பணிக்கான தேர்வு எழுதுங்கள். நான் வேண்டிய உதவிகளைச் செய்கிறேன்" என்று என்னை ஊக்கப்படுத்தினார். அதன்படி, வங்கி ஊழியர்கள் பணிக்கான பயிற்சி வகுப்புக்குச் சென்று படித்து வந்தேன்; வங்கித் தேர்வும் எழுதிமுடித்தேன்.

தோழர் ப.மாணிக்கத்தைச் சந்திப்பதற்கு முன்பாகவே, தமிழ்நாடு தேர்வாணையத்தின் குரூப்:3 மற்றும் குரூப்:5 தேர்வுகளை எழுதித் தேர்ச்சி பெற்றிருந்தேன். இதை நான் தோழர் ப.மாணிக்கத்திடம் சொன்னதும், "தமிழ்நாடு அரசின் தலைமைச் செயலாளர் எனது நெருங்கிய நண்பர். அவரிடம் சொல்லி அரசுப் பணி வாங்கித் தருகிறேன். வங்கிப் பணியோ, அரசுப் பணியோ... எதிலாவது சேர்ந்துகொண்டு கட்சிப் பணியும் ஆற்றலாம். ஆனால், நீங்கள் நமது கட்சியில் முழுநேர ஊழியராகவே சேர்ந்து செயல்படுவீர்கள் என்றுதான் நான் நினைக்கிறேன்" என்று என்னிடம் கூறினார்.

"நான் உங்களுக்கு ஒரு வாரம் அவகாசம் தருகிறேன். நீங்கள் எந்தப் பாதையைத் தேர்ந்தெடுக்கப் போகிறீர்கள் என்பதை முடிவு செய்துவிட்டு வாருங்கள்" என்று அக்கறையோடு சொல்லி என்னை அனுப்பிவைத்தார்.

மு.அப்பாத்துரை | 247

இந்த வேளையில்தான், இந்தியன் ஓவர்ஸீஸ் வங்கியின் தலைமை அலுவலகத்தில் இருந்து எனக்குப் பணி நியமன ஆணைக் கடிதம் வந்தது. நான் அந்த வங்கியின் மத்திய தலைமை அலுவலக கதீட்ரல் கிளைக்குச் சென்று, எனது பணி நியமன ஆணையைக் காட்டி, 'எனக்கு இந்தப் பணி வேண்டாம்' என்று எழுதிக் கொடுத்துவிட்டேன்.

அடுத்தநாள், நான் கட்சி அலுவலகத்தில் தோழர் மாணிக்கத்தைச் சந்தித்து, ''நேற்றுதான் வங்கிப் பணி வேண்டாம் என்று எழுதிக் கொடுத்துவிட்டேன். நான் நமது கட்சியில் முழுநேர ஊழியனாகப் பணி செய்யவே விரும்புகிறேன்'' என்று உறுதிபடக் கூறினேன். அதற்கு அவர், ''அவசரப்பட்டு விட்டீர்களே..! சற்று யோசித்து முடிவு எடுத்திருக்கலாமே!'' என்று கூறினார். அதன் பின், என்னிடம் 200 ரூபாய் கொடுத்து, ''நீங்கள் தங்கியிருக்கும் அறையைக் காலி செய்துவிட்டு இங்கே வந்துவிடுங்கள். கட்சி அலுவலகத்திலேயே தங்கிக் கொள்ளலாம்'' என்று கேட்டுக்கொண்டார்.

அதன்படி கட்சியின் தலைமை அலுவலகம் வந்து, தோழர்கள் ப.விருத்தகிரி, தோழர் டி.ராஜா, தோழர் ரவீந்திர தாஸ் ஆகியோருடன் தங்கினேன். ஆவடி, அம்பத்தூர் பகுதியில் தொழிற்சங்கப் பணியில் ஈடுபட்டு, தினமும் அந்தப் பகுதிக்குச் சென்று தொழிலாளர்களின் பிரச்னை பற்றிக் கேட்டு அறிவேன்.நிறைய கற்றுக்கொண்டேன்.

இந்தவேளையில்தான், எனது நண்பன் பாலசந்திர பாரதி (தோழர் ஆர்.நல்லகண்ணு அவர்களின் மைத்துனர்) ராணுவப் பணியிலிருந்து விடுபட்டு, சென்னைக்கு வேறு ஒரு பணி நிமித்தமாக வந்திருந்தான். நானும் அவனும் சினிமாவுக்குச் சென்றோம். பார்த்துவிட்டு வெளியில் வரும்போது என்னால் நடக்க முடியவில்லை. சரியாகப் பேசக்கூட முடியவில்லை. எப்படியோ இருவரும் ஆட்டோ பிடித்து கட்சி அலுவலகம் வந்து சேர்ந்தோம்.

உடனே தோழர் ப.மாணிக்கம், டாக்டர் கிருஷ்ணன் அவர்களைத் தொடர்பு கொண்டு என் உடல்நிலை பற்றி எடுத்துச் சொன்னார். டாக்டர், உடனே இஸபெல்லா மருத்துவமனைக்குக் கொண்டு சென்று சிகிச்சைக்கு அனுமதிக்குமாறு கேட்டுக்கொண்டார். பாரதியும் எனக்குத் துணையாக அங்கேயே தங்கிக் கொண்டான்.

அன்று இரவு, டாக்டர் கிருஷ்ணன் என்னைப் பார்க்க மருத்துவ மனைக்கே வந்து உரிய சிகிச்சை அளித்தார். நான் மருத்துவமனையில் இருக்கும்போதே தோழர் ப.மாணிக்கம் எனது தந்தைக்கு போன்

செய்து சென்னைக்கு வரவழைத்துவிட்டார். எனது தந்தை மருத்துவ மனைக்கு வந்ததும், ''நீ எங்கிருந்தாலும் கட்சிப்பணி ஆற்று. எனக்கு மகிழ்ச்சிதான். ஆனால், தற்போது உன் உடல்நலம் கருதி என்னுடன் ஊருக்கு வந்துவிடு!'' என்று என்னை அழத்துச் சென்றார்.

தோழர் ப.மாணிக்கம், அண்ணாமலைப் பல்கலைக்கழகத்தில் இருந்தே மாணவர் இயக்கத்திலும், இந்தியக் கம்யூனிஸ்ட் கட்சியிலும் தன்னை இணைத்துக்கொண்டு, தோழர் கே.பாலதண்டாயுதம் மற்றும் முன்னணித் தோழர்களோடும் பணியாற்றியவர். இந்திய கம்யூனிஸ்ட் கட்சியின் நெல்லை மாவட்ட முதல் பொறுப்பாளராக இருந்து செயல்பட்டவர். நெல்லை சதி வழக்கில் கடுமையான அடக்குமுறைக்கும், சித்ரவதைகளுக்கும் உட்படுத்தப்பட்டவர்.

தோழர் பி.சி.ஜோஷி, ''கம்யூனிஸ்ட் கட்சி பன்முகத்தன்மையோடு செயல்படவேண்டும்'' என்ற வழிகாட்டுதலின்படி, நெல்லை மாவட்டத்தில், விவசாய அரங்கம், தொழிற்சங்க அரங்கம், மாணவர் அரங்கம், மாதர் அரங்கம் அமைப்புகளை உருவாக்கியவர். அதுபோன்று ஆசிரியர்கள், அரசு ஊழியர்கள், மின்சாரத்துறை ஊழியர்கள், வங்கிப்பணியாளர்கள், வழக்கறிஞர்கள், பண்பாட்டுத்துறை போன்ற அமைப்புகளை உருவாக்க ஆரம்பக் கட்டத்திலேயே செயல்பட்டவர்.

'பண்பாட்டுத் துறையில் இந்தியக் கலாசாரத்தின் அடிப்படையில் எப்படிச் செயல்படுவது?' என்பது பற்றி தெளிவான முடிவோடு பேராசிரியர் வானமாமலையை அடையாளம் காட்டியவர். 1962ல் இந்தியக் கம்யூனிஸ்ட் கட்சியில் பிளவு ஏற்பட்ட போது, அரசியல் அமைப்பு நிலை, மார்க்ஸிய சித்தாந்தத்தின் அடிப்படையில் உறுதியாக நின்று இந்தியக் கம்யூனிஸ்ட் கட்சியை நிலைநிறுத்தினார். அதேபோல, 1986ஆம் ஆண்டு இந்தியக் கம்யூனிஸ்ட் கட்சியில் மீண்டும் பிளவு ஏற்பட்டபோது அமைப்பு நிலையில் உறுதியாக இருந்து கட்சியை வழிநடத்திச் சென்றார். கட்சிக்குள் ஏற்படும் பிரச்னைகளில் யாரையும் பழிவாங்கும் நடவடிக்கையை அவர் என்றும் எடுத்ததில்லை.

தமிழ்நாடு சட்டமன்ற மேலவையில் அவர் ஆற்றிய உரைகள் மற்றும் அவரது பணிகள் அனைவராலும் பாராட்டும்படி இருந்தன.

வாழ்க்கையில் எளிமையாகவும் நேர்மையாகவும் நெறி தவறாது வாழ்ந்து காட்டியவர். எங்களைப் போன்ற இளைய தலைமுறையை ஊக்குவித்து பொறுப்புக்குக் கொண்டுவந்தவர்.

தோழர் ஐ.மாயாண்டி பாரதி

நான் கல்லூரியில் படிக்கின்ற காலத்தில் என் அறை நண்பர் கே.வேலுச்சாமி, "தோழர் ஐ.மாயாண்டி பாரதி அவர்கள் நல்ல பேச்சாளர், சிறந்த கம்யூனிஸ்ட்" என்று அடிக்கடி கூறுவார்.

1975ஆம் ஆண்டு, சென்னை பிராட்வேயில் இருந்த இந்திய கம்யூனிஸ்ட் கட்சியின் மாநிலக் கட்சி அலுவலகத்தில், தோழர் ப.மாணிக்கத்தைச் சந்திக்க தோழர்கள் ஐ.மாயாண்டி பாரதி, எழுத்தாளர் சோலை ஆகிய இருவரும் வந்தார்கள். நானும் அங்கு இருந்தேன். தோழர் ப.மாணிக்கம் மற்றும் இருவரும் சுமார் ஒரு மணி நேரம் பேசிக்கொண்டு இருந்தார்கள். அவர்களின் பேச்சை நான் உற்றுக் கவனித்துக்கொண்டு இருந்தேன். இறுதியில் தோழர் ப.மாணிக்கம், இருவரிடமும், "நீங்கள் இப்போது இருக்கும் பணியில் தொடருங்கள்... எதிர்காலம் சிறப்பாக உங்கள் கையில் இருக்கும்!" என்று கூறினார். ஒரு தலைவன் மற்றவர்களுக்கு எப்படி வழி காட்ட வேண்டும் என்பதை நான் புரிந்துகொண்டேன்.

1980ஆம் ஆண்டு, நான் சட்டமன்ற உறுப்பினராகத் தேர்வு செய்யப்பட்டேன். திருநெல்வேலி சந்திப்பு, சிந்துபூந்துறையில் சி.பி.ஐ., சி.பி.எம். இணைந்து பொதுக்கூட்டம் நடத்தினர். அதில் நானும், தோழர் ஐ.மாயாண்டி பாரதியும் சிறப்புப் பேச்சாளர்கள். நான் முதலில் பேசினேன், நான் பேசி முடித்ததும் தோழர் ஐ.மா.பா., "தோழர் அப்பாத்துரை, உங்கள் பேச்சு தோழர் ஜீவாவின் குரலைப் போல் கம்பீரமாக இருக்கிறது!" என்று சொன்னார்.

நான் தூத்துக்குடியில் கட்சிப் பொறுப்பில் சேர்ந்து பணியாற்றிய போது மூத்த தோழர்கள் ஆர்.கிருஷ்ணா, தோழர் பயில்வான் அருணாச்சலம், எம்.பீர் இஸ்மாயில் போன்றவர்கள் மேடையில் மீளவிட்டான் சரக்கு ரயில் கவிழ்ப்பு நிகழ்வு பற்றிப் பேசுவார்கள். அதற்குத் தலைமை ஏற்று நடத்தியவர் தோழர் ஐ.மா.பா. என்று கூறுவார்கள்.

1981ஆம் ஆண்டு, தேனி, கம்பம் நகரில் சி.பி.ஐ., மற்றும் சி.பி.எம்., இணைந்து மேதின பொதுக்கூட்டம் நடத்தினர். அந்தக் கூட்டத்தில் சி.பி.எம். கட்சி சார்பில் தோழர் என்.வரதராஜன் எம்.எல்.ஏ., சி.பி.ஐ. கட்சி சார்பில் நானும் கலந்துகொண்டோம்.

அன்றிரவு நான் கம்பத்தில் தங்கினேன். அங்கு ஏற்கெனவே தோழர் ஐ.மா.பா. வந்து பக்கத்து அறையில் தங்கி உள்ளார். நாங்கள் இருவரும் ஒரே விடுதியில் தங்கி இருந்ததால், என்னை தோழர் ஐ.மா.பா.வின் அறைக்கு அழைத்துச் சென்றார்கள். நாங்கள் இருவரும் நீண்ட நேரம் பேசிக்கொண்டு இருந்தோம். "நாளை காலை நாம் இருவரும் பண்ணைப்புரம் செல்ல வேண்டும். அங்கு இளையராஜாவைச் சந்திப்போம்..." என்று கூறினார். நான் ஏற்கெனவே அவர்களை சென்னையில் அவர்கள் இல்லத்தில் சந்தித்து உள்ளேன்" என்று கூறினேன்.

காலையில் இருவரும் பண்ணைப்புரம் சென்றோம். இளையராஜா, ஐ.மாயாண்டி பாரதியைப் பார்த்தவுடன் மிகுந்த மகிழ்ச்சியாகக் கட்டித்தழுவி வரவேற்றார். என்னையும் நலம் விசாரித்து உள் அறைக்கு அழைத்துச் சென்றார். கம்யூனிஸ்ட் கட்சித் தோழர்கள், நண்பர்கள் என இளையராஜாவின் வீட்டுக்கு முன்பு பெரிய கூட்டம் கூடிவிட்டது. காலை சிற்றுண்டி அவரது வீட்டிலேயே முடித்துவிட்டு இருவரும் மதுரைக்கு வந்து சேர்ந்தோம்.

'ஏறினால் ரயில்... இறங்கினால் ஜெயில்" என்று வாழ்ந்து மறைந்த தோழர் ஐ.மாயாண்டி பாரதியுடன் பழகியதால், பல சரித்திர நிகழ்வுகளை அறியமுடிந்தது. அவர், பாவலர் பாட்டுக் கச்சேரி, கம்யூனிஸ்ட் இயக்கம் பட்டிதொட்டி எல்லாம் சென்று பரவ எப்படி உதவியது என்று பாடிக்காட்டி கூறினார். "மாட்டு வண்டி செல்லாத கிராமங்களிலும் பாவலர் பாட்டு வண்டி செல்லும் என்ற சொல்லும் செயலும் ஆக இருந்த பாவலர் குடும்பத்தை கம்யூனிஸ்ட் இயக்கம் காக்கத் தவறிவிட்டது!" என்று மனவேதனையோடு கூறினார்.

தோழர் எஸ்.அழகர்சாமி

தோழர் எஸ்.அழகர்சாமி அவர்கள் கோவில்பட்டி தொகுதியில் சட்டமன்ற உறுப்பினராக ஐந்து முறை வெற்றி பெற்றவர்.

1962ல், அன்றைய காங்கிரஸ் ஆட்சியில், கூட்டுறவுச் சங்கத்தில் கடன்பெற்ற விவசாயிகள் கடன்களைத் திருப்பிக் கட்டத் தவறியதால், அவர்களுடைய ஆடுகள், மாடுகள், வண்டிகளை ஜப்தி செய்ய நடவடிக்கை எடுத்தார்கள். அந்த நேரத்தில் தமிழ்நாடு விவசாயிகள் சங்கத்தின் சார்பில் மிகப்பெரிய போராட்டங்கள் நடந்தன.

அதன் அடிப்படையில் கோவில்பட்டி சட்டமன்றத் தொகுதிக்கு உட்பட்ட வானரமுட்டி கிராமத்தில் சப்தி நடவடிக்கைகளை எதிர்த்து சாகும்வரை உண்ணாவிரதப் போராட்டம் நடைபெற்றது. தோழர் ஆர்.நல்லகண்ணு, எஸ்.அழகர்சாமி, வில்லிசேரி என்.ராமசுப்பு ஆகியோர், அந்த உண்ணாவிரதப் போராட்டத்தில் இருந்தார்கள்.

இந்தப் பகுதியின் மிகப்பெரிய நிலச்சுவான்தாரரும், இந்தியக் கம்யூனிஸ்ட் கட்சியின் முன்னனித் தலைவருமான தோழர் வி.வி.ரெங்கசாமியின் உழவுமாடுகளையும் மாட்டுப்பட்டியில் அடைத்துவிட்டார்கள். மாடுகளை ஏலம் விடுவதற்குத் தண்டோரா போட்டு பொதுமக்களுக்கும் அறிவித்துவிட்டார்கள். ஆனால்,

அந்த மாடுகளை ஏலம் எடுப்பதற்கு யாரும் முன்வரவில்லை. அங்கே விவசாயிகளின் கண்ணீர் பேசியது. அதன்பிறகு, அந்த ஜப்தி நடவடிக்கையை அரசு கைவிட்டது. அழகர்சாமி, 1967ம் ஆண்டு பொதுத்தேர்தலில் கோவில்பட்டி சட்டமன்றத் தொகுதியில் வெற்றி பெற்றதற்கு இந்தப் போராட்டம் ஒரு முக்கிய காரணம்.

தமிழ்நாடு விவசாயிகளின் சங்கத் தலைவராக நீண்ட காலம் பணியாற்றியவர் எஸ்.அழகர்சாமி. சட்டமன்றத்தில் விவசாயிகளின் பிரச்னைகளைத் தீர்க்கமாக எடுத்து வாதாடி புரியவைத்த தலைவர் இவர்தான். மூன்று முதல்வர்களுடன் (அண்ணா, கலைஞர், எம்.ஜி.ஆர்.) சட்டமன்றத்தில் பணியாற்றிய பெருமைக்கு உரியவர்.

1981ம் ஆண்டு, அன்றைய முதல்வர் எம்.ஜி.ஆர். ஆட்சிக்கு எதிராக எதிர்க்கட்சிகளின் சார்பில் நம்பிக்கையில்லா தீர்மானம் கொண்டுவரப்பட்டது. அதன் மீது தோழர் எஸ்.அழகர்சாமி ஆற்றிய உரை வரலாற்றுச் சிறப்பு மிக்கது. ‘ஏன் இந்த அரசின் மீது நம்பிக்கை இல்லை’ என்று ஆதாரங்களுடன் விளக்கினார்.

‘‘இந்த ஆட்சி தொழிலாளருக்கு துரோகம் செய்யும் ஆட்சி. குறிப்பாக விஸ்கோஸ் ஆலையில் பணிபுரியும் தொழிலாளர்கள் தங்களுக்கு 42 சதவீதம் போனஸ் வேண்டும் என்று அண்ணா திராவிட முன்னேற்றக் கழகத் தொழிற்சங்கம் உட்பட அனைத்துத் தொழிற்சங்களும் இந்தப் போராட்டத்தை நடத்தினார்கள். இந்தப் பிரச்னையைத் தீர்க்க முதல்வரின் அனுமதியுடன் தொழிலாளர் நலத்துறை அமைச்சர் ராகவானந்தம் தொழிற்சங்க நிர்வாகிகளுடன் பேச அனுப்பப்படுகிறார். ஆனால், விஸ்கோஸ் நிர்வாகத்தினருடன் அவர் தனியாகப் பேசி, ‘42 சதவீதம் போனஸ் என்பது 21 சதவீதம் போனஸ்’ என பேசி முடிவெடுத்துவிட்டார்.

பேச்சுவார்த்தையை அனைத்துத் தொழிற்சங்கங்களும் நிராகரித்து விட்டன. அரசும், அமைச்சரும் நிர்வாகத்துக்கு ஆதரவாக செயல்படுகிறார்கள் என்ற நிலைபாட்டின் காரணமாக அந்தப் பேச்சு வார்த்தையில் கலந்துகொள்ளாமல் நிராகரித்துவிட்டனர். எனவே, அமைச்சர் ராகவானந்தம் மட்டும் நிர்வாகத்துடன் பேசி அவர்களே முடிவெடுத்து ‘21 சதவீதம் போனஸ்’ என்று அறிவித்துவிட்டார்கள். இதனை அ.தி.மு.க தொழிற்சங்கம் தவிர மற்ற ஏ.ஐ.டி.யூ.சி., சி.ஐ.டி.யூ.சி, தெ.மு.ச., தி.மு.க., முதற்கொண்டு அனைத்துத் தொழிற்சங்கங்களும் நிராகரித்துவிட்டன!’’

இப்படி, தொழிலாளர்களுக்குச் செய்த துரோகத்தைக் கண்டித்து, கடிதமாக எழுதி, அனைத்துக் கட்சி தலைவர்களுக்கும் நேரடியாக சட்டசபை வளாகத்தில் கொடுத்து, இந்தப் பிரச்னையை சட்டசபையில் பேசுமாறு கேட்டுக்கொண்டார் எஸ்.அழகர்சாமி.

இதன் நகல் எனக்கும், என் அருமைத் தோழர் வால்பாறை தொகுதி எம்.எல்.ஏ. ஆறுமுகத்துக்கும் கொடுத்தார்கள். அதனை நம்பிக்கையில்லாத் தீர்மானத்தின் மீது தோழர் எஸ். அழகர்சாமி பேசும்போது, 'இந்த மனுவை ஆதரித்துப் பேச வேண்டும்' என்று கட்சி கேட்டுக்கொண்டது. நாங்களும் அதன் நகல்களைக் கொடுத்தோம். இதனைத்தான் தோழர் எஸ்.அழகர்சாமி பேசும் போது அமைச்சர் ராகவானந்தம், "என்ன ஆதாரம் இருக்கிறது?" என்று கேட்டார்.

''இதோ ஆதாரம்!'' என்று அனைத்துத் தொழிற்சங்கமும் கூடி அளித்த மனுவை அவையில் சமர்ப்பித்துவிட்டார்.

''இதில் பணப் பரிமாற்றம் நடைபெற்றிருக்கிறது. 42 சதவீதத்தை, 21 சதவீதமாகக் குறைத்ததில் அதாவது 1 சதவீதத்துக்கு ஒரு லட்சம் என பணப் பரிமாற்றம் செய்திருக்கிறது... போனஸ் பேச்சுவார்த்தையில் இந்த அரசு தொழிலாளர் வர்க்கத்துக்கு துரோகம் இழைத்துவிட்டது. ஆகவே, இந்த அரசு பதவி விலகவேண்டும் என்று கேட்டுக்கொள்கிறேன்'' என்று பேசி முடித்தார்.

இது தமிழக சட்டமன்ற வரலாற்றில் மிகப்பெரிய பேசும் பொருளாக மாறி, அன்றைய நாளிதழ்களில், முக்கிய பத்திரிகை செய்தியாக தமிழகம் முழுவதும் பரவியது.

தோழர் எஸ்.அழகர்சாமி ராமனூத்து கிராமத்திலிருந்து எட்டயபுரத்துக்குக் குடிவந்தார்கள். அங்கு இந்தியக் கம்யூனிஸ்ட் கட்சியின் மாவட்டக் கட்சி மாநாடு நடைபெற்றது. ''மாநாட்டைச் சிறப்பாக நடத்தியது தோழர் எஸ்.அழகர்சாமிதான். எனவே, அவரைக் கௌரவித்துச் சிறப்பிக்கும் வகையில், அனைவரும் ஒன்றாகச் சேர்ந்து பொன்னாடை போர்த்த வேண்டும்'' என்று தோழர்கள் விரும்பினார்கள்.

ஆனால், தோழர் எஸ்.அழகர்சாமி, ''எனக்குப் பொன்னாடை வேண்டாம். மாவட்டச் செயலாளர் தோழர் எம்.அப்பாத்துரை ஒரு செந்துண்டு போர்த்தினால் போதும்... அதுவே எனக்குக் கௌரவம்!'' என்று எளிமையாக அறிவித்தார்.

தோழர் என்.ராஜசேகர் ரெட்டி

*1978*ல், தோழர் என்.ராஜசேகர் ரெட்டி, அகில இந்தியக் கம்யூனிஸ்ட் கட்சியின் செயற்குழு உறுப்பினர், ஒருநாள் அனந்தபூர் மாவட்டத்தில் உள்ள அவரது கிராமத்துக்கு அழைத்துச் சென்றார். அங்கிருந்து ஹைதராபத்தில் உள்ள மத்தூபவன் கட்சி அலுவலகத்துக்கும் அழைத்துச் சென்றார். அங்கு இளைஞர் மன்ற உறுப்பினர்களுக்காக நடத்தும் இந்தியக் கம்யூனிஸ்ட் கட்சியின் அரசியல் கல்வி பயிற்சி வகுப்பில் நாற்பது நாட்கள் கலந்துகொண்டேன்.

அந்த வகுப்பில், தோழர் ராஜசேகர் ரெட்டி கட்சி அமைப்பு நிலை குறித்து பாடம் எடுத்தார். அதில் அவர் பேசும்போது, ''கம்யூனிஸ்ட் கட்சியின் தலைமைப் பொறுப்புக்கு, அடித்தட்டு மக்கள்மத்தியில் இருந்து தலைவர்கள் வந்தால்தான் அது உண்மையான கம்யூனிஸ்ட் கட்சியாக இருக்க முடியும்'' என்று கூறினார். அவர் தொடர்ந்து பேசும்போது, ''இந்த வகுப்பில் நீங்கள் ஐம்பது பேர் இருக்கிறீர்கள். இந்தியாவின் பத்து மாநிலங்களிலிருந்து வந்திருக்கிறீர்கள். இதில் ஒருவர்கூட தலித் இல்லையென நான் நினைக்கிறேன்...” என்றார்.

இதைக் கேட்டவுடன் நான் எழுந்து, 'நான் ஒரு தலித்' என்று சொல்ல நினைத்தேன். ஆனால், நான் அதைச் சொல்லவில்லை. காரணம், 'நாம் ஏன் நம்மை தலித் என்று சொல்லிக்கொள்ள வேண்டும்' என்ற உணர்வு மேலோங்கி இருந்தது. ஆனால்,

இது என் மனசாட்சியை உறுத்தியது. அத்துடன் வகுப்பு முடிந்து மதியஉணவுக்காகக் கலைந்து சென்றோம்.

மீண்டும் மாலை நான்கு மணிக்குத்தான் வகுப்பு தொடங்கும். நான் உணவு உண்ட பிறகு, தோழரின் அறைக்குச் சென்று அவரைத் தனியாகப் பார்த்துப் பேச வேண்டும் என்று முடிவு செய்தேன். அதன்படி, மாலை மூன்று மணிக்கே அவரது அறைக்குச் சென்று கதவைத் தட்டினேன். அவர், உடனே கதவைத் திறந்து உள்ளே அழைத்தார். நான் அவரிடம், ''காலையில் நீங்கள் வகுப்பில் 'இங்கு யாராவது தலித் இருக்கிறீர்களா?' எனக் கேட்டீர்கள். ஏன் என்னை தலித் என சொல்லிக்கொள்ளவேண்டும் என என் உள்ளுணர்வு தடுத்தது. ஆம், நான் ஒரு தலித்துதான் தோழர்!'' என்று கூறினேன்.

உடனே அவர் என்னைக் கட்டிப்பிடித்து,''ஓ மை பிரேவ் சன்! மக்கள் சேவையில் ஒரு தலித் இருக்கிறார் என்றால் பெருமைப்பட வேண்டும்!'' என்று கூறி தனது மகிழ்ச்சியை வெளிப்படுத்தினார். என் உடம்பெல்லாம் சிலிர்த்துவிட்டது.

அதன்பின், அவர் 1980ல், நெல்லை மாவட்ட இந்தியக் கம்யூனிஸ்ட் கட்சி அலுவலகத்துக்கு வந்தார். லட்சியத்தோடு பொதுவாழ்க்கையில் ஈடுபட்டிருக்கும் நிறைய தோழர்களை அவருக்கு அறிமுகப்படுத்தினேன். பிறகு, அவரை கிருஷ்ணாபுரத்திலிருக்கும் பழமையான கோயிலுக்கு அழைத்துச் சென்று காண்பித்தேன்.

அவர் வந்து சென்ற மூன்றாவது மாதத்தில், 1980 தமிழக சட்டமன்ற தேர்தல் அறிவிக்கப்பட்டது. நான் வேட்பாளராகத் தேர்வு செய்யப்பட்டேன். தூத்துக்குடி கட்சி அலுவலகத்தில் என்னை வேட்பாளராக அறிவிக்கப்பட, அப்போது நடந்த கட்சிப் பேரவைக் கூட்டத்தில் கலந்துகொண்டு, ''தோழர் அப்பாத்துரை நிச்சயம் வெற்றி பெறுவார். நான் அதற்குப் பாடுபட வேண்டும்'' என்று பேசினார். மேலும், ''நீங்கள் வெற்றி பெற்ற பின்னர், சென்னைக்கு வந்து, சட்டமன்ற உறுப்பினர் விடுதியில் உங்கள் அறைக்கு வந்து தங்குவேன்'' என்று கூறினார். அதுபோல், நான் என் அறையில் வந்து இரண்டு நாள் தங்கி இருந்தார்.

தோழர் ராஜசேகர் ரெட்டியின் உடன் பிறந்த மூத்த சகோதரர் தான் இந்தியாவின் ஜனாதிபதியாக இருந்த நீலம் சஞ்சிவரெட்டி. அவரது சகோதரியின் கணவர்தான் தோழர் நாகிரெட்டி (இந்தியாவில் முதன் முதலில் நக்ஸல்பாரி இயக்கத்தை உருவாக்கிய தலைவர்களில் ஒருவர்).

தோழர் கோமல் ஸ்வாமிநாதன்

1981ல் ‘ஓர் இந்தியக் கனவு’ என்ற நாடகம் நெல்லை சங்கீத சபாவில் நடந்தது. கோமல் ஸ்வாமிநாதனுடைய இந்த நாடகத்தை கலை இலக்கியப் பெருமன்றத்தின் சார்பில், என் தலைமையில் நடந்தினார்கள். இந்தியக் கம்யூனிஸ்ட் கட்சியின் நெல்லை மாவட்டச் செயலளர் தோழர் கே.செல்லையா (சிவகிரி) கலை இலக்கியப் பொருமன்றச் செயலாளர் பி.ஐ. நாராயணன், என்.எம்.கிருஷ்ணன், பி.எம்.காளியப்பன் ஆகியோர் முன்முயற்சி எடுத்து நடத்தினார்கள். நீண்ட இடைவெளிக்குப் பிறகு, நெல்லை சங்கீத சபாவில் மக்கள்கூட்டம் நிறைந்து வழிந்தது. வசனங்களுக்கு கைதட்டிக்கொண்டே இருந்தார்கள். மிகச்சிறப்பாக நாடகம் நடந்து முடிந்தது. நான் தலைமை உரையில், “கோமல் ஸ்வாமிநாதனின் சமூக அக்கறை பற்றியும், நாடகத்துறையில் அவரது செயல்பாடுகள் குறித்தும் விரிவாகப் பேசினேன்.

அதன் பின்னர்தான், எனது ஓட்டப்பிடாரம் சட்டமன்றத் தொகுதியிலுள்ள குருமலை என்ற கிராமத்தை மையமாக வைத்து ‘தண்ணீர் தண்ணீர்’ என்ற திரைப்படத்தை எடுத்தார். இதற்கு நான் பலவகைகளில் துணை புரிந்தேன். இந்தப் படம் திரைத்துறையில் மிகப்பெரிய புரட்சியை ஏற்படுத்தியது. ‘தண்ணீர் தண்ணீர்’ சினிமா பார்த்த எம்.ஜி.ஆர்., என்னை அழைத்து, “இப்போதும் அந்தக்

கிராமம் அப்படித்தான் இருக்கிறதா?'' என்று அக்கறையோடு விசாரித்தார். நான், அங்கு நடந்த நலத்திட்ட உதவிகள் பற்றி எடுத்துச் சொன்னேன்.

கோமல் ஸ்வாமிநாதன் அற்புதமான நாடகக் கலைஞர். அவரது மறைவு எனக்கு மிகுந்த வருத்தத்தைக் கொடுத்தது. அவர் மறையும்வரை எங்கள் நட்பு தொடர்ந்து இருந்தது.

அருள்சகோதரர் அந்தோணி அருள் சாமி

அருள்சகோதரர் அந்தோணிசாமி, இலங்கை யாழ்பாணத்தை பூர்விகமாகக் கொண்டவர். தூத்துக்குடி வ.உ.சி. கல்லூரியில் இளநிலைப் பட்டப்படிப்பில் என்னுடன் பயின்றவர். வகுப்பில் அகர வரிசையில் அடுத்தடுத்து அமர்ந்ததால் நண்பரானோம்.

நான் மாணவர் இயக்கத்தில் தீவிரமாகச் செயல்பட்டபோது எனக்குப் பல்வேறு நிலைகளில் உதவிபுரிந்தார். நான் இயக்கங்களில் எப்படிச் செயல்பட்டாலும் வகுப்புக்குச் செல்லாமல் இருக்க மாட்டேன். இருந்தாலும், ஞாயிற்றுக்கிழமைகளில் அவர் பணி முடித்துவிட்டு, நான் தங்கிருந்த அறைக்கு வந்து, அன்று வகுப்பறையில் நடைபெற்ற பாடங்களை விவரித்து விளக்கமாக எடுத்துச் சொல்வார். அவர் என்னிடம், ''நம்முடைய இருவரின் லட்சியமும் ஒன்றுதான். ஆனால், நடைமுறைதான் வேறு!'' என்று கூறுவார்.

கல்லூரிப் படிப்பை முடித்துவிட்டு, அவர் சார்ந்த கிருத்துவ சபை நடத்திய உயர்நிலைப் பள்ளியில் தலைமை ஆசிரியராகப் பணியாற்றினார். நான் சட்டமன்ற உறுப்பினராக வெற்றி பெற்றவுடன், அவர் தலைமை ஆசிரியராக இருந்த பள்ளியின் ஆண்டு விழாவுக்கு என்னைச் சிறப்பு விருந்தினராக அழைத்துச் சிறப்பித்தார். நான் நாடாளுமன்ற உறுப்பினராக இருந்தபோது, திண்டுகல்லில் கிருத்துவ சபையின் சார்பாக செயல்பட்டு வந்த மிகப்பெரிய தொண்டு நிறுவனத்தில் தலைமைப் பொறுப்பாளராகச் செயல்பட்டு வந்தார். அந்தத் தொண்டு நிறுவனத்தின் பல்வேறு வேண்டுகோள்களுக்காக டெல்லிக்கு வந்து என்னைச் சந்திப்பார். முடிந்தவரையில் அவற்றை நிறைவேற்றிக் கொடுத்திருக்கிறேன். 1968முதல் இன்றுவரை உற்ற நண்பராக, சகோதரராக நாங்கள் நல்ல நட்போடு இருக்கிறோம்.

தோழியர் பார்வதி கிருஷ்ணன்

1978ம் ஆண்டு, கோவையில் நடைபெற்ற இந்தியக் கம்யூனிஸ்ட் கட்சியின் மாநில மாநாட்டில் முதன்முறையாக தோழியர் பார்வதி கிருஷ்ணனைச் சந்தித்தேன். மின்சாரத் தொழிலாளர் சம்மேளனத்தின் ஒப்பற்ற தலைவர் தோழர் எஸ்.சி.கிருஷ்ணன் என்னைத் தோழியரிடம் அறிமுகம் செய்து வைத்தார். அன்றுமுதல் அவருடன் நட்பில் இருக்கிறேன். இந்தியக் கம்யூனிஸ்ட் கட்சியின் உட்கட்சிப் போராட்டத்தில் என்னுடைய செயல்பாடுக் குறித்துப் பேசுவார்.

ஜமீன்தார் குடும்பத்தில் பிறந்த பார்வதி கிருஷ்ணன், நீதிக்கட்சி சார்பில் முதல் முதலமைச்சராக இருந்த டாக்டர் சுப்பராயன் அவர்களின் புதல்வி. இவரது உடன்பிறந்த சகோதரர்தான் பரமசிவன் குமார மங்கலம், கோபால், நெய்வேலி மோகன் குமார மங்கலம். மாப்பிள்ளை கிருஷ்ணன் இங்கிலாந்தில் வேலை பார்த்தவர். அம்மா பெயர் ராதாபாய் அப்போது கோவை நாடாளுமன்ற உறுப்பினராக இருந்தார். ஏ.ஐ.டி.யூ.சி. சங்கத்தில் அகில இந்தியத் தலைவராக இருந்தார். மத்தியக் குழுவில் உறுப்பினராகவும், பல தொழிற்சங்கங்களின் தலைவராகவும் தீவிரமாகச் செயல்பட்டார்.

திருவாரூரில் நடைபெற்ற இந்தியக் கம்யூனிஸ்ட் கட்சியின் மாநில மாநாட்டில் தோழியர் பார்வதி கிருஷ்ணனுடன் புகைப்படம் எடுத்துக் கொண்டோம்.

ஏ.பி.சி.வீரபாகு

(தூத்துக்குடி வ.உ.சி. கல்விக் கழக நிறுவனர்)

தூத்துக்குடி வ.உ.சி. கல்விக் கழகத்தின் பழைய மாணவர் என்ற முறையில், இதன் நிறுவனர் மதிப்புக்குரிய குலபதி ஏ.பி.சி.வீரபாகு குடும்பத்தினருடன் எனக்கு நல்ல நட்பு உண்டு. 1951ல் இந்தக் கல்விக் கழகத்தை ஆரம்பித்து, அந்தப் பகுதியில் நிலைநிறுத்த அவர் செய்த பணிகளும் தியாகமும் அளப்பற்றவை. அவரைத் தொடர்ந்து, இன்றைய செயலாளர் என் அன்புக்குரிய ஏ.பி.சி.வீ.சொக்கலிங்கத்திடமும், என் அன்புக்குரிய ஏ.பி.சி.வீ. சண்முகத்திடமும் நான் நட்பில் உள்ளேன்.

20.5.2017 அன்று நடைபெற்ற ஏ.பி.சி.வீரபாகுவின் நூற்றாண்டு விழா குழுவின் துணைத் தலைவாராக இருந்து செயல்பட்டேன். அந்த விழா தூத்துக்குடியில் மிகவும் சிறப்பாக நடைபெற்றது.

நான் தூத்துக்குடி வ.உ.சி. கல்லூரியில் இளங்கலை வரலாறு பட்டப்படிப்பு படிக்கின்ற காலத்தில் இந்தியக் கம்யூனிஸ்ட் கட்சியின் மாணவர் இயக்கத்தில் பணியாற்றினேன். 1970ல் ஜனவரி மாதம் திருநெல்வேலியில் நடைபெற்ற முதல் மாவட்ட மாணவர் மன்ற மாநாட்டில் தலைவராகத் தேர்ந்தெடுக்கப்பட்டேன்.

அப்போது, கல்லூரியில் நடைபெற்ற மாணவர் போராட்டத்தில் வன்முறை வெடித்தது. 'கல்லூரி மாணவர் ஒருவர் விடுதி வார்டனால் தாக்கப்பட்டார்' என்பதுதான் அடிப்படைக் காரணம். அந்தச் சம்பவத்தைப் பார்த்த முதல் சாட்சி நான்தான். விசாரணை

ஏ.பி.சி.வீரபாகு நூற்றாண்டு பிறந்தநாள் விழாவில்...

கமிஷன் அதிகாரியாக இருந்த உதவி ஆட்சியரிடம் நான் நேரடி சாட்சியாக உண்மையைக் கூறினேன். இதன் விளைவாக விடுதியில் தங்கிப் படிக்க அனுமதியில்லை. எனவே, இரண்டாமாண்டிலிருந்து சொந்தச் செலவில் வெளியில் தங்கித்தான் படித்து முடித்தேன்.

அப்போது, கல்லூரியின் செயலாளராக இருந்த குலபதி ஏ.பி.சி.வீரபாகு, என்னை அழைத்து, "அப்பாத்துரை, நீங்கள் வெளியில் தங்கியிருந்து படிப்பதுதான் உங்களுக்கும் நல்லது எங்களுக்கும் நல்லது!" என்று கூறினார். அதற்கு அவர் கூறிய கருத்து, "நீங்கள் உங்கள் இயக்கத்தின் சார்பாக அடிக்கடி வெளியில் சென்று மாணவர்களோடு இரவு நேரத்தில் வருவீர்கள். விடுதியில் பல்வேறு கருத்துகள்கொண்ட மாணவர்கள் இருப்பார்கள். கருத்து வேறுபாடுகள் வளரும். எங்கள் கல்லூரி விடுதியின் சட்டதிட்டங்கள் உங்களுக்குத் தோதாக இருக்காது... அதனால், வெளியில் தங்கி இருப்பதுதான் உங்களுக்கு வசதியாக இருக்கும். எங்களுக்கும் தொந்தராவாக இருக்காது" என்று நல்லவிதமாகக் கூறினார். என்மீது மிகுந்த அக்கறையோடு சொல்கிறார் என்று மதித்து ஏற்றுக்கொண்டேன். என்மீது எந்தவிதமான பழிவாங்கும் நடவடிக்கையும் எடுக்கவில்லை. எனக்கு மட்டுமல்ல... பல்வேறு தவறு செய்த மாணவர்களையும் பழிவாங்கவில்லை என்பதுதான் உண்மை.

மூன்றாண்டுகள் அதே கல்லூரியில் படித்து முடித்து, பிரிவு உபசார விழாவில் நான் கடைசியாகப் பேசும்போது, ''என்னை வளர்த்து ஆளாக்கிய கல்லூரி நிர்வாகத்துக்கு நன்றி சொல்வது என் கடமை. வ.உ.சி. கல்லூரி வருகின்ற காலத்தில் ஒரு பெரிய பல்கலைக்கழகமாக மிளிரவேண்டும்'' என்று பேசினேன். இந்தச் செய்தி கல்லூரியின் செயலாளர் ஏ.பி.சி.வீரபாகு கவனத்துக்குச் சென்றுவிட்டது. மறுநாள் அவர் என்னை நேரில் அழைத்துப் பாராட்டினார்.

1980ஆம் ஆண்டு, நான் சட்டமன்ற வேட்பாளாராக அறிவிக்கப்பட்டவுடன் எனக்கு வாழ்த்துக் கூறினார். நான் வெற்றி பெற்றவுடன் என்னை அழைத்துக் கௌரவித்தார். அவருடைய நூற்றாண்டு பிறந்தநாள் விழாவில் துணைத் தலைவராக இருந்து செயல்பட்டத்தில் பெருமைப்படுகிறேன்.

ஏ.பி.சி.வீ.சொக்கலிங்கம் மணிவிழா

தந்தையின் வழியில் வ.உ.சி. கல்விக் கழகத்தை, ஏ.பி.சி. வீரபாகு அவர்கள் எந்த நோக்கத்திற்காக உழைத்தாரோ அந்த நோக்கம் நிறைவேற எந்த நிலையிலும் வழி தவறாமல் செயல்பட்டு கல்விக் கழகத்தின் செயலாளராக செயல்படுபவர் அருமை அண்ணாச்சி ஏ.பி.சி.வீ.சொக்கலிங்கம். அவருடைய மணி விழா குழுவில் செயலாளராகவும் இருந்து செயல்பட்டது எனக்குப் பெருமை.

ஏ.பி.சி.வீ.சண்முகம் பொதுவாழ்வுப் பொன் விழா

கடந்த 30 ஆண்டு காலமாக என்னுடன் அரசியல் கலத்திலும் பொது வாழ்க்கை நலனிலும் என்னுடன் பயணித்து வருகின்ற என் அன்புச் சகோதரர் ஏ.பி.சி.வீ.சண்முகம் அவர்களின் பொதுவாழ்வுப் பொன் விழா, 18.9.2022ல் தூத்துக்குடி நகரமே வியக்கும் வண்ணம் சிறப்பாக நடைபெற்றது. ஏ.பி.சி.வீரபாகுவின் அரசியல் வாரிசாக காங்கிரஸ் பேரியக்கத்தில் தன்னை இணைத்துக்கொண்டு, எத்தனை சோதனைகள் வந்தாலும் அனைத்தையும் தாங்கிக்கொண்டு, பொது வாழ்க்கையிலிருந்து தடம் புரளாமல் செயல்பட்டு வருகிறார். தன் நடந்தையின் வழியில் வ.உ.சி. கல்விக் கழகத்தை நடத்தி வரும் அண்ணன் சொக்கலிங்கத்தின் வலதுகரமாக இருந்து செயல்பட்டு வருகிறார். நான் பொன்விழா ஆண்டில் கலந்து கொண்டதைப் பெருமையாகக் கருதுகிறேன்.

ஏ.பி.சி.வீ.சண்முகம், சோம்நாத் சட்டர்ஜி ஆகியோருடன்...

தோழர் கே.டி.கே.தங்கமணி

தோழர் கே.டி.கே.தங்கமணியை 1970ஆம் ஆண்டு திருநெல்வேலி மாவட்ட மாணவர் மன்றத்தின் முதல் மாநாட்டில் சந்திந்தேன். அதன்பின்னர், நான் சென்னைக்குச் சென்று 1975ம் ஆண்டு, இந்தியக் கம்யூனிஸ்ட் கட்சியின் முழுநேர ஊழியனாக இருந்தேன். அன்று மாநிலக் கட்சி அலுவலகம் பிராட்வேயில் இருந்தது. நான் ஒரு வருடம் அங்கு தங்கியிருந்தபோது, தோழரும் அங்கு வந்து அன்றாட நிகழ்ச்சிகள் பற்றிப் பேசிவிட்டுச் செல்வார்.

ஒருநாள் காலையில் தோழர் ப.விருத்தகிரி ஒரு கடிதத்தைக் கொடுத்து, "சட்டமன்ற விடுதிக்குச் சென்று தோழர் கே.டி.கே. தங்கமணியிடம் இந்தக் கடிதத்தைக் கொடுத்துவிட்டு வாருங்கள்" என்று கூறினார். அதன்படி சட்டமன்ற விடுதிக்குச் சென்று கே.டி.கே.தங்கமணியிடம், என்னை பழைய நினைவுகளோடு அறிமுகப்படுத்திக்கொண்டு கடிதத்தைக் கொடுத்தேன். அவர் கடிதத்தைப் படித்தவுடன் நெஞ்சில் கைவைத்துச் சோகமாக மாறினார். அந்தக் கடிதத்தில், தோழரின் உறவினர் ஒருவர் மரணமடைந்த செய்தி இருந்தது.

அதன்பின், நான் எனது ஊருக்குச் சென்று 'தூத்துக்குடி ஹெவி வாட்டர் புராஜக்ட்' தொழிற்சங்கத்தை தொடங்கி தோழர் கே.டி.கே.தங்கமணி தலைவராகவும், நான் உதவித் தலைவராகவும் பொறுப்பேற்றுச் செயல்பட்டோம்.

1980ஆம் ஆண்டு, நான் சட்டமன்ற உறுப்பினராக வெற்றிபெற்று சென்னைக்கு வந்தவுடன் ஆலோசனைக்காக கே.டி.கே.தங்கமணியைச் சந்திந்தேன். அவர் என்னிடம், சட்டமன்றத்தில் எப்படிச் செயல்படவேண்டும் என்று பல விவரங்களை எடுத்துச் சொன்னார். அடுத்தநாள், என்னை தினத்தந்தி அதிபர் சிவந்தி ஆதித்தன் அவர்களின் வீட்டுக்கு அழைத்துச் சென்று அவரிடம் அறிமுகம் செய்து வைத்தார். தோழர் கே.டி.கே.வின் மனைவி வள்ளியம்மாவும் அங்கு வந்திருந்தார்.

சிறிதுநாள் கழித்து வள்ளியம்மாள் முதியோர் இல்லத்துக்குச் சென்று தங்கிவிட்டார். அங்கு தங்கியிருந்த காலத்தில் தோழர் ப.மாணிக்கம், என்னிடம் அந்த அம்மாவைப் பார்த்து வர அனுப்பினார். அதன்பின் அம்மாவை பலமுறை சென்று பார்த்து வந்திருக்கிறேன். என்னிடம் மிகவும் அன்பாகப் பேசுவார்.

தோழர் கே.டி.கே.தங்கமணிக்கு திருச்செந்தூர் பகுதியில் தயாரிக்கப்படும் சில்லுக்கருப்பட்டி மிகவும் பிடிக்கும். நான் ஆறுமுகநேரியில் சில்லுக்கருப்பட்டி தயார் செய்யப்படும், என் குடும்பத்தினருடன் நட்புகொண்டிருந்தவரின் வீட்டிலிருந்து வாங்கி வருவேன். அதை அவர்களின் இறுதிக்காலம் வரை கொண்டுபோய்க் கொடுத்து வந்தேன். அவர் எனக்கு 25 வருட காலமாக அஞ்சல் அட்டையில் பொங்கல் வாழ்த்து எழுதி அனுப்புவார். அவருடைய மறைவுக்குச் சில மாதங்களுக்கு முன்பாக, அவரிடமிருந்து வந்த அஞ்சல்அட்டையில் அவரது கையெழுத்து தடுமாற்றமாக இருந்தது. அதைப் படித்துவிட்டு, என் மனைவி, ‘‘தோழியரின் கையெழுத்து நடுக்கமாக மாறுபட்டு இருக்கிறதே..! உடல்நிலை சரியில்லையோ?’’ என்று என்னிடம் கேட்டார். அதுதான் அவர் அனுப்பிய கடைசிக் கடிதமாக அமைந்துவிட்டது.

நான் தேசிய கவுன்சில் கூட்டத்துக்கு டெல்லி செல்லும் முன் பாலன் இல்லத்தில் படுக்கையிலிருந்த தோழர் கே.டி.கே.வைப் பார்த்துவிட்டுச் சென்றேன். நான் திரும்பி வந்த மறுநாள் இயற்கை எய்திவிட்டர். கட்சி அலுவலகத்துக்கு அஞ்சலி செலுத்த சிவந்தி ஆதித்தனார் வந்தார். நான்தான் அவரை அழைத்து வந்தேன். வந்தவுடன் குலுங்கிக் குலுங்கி ‘சின்னய்யா... சின்னய்யா!’ என்று கூறி அழுதார். என்னை அழைத்து, ‘‘தம்பி, நாங்கள் செய்யத் தவறியக் காரியத்தை இந்தியக் கம்யூனிஸ்ட் கட்சி, சின்ன ஐயாவைப் பாதுகாப்பாக வைத்திருந்து நல்ல காரியம் செய்துள்ளது. நான் உங்கள் அனைவரையும் பாராட்டுகிறேன்’’ என்றார்.

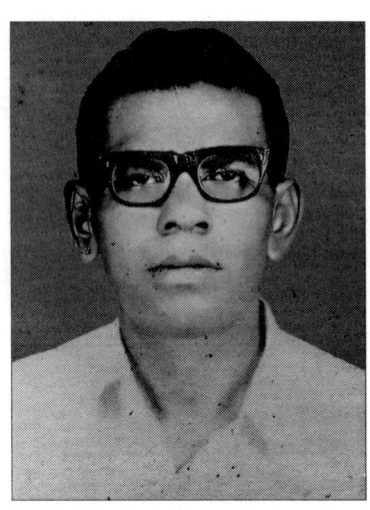

தோழர் வி.எஸ்.காந்தி

தோழர்கள் என்.டி.வானமாமலை, பேராசிரியர் வானமாமலை ஆகியோர் பிறந்த நாங்குநேரியில்தான் தோழர் வி.எஸ்.காந்தியும் பிறந்தார். இந்தியக் கம்யூனிஸ்ட் கட்சியின் வாலிபர் சங்கத்தின் மாநிலச் செயலாளராக பல வருடங்கள் செயல்பட்டவர்.

1969 முதல் 1981 வரை, 12 வருடங்கள் நெல்லை மாவட்ட இந்தியக் கம்யூனிஸ்ட் கட்சியின் மாவட்டச் செயலாளராகச் செயல்பட்டார். கட்சி அமைப்பு நிலைகளில் கறார் தன்மையுடன் உறுதியாக இருப்பார். மாவட்டக் குழு கூட்டங்களின் முடிவுகளையும், இடை கமிட்டிக் கூட்டங்களைக் கூட்டி எடுத்த முடிவுகளையும் நிறைவேற்ற தொடர்ச்சியான முயற்சிகளை எடுத்தார். தமிழகம் தழுவிய மிகச் சிறந்த பேச்சாளர். மாநில நிர்வாகக் குழுவிலும் இருந்து சிறப்பாகப் பணியாற்றியவர்.

எனது அரசியல் பயணத்தில், நெல்லை மாவட்ட மாணவர் மன்றத் தலைவராக, இளைஞர் மன்ற மாவட்டச் செயலாளராக, மாவட்ட மாநாடுகளில் தேர்வு செய்யப்பட்டபோது நான் ஆர்வமாகச் செயல்பட வழிகாட்டியாகவும் இருந்தவர் தோழர் வி.எஸ்.காந்திதான். அவரது மறைவு இந்தியக் கம்யூனிஸ்ட் கட்சிக்கும், தனிப்பட்ட முறையில் எனக்கும் பெரிய இழப்பாகக் கருதுகிறேன். தோழர் வி.எஸ்.காந்தி, சிறந்த நாடக நடிகர் என்பது குறிப்பிடத்தக்கது.

தோழர் கே.செல்லையா

தோழர் சிவகிரி கே.செல்லையா விவசாய இயக்கத்தில் பணியாற்றியதன் மூலம், 1948ல் கம்யூனிஸ்ட் கட்சியில் தன்னை இணைத்துக்கொண்டார். 1953 முதல் முழுநேர ஊழியராகக் கட்சிப் பணியாற்றினார். தமிழகத்தில் ஏற்பட்ட உணவுப் பஞ்சத்தின்போது 'பதுக்கலை எடுப்போம்!' என்ற கட்சியின் செயல் திட்டத்தை ஏற்று நடந்த போராட்டத்தில், காவலர்களின் கடுமையான அடக்குமுறைக்கு உள்ளாகி சிறைவாசம் அனுபவித்தவர். 'குத்தகை விவசாயிகள் பாதுகாப்பு இயக்கம்' மூலம் பல விவசாயிகள் நிலம் பெற போராடி வெற்றிபெற்றவர்.

சிவகிரியில் கூட்டுறவுச் சங்கங்களை ஆரம்பித்து, சிறப்பாக வழிநடத்தி பலருக்கும் எடுத்துக்காட்டாக விளங்கியவர். சிவகிரி பேரூரட்சி மன்றத் தலைவராக சிறப்பாகப் பணியாற்றியவர். 1981 முதல் 1993 வரை 17 ஆண்டுகள் நெல்லை மாவட்ட இந்தியக் கம்யூனிஸ்ட் கட்சியின் செயலாளராகச் செயல்பட்டவர்.

சிவகிரியில் தொழுநோய் மருத்துவமனை வேண்டும் என்று 'சாகும் வரை உண்ணாவிரதப் போராட்டம்' நடத்தி மருத்துவ மனையைப் பெற்று வெற்றி கண்டவர்.

அருமை தோழர்கள் வி.எஸ்.காந்தி, கே.செல்லையா ஆகிய இரண்டு நெல்லை மாவட்டச் செயலாளர்களுடன் இணைந்து பணியாற்றியவன் என்பதில் நான் பெருமைப்படுகிறேன்.

தோழர் இந்திரஜித் குப்தாவுடன் எனது குடும்பத்தினர்...

தோழர் ஏ.பி.பரதனுடன் எனது குடும்பத்தினர்...

தோழர் சுதாகர் ரெட்டி...

தோழர் து.ராஜாவுடன் எனது குடும்பத்தினர்...

எனது குடும்பம்

மனைவி சந்திரமதி

எனது மனைவி சந்திரமதியின் பிறப்பிடம் சென்னை, திருவொற்றியூர் தியாகராயர்புரம். அவர்களது குடும்பம் பாரம்பரிய கம்யூனிஸ்ட் இயக்கத்தைச் சார்ந்தது (சி.பி.எம்.). அப்பா சைமன், அம்மா சாந்தா... இவர்கள் கத்தோலிக்க கிறிஸ்துவர்கள்.

சந்திரமதி, சென்னைப் பல்கலைக் கழகத்தின் மாநிலக் கல்லூரியில் வேதியியல் எம்.எஸ்சி. *(M.Sc., Chemistry)* படித்தவர். 'சென்ரல் பேங்க் ஆப் இண்டியா' *(Central Bank of India)*வில் பணியாற்றினார்.

என் மனைவியின் தாய்மாமா எஸ்.ஏ.தங்கராஜ் மூலம்தான் எங்கள் திருமணம் நிச்சயிக்கப்பட்டு, 26.06.1983ல், இந்தியக் கம்யூனிஸ்ட் மாநில செயலாளர் தோழர் ப.மாணிக்கம் தலைமையில் தூத்துக்குடியில் நடைபெற்றது. (தோழர் எஸ்.ஏ.தங்கராஜ் 1989ல் நடைபெற்ற சட்டமன்றத் தேர்தலில் திண்டுக்கல் தொகுதியில் சி.பி.எம். கட்சி சார்பாகப் போட்டியிட்டு வெற்றிபெற்றவர். தமிழக தேர்தல் வரலாற்றில் பொதுத் தொகுதியில் போட்டியிட்டு வெற்றிபெற்ற தாழ்த்தப்பட்ட சமூகத்தைச் சார்ந்தவர். திண்டுக்கல்லில் தோல் பதனிடும் தொழிலாளர்களின் ஒப்பற்றத் தலைவராகப் போற்றப்பட்டவர்.) எங்கள் திருமணத்துக்குப் பின், நாங்கள் தூத்துக்குடி கீழூர் பகுதியில் வாடகை வீட்டில் வாழ்ந்து வந்தோம்.

ஒருநாள், இந்தியத் தேசிய மாதர் சங்கத் தோழர்கள், என் மனைவியிடம் ''மாதர் சங்கத்தில் சேருங்கள்'' என்று கேட்டார்கள். அதற்கு என் மனைவி, ''நான் ஜனநாயக மாதர் சங்க உறுப்பினர். என்னை மதித்து வந்து கேட்டுவிட்டீர்கள். எனவே, நான் உங்களுக்கு நன்கொடை மட்டும் தருகிறேன்'' என்று கூறினார்.

மாதர் சங்கத் தோழர்கள் என்னிடம், ''உங்கள் மனைவியை நம் சங்கத்தில் சேரச் சொல்லுங்கள்'' என்று கேட்டுக்கொண்டார்கள். நான், ''நம் சங்கத்தைப் பற்றி நீங்கள்தான் விளக்கிச் சொல்ல வேண்டும். நான் கட்டாயப்படுத்த மாட்டேன்'' என்று கூறினேன். பின்னர், அவர்கள் என் மனைவியிடம் நன்கொடை மட்டும் பெற்றுக்கொண்டு சென்றுவிட்டனர்.

என் மனைவி, 'அகில இந்திய வங்கி ஊழியர்கள் சங்க'த்தில் மாநில அளவில் தலைமைப் பொறுப்பில் இருந்தார். தோழர் சி.ஹெச்.வெங்கடாசலம் அவர்களுடன் சங்கப் பொறுப்பில் தீவிரமாகச் செயலாற்றினார்கள். ஆனாலும், சி.பி.எம். கட்சியின் அனுதாபியாகத்தான் இருந்தார். ஒரு கட்டத்தில், வங்கி ஊழியர் அரங்கத்தில் செயல்பட்ட (B.E.F.I.) பி.இ.எப்.ஐ. அமைப்பின் நிலைபாடு என் மனைவிக்கு வருத்தத்தை ஏற்படுத்தியது. அதன் பின்னரே சி.பி.ஐ. கட்சியின் உறுப்பினராகச் சேர்ந்தார்.

என் மனைவிதான் குடும்பப் பொறுப்பை முழுமையாகக் கவனித்துக்கொண்டார். தினமும் காலையில் நாளிதழ்களை முறையாகப் படித்து விபரங்கள் சேகரித்துத் தெரிந்துகொள்வார். வீட்டுவேலைகளையும் உடனே ஆரம்பித்துவிடுவார். நான் கட்சிப் பணிக்காக அடிக்கடி வெளியூர் சென்றுவிடுவேன். அந்தநேரத்தில் மன உறுதியுடன் குடும்பக் கஷ்டங்களை எதிர்கொண்டு, குழந்தைகளையும் சமாளித்து வாழ்ந்து காட்டியவர் என் மனைவி.

என் மகள் சமந்தாவை 'ஹோலி கிராஸ் கான்வென்ட்' (*Holy Cross Convent*)டில் சேர்ப்பதற்கு நான் செல்ல முடியவில்லை. எல்லா குழந்தைகளும் தங்கள் பெற்றோருடன் அங்கே வந்துள்ளனர். என் மகள் மட்டும் தனியாக, கையில் விண்ணப்பத்தை வைத்துக்கொண்டு வரிசையில் நிற்பதைப் பார்த்த தோழர் பாரதி, அந்தக் காட்சியை என்னிடம் வேதனையோடு சொன்னார். நான் அதைக் கேட்டுவிட்டு, ''கட்சிப் பணி சம்பந்தமாக வெளியூர் சென்றுவிட்டதால் மகளுடன் நான் பள்ளிக்குச் செல்ல முடியவில்லை'' என்று, கலங்கிய கண்களோடு சொன்னேன். அந்தச் சம்பவம் எனக்கும் என் மனைவிக்கும் மிகுந்த வருத்தத்தைக் கொடுத்தது.

ஒருநாள், என் மனைவி, ''நீங்கள் இத்தனை வருடம் கட்சியில் இருக்கிறீர்கள்... சட்டமன்ற உறுப்பினராக பதவியிலும் இருந்திருக்கிறீர்கள்... நமக்காக ஒரு வீடு கட்டுவதற்கு ஒரு ஐந்து சென்ட் நிலம் வாங்க முடியவில்லையா?'' என்று என்னிடம் ஆதங்கமாகக் கேட்டார். அதன் பிறகுதான் நானும் யோசித்தேன். 1989ல், என் மனைவி வேலை செய்யும் வங்கியில், அவர் பெயரில் வீட்டுக்கடன் திட்டத்தில் கடன் பெற்று எங்களுக்கென்று ஒரு வீட்டை வாங்கிக் குடியேறினோம். இந்த வீட்டை நாங்கள் வாங்குவதற்கு உறுதுணையாக இருந்த தோழர்கள் டி.கருப்பசாமி, கப்பல் வி.முனியசாமி மற்றும் சில நண்பர்கள்.

2004 நாடாளுமன்றத் தேர்தலில் தென்காசி தொகுதியில் போட்டியிட்டபோது எனக்குப் பணநெருக்கடி. பிரசார வேன்கள் செல்லமுடியவில்லை. அந்தத் தொகுதியின் தேர்தல் பொறுப்பாளராக இருந்த தோழர்கள் ஆர்.முத்தரசன், வி.துரைமாணிக்கம் இருவரும் என்னிடம் வந்து, ''பதினந்து லட்ச ரூபாய் கடன் வாங்கித் தாருங்கள்... தேர்தல் முடிந்த பிறகு கட்சி சார்பாக நிதி வசூலித்துத் திருப்பித் தந்துவிடுவார்கள்'' என்றார்கள். இதை என் மனைவியிடம் கூறினேன். உடனே என் மனைவி, எங்கள் உறவினர்களிடம் பதினைந்து லட்சம் ரூபாய் கடன் வாங்கி தோழர் டி.கருப்பசாமி மூலம் கொடுத்து அனுப்பினார்.

தேர்தலுக்குப் பின் கட்சியின் நிலைபாடு மற்றும் குழப்பத்தால் பணம் வராததைக்கண்டு என் மனைவி மனவேதனை அடைந்தார். உறவினர்களுக்குப் பணத்தைத் திருப்பித் தர முடியவில்லை. அதன் விளைவால், கட்சியிலிருந்து தன்னை விடுவித்துக்கொண்டார். கம்யூனிஸ்ட் இயக்கக் குடும்பத்தில் பிறந்து, அதிலேயே வாழ்ந்து

வந்தவருக்கு, கடைசியில் கட்சியின் செயல்பாடுகளால் மனவருத்தம் ஏற்பட்டது. நான் என் மனைவியைச் சமாதானப்படுத்தினேன்.

குடும்ப வரவு செலவுகளை எல்லாம் குழப்பமில்லாமல் அவரே பார்த்துக்கொள்வார். எங்கள் உறவினர்களை உபசரிப்பதில்தான் எனக்கும் என் மனைவிக்கும் கருத்துவேறுபாடு ஏற்படும்.

எங்களின் இரு குழந்தைகளையும் நல்லமுறையில், ஆரோக்கியமாக வளர்த்து, ஆளாக்கி, படிக்க வைத்தப் பெருமை அனைத்தும் என் மனைவியை மட்டுமே சாரும். எங்கள் மகள் சமந்தா மற்றும் எங்கள் மகன் பூபேஷ் ஆகியோரின் திருமணங்கள் அவரவர் விரும்பியதுபோலவே சீரும்சிறப்புமாக நல்லமுறையில் நடைபெற்றன.

எங்களின் 40 ஆண்டுகால மணவாழ்க்கையில் நிறைவாகப் பயணித்த என் மனைவி சந்திரமதி, 16.08.2022ஆம் தேதி இயற்கை எய்தினார். எனது பொதுவாழ்க்கையிலும், குடும்பவாழ்க்கையிலும் என் நிலை அறிந்து, ஒத்துழைப்புக் கொடுத்து நல்ல மனைவியாக வாழ்ந்தவர். அவரது விருப்பப்படி, சென்னை காசிமேடு கிறிஸ்துவக் கல்லறைத்தோட்டத்தில் 17.08.2023ஆம் தேதி நல்லடக்கம் செய்தோம்.

மகள் சமந்தா

என் மகள் சமந்தா 28.02.1984ல் பிறந்தார். பெண்குழந்தைக்கு என்ன பெயர் வைப்பது என்று இரு வீட்டாரிடம் விவாதம் ஏற்பட்டு முடிவில் 'சமந்தா' என்று பெயர் வைத்தோம்.

சமந்தா மிகவும் அமைதியான சுபாவம் உடையவள். டாக்டருக்குப் படிக்கவைக்க வேண்டும் என விரும்பினேன். அவள் அதை மறுத்துவிட்டு பொறியாளர் ஆகவேண்டும் என்று விரும்பினாள். எனவே, சென்னை சாய்ராம் பொறியியல் கல்லூரியில் (B.E.,) படித்துப் பட்டம் பெற்றாள்.

தனது பொறியியல் பட்டப்படிப்பை முடித்துவிட்டு தூத்துக்குடி துறைமுகத்தில் இன்பிளான்ட் ட்ரெய்னிங் (INPLANT TRAINING) முடித்தாள். அதன் பயனாக, அவளுக்கு லண்டனில் உடனடியாக வேலை கிடைத்தது.

மகளுக்குத் திருமண ஏற்பாடு தொடங்கியபோது, என் மகளைப் பெண்கேட்டு, பெரம்பலூர் பகுதியைச் சேர்ந்த திரு.சந்திரசேகர் IRS குடும்பத்தினர் நண்பர் மூலம் வந்தார்கள். மணமகன் விஜய் ஆனந்த் லண்டனில் படித்துவிட்டு அங்கேயே பணிபுரிகிறார் என்று கூறினார்கள். நான் மாப்பிள்ளையை நேரடியாகப் பார்த்துப் பேசி, சம்மதித்து திருமணத்தை நிச்சயம் செய்தோம்.

மணமகன் விஜய் ஆனந்த், முன்னாள் ஒன்றிய அமைச்சரும், இன்றைய நாடாளுமன்ற உறுப்பினருமான ஆ.ராசாவின் தாய்மாமன் பேரன்.

விஜய் ஆனந்த்-சமந்தா திருமணம், தூத்துக்குடி அழகர் மஹாலில் 2008ஆம் ஆண்டு சிறப்பாக நடந்தது. இரண்டு மாதம் கழித்துத்தான் என் மகளுக்கு இங்கிலாந்து செல்ல விசா கிடைத்தது. சமந்தா, திருமணத்துக்குப் பின் இங்கிலாந்தில் மருமகன் விஜய் ஆனந்துடன் வசித்து வருகிறார்.

2008ல், முதல் முறையாக நானும் என் மனைவியும் மகள், மருமகனைப் பார்க்க டெல்லியிலிருந்து இந்தியன் ஏர்லைன்ஸ் விமானம் மூலம் இங்கிலாந்து, பர்மிங்ஹாம் விமானநிலையம் போய்ச் சேர்ந்தோம்.

அங்கு ஒருவாரம் தங்கி இருந்து அங்குள்ள முக்கிய இடங்களான Bull Swing Mall, Buckingham Palace, Barmingham Symphony Hall (இசைஞானி இளையராஜா இசை அமைத்த இடம்) ஆகியவற்றைப் பார்த்தோம். ஆக்ஸ்போர்டு பல்கலைகழக வளாகத்தைச் சென்று பார்த்தோம். அதன் அமைப்பு எங்களைப் பிரமிக்க வைத்தது.

2011ல், இரண்டாவது முறையாக இங்கிலாந்து சென்றபோது என் மகள் ரெட்டிங்ஸ் என்ற இடத்தில் வசித்து வந்தார். அங்கு நானும் எனது மனைவியும் சில நாட்கள் தங்கி இருந்தோம். அங்கு, விக்டோரியா மகாராணி பிறந்த அரண்மனையைப் பார்த்தோம். அது பர்மிங்ஹாம் அரண்மனை. விக்டோரியா மகாராணி பிறந்தது வின்சர் கேஷில் அரண்மனை; மலைமீது அமைந்துள்ளது.

லண்டனில் 'ஹைகேட்' மயானத்தில் உள்ள மாமேதை கார்ல் மார்க்ஸ் கல்லறைக்குச் சென்றிருந்தோம். நிறைய இளைஞர்கள் மாமேதைக்கு மலர் அஞ்சலி செலுத்திக்கொண்டிருந்தார்கள். நாங்களும் மலர் அஞ்சலி செலுத்தினோம்.

இலங்கைத் தமிழர் பிரச்னையில் என் மகளுக்கு அதிக ஈடுபாடு உண்டு. நான் இங்கிலாந்துக்குச் சென்றபோது பிரிட்டிஷ் தமிழ் ஃபாரம் (British Tamil foram) நடத்திய கூட்டங்களில் கலந்துகொண்டேன். அதில் என் மகளும் கலந்துகொண்டார்.

விஜய் ஆனந்த் - சமந்தா தம்பதிக்கு இரு பெண்குழந்தைகள்; கெசான்னா (Kesenna), மியான்னா (Miyanna) இருவரும் கேம்பிரிட்ஜ் (Cambridge) பள்ளியில் படித்துவருகிறார்கள்.

மகன் பூபேஷ்

என் மகன் பூபேஷ் தூத்துக்குடி ஹோம் சைன்ஸ் பள்ளி (Home science School)யிலும், பின்னர், ஏ.பி.சி.வீ. மெட்ரிகுலேஷன் பள்ளியிலும் படித்தார். சிறுவயது முதலே, தான் ஒரு விமானியாக வேண்டும் என்ற உணர்வுடன் இருந்தார். விமானம் சம்பந்தமானப் படிப்பு மற்றும் கல்லூரி பற்றி எனது நண்பர்களான நாடாளுமன்ற உறுப்பினர்களிடம் விசாரித்தேன். இறுதியில் இந்துஸ்தான் பொறியியல் கல்லூரி (Hindustan College of Engineering -Padur)யில் Aeronatical Engineering படித்தார்.

என்மகன்கல்லூரியில் சேர்வதற்கு முதல்நாள்,தன்நண்பர்களிடம் கல்லூரியில் சேரப்போகும் செய்தியைச் சொல்லிவிட்டு வர பைக்கில் சென்றார். செல்லும் வழியில், எதிரே வந்த வேன் மீது பைக் மோதி விபத்தில் சிக்கிக்கொண்டார். அந்த வேனின் டிரைவர் கீழே இறங்கி, இரத்தவெள்ளத்தில் கிடந்தவரைத் தூக்கிப் பார்த்துவிட்டு, அவர் என் மகன்தான் என்று அடையாளம் தெரிந்துகொண்டார். உடனே, அந்த டிரைவர், என் மகனை அதே வேனில் ஏற்றிக்கொண்டு தூத்துக்குடி அரசு மருத்துவமனையில் சேர்த்துவிட்டு, மருத்துவர்களிடம், "இவர் அப்பாத்துரை எம்.பி.யின் மகன்" என்று தெரிவித்திருக்கிறார். அப்போது, நான் பெங்களூரில் தொழிற்சங்க மாநாட்டில் கலந்துகொள்ளச் சென்றிருந்தேன். அன்று, தூத்துக்குடி பனிமய மாதா ஆலய ஐந்தாம் நாள் திருவிழா என்பதால் என் மனைவியும் மகளும் அந்த ஆலயத்துக்குச் சென்றுவிட்டார்கள்.

என் மகன் சுயநினைவோடு இருந்ததால், மருத்துவரிடம், "என் அம்மாவும், அக்காவும் பனிமய மாதா ஆலயத்துக்குச் சென்றுள்ளார்கள். அவர்களுக்குத் தகவல் தெரியப்படுத்தி வரச் சொல்லுங்கள்" என்று கூறியிருக்கிறார். அந்த மருத்துவர், மாதா ஆலயத்தின் பேராயருக்கு போன் செய்து விசயத்தைச் சொல்ல, உடனே அந்தப் பேராயர், அங்கிருந்த ஒலிபெருக்கியில், "அப்பாதுரை எம்.பி.யின் மகன் பூபேஷ் சாலை விபத்தில் காயமடைந்து, அரசு மருத்துவமனையில் அனுமதிக்கப்பட்டிருக்கிறார். அவரது தாயும் சகோதரியும் எங்கிருந்தாலும் உடனே அரசு மருத்துவமனைக்குச் செல்லவும்" என்று அறிவிப்பு செய்திருக்கிறார்.

இதைக் கேட்டவுடன், என் மனைவியும் மகளும் மருத்துவ மனைக்கு விரைந்து, பூபேஷைப் பார்த்து ஆறுதல் சொல்லிவிட்டு

எனக்கு போன் செய்தார்கள். என் மகனும் என்னிடம் பேசினார். சிறிய காயமாக இருக்கும் என நினைத்துக்கொண்டிருந்தேன்.

இரண்டு நாட்கள் கழித்து மருத்துவமனைக்குச் சென்று மகனைப் பார்த்தேன். பார்த்தவுடன், நடக்கமுடியாத அளவில் காலில் இருந்த பெரிய காயத்தைக் கண்டு, மயங்கி கீழே சாய்ந்துவிட்டேன்.

என் மகள் சமந்தாவை பள்ளியில் சேர்க்க நேரில் செல்ல முடியாத மனவருத்தமும், விபத்தில் காயப்பட்ட மகனை உடனே வந்து பார்க்கமுடியவில்லையே என்ற மனவருத்தமும் என் உள்மனதில் ஆறாத புண்ணாக தடம் பதித்துவிட்டன.

என் மகனை சென்னையில் உள்ள கல்லூரியில் சேர்க்க சக்கர நாற்காலியில்தான் கொண்டு செல்லவேண்டிய நிலை இருந்தது. கல்லூரியில், என் மகனின் வகுப்பறை மாடியில் இருந்தது. மாடிக்கு ஏற இறங்க முடியாத காரணத்தால் அந்த வகுப்பறையை தரை தளத்துக்கே மாற்றி உதவினர் கல்லூரி நிர்வாகத்தினர்.

வகுப்பறையில் பாடங்கள் நடத்தியபோதுதான், இந்தப் படிப்புக்கும், விமானம் ஓட்டும் பயிற்சி வகுப்புக்கும் சம்பந்தமில்லை என்பதைத் தெரிந்துகொண்டார். நான் கல்லூரிப் பேராசிரியரிடம்

விசாரித்தபோது, "இது விமானத்துக்கான மெக்கானிக்கல் படிப்பு. பைலட் ஆகவேண்டும் என்றால், விமானம் ஓட்டும் படிப்பில் (பிளையிங் கோர்ஸ்) சேரவேண்டும்" என்று அறிவுறுத்தினார்.

நான் இந்துஸ்தான் கல்லூரியின் தாளாளர் வர்கீஸ் அவர்களை அடையாரில் உள்ள அவரது வீட்டுக்குச் சென்று நேரில் சந்தித்தேன். அவர் என்னை இனிய முகத்துடன் வரவேற்று, "நான் உங்களை மறக்கமுடியாது. இந்தக் கல்லூரியின் துவக்க விழாவுக்கு, முதல்வர் எம்.ஜி.ஆருடன் வந்திருந்தீர்கள். அது இப்போதும் எனக்கு ஞாபகம் இருக்கிறது" என்றார். பிறகு, " உங்கள் மகனை எங்கள் கல்லூரியில் சேர்க்க வந்தபோது, நீங்கள் என்னைச் சந்தித்திருந்தால் கல்லூரிக் கட்டணம் இல்லாமல் இலவசமாகவே சேர்த்திருப்பேன்" என்று சொல்லிவிட்டு, தன் உதவியாளரை அழைத்துப் பேசினார். கல்லூரியில் கட்டிய முழுப் பணத்தையும் உதவியாளரிடமிருந்து வாங்கி என் கையில் கொடுத்து, "முன்பே என்னிடம் பேசியிருந்தால் உங்கள் மகனின் படிப்புக்குச் சரியாக வழிகாட்டியிருப்பேன். பாண்டிச்சேரியில் இருக்கும் ஓரியண்ட் விமானப் பள்ளி (Orient Flight School)யில் சேர்த்துவிடுங்கள்" என்று கூறி அனுப்பினார்.

பாண்டிச்சேரிக்குச் சென்று என் மகனை அந்தப் பள்ளியில் சேர்த்தோம். பாண்டிச்சேரி பள்ளியில் ஆறுமாத காலம் தங்கியிருந்து படித்தார். அங்கு ஒரு மணிநேரம் மட்டும்தான் விமானம் ஓட்டும் பயிற்சி பெற்றார். ஏனோ தெரியவில்லை, அந்தச் சிறிய விமானநிலையத்தை ஒன்றிய அரசு திடீரென்று மூடிவிட்டது.

அதன்பின்னர்தான், பூபேஷ் ஆஸ்திரேலியாவில் உள்ள பிரிஸ்பேன் நகரில், விமானப் பயிற்சிப் பள்ளியில் சேர்ந்து படித்தார். அங்கு ஒரு வருட காலம் தங்கியிருந்து விமானம் ஓட்டும் பயிற்சிபெற்று, ஓ.சி.பி.எல். அனுமதிச் சான்று (OCPL Lisence) பெற்று இந்தியாவுக்குத் திரும்பினார். அதன்பிறகு, அவரது கடுமையான முயற்சியால் இண்டிகோ விமான நிறுவனத்தில் விமானியாகச் சேர்ந்தார்.

என் மகனின் திருமணப் பேச்சு வந்தபோது, அவர் விரும்பிய பெண்ணைத்தான் திருமணம் செய்யவேண்டும் என்பதில் உறுதியாக இருந்தார். அவரது விருப்பப்படியே திருமணம் உறுதி செய்யப்பட்டு, 04.03.2021ஆம் தேதி சென்னையில் பூபேஷ் -அஜிதா திருமணம் சிறப்பாக நடைபெற்றது. இந்தத் தம்பதிக்கு நிலன் என்ற மகன் பிறந்திருக்கிறான்.

★ ★ ★

இந்திய நாடாளுமன்றத்தில் மு.அப்பாத்துரையின் சாதனைகள்!

★ 14வது நாடாளுமன்றம் நடந்த 5 வருடங்களில், கேள்வி நேரத்தில் அதிகமான கேள்விகள் கேட்ட தமிழக உறுப்பினர்கள் ஐந்து பேரில் தோழர் அப்பாத்துரையும் ஒருவர்.

★ 14வது நாடாளுமன்ற விவாதத்தில் அதிகமாகப் பங்குபெற்ற தமிழக உறுப்பினர்கள் நான்குபேரில் தோழர் அப்பாத்துரையும் ஒருவர்.

★ 14வது நாடாளுமன்றக் கூட்டம் நடக்கும்போது 99% வருகை தந்து முதல் இடம் பெற்றுள்ளார்!

இந்தியக் கம்யூனிஸ்ட் கட்சியில் மு.அப்பாத்துரையின் பொறுப்புகள்

கட்சியில் சேர்ந்த வருடம் - 1972
திருச்செந்தூர் தாலுகா குழு உதவிச் செயலாளர்: 1972 (2 வருடங்கள்)
திருநெல்வேலி மாவட்டக் குழு: 1975 - 87 (12 வருடங்கள்)
திருநெல்வேலி மாவட்ட நிர்வாக் குழு: 1978 - 87 (9 வருடங்கள்)
திருநெல்வேலி மாவட்டச் செயற்குழு: 1981 - 87 (7 வருடங்கள்)
(அந்த 7 வருடங்கள் உதவிச் செயலாளராகவும் இருந்தார்)
மாநிலக் குழு உறுப்பினர்: 1980 - 2022 (42 வருடங்கள்)
தூத்துக்குடி மாவட்ட உதவி செயலாளர்: 1987 - 1990 (3 வருடங்கள்)
தூத்துக்குடி மாவட்டச் செயலாளர்: 1990 - 2004 (14 வருடங்கள்)
மாநில நிர்வாகக் குழு உறுப்பினர்: 1990 - 2014 (24 வருடங்கள்)
மாநிலச் செயற்குழு உறுப்பினர்: 2011 - 2014 (3 வருடங்கள்)
தேசியக் கவுன்சில் உறுப்பினர்: 1995 - 2018 (23 வருடங்கள்)
தமிழ்நாடு ஏ.ஐ.டி.யூ.சி. மாநிலத் துணைத் தலைவர்: 2011 - 2014
அகில இந்திய சிறுபான்மையினர் பாதுகாப்பு இயக்கத்தில்...
   INSAAF (ALL INDIA TANZEEM E INSAAF)
   அகில இந்தியத் துணைத் தலைவர்: 2013 - 2022
   அந்த அமைப்பின் மாநிலச் செயலாளர்: 2016 - 2022
அகில இந்திய மீனவர் சங்கத் தலைவர்: 2016 - 2019
(ALL INDIA FISH WORKERS FEDERATION)

★ ★ ★